எழுத்து நாயகன்

ஜெயகாந்தன்

– காலமும் கருத்தும்

கோ. எழில்முத்து

சத்யா

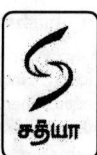

Title:
Ezhuthu Nayagan
Jayakanthan

© Ko.Ezhilmuthu

ISBN: 978-93-92474-07-1

நூல் தலைப்பு
எழுத்து நாயகன்
ஜெயகாந்தன்

நூல் ஆசிரியர்
© கோ. எழில்முத்து

முதற்பதிப்பு
ஜூன் 2022

விலை : ₹ 350

பக்கம் : 272

Printed in India

Published by

Sathyaa Enterprises
No.137, First Floor,
Choolaimedu, Chennai - 600 094.
044 - 4507 4203
Email : sathyaabooks@gmail.com

காணிக்கை

ஜெயகாந்தனால் பாரதியார் என்று அழைக்கப்பட்ட, அவரது இலக்கியப் பணியில் வலது கரமாய் நின்று செயல்பட்ட சக்ருதியர் எழுத்தாளர் **தேவபாரதி** அவர்களுக்கு

வாசித்தேன் என்பதை விட வசித்தேன்...

"**எ**ழுத்து நாயகன் ஜெயகாந்தன்" படைத்த எழில்முத்து அவர்களின் நதிமூலம் நமக்குத் தெரியுமளவுக்கு அவர் மறைந்த புலவர் த. கோவேந்தன் அவர்களின் மகன். புலவர் கோவேந்தன் நல்ல கவிஞர், கட்டுரையாளர், மொழி பெயர்ப் பாளரும் கூட.

அதுமட்டுமல்ல ஆசிரியரின் மாமனார் எழுத்தாளர் தேவபாரதி. தந்தையும், மாமனாரும் பிரபலமான தமிழ்ப் படைப்பாளிகள். அவர்களின் மரபு வழிவந்த எழில்முத்துவும் எழுத்தாளராக பரிணமித்துள்ளது எதிர்பார்க்கத் தக்கதேயாகும். இந்நூலின் ஆசிரியர் வாழ்க்கை எல்லாவற்றையுமே எழுத்தாளர் ஜெய காந்தனுக்கே அர்ப்பணித்து விட்டவர் என்பது எத்தனையோ பேருக்குத் தெரியாது. ஜெ.கே.யின் குடும்பத்தில் ஒருவராகவே தன்னை வரித்துக் கொண்டவர் என்றால் அது மிகையல்ல.

ஜெ.கே.யுடன் சம்பந்தப்படுத்தி ஆசிய வளர்ச்சி வங்கியின் உயர் பொறுப்பில் இருந்த திரு. கே.எஸ். சுப்ரமணியன் அவர்கள் பேசப்படுவதுண்டு. ஜெ.கே.வின் படைப்புகள் பலவற்றை ஆங்கிலத்தில் மொழியாக்கம் செய்தவர் அவர். அதேபோல் பி.சா.குப்புசாமி அவர்களும் ஜெ.கே.யின் சக்ருதியர்களில் ஒருவராகப் பேசப்பட்டவர்.

இவ்வாறு பலரைப் பட்டியலிட்டாலும் எழில்முத்து அவர்கள் ஜெ.கே.யின் வாழ்க்கையில் கரைந்து போனவர் என்றால்தான் சரியாக இருக்கும்.

அதற்கு சாட்சியாக நிற்பதுதான் அவரது படைப்பான 'எழுத்து நாயகன் ஜெயகாந்தன்' என்கிற நூல்.

நான் அதை வாசித்தேன் என்பதை விட அதிலேயே வசித்து வந்தேன் என்பது தான் சரி.

வரலாற்றில் கி.மு. – கி.பி. என்பதுதான் தெரியும். தமிழ் இலக்கியத்தில் பா.மு. – பா.பி. என்ற, அது எல்லோருக்கும் தெரிய வேண்டும். பாரதிக்கு முன் – பாரதிக்குப்

பின் - என்று தமிழ் படைப்பிலக்கியத்தை பாகப் பிரிவினை செய்தால், ஜெ.கே. தான் பாரதிக்குப் பின்னால் முதலாவதாக நிற்கிறார். எழுத்தாளர் புதுமைப் பித்தனை இதில் முதன்மைப் படுத்துபவர்களும் உண்டு. அவர்களோடு விவாதிக்காமல் விலகி, ஜெ.கே.யிக்கே எனது வாக்கைச் செலுத்துவதற்கு வரிசையில் நிற்கிறேன்.

பாரதி ஒரு யுகத்தையே கட்டி ஆண்டவர் என்றால், ஜெ.கே. தமிழ் வாசகர்களின் அகத்தையே கட்டி ஆண்டவர் என்றே கூறலாம். ஜெ.கே.யின் படைப்புகளை தனித்தனியாக சிறுகதைகள், நாவல்கள், கட்டுரைகள், வரலாற்று நூல்கள், மொழி பெயர்ப்புகள், முன்னுரைகள் என வாசித்த அனுபவங்கள் நமக்கு நிறைய உண்டு. அதில் குறையொன்றும் இல்லை.

ஆனால், அவற்றை எல்லாம் கால வரிசைப்படுத்தி நூலாக்குவதற்கு நுட்பமான ரசனை வேண்டும். ரசனை, தன்வயப்பட்டதாகவே இருக்கும். அந்தத் தன் மகரந்தச் சேர்க்கையை அயல் மகரந்தமாவதற்கு ஜெ.கே.யை கணுக் கணுவாக ருசித்து உறிஞ்சி அனுபவித்தாலின்றி அது சாத்தியப்படாது.

அப்படி கணுக்கணுவாக அல்ல அணுஅணுவாக அனுபவித்தவர்தான், இந்நூலின் படைப்பாளி. ஜெ.கே.யில் எப்படியெல்லாம் படம்பிடித்து சித்தரித் துள்ளார் என்பதை "எழுத்து நாயகன்" நூலில்தான் நாம் அனுபவிக்க முடியும்.

ஜெ.கே. குழந்தைப் பருவம் கோயில் குளத்தில் மூழ்கிய சம்பவத்தையும், அவனைக் கண்டுபிடித்துக் காப்பாற்றிய சம்பவத்தில், முருகேசனான குழந்தை எப்படி ஜெ.கே. என ஆனார் என்பதற்கான மணியோசையை ரத்தினச் சுருக்கமாக காட்டியுள்ளார்.

ஜெ.கே. பள்ளிப் பருவமோ பள்ளிப் படிப்பு வேண்டாம் என்பதையே காட்டுகிற நகைமுரணாக உள்ளதையும் காணலாம். ஜெ.கே. ஒரு ப்ரூப் ரீடராக, ஜனசக்தி தினசரி விற்பவராக, சிறுகதைப் படைப்பாளியாக இவர் வளர்முகம் காட்டி

வாழ்க்கையின் மேடு பள்ளங்களை கடந்து வந்ததை எல்லாம் வழங்கியிருக்கும் பக்கங்களை, வாசிக்க வாசிக்க புத்தகத்தை விட்டு வெளியேற முடியாமல் தவிக்க விட்டு விடுகிறார்.

தி.க., தி.மு.க. பார்ப்பன எதிர்ப்பு, இந்தி எதிர்ப்பு, காங்கிரஸ் எதிர்ப்பு என அரசியல் தளங்களில் கொந்தளித்த அலைகளை, ஜெ.கே. எப்படி எதிர்கொண்டார் என்பதை இந்த நூல் விவரிக்கிறபோது, தமிழ்நாட்டின் ஒரு பாதி வரலாற்றையும் வாசித்தவர்கள் ஆக்கும் விதமாக அப்பக்கங்கள் நமக்கு உதவுகின்றன.

கம்யூனிஸ்ட் கட்சி மீதுள்ள தடை நீக்கப்பட்ட செய்தி கேட்டு செருப்புக் கடையில் வேலை செய்து வந்த ஜெ.கே. மகிழ்ச்சியடைந்தார் என்கிற எழில்முத்துவின் பதிவில், ஜெ.கே. பார்த்த வேலை என்ன என்பதை தெரிந்து கொள்கிறபோது, ஜெ.கே.வுக்காக செய்யப்பட்டு வந்த சிம்மாசனத்தைப் பற்றி நாம் நினைத் திருக்கவே முடியாது.

சமரன் பத்திரிகை, சரஸ்வதி பத்திரிகையில் எழுதிய ஜெ.கே. தீவிர தி.மு.க. எதிர்ப்பாளராக இருந்த விபரங்களை அறிகிறபோது, அதன் பின்புலத்தில் அலையடித்த தர்மா வேஷமான உணர்வுகள் எப்படிப்பட்டதென நம்மை நூலாசிரியர் உணரச் செய்வது, வாழ்க்கை வரலாறு எழுதுகிற சராசரி எழுத்தாளன் அல்ல என்று அவரை காட்டுகிறது.

எழுத்து நாயகன் நூல் ஜெ.கே.யின் எழுத்தைப் பிம்பப்படுத்துகிற பணியில் தமிழ்நாட்டு மக்களின் சமூக அரசியல் வரலாற்றையும் காட்டுவதை பிசைந்து பிசைந்து நமக்குத் தந்துள்ளார்.

ஜெ.கே.யின் உன்னைப்போல் ஒருவன் திரைப்படத்தைப் பார்த்த காமராஜர் சொன்ன செய்தி, காமராசரை அத்திரைப்படம் ஒரு தேர்ந்த ரசனையாள னாக்கியதைத்தான் நான் கண்டேன். இதனை செய்துள்ள பதிவுக்கு ஆசிரியருக்கு தங்கப்பதக்கமே தர வேண்டும். ஜெ.கே. சொல்வார் : ''தனது படைப்பு ஒவ்வொன்றும் காகிதப் புத்தகம் அல்ல. அது படைப்பாளனின் இதயம்'' என்று.

அதையே நான் இரவல் வாங்கி உரக்கச் சொல்கிறேன். எழுத்து நாயகன் ஜெயகாந்தன் என்ற நூல், வாசகனின் கையில் காகிதங்களில் அச்சான புத்தகமாக அல்ல. எழில்முத்துவின் இதயத்தையே மலர்த்தியுள்ளது என்பேன்.

நேர்காணல் ஒன்றில் ஜெ.கே.யிடம் ஒருவர் கேட்கிறார்.

ஜெ.கே.வுக்கு தமிழ் தெரியாது என்று நினைத்து, 'ஜெ.கே. உங்களுக்குத் தமிழ் தெரியுமா?'

ஜெ.கே. பதில் சொல்கிறார் : 'எனக்குத் தமிழ் தெரியாது'. அதற்குப் பிறகு கேள்வி கேட்டவருக்கு தகவலாக ஜெ.கே. கூறுகிறார் : 'தமிழ் எனக்குத் தெரியாது தான். ஆனால் தமிழுக்கு என்னைத் தெரியும்' –

இந்த அடக்கம் நிறைந்த பதிலுக்குள் ஆன்று அவிந்து அடங்கிய சான்றோரின் சத்தியம். சத்தமே இல்லாத இடியாத உள்ளதை ரசித்துக் கொண்டே இருக்கலாம்.

சமரசம் அற்ற வாழ்க்கையை மேற்கொண்டுள்ள எழில்முத்து செம்மையை எண்ணி தமது வறுமைக்கு சமாதானம் சொல்லி சக்ருதியராக வாழ்கிறார்.

ஜெ.கே.யின் வாழ்க்கை வரலாற்றை சிகரச் சாதனைகளோடும், மகுட வேலைப் பாடுகளுடனும், மகோனத்தமான படைக்கப்பட்டுள்ள இந்நூல் நிச்சயமாக தமிழ் வாசகர்களின் வரவேற்புக்கு உரியதாகும், வரவேற்புகள் விருதுகளுக்கும் வழி ஏற்படுத்திக் கொடுக்கும் என்பதில் எந்த அளவு சந்தேகமுமில்லை. இந்த நூலுக்கு வாசகர்கள் தரும் ஆதரவும், அங்கீகாரமும் ஜெ.கே.யின் அச்சமற்ற ஆன்மாவை ஆராதனை செய்து வந்த மெய்யான பக்தனுக்கு சக்ருதியர்கள் செய்யும் நன்றியும், விசுவாசமுமாகும்.

– அன்புடன்
பெ. சிதம்பரநாதன்

உள்ளே புகுமுன்...

என் தாத்தா தங்கவேல் நாயகர் தமிழ், சமஸ்கிருதம், தெலுங்கில் பாண்டித்யம் பெற்றவர். அக்காலத்தில் தமிழாய்ந்த தமிழறிஞர்களான அவ்வை துரைசாமி பிள்ளை, கிருபானந்த வாரியார் ஆகியோரின் சகா.

என் தந்தையார் மறைந்த புலவர் த. கோவேந்தன் கவிஞர், கட்டுரையாளர், மொழி பெயர்ப்பாளர், தமிழாய்ந்த தமிழர்கள் யாரும் அவரைத் தெரியாமல் இருக்க முடியாது. அவரது அறையைச் சுற்றி அலமாரியிலும், அவர் எழுதும் டேபிள்மீதும் புத்தகம் அடுக்கி வைக்கப்பட்டிருக்கும்.

நான் அவரை எழுதிக்கொண்டோ, படித்துக் கொண்டோ, ஏதாவது குறிப்பு எடுத்துக் கொண்டோ அல்லது நண்பர்களுடன் பேசிக் கொண்டோ இருப்பதைக் கண்டிருக்கிறேன். அவரிடத்தில் எனக்கு ஆசிரியரிடம் மாணாக்கனுக்கு உள்ள பயமும், ஒரு மரியாதையும் உண்டு.

தந்தைக்கு வாய்த்த தாயாரும் நல்ல நூல்களை, அதுவும் உரைநடை இலக்கியங்களை வாசிப்பதில் தேர்ந்தவர்.

எனவே எனக்கு நூல்கள் வாசிப்பதே சுவாசிப்பதாய் ஆயிற்று. என் தந்தையார் சேர்த்து வைத்த சொத்துக்கள் இரண்டு. அவை நல்ல நூல்களும், நல்ல நண்பர்களுமே. இதுவே எனது வாழ்வின் ஆதாரம்; மூலதனம்.

எனது ஒன்பதாம் வகுப்பு பள்ளி பிராயத்திலே ஆனந்த விகடனில் வெளிவந்த ஜெ.கே.யின் முத்திரைக் கதை தொகுதிகளை என் தாய் மாமாவிடம் பெற்று படித்து முடித்தேன்.

என் தாயின் படிப்பார்வம் என்னையும் தொற்றிக் கொள்ள அக்கால உரைநடை படைப்பாளர்களான கோதை நாயகி அம்மாள், புதுமைப்பித்தன், காண்டேகர் பிரேம்சந்த் ஆகியோரின் சிறுகதை, நாவல்களை அவர் படித்து முடித்ததும் நான் படித்து விடுவேன்.

1977-ல் ஜெ.கே.யும், தந்தையும் எழுத்துலக குடும்ப நண்பர்கள். 77-இல் ஜெ.கே. தி.நகர் தொகுதியில் போட்டியிட்ட போது தேர்தல் பிரச்சாரத்துக்கு தந்தையை அழைக்க வந்திருந்தார். உடன் எழுத்தாளர் தேவபாரதி (பின்னாளில் இவர் எனது மாமனார் ஆனார்). மா.செ. பரதன், சி.ஏ. பாலன் புடைசூழ வந்தார். அந்த அஜானுபாகுவான உருவமும், சினிமா கலைஞனின் தோற்றப் பொலிவும், கம்பீரமும் அவர்பால் ஒரு கவர்ச்சியைக் கண்டதும் வணங்கினேன்.

அவர்கள் உரையாடல் தொடர்ந்தது. அப்போது ஜெ.கே. யின் 'ஜெய ஜெய சங்கரா', 'மஹாயஞ்சம்' மாத நாவல்களை படித்திருந்தேன். இடையில் அவர்களின் பேச்சின் ஊடே வாய்க்கொழுப்பெடுத்து, "ஏன் சார் ஜெய ஜெய சங்கரா, மஹா யக்ஞம் என புரியாத மொழியில் எழுதுகிறீர்கள்" என்றேன்.

உடனே அவர், "இனி என்னுடையதை படிக்காதே! அம்புலி மாமா, குமுதம் படி" என்றார். தலையில் விழுந்தது பெரும் குட்டு. அத்தோடு அம்புலி மாமா, குமுதம் படிப்பதை விட்டொழித்தேன்.

பிறகு தேர்தலில் நின்ற ஜெ.கே.வுக்காக சைக்கிள் ஓட்டத் தெரியவில்லை யாயினும் சைக்கிள் கேரியரில் சிங்கம் சின்னம் பொறித்த போஸ்டரை மாட்டிக் கொண்டு ஹேண்டிலில் பசை டப்பாவை மாட்டிக் கொண்டு சைக்கிளை தள்ளிக் கொண்டே சுற்று வட்டாரத்தில் போஸ்டர் ஒட்டினேன்.

அப்போது நடைபெற்ற கூட்டங்களில் அவர் பேசியவற்றை முன்னால் அமர்ந்து ரசித்தேன். எனது முதல் ஓட்டும் ஜெ.கே.வுக்கே போட்டேன். முழுக்க முழுக்க ஜெ.கே., ஜெ.கே. என மாறினேன். அவரது சபையில் அங்கத்தினரானேன்.

அவர் மூலம் கற்றதும் பெற்றதும் ஏராளம்... ஏராளம்.

எங்கள் வீடே ஒரு நூலகம் தான். தந்தையின் நூலகத்தில் தமிழின் அனைத்து இலக்கிய நூல்களும், மேலை, கீழை நாட்டு நூல்கள், கவிதைகள், மொழி

பெயர்ப்புகள் என ஜொலித்தாலும் ஜெ.கே. எனும் முழு நிலவை பல உருவங்களில் தரிசித்தேன்.

பின் அவரின் சபையில் சங்கமானேன். அரிய, பெரிய நண்பர்களை அடையாளம் கண்டேன். அவரே என்னை 'ஜனசக்தி' – நாளிதழில் பணியில் அமர்த்தினார். பின்வந்த 'நவசக்தி' – நாளேட்டிலும் என்னை உதவியாளராக பணி யமர்த்திக் கொண்டார். தொடர்ந்து அவரது இலக்கியப் பயணத்தில் சங்கமம் ஆனேன். அவரது வழிகாட்டுதலே எனது வாழ்வியல் நெறியாயிற்று.

அவரோடு வாழ்ந்து, பகிர்ந்து கொண்ட அறிவு சார்ந்த, உலகாய்ந்த உன்னத படைப்புகளின் தரிசனம் ஏராளம்... ஏராளம்.

ராமகிருஷ்ணரின் வாழ்வியலையும், தரிசனத்தையும் படிக்கிறபொழுது அவரது காலத்தில் பிறக்காமல் போனோமே என்ற ஏக்கம் ஜெ.கே.யுடன் பகிர்ந்து கொண்ட உரையாடலில் தீர்ந்தது.

விவேகானந்தரின் உலக ஞான தரிசனத்தையும், அவரின் சம்பாஷணை களையும், வாழ்ந்த பெருமைகளையும் படித்து அவர் காலத்தில் நாம் பிறக்க வில்லை என்ற தாகம் உண்டு. அது ஜெ.கே.யின் எழுத்துலக ராஜ்ய சபையில் நிறைவேறியது.

பாரதியின் தரிசனப் படைப்புகளை, செம்மாந்து நின்று வாழ்ந்த வாழ்க்கையைப் படித்துத் திளைத்து மூழ்கியிருக்கிறேன். ஆனால் அவர் காலத்தில் நாம் பிறக்கவில்லையே என்ற ஏக்கம் ஜெ.கே.வுடன் வாழ்ந்த, பகிர்ந்து கொண்ட சிந்தனை ஊற்றுகள் பாரதியைத் தரிசித்த உணர்வைத் தந்தது.

தமிழ் படைப்புலகம் சங்க காலம் முதல் இக்காலம் வரை வளமை சேர்ந்த ஞானிகளும் சித்தர்களும் வழி வழியாய் தோன்றி அரிய, பெரிய சாதனைகளை படைத்துள்ளது.

குறிப்பாக 19-20ஆம் நூற்றாண்டில் தமிழை மேலும் செழுமைப்படுத்தி சாகா வரம் பெற்ற படைப்பாளிகள் வள்ளலார் தொடங்கி மகாகவி பாரதி வரை தமிழுக்கும் தமிழர்களுக்கும் அருட்கொடைகளாக இலக்கியம் படைத்து அரும்பெரும் படைப்புகளை தந்தனர்.

பாரதிக்குப் பின் இலக்கியப் பேராசான் ஜீவானந்தம் அந்தப் பதாகையை ஏந்தி தமிழுலகில் நடை பயின்றார். அவரை ஆசானாக வரித்துக் கொண்ட "ஞானபீட விருது" பெற்ற எழுத்தாளர் திரு. ஜெயகாந்தன் தமிழ்ப் பதாகையை தூக்கிப் பிடித்து வெற்றி நடை போட்டவர் என்பதில் இரு வேறு கருத்துக்கு இடமில்லை என்பதை தமிழுலகம் நன்கு அறியும்.

தனது இளம் பிராயத்திலே கம்யூன் குடும்பத்தில் வளர்ந்து செழித்து தமிழுக்குத் தொண்டாற்றிய பெருந்தகை என்றால் மிகையல்ல. தனது பதினைந்தாம் வயதில் எழுதத் தொடங்கிய இவர் தனது இறுதி நாள் வரை தமிழ் மக்களுக்கு அவர்தம் வாழ்வியலுக்கு வழிகாட்டி, புதுநெறி காட்டிய வித்தகர் என்றே சொல்லத் தகும்.

ஜெயகாந்தன் படைப்புலகில் தொடாத துறைகள் இல்லை. அதுவும் எதிலும் முதலாமவர் என்றே சொல்லல் தகும். இளம் வயதில் எழுதத் துவங்கிய இவரது படைப்புகளை அவருக்கு முன்பு எழுதிய எழுத்துலக ஜாம்பவான்கள் இவரது சிறுகதைகளை புதுமைப்பித்தனுக்கு அடுத்துவர் என்றே கொண்டாடினர்; பாராட்டினர்.

எவ்வித திரை உலகப் பிரவேசம் இல்லாமல் தனது படைப்பை தானே திரைக்கதை ஆக்கி, இயக்கி தமிழ்த் திரை உலகின் முதல் ஜனாதிபதி விருது பெற்ற பெற்றவரும் இவரே. படைப்பாளிகளுக்கு வழங்கப்படும் உயரிய விருதான "சாகித்ய அகாதெமி" இளம் வயது படைப்பாளியின் முதலாமவரும் இவரே!

பத்திரிகை உலகில் இதழியலில் மாதாந்தோறும் ஒரு நாவலை அறிமுகம் செய்து வைத்தவரும் இவரே! இதற்கெல்லாம் சிகரம் வைத்தாற்போல் இவரது

படைப்புகளை பத்திரிகைகள் கேட்டு வாங்கி வெளியிட்ட முதல் படைப்பாளியும் இவர்தான். இப்படி ஒவ்வொன்றிலும் தனக்கென முதல் இடத்தை தமிழுக்கும், தமிழர்களுக்கும் தம் படைப்புத் திறனால் மிளிர்ந்து செம்மாந்த நின்று ஒருவர் உண்டென்றால் அவர் ஜெயகாந்தன் ஒருவரே. இவரது படைப்புகள் மானுட குலத்தின் உயர்வுக்கும், செழுமைக்கும், வளமைக்கும் வாழ்வியல் உந்து சக்தியாய் மிளிர்ந்தது.

படைப்புலகில் எழுத்துலகில் இவரது ஒவ்வொரு சொல்லும், ஒவ்வொரு வாசகனுக்கும் அருமருந்தாய் எண்ணத்தில் சிந்தனையில் செயலில் வளமை தந்து புதுமனிதனாய் வாழ வழிகாட்டியது. அத்தகைய மாந்தர்களுள் நானும் ஒருவன் என்ற உந்துதலே அவரது காலமும் கருத்தும் என்ற இந்த படைப்பினை ஆக்க வழிவகுத்தது.

பாழ்பட்டு வறுமை மிஞ்சி, அச்சமும் பேடிமையும் அடிமைச் சிறுமதியும் உச்சத்தில் கொண்டு வாழ்ந்த நம் தேசத்தில் சுதந்திரத்துக்கு முன் பிறந்து - சுதந்திரத்துக்குப் பின் அம்மக்கள் மேன்மையுற தம் எழுத்தை ஆயுதமாய் ஏந்தி போராடி விளிம்பு நிலை மக்கள் முதல் மேல் தட்டு மக்களின் வாழ்வியல் சிக்கல்களை அறுத்தெறிந்து மேன்மையான வாழ்க்கைக்கு வழிகாட்டியவர் இவரே எனலாம்.

அவரே சொல்வதுபோல், "எனது எழுத்துகள் தவறு செய்யும் மக்களுக்கு தண்டனை வழங்கும் நீதி மான் செயல் அல்ல. தவறே செய்யாமல், தவறிலிருந்து மீண்டெழுந்து புதுவாழ்வு பெறும் மக்களை அடையாளப்படுத்துவதே" என்ற வாசகம் அவரது படைப்புகளில், பாத்திரங்களில் காணலாம்.

அவரது பாத்திரங்களில் வன்மமோ, பகைமையோ, பொறாமையோ, பொச்சரிப்போ, பழிவாங்குதலோ, ஆபாசமோ இல்லாமல் மிளிர்ந்தன.

எனவேதான் அவரை நீதிமான்களின் நீதிமான், மருத்துவர்களின் மருத்துவர் என்றே அவரது வாசகர்கள் அவரை கணித்தனர்; கணித்து வருகின்றனர்.

சோவியத் இயக்கியத்தின் படைப்புலகில், 'கோகலின் கோர்ட்டிலிருந்து உதிர்ந்த படைப்பாளிகள் என்பது போல் பாரதியின் முண்டாசிலிருந்து பிறந்தவர்கள் நாங்கள்' என மார்த்தட்டி நிமிர்ந்து நின்று தனது எழுத்துலகப் பயணத்தை தொடர்ந்தார். வெற்றி பெற்றார். சாதனைச் சிகரமாய் நின்றார்; மிளிர்ந்தார்; இன்றும் மிளிர்கின்றார்.

தம் எழுத்துலகின் மூலம் கடல் அளவு வாசகப் பரப்பை விஸ்தரித்து இந்த நூற்றாண்டின் எழுத்துலக வேந்தர் என்றே இவரைச் சொல்ல வேண்டும்.

தம் வாழ்வியல் பயணத்தை தம் எழுத்தால் பதிவு செய்து அதையே வழிகாட்டி யாய் கொண்டு இந்நூலை படைத்தளித்துள்ளேன். திரு. ஜெயகாந்தனைப் பற்றிய முழு வடிவமாக இந்நூல் திகழும் என்றே நம்புகிறேன்.

குற்றம் குறைபெய்து கற்றலே – தமிழ்க்
கற்றறிந்த மாந்தர் கடன்

தொடர்பு எண் : 99403 06746

Email Id : ezhilmuthu57@gmail.com

அன்புடன்

கோ. எழில்முத்து

உள்ளே...

1. வாசகர்களின் சிம்ம சொப்பனம் — 15
2. குழந்தைப் பருவம் — 18
3. பள்ளிப்பருவம் — 21
4. பள்ளிப்படிப்பு வேண்டாம் — 28
5. மீண்டும் ஜனசக்தி — 35
6. எழுத்து பிறந்தது மதுரையிலே... — 43
7. ஃப்ரூப் ரீடராக — 51
8. ஆரம்பகால படைப்புகள் — 59
9. கம்யூன் காலமும் அரசியல் பாடங்களும் — 64
10. சிறுகதைகள் பார்வையும் பதிவும் — 73
11. கதை பிறந்த கதை — 92
12. வாசகர் பரப்பில் - பாமரர் முதல் பண்டிதர் வரை — 109
13. மொழிப் பகைமை வேண்டாம் — 160
14. அரசியல் - உள்ளூர் முதல் உலகம் வரை — 166
15. ஆன்மிகப் பார்வை — 201
16. கவிதை உலகம் — 206
17. திரை உலகமும் திரைக் கலைஞர்களும் — 209
18. அவர்தம் முன்னுரைகள் — 233
19. துணையாய் நின்ற துணைவியார் — 253
20. ஒரு உயிலின் மரணம் — 260
21. ஜெயகாந்தன் வாழ்க்கைக் குறிப்புகள் — 263

1

வாசகர்களின் சிம்ம சொப்பனம்

19-20ஆம் நூற்றாண்டு புரட்சியின் முன்னோடிகளான டால்ஸ்டாயையும், செர்காவையும், மார்சீம் கார்கியையும், அலெக்ஸி டால்ஸ்டாயையும், மாயக்காவ்ஸ்கியையும், சிங்கிஸ் ஐக் மாத்தாவ் என பல படைப்பாளிகளை நமக்கு புதுயுகத் துணையோடு நம்மோடு ஐக்கியமானது.

நம் தேசத்தில் தாகூர், பிரேம்சந்த், சிவராம் கரந்த், வள்ளத்தோல், பாரதி, தகழியையும் பொற்றேகாட்டையும் உடன் அனுப்பி வைத்தது.

இவர்களுக்குப் பின் அந்தப் பதாகை ஏந்தி தனது வாழ்க்கைப் பற்றியும், படைப்பாளுமையின் உந்து சக்தி பற்றியும், பாத்திர தர்மம் பற்றியும், தனது சுயத்தைப் பற்றியும், தத்துவ தாக்கங்களின் எதிர்வினைகளையும், பரிணாமத்தையும், பாரம்பரிய நவீனத்துவ சங்கமம், உரசல் குறித்து ஜெயகாந்தன் சிந்தனைகள், செயல்பாடுகள் பிற படைப்பாளிகள் வெளிப்படுத்தி உள்ளனரா என்பது கேள்விக்குறியே.

ஜெ.கே.வின் படைப்புலகின், செயலூக்கத்தின் வீச்சும் ஆழமும் எதிர்வினையும் பிரமிப்பூட்டுபவை.

60 ஆண்டுகளுக்கு மேலாகத் தமிழ் படைப்புலகில் பல துறைகளில் அவரது பங்களிப்புகள் இக்காலப் பரப்பை 'ஜெயகாந்தன் காலம்' என பல இலக்கிய ஆர்வலர்கள் அங்கீகரிக்கும் அளவுக்கு ஆழமான கால் தடங்களை விட்டுச் சென்றுள்ளார் என்பதில் இருவேறு கருத்துக்கு இடமில்லை.

தனது 15ஆம் வயதில் தானே அச்சு கோர்த்து படைத்த சிறுகதை வடித்த இவர் தொடர்ந்து சிறுகதைகள், குறுநாவலகள், நாவல்கள், கருத்தாழமும் தர்மாவேசமும் உள்ள முன்னுரைகள், சுவை ததும்பும் அந்தந்த கால அரசியல் கட்டுரைகள், தத்துவ வெளிப்பாட்டு சிதறல்கள், சுயசரிதை வரவிலான இலக்கியத் தரமுள்ள பதிவுகள், மனவியல் சித்திரங்கள், சினிமா என்ற ஊடகம் சார்ந்த இயல்பூக்கமான அறிதலின் அடிப்படையில் வடிவமைக்கப்பட்ட திரைக்கதைப் படைப்புகள், தான் வாசிப்பில் லயித்த படைப்புகளின் மொழி பெயர்ப்பு என படைப்புலகில் அகல கால் விரித்து தன் ஆளுமையை தமிழுலகுக்கு அடையாளம் காட்டியப் பெருந்தகை.

ஜெ.கே. தனி மனித ஆளுமையின் முக்கிய பரிணாமங்கள் : அறிவு ஜீவிதம், பரந்த மனித நேயம், மானுடத்தில் ஆரோக்கியமான நம்பிக்கை, அறிவு நேர்மையில் விளைந்த ஒரு கம்பீரம், பாசீச போக்கை துணிவுடன் எதிர்கொள்ளும் சுவையான முரட்டுத்தனம், மனித உள்ளத்தின் ஆழங்களில் நிழலாடும் மெல்லதிர்வுகளையும் துல்லியமாகப் படம் பிடிக்கும் 'லேசர்' பார்வை, பாரம்பரியச் செழுமைகளிலிருந்து பெற்றுப் புதுக்கிய அர்த்தமுள்ள நவீனத்துவம், ஆன்மிகச் சாய்மானத்தை முன்னிறுத்திய அறிவியல் கண்ணோட்டம், 'மோஸ்தர்' காற்றுக்கேற்ப பாய்மரம் விரிக்கத் தெரியாத, விலிக்க மறுக்கும் சுயமரியாதை, சிறுமையும், சில்லறைத்தனமும் தன் நிழலையும் அண்டாமல் காக்கும் ஒரு ஜாக்கிரதை உணர்வு; உள்ளம், சொல், செயல் இவற்றினிடையே இழையோடும் வியக்கத்தக்க இசைவு; புகழுக்கோ, லாபத்துக்கோ தனக்கு சரி எனத் தோன்றும் நிலைப்பாடுகளை சமரசம் செய்து கொள்ள இடமே கொடுக்காத பிடிவாதம்; தனது தவறான செயல்பாடுகளுக்காக ஆன்மத் தூய்மையுடன், ஆரவாரமில்லாமல் வருந்தும் சால்பு; தனது வாசகர் களுடன் அன்புடன் பழகும் பாங்கு என மொத்தத்தில் தனது வாழ்வியலை ஒரு கொண்டாட்டமாக வாழ்ந்து நிலைநிறுத்திக் கொண்ட செயல் கொண்டு மனிதநேயமுள்ள, சித்தர் போன்ற ஆன்மிக பிடிப்புள்ள, படைப்பு வீரியம் துடிக்கும் ஒரு பெருந்தன்மை உடையவராக தமிழுலகின் அனைத்து வடிவங்களிலும் பயணித்தவர் என்பதே நிதர்சனம்.

இவரது படைப்புகளை வாசிக்கிற, நேசிக்கிற, படைப்பாளிகள், கலைஞர்கள், அரசியல் வித்தகர்கள், பாமரர்கள், தொழிலாளிகள், பெருந்தனக்காரர்கள் என தமிழ் உலகம் தொடங்கி உலக முழுமையும் உள்ளனர் என்பதே இவரது தனிச்சிறப்பு எனலாம்.

2

குழந்தைப் பருவம்

1934-ஆம் ஆண்டு ஏப்ரல் மாதம் 24ஆம் தேதி பவ வருஷம் சித்திரை மாதம் 10-ஆம் நாள் கடலூர் மாவட்டம் மஞ்சக்குப்பத்தில் தண்டபாணி பிள்ளைக்கும் மகாலட்சுமி அம்மாளுக்கும் பிறந்தார். அவரது தாத்தாவின் நினைவாக அவருக்கு முருகேசன் என பெயரிட்டார்கள். தாத்தாவின் சட்டப்பூர்வமான வாரிசு இந்தக் குழந்தைதான் என்று நம்பினார்கள். அவரது குல தெய்வம் முருகக் கடவுள்.

ஆனால், இந்த முருகேசன் பிறந்த நேரம் சரியில்லை யாம் அல்லது ஜாதகத்தில் ஏதோ தோஷமாம். செல்வந்தர்களாய் இருந்த அந்தக் குடும்பத்தினர் சொத்துக்களை எல்லாம் ஒவ்வொன்றாக இழந்து வறியவர்கள் ஆனதற்கு அந்தக் குழந்தை பிறந்த நேரமே காரணம் என பலரும் நொந்ததும் உண்டு.

ஜெயகாந்தன் தனது நண்பர்களுடன் உரையாடும் போது, 'உங்களது முதல் நினைவு எது?' என்று கேள்வியை எழுப்புவார். ஒவ்வொருவரும் ஒன்றை குறிப்பிடுவார்கள். நண்பர்கள், அவரிடம் 'உங்கள்

முதல் நினைவு எது?' என்று கேட்டபோது :

"ஒரு மரணம்தான். அதுவும் எதிர்வீட்டில் நிகழ்ந்தது. பெரியவர்கள் அழுவதும் மரணத்தின் சோகமும் புரியாத பேதமைப் பருவம். அந்த எதிர்வீட்டுத் தாத்தாவை தூக்கிக் கொண்டு போன போது பெரியவர்கள் அழுததை வேடிக்கை பார்த்ததாக ஒரு நினைவு; அது குறித்த சிந்தனையே" என்று குறிப்பிடுவார்.

அறிவின் தெளிவையும் ஞானத்தின் ஒளியையும் அக்குழந்தையின் கண்கள் இழந்து விட்டிருந்தன போலும். இதெல்லாம் மறுபடியும் அவரது கற்பனையாக இருக்கலாம். ஆனால் அவரது வாழ்வில், குழந்தைப் பருவத்தில் ஒருமுறை மெய்யாகவே குமரன் கோயில் பின்னால் உள்ள குளத்தில் படிகளில் இறங்கும்போது கால் தவறி வழுக்கிப் பரிதாபமாக மூழ்கி....

"தண்ணீருக்குள் ஒளிமயமான ஓர் உலகம். மஞ்சள் நிறத்தில் சரசரவென கீழே இறங்கும் மஞ்சள் நிறத் தாமரை நிறம் மாறுகிறது மஞ்சள். ஊதா... நீலம்... கருப்பு.... .இருட்டு..." ஓ இதுதான் மரணமோ. வயதானவர்கள், குழந்தைகள் என்ற பேதமற்று அனைவரையும் ஆரத் தழுவிக் கொள்ளும் மரணம் என்பது இதுதானோ? இல்லை; இது மரணம் அல்ல. இது ஓர் அனுபவம். அந்த அனுபவத்துக்குப் பின்னால் நேர்ந்த மயக்க நிலை.

"குமரன் கோயில் மணி முழங்குகிறது. பக்த கோடிகளின் பக்தி முழக்கம் மெய்யாலும் செவிப் புலன்களைத் தாக்குகிறது. மரத்தடி மேடையில் குழந்தை கிடக்கிறது. கும்பலிடையே அம்மாவின் முகமும் அழுகையும் கூட்டத்தினரின் ஆறுதல் மொழியும் மகிழ்ச்சி ஆராவாரமும்...."

ஒரு சாமியார்தான் அவனை குளத்தில் மூழ்கி அவனைக் காப்பாற்று கிறார். அந்தச் சாமியார், "அம்மா தாயே இது உன் பிள்ளை இல்லை. அது போயிடுச்சு குளத்தோட. இது முருகன் கொடுத்தது. இந்தா தாயே சாக்கரதையா காப்பாத்து.... குழந்தைக்கு பேரு என்ன?" என்கிறார். அந்த தாயார். தன் மாமனார் பெயரை உச்சரிக்கத் தயங்க, கூட்டத்திலிருந்து ஒரு குரல், 'முருகேசன்'.

சாமியார் அந்தப் பெயரைச் சுருக்கி "முருகா... முருகா.... முருகா.... என்று மூன்று முறை அழைக்கிறார்."

"முருகா, முருகா என்ற மந்திரத்தின் ஒலி தவிர வேறு ஒன்று உதவிய தில்லை. அது முருகன் மீது கொண்ட நம்பிக்கையா? பக்தியா? பயமா? தெரியவில்லை. பின்னாளில் அது ஒரு பழக்கமும் ஆயிற்று" என்று ஜெ.கே.

குறிப்பிடுவார். இளம் பிராயாத்தில் அவருள் பாதித்தவர். ராமலிங்க பண்டாரம் அவரது சந்திப்பும் உடனிருப்பும் குழந்தைப் பருவத்தில் உறுதுணையாய் ஆறுதலாய் அமைந்தது.

“அவரை எல்லோரும் சாமியார் என்று குறிப்பிட்டார்கள். ‘சாமி’ என்று அழைத்தார்கள். அவரது இயற்பெயர் இராமலிங்கம். தொழிலாலோ பிறப்பாலோ வந்த சாதிப்பட்டம் பண்டாரம். அவரை குழந்தை ஜெ.கே அடிக்கடி தன் வீட்டருகே சந்திக்க நேர்ந்தது. அதற்குக் காரணம், அவர் நாள்தோறும் இரவில் அந்தத் தெருவில் பாடிக் கொண்டு வருகிற திருவருட்பா பாடல்கள்தான். அந்தப் பாடல்கள் மூலம் அவருக்கு சங்கீதத்தில் ரசனையும் ஈடுபாடும், பாடும் திறனும் வளர்ந்தன. இராமலிங்க பண்டாரம் மூலம் வள்ளலார் பற்றிய சில அரிய செய்திகளை அறியவும் நேர்ந்தது.

இதனின் அறிமுகமே பின்னாளில் பாரதியின் பாடல்கள், பாரதிதாசன் பாடல்கள், தமிழ் ஒளியின் பாடல்களை நெருக்கமான நண்பர்களுடன் பாடுவார். அதே போல் தனது கற்பனை திறன் கொண்டு பாடல்கள் புனைந்து பாடிக்களிப்பதும் உண்டு. அந்த இராமலிங்க பண்டாரத்தை அவர் வர்ணிக்கும் விதத்தைப் பார்ப்போம்...

“பார்த்தாலே சிரிப்பு வருகிற மாதிரி குள்ளமான உருவம். அதனால் இவருக்குக் குள்ளச்சாமி என்ற பெயரும் உண்டு. மார்பு வரை அடர்ந்து, கருத்து செம்பட்டையேறி, சிறு, சிறு காய்கள் மாதிரி - பயித்தங்காய் மாதிரி, சடைபிடித்த தாடியும் பிடரியில் வழியும் தலைமுடியும் சிவ சொரூபமாய் இருக்கும்.

நெற்றியில் துலங்கும் வெந்நீற்றுப் பூச்சும் கருத்த தாடியடர்ந்த முகத்தில் ஜொலிக்கும் வெள்ளச் சிரிப்புமாய்க் காட்சியளிக்கும். இவருக்கு வயது கணிக்க முடியாது. ஆனாலும் வாலிபர் என்று யூகிக்கலாம்.

திண்ணைப் பிரசங்கத்துக்குப் பிறகு வீட்டுக் கூடத்தில் உள்ள பூஜை அறையில் இராமலிங்க அடிகளாரின் திருவுருவத்துக்கு முன்னால் நைநேத்தியம் நடைபெறும். நைவேத்தியத்துக்குப் பிறகு இராமலிங்க பண்டாரம் திண்ணை வந்து விடுவார். திண்ணையில் அவருக்கு இரவு போஜனம் பரிமாறப்படும். அதுவரை ஜெ.கே. அங்கேயே இருப்பான். அதன் பிறகு அவரது நினைவுலேயே இரவு கழியும்..” எனக் குறிப்பிடுவார்.

பல நாட்கள் அவர்களது சம்பாஷனை நேரம் கடக்கும். “பள்ளிக்கூடம் போக நேரமாச்சு... புறப்படு” என்பராம்.

3

பள்ளிப்பருவம்

காலமும் நேரமும் குடும்பமும் சுற்றமுமான வாழ்க்கை ஒரு குழந்தையை இழுக்கிறதே.... அது முதல் சுழற்சி பள்ளிக்கூடம். "பள்ளிக்கூடத்துக்குப் போ..." என்று சாமியார் மட்டுமல்ல அவரது சுற்றி உள்ள உறவுகள் வற்புறுத்தின. ஆனால் அவருக்கு அந்த வயதில் குழந்தைகளின் உடனிருப்பு உல்லாசமான அனுபவமாக உணர்ந்தார். அவருக்கு வாய்த்த அன்பான ஆசிரியர்கள், அதில் மறக்க முடியாதவர் செட்டியார். ஜெ.கே.வுக்கு பள்ளிக்கூடம் பிடித்த வகையில் வகுப்பறை பிடிக்கவில்லை. அதே போல் அவருக்கு வாய்த்த ஆசான் முருகனின் தாயைப் பெற்ற தந்தை பரம நாத்திகர். அவர் அடிப்படையில் ஆசிரியர். ஆயினும் இராமலிங்க பண்டாரத்துக்கு அடுத்தபடியே அவனால் வைத்துக் கொள்ள முடிந்தது.

பள்ளிக்கூட வாத்தியார், பாடப்புத்தகம் தயாரித்துத் தந்து கேள்விகளும் கேட்பார். பதிலும் எழுதிக் காட்ட வேண்டும். அந்தக் கல்வியிலும் அவன்

சிரமப்பட்டு அவரிடம் நல்ல பெயர் எடுத்தான். வேறு யாரிடமும் கல்வி என்று எதையும் கற்றுக் கொள்ள மனம் இல்லை.

அவரது பள்ளிப் பருவக்காலம்.. இந்தியாவில் சுதந்திர வேட்கை கனல் கொண்டிருந்த காலம். மற்றொரு புறம் இரண்டாம் யுத்த காலம். அப்போது ஜெ.கே.-வுக்கு ஆப்த நண்பர்களாக இரண்டு பேர் அமைந்தனர். ஒருவர் சாரங்கபாணி; இன்னொருவர், குழந்தைவேலு. வகுப்பறையில் மூவரும் ஒன்றாக அமர்ந்து ஆண்டுத்தேர்வு எழுதிக் கொண்டிருந்தார்கள். இரண்டாம் உலக மகாயுத்த காலம். பள்ளிக் கூட முற்றத்தில் ரேடியோ அலறுகிறது. "பர்மியத் தலைநகர் ரங்கூன்வீழ்ந்தது; ஜப்பானியர்கள் இந்தியாவை நோக்கி முன்னேறுகிறார்கள்."

மூவரும் பள்ளியில் இருந்த பூமி உருண்டைப்பந்தை உருட்டி, உருட்டி கண்டங்களை துழாவி, தேசங்களை கண்டுபிடித்து, அட்ச ரேகைகளையும் அடையாளம் கண்டு, எங்கெங்கு போர் மேகம் கவிந்திருக்கிறது என்று காண்பதும், அது எவ்விதம் இந்தியாவை நோக்கிப் படர்ந்து வருகிறது, எந்தெந்த நாட்டின் எல்லைகளில் தேச ராணுவம் நின்று போராடுகிறது என்றும் சித்திரம் போல் நண்பர்களோடு பார்த்துப் பேசிப் பரிமாறிக் கொள்கிற அனுபவங்களே அவர்களது அன்றைய பள்ளியில் கற்கிற அரசியல் பாடங்களாயின.

அடால்ஃப் ஹிட்லரும், முசோலினியும், ஜோசப் ஸ்டாலினும், வின்சென்ட் சர்ச்சிலும், ருஸ்வெல்டும் எப்படி அந்த உலக உருண்டையை வைத்துப் பார்த்துக் கொண்டிருப்பார்களோ அதற்கு இணையாக ஜெ.கே.வும், சாரங்கபாணியும், குழந்தைவேலுவும் பூமிப் பந்தைப் பார்த்து இந்த மானுட குலத்தின் தலைவிதி குறித்த அக்கறையும், கவலையும், சிந்தனையும் கொண்டிருந்தனர்.

ஜெ.கே. வின் பள்ளிப் பருவ நண்பரான சாரங்கபாணிதான் பின்னாளில் பெரியாரின் தொண்டராகி பெரியாருக்குப் பின் திராவிட கழகத் தலைவரான கி.வீரமணி.

ஜெயகாந்தனின் தாயார் மகாலட்சுமி தேர்ந்த வாசகி. அன்னாளில் பிரதாபமுதலியார் சரித்திரம் முதல் பாரதியார் பாடல்கள் வரை கற்றுத் தேர்ந்து, பாரதி பாடல்களை பாடி ஜெ.கே. வை வளர்த்தவர். பழந்தமிழ் இலக்கியங்களினும் நல்ல பட்டறிவு உண்டு.

பள்ளிப் பருவக் காலத்தில் பிரேம் சந்த் கதைகளை படிப்பதில் ஆர்வம் கொண்ட அவர் அவரது ஒரு நாவலின் கதாபாத்திரமான ஜெயகாந்தன்

என்ற பாத்திரம் ஆகர்ஷிக்கவே முருகன் என்ற தன் மாமனாரின் பெயரை விளித்து அழைப்பதை சிரமமாய் கொண்டு 'காந்தா' என்று விளிக்கலானார். பின் ஜெயகாந்தன் என்றும் அழைத்தார்.

*ராம*லிங்கப் பண்டாரத்துக்குப் பிறகு ஜெ.கே அறிந்த குரு அவனைப் பெற்ற தாய்தான். அதனை இவ்வாறு வடிக்கிறார்.

"அம்மா"

"சொல்லப்பா சொல்லு"

"அம்மா நீ கடவுளா"?

"இல்லடா காந்த... நான் உனக்கு அம்மா"

"சாரங்கபாணி சொல்றான். அம்மாதான் கடவுளுன்னு?"

"ஓ அதுவா, அவங்க அம்மா காலமாயிட்டாங்க" அதனால சொல்லிருப்பான்.

"செத்த பிறகு நீ கடவுளா?"

"நான் மட்டும் இல்லே, காந்தா எல்லாருமே!"

அப்படின்ன தங்கச்சி பாப்பா, தம்பி... எல்லோரும் கடவுள் தானா? அவர் கேட்கவில்லை.

ஜெ.கே.வுக்கும் அவன் தாய்க்கும் இருபது வயது வித்தியாசம். அவனுக்கு மூத்த ஒரு தமக்கையும் உண்டு. பின்னால் பிறந்தவர்களில் ஐந்து பேர் 'கடவுள்' ஆனார்கள். அவர்களுக்கு பின் ஒரு தம்பியும் உண்டு. அந்தத் தாய் அடைந்த சோகங்களிலேயே முதன்மையானது இந்த புத்திர சோகங்கள்தான். அப்புறம் தாய்க்கும் தந்தைக்கும் நேர்ந்த சச்சரவுகள், பிரிவுகள், பொருளாதார நெருக்கடிகள், வீழ்ச்சிகள் அவர் சொல்வது போல் 'அவர்களிடையே நிகழ்ந்த பொருளற்ற ஊடலாகவே' கணிக்கிறார்.

ஜெயகாந்தன் இளம் பிராயத்திலேயே சுதந்திர ஜீவியாக கட்டுக்களை வெறுத்தவர். அடங்காப்பிடாரி என்ற பெயரை அனைவரும் அவருக்குத் தயக்கமின்றிச் சூட்டினார். முரட்டுத்தனம் அவருக்கு இயல்பாக வாய்த்திருந்தது.

"Enfant terrible' என்ற கட்டுரையிலிருந்து ஒரு சுவையான பகுதி; "பத்து வயதில் நடந்தச் சம்பவம் ஒன்று நினைவுக்கு வருகிறது. என்கூட விளையாடுகிற பையன்களெல்லாம் காது குத்தியிருந்தார்கள். சிலர் பூனூல் போட்டிருந்தார்கள். எனக்குக் காது குத்தவில்லை, பூணூலும் போட வில்லை. பூணூலும் போடாததற்குக் காரணம் புரிந்தது. காது ஏன் குத்த வில்லை. அதற்கும் காரணம் சொன்னார்கள். திருட்டுக் காது குத்துதல் என்கிற ரகசியமாகச செய்வார்களாம்."

"அதிலும் எங்கள் குடும்பம் முற்போக்கு ஆயிற்றே! சுயமரியாதை தம்பதிகளுக்கு பிறந்தவன்னல்லவா நான். ஆகவே, அதெல்லாம் ஆண் பிள்ளைகளுக்கு ஒன்றும் வேண்டாம்" என்று சொல்லிவிட்டார்கள்.

"எனக்கு முதல் ஏமாற்றம், நான் பிராமணன் இல்லை என்பது. இரண்டாவது காது குத்தமாட்டார்கள் என்பது. ஒரு நாள் அறைக்கதவைத் தாழிட்டுக் கொண்டு, தானாகவே ஊசியும் நூலும் கொண்டு, கண்ணாடி யின் முன்னால் நின்று இரண்டு காதுகளையும் ஒழுங்காகக் குத்தி நூலை இழுத்து வளையம் மாதிரி கட்டிக் கொண்டேன்! எல்லோருக்கும் காட்டினேன் எல்லோரும் ஆச்சர்யப்பட்டார்கள்.

"அவனா ராட்சஸ பயல் என்று சொல்ல ஆரம்பித்தார்கள். கம்யூனிஸ்ட் கட்சியில் கூட என்னை `Enfant terrible' (எமப்பயல்) என்று சிலர் அழைப் பார்கள். அப்படித்தான் இருந்திருக்கிறேன். இப்போது முடியவில்லை." என்கிறார். பள்ளிக்கூடம் என்பதும் சிறுவன் ஜெயகாந்தனுக்கு வேப்பங் காய் மாதிரி. பரிட்சை நேரம், எதையோ எழுதிவிட்டு திரும்பி வருவான். ஒரு சுவையான அவரது பள்ளி அனுபவம் குறித்து பதிவு செய்கிறார்.

"ரிசல்ட் எழுதிப் போடுகிற அன்று நானும் குழந்தைவேலு என்கிற பையனும் தோள்மீது கை போட்டுக் கொண்டு போனோம். இந்த 'பாஸ் - பெயில்' விவகாரமெல்லாம் நமக்குத் தெரியாது. அடுத்தக் கிளாஸிக்குத் தூக்கிப் போடுவதும் அதே கிளாஸில் உட்கார வைப்பதும் தான் தெரியும். குழந்தைவேலு என்னிடம், 'அடேய்! நீ பெயில்' என்று ஓடிவந்து சொன்னான். எனக்கு சந்தோஷம் தாங்கவில்லை. 'ஆகா! நான் பெயிலாகிட்டேன்' என்று குதித்தேன்! பெயில்ன்னா அதே கிளாஸ்ஒன்னு அர்த்தன்டா, என்றான் குழந்தை வேலு. அப்படின்னா என்னைத் தூக்கிப் போடலயா? என்று சுருதி குறைத்துக் கேட்டேன். இதற்காக அழ வேண்டுமென்றெல்லாம் எனக்குத் தெரியவில்லை. என்னை அதே கிளாஸில் உட்கார்ந்திருக்க வைத்தால் என்ன? அதற்குப் பிறகு நான் அந்தப் பள்ளிக்கூடத்துக்குப் போனால்தானே!"

சிறுவன் ஜெயகாந்தன் 'ஓடுகாலி' என்று அறியப்பட்டவனாக இருந்தார். ஏனோதானோ வென்று கிடைத்தப்பட்டமல்ல இது. அடிக்கடி காணாமல் போய்விடுவார். நடைப்பயணம், டிக்கெட் இல்லாத ரயில் பயணம் என்று பல வழிகளில் அவர் அடிக்கடி, 'இந்தக் கண்ணாமூச்சி யாட்டத்தில் ஈடுபட்டதால் 'அவன் எங்கே போனான்?' என்று அவரது குடும்பத்தினர் கவலைப்படுவது வழக்கமாகி விட்டது.

பிரிந்து கூடிய பெற்றோர் சிதம்பரத்துக்கு குடியேறினர். மீண்டும் தந்தையிடம் தாய் போய்ச் சேர்வது அவருக்குப் பிடிக்கவில்லை, சம்மதமும் இல்லை. அவருக்குத் தெரிந்தது. அம்மாவால் அப்பாவோடு சேர்ந்து வாழ முடியாது என்று... இருவரும் சேர்ந்து வாழ விரும்பினாலும் விதி இவர் களுக்குத் துணை புரியாது என்று தெளிவாய் உணர்ந்தான்.

சிதம்பரத்தில் உள்ள பள்ளியில் மீண்டும் ஐந்தாம் வகுப்பு தேறாமலே ஆறாம் வகுப்பு டெஸ்ட் எழுதி பாஸ் ஆனார். அங்கே ஏற்கனவே தனது ஆசிரியர்களாக இருந்த ஆறுமுகச் செட்டியாரும் டேவிட் வாத்தியாரும் எப்படியோ அப்பள்ளியில் ஆசிரியர்களாக சேர்ந்திருந்தனர். அந்தப் பள்ளிக் கூடம் அவருக்குப் பிடித்ததுதான் இருந்தது. ஆனாலும் படிப்பைத் தொடர முடியவில்லை.

தாயார் மீண்டும் அப்பாவிடம் கோபித்துக் கொண்டு தாய் வீட்டுத் திரும்பினார். இதனை அறிந்திருந்த ஜெ.கே ஒருநாள் பள்ளிக் கூடத்தி லிருந்து நடந்தே கடலூரரை நோக்கி நடக்க ஆரம்பித்தார்.

முன்னர் சொன்னதுபோல் ரெயிலில் டிக்கெட் எடுத்து பயணிப்பது அவரது இயல்பு அல்ல. காரணம் விழுப்புரத்திலிருந்து திருச்சிவரை உள்ள இரயில்வே தொழிலாளர்களும் டிக்கெட் பரிசோதகர்களும் அவருக்கு பரிச்சயமான தோழர்களே. அப்போது தமிழகத்தில் ரயில்வே ஸ்டிரைக் நடைபெற்றது. எனவே சிதம்பரத்திலிருந்து நடைபயணமாகவே கடலூர் வந்தடைந்தார்.

கடலூர் வந்ததும் முதலில் சந்தித்தது சாமியாரைத்தான். ஏறத்தாழ இதே காலகட்டத்தில் அவரை ஆதரித்த இன்னொருவர் தாய்மாமனான வந்தே மாதரம் பிள்ளை ஆவார்.

ஜெ.கே.வுக்கு நாத்திக கருத்துகளை பரிச்சயம் செய்து வைத்த ஆசான் தாத்தா பார்த்தசாரதி பிள்ளை. அவர் காந்தியத்தினால் கடுமையாக விமர்சனம் கொண்டவர். "பிரிட்டிஷ்காரர்களை வெளியேறச் சொல்வது நன்றி கெட்ட செயல்" என்பார் அவரது தாத்தா. "இந்த காந்தி என்கிற

சாமியாரை இந்த அரசியல் உலகம் பெரிதாக மதிக்கிறது. இந்த ஆள் ஒருநாள் உங்கள் அனைவரையும் 'அம்போ' என்று கைவிட்டுப் போய் விடுவார். அப்புறம்... நீங்கள் உங்களுக்குள் அடித்துக் கொண்டு அலைவீர்கள்'' என்ற வார்த்தைகள் விரக்தையின் சாபமாகவே அவருக்குத் தோன்றியது. ஆயினும் அவசியமான எச்சரிக்கையே என்றும் அவர் புரிந்து கொண்டார்.

ஜெ.கே. தந்தையைப் பிரிந்த பிறகு தன் தாயுடன் தாத்தாவின் வீட்டில் குடிபுகுந்தார். அந்தத் தாத்தாவின் கடைசி புதல்வர்தான் 'வந்தே மாதரம்' மங்களம் பிள்ளை. யுத்தம் முடிவதற்கு முன்னாலேயே நாத்திகரான அந்த தாத்தா காலமாகிவிட்டார். அந்தத் தாத்தா வீடு ஒரு காலத்தில் கம்யூனிஸ்ட் கட்சியின் அலுவலகம் மாதிரி இருந்தது. அங்கேதான் ஜெ.கே.வுக்குப் பல கம்யூனிஸ்ட் தலைவர்களின் அறிமுகம் ஏற்பட்டது. ஆனால், இப்போது அவரது மாமா மட்டும் அங்கு இருந்தார். காங்கிரஸ் இயக்கத்தைச் சேர்ந்த பலரும் அங்கே வந்து குவிந்தனர்.

'கடவுளுக்கு நிகரான மனிதர்கள் உண்டு' என்பதற்கு அடையாளமாய் காந்திஜி கருதப்பட்டார். வந்தே மாதரம் மங்களம் பிள்ளை காந்தியின் சீடர். தனிப்பட்டோர் சத்யாகிரகத்தின் போது வார்த்தா வரை, நடந்து செல்லும் திட்டத்தோடு வீட்டை விட்டுப் புறப்பட்டார். சென்னையில் கைது செய்யப்பட்டு, சிறை தண்டனை பெற்று ஊருக்குத் திரும்பினார்.

யுத்தம் முடிந்த பிறகு சிறையில் இருந்த தலைவர்கள் அனைவரும் விடுதலை செய்யப்பட்ட போதிலும், அவரின் தாய்மாமனான புருஷோத்தமனும் மற்றும் ஓர் உறவினரான ராதாகிருஷ்ணனும் ஊர் திரும்பவில்லை. அரசியல் வேலையாய் ராதாகிருஷ்ணன் சென்னையிலும், புருஷோத்தமன் பொன்மலையிலும் பிறகு விழுப்புரத்திலும் கட்சி பணியாற்றிக் கொண்டிருந்தனர்.

1946-ல் கடலூருக்கு காந்தி விஜயம் செய்தார். அவரைக் காணச் சென்ற ஜெயகாந்தன் அவரை நெருக்கமாய் சந்தித்து தொட்டுப் பார்த்தான். அப்போது தன்னை அவர் காந்தியின் சீடர்களில் ஒருவராகவே கருதிக் கொண்டாராம்.

இந்தியாவுக்கு சுதந்திரம் வருவதற்கு முன்னால் ஒரு பொதுத் தேர்தல் வந்தது. அக்காலத்தில் அரசியல் கட்சிகள் என்று அதிகம் இல்லை. காங்கிரஸ், கம்யூனிஸ்ட், முஸ்லீம் லீக், ஜஸ்டிஸ் கட்சி ஆகிய நான்கு கட்சிகள். இதில் கம்யூனிஸ்ட், முஸ்லீம் லீக் ஏதோ சில தொகுதிகளில்தான்

நிற்பர். அப்போது இக்கட்சிகளுக்கு சின்னம் கிடையாது. அரசியல் கட்சிகளுக்கு வண்ணமே உண்டு. காங்கிரஸ் கட்சிக்கு மஞ்சள் பெட்டி, ஜஸ்டிஸ் கட்சிக்கு பச்சைப் பெட்டி.

சிறுவனாக இருந்த ஜெயகாந்தன் தனது பன்னிரண்டாம் வயதினிலே மேடையில் ஏறி பாரதியின் சுதந்திர கீதங்களை பாடி காங்கிரஸ் கொடி ஏந்தி பேசினான். பாரதியார் கவிதைகள் என்ற புத்தகம் யாரோ அவருக்கு பரிசாகத் தந்தனர். வயது ஆக, ஆக பாரதி எழுத்துகளை படிக்க படிக்க அதனுள் மூழ்கித் திளைத்தார்.

4

பள்ளிப்படிப்பு வேண்டாம்

ஜெயகாந்தன் ஐந்தாம் வகுப்பில் நுழையும் போதே தமக்கு பள்ளிப்படிப்பு வேண்டாம் என்று தீர்மானித்தார். அதற்கு தனக்கு கற்கும் திறன் இல்லை என்று என்ற நினைப்பல்ல. அதனால் தான் கற்பதை யும் நிறுத்தியதில்லை. கற்பதற்கு சுதந்திரமே அடிப்படைத் தேவையாய் உணர்ந்தார். கல்விக் கூடம் அடிப்படை ஆதாரம் பறிக்கப்படுவதாக உணர்ந்தார். மேலும் புறக்காரணங்களை தனக்குள் வகுத்திருந்தார்.

"படித்தவர்கள் என்ன ஆகிறார்கள்? என்று பார்க்கும்போது அவர்கள் யாரோயாயினும் இந்த வாழ்க்கைத் தொழுவத்தில் அடைக்கப்பட்டவர் களாகி விடுகின்றனர். அதுவே அவர்களுக்கு சௌகரிய மாகவும் பெருமையாகவும், ஏன்...? இலட்சியமாகவும் கூட இருக்கிறது" என குறிப்பிடுகிறார்.

"எனக்கு படிப்பு வராது; என் ஜாதகத்தில் அப்படித் தான் இருக்கிறது" என்று அவரது தந்தை சொல்லியது உண்மைதான். எனவே, 'இந்த வீண்முயற்சியைக்

கைவிடுங்கள், நான் ஏதாவது வேலைக்குப் போகிறேன்' என்று முடிவெடுத்தார்.

இந்த இளம் வயது ஜெயகாந்தனுக்கு யார் வேலை கொடுப்பார்கள். சுகபோகனாக அந்த இளம் வயதில் சுகித்தவன்.

பத்து வயது சிறுவனாய் பெற்றோர் இருந்தும் ஓர் அனாதையாய், உபசரித்து அன்பு காட்ட உறவினர்கள் இருந்தும், அவர்களை எல்லாம் விட்டு சமூகத் தொண்டு புரிகிற ஓர் இயக்கத்தின் முழுநேர ஊழியனாகத் தான் உருவாகி வருவதைத் தன்னுள் உணர்ந்து 1946-ஆம் ஆண்டு விழுப்புரத்தில் உள்ள கம்யூனிஸ்ட்கள் வாழும் கம்யூனில் அவரது தாய்மாமன் புருஷோத்தமனும் அவரது துணைவியார் ராஜம்மாள் இன்னும் சில தொழிற்சங்கத் தோழர்களும் இருந்த அவரது மாமா வீடே புகலிடமாய் மாறியது.

ஜெ.கே விழுப்புரத்தில் புழங்கிய இடம் ரயில்வே காலணி. ரயில்வே காலனியில் பல பிரசிந்திப்பெற்ற தோழர்கள் தொழிலாளர்களாகவும் பணிபுரிந்து தொழிற்சங்க தலைவர்களாகவும் வாழ்ந்தனர்.

அக்காலத்தில் தொழிற்சங்கம் என்றாலே செங்கொடி சங்கம்தான். அதற்கு 'லேபர் யூனியன்' என்று பெயர். இரயில்வே தொழிலாளர் குடும்பத்தினரும் பிள்ளைகளும் அங்கேயே தங்கி அங்கே வாழ்ந்ததால் அவர்களோடு உல்லாசமாய் பொழுதுபோக்கும் இடமாகவும் அவன் அளவில் மாறியது.

அந்த இரயில்வே காலணி அருகில் ஒரு பெரிய மைதானம். அங்கே ஒரு அரசமரம். அதனடியில் ஓர் அழகிய பிள்ளையார் கோவில். பிள்ளையார் கோயிலுக்கு முன்னாள் ஒரு சிறிய மண்டபம். அந்த மண்டபத்தில் அமர்ந்து யோசித்துக் கொண்டிருப்பதே அவரது வேலை. அந்த மைதானத்தில் அக்காலத்தில் ஆர்.எஸ்.எஸ்-ஐ சேர்ந்தவர்கள் தினமும் தேகப்பயிற்சி விளையாட்டெல்லாம் நடைபெறும். அதனைக் கண்ட அதில் இணைய லாமா என்று யோசிக்க, சக தோழர்கள், 'நாம் சிவப்பு சட்டைக்காராங்க நம்மைச் சேர்த்துக் கொள்ள மாட்டார்கள்' என்று சொல்ல 'ஏன் நாமே பாலச் சங்கம் துவங்கலாகாது?' என ஜெ.கே. வினா எழுப்ப, செங்கொடி பாலர் சங்கம் உருவானது.

அச்சங்கத்தில் செங்கொடி வணக்கம், தேகப்பயிற்சி, நடைபெறும். சில சமயங்களில் ஜெ.கே. பாரதியார் பாடல்களைப் பாடுவார். அப்போது விநாயகர் சதுர்த்தி விழா வந்தது. பாலர் சங்க உறுப்பினர்களும்

பிள்ளையாருக்கு பூஜை செய்ய ஜெ.கே. பாரதியின் 'விநாயகர் நான்மணி மாலை'யின் நாற்பது பாடல்களையும் படித்துக் காட்டினார்.

அதேபோல் ஆயுத பூஜை விழாவில் கோயில் மண்டபத்தில் பெரிய அரிவாள் சுத்தி சின்னம் ஒன்று நிறுத்தப்பட்டு, விநாயகர் பீடத்தில் 'சிவப்பு' பெயிண்டால் அரிவாள் சுத்தி வரைந்து வணங்கினார்களாம். காலனி பிள்ளையார் கம்யூனிஸ்ட் பிள்ளையாரானார். இதற்கு விமர்சனமும் எழுந்தது.

பிற்காலத்தில் நாடறிந்த பத்திரிகை நிருபராய் வாழ்ந்த நைன கிருஷ்ணமூர்த்தி (பின்னாளில் ஜெயகாந்தன் ஆசிரியராகக் கொண்டு வெளிவந்த 'நவசக்தி' நாளேட்டிலும் பணியாற்றியவர்.) "நாம் கம்யூனிஸ்டுகள்... அடிப்படையில் நாத்திகர்கள். நாம் பிள்ளையார் கோயிலுக்கு பூஜை செய்வதாவது... இதில் அரிவாள் என்ன? சுத்தியல் என்ன? சுத்த அபத்தம்" என்றாராம்.

அதற்கு பாலனாய் இருந்த ஜெ.கே., "நான் பிள்ளையார் பக்தனோ எனக்குத் தெரியாது. பாரதியார் பாடல் மீது ரசனை... தமிழின் மீது ரசனை... அதைக் கருதியே அந்தப் பாடலைப் பாடினேன். கம்யூனிஸ்ட் என்பவர்கள் நாத்திகர்தான் என்றால் நான் அந்தப் பருவத்தை அடைய வில்லை" என்றாராம்.

பின்னர் பாலர் சங்க நடவடிக்கைகள் குறைந்தன. ஜெ.கே. வுக்கு தாயின் நினைவு. மீண்டும் தாத்தாவின் வீட்டுக்கே வந்தார். அப்போது தாயின் மடியில் ஒரு தம்பிக் குழந்தை இருந்தது. அப்போது சென்னையில் உள்ள கம்யூனிஸ்ட் தலைமையகத்தைப் பற்றியும், கம்யூனிஸ்ட் வாழ்க்கை குறித்தும் ஏற்கெனவே அறிந்திருந்தார். அங்குள்ள பல தோழர்கள் விழுப்புரம், கடலூரில் பரிட்சமானவர்கள். அவரது தாயும் நன்கறிவாள்.

எனவே, தாயை பல நாட்கள் நச்சரித்து, அவர் தம் சிபாரிசு கடிதத்துடன் சென்னை நோக்கி புறப்படலானார். ஜெ.கே.வின் தாய் தோளில் ஒரு கையை மாட்டிவிட்டு, "நீ ரொம்ப நல்ல பையன்.. புத்திசாலி... ஆனால் உன்னிடம் பணிவுதான் இல்லை. பெரியவர்களை மதிக்க மாட்டேன் என்கிறாய்.... எதிர்த்து எதிர்த்து பேசுகிறாய்.... அங்கே போனால் நீ உன்னை மாற்றிக் கொள்ள வேண்டும் அவர்கள் எல்லாம் ரொம்ப படித்தவர்கள்... தியாகிகள்... அவர்கள் உன்னை நல்ல மனிதனாக நிச்சயம் உருவாக்கி விடுவார்கள். எனவே நீ மட்டும் முரட்டுத்தனமாகவும் பெரியவர்களை எதிர்த்துப் பேசுவதையும் கைவிட்டுவிட வேண்டும். அவர்கள் சொல்வதை மீறாமல் கட்சிக்கும் தலைவர்களுக்கும் கட்டுப்பட்டு நடந்துகொள்ள

வேண்டும். நான் சொல்ல வேண்டியதைச் சொல்லி விட்டேன். கட்டுச்சோறும் சொல்லிக் கொடுத்த வார்த்தைகளும் எவ்வளவு நாளைக்கு வரும்... உன் இந்த குணங்கள் உன் அப்பாக்கிட்டே இருந்த வந்திருக்கு... அவருக்குத் தாங்கும் மகனே.... உனக்குத் தாங்குமோ?'' என்றெல்லாம் சொல்லி அவரை வழியனுப்பி வைத்தார்களாம்.

அம்மாவின் உபதேசங்களையும் புத்திமதிகளையும் மறுவார்த்தை பேசாமல் ஏற்றுக் கொண்டு ஓர் அரை டிக்கட்டுடன் சென்னைக்கு இரயில் ஏறினார். அப்போது இந்தியா சுதந்திரம் அடையவில்லை.

சென்னை கம்யூனிஸ்ட் அலுவலகம் ஜெ.கே.வுக்கு புகலிடம் தந்தது. கம்யூனிஸ்ட் கட்சியின் தலைமையகமாகும். அங்குதான் ஜனசக்தி அச்சகம். தமிழ் மாநில தலைமைக் குழு. முழு நேரம் ஊழியர்கள் தங்கி வாழும் கம்யூன். வெளி மாவட்டங்களிலிருந்து பல புதிய தோழர்கள் கட்சிப் பணிபுரிய வந்து கொண்டிருந்தனர். அதில் சங்கமம் ஆனார்.

ஒரு மனிதனின் லட்சியமும், சொந்த வாழ்க்கையும் எவ்வாறு இரண்டறக் கலந்து திகழ வேண்டும் என்பதை அந்தக் கம்யூன் வாழ்க்கை அவருக்குத் கற்றுத் தந்தது; அனுபவம் ஆக்கியது.

அன்றைய சென்னை தமிழகம் மட்டுமல்ல, கேரளம், ஆந்திரம், கர்நாடகம் அனைத்திற்கும் தலைநகராய் இருந்ததால் இந்த நான்கு மொழிகளினருக்கும் சொந்தமுடையதாய் இருந்தது. எனவே, தலைநகரில் பல மொழி பேசுகிற பல தரத்து மக்களும் ஒன்றாக வாழ்ந்து சஞ்சரிப்பது அவருக்கு புதிய அனுபவமாய் இருந்தது. கட்சியின் தலைமையகத்திலும் கம்யூனிலும் பல மொழி பேசும் தோழர்கள் இருந்தனர்.

கம்யூன் வாழ்க்கையில் சிறுவன் ஜே.கே.வுக்கு ஆங்கிலம் கற்பிப்பதற் காகவும் பொதுவாகப் புதிய முறையில் கல்வியை புகட்டுவதற்காகவும் இரண்டு ஆசிரிய தோழர்கள் நியமிக்கப்பட்டனர். ஜவகர்லால் நேருவின் உலக சுதந்திரமும் டிஸ்கவரி ஆஃப் இந்தியாவும் அவனுக்கு ஆங்கில ஞானத்தையும், சரித்திர அறிவையும் புகட்டியது. ஜெ.கே.வுக்கு குடும்பத்தோடும் பெற்றோரோடும் ஏற்படாத பாசமும், பிடிப்பும் கம்யூன் வாழ்வில் இருந்த தோழர்களிடம் ஏற்பட்டது.

அவரது காலத்தில் அவரது அனுபவப்படி அரசியல் உலகிலும் இலக்கிய உலகிலும் சமூக வாழ்விலும் ஒவ்வொரு தனிமனிதனின் சொந்த அனுபவத்தில் மகாத்மா காந்தியின் தாக்கமே எல்லோரிடம் இருந்தது.

இடம் போதாமையால் கம்யூன் தோழர்களின் குடியிருப்பு ராயப் பேட்டையிலுள்ள ஒரு பெரிய பங்களாவுக்கு மாறியது. சென்னை நகரமும், சென்னை மக்களின் மொழியும் புதிய தொழிலாளி வர்க்க கலாச்சாரமும் அவரை வெகுவாக ஈர்த்தன. மாலை நேரங்களில் நகரின் மிகப்பெரிய நாற்சந்திகளில் நின்று கட்சிப் பிரசுரங்களும்,பத்திரிகைகளும் விற்பதில் ஈடுபட்டார்.

இந்தியா சுதந்திரம் பெற்றதால் தம் வாழ்வில் ஒரு தீர்வு என்ற நம்பிக் கொண்டிருந்த ஜெ.கே.வுக்கு சுதந்திரம் வந்த காலத்திலேயே அது குறித்த பிரச்சினைகளும் கவலைகளும் தோன்றின.

ஒரு பக்கம் பாகிஸ்தான் பிரிவினை, தமிழகத்தில் சிறு குழுவினர் சுதந்திர தினத்தை துக்க நாளாகக் கொண்டாடுவது, காங்கிரஸ் கம்யூனிஸ்ட் ஒற்றுமையில் பிளவு, இந்தியச் சுதந்திரத்துக்கு தலையில் இடி விழுந்தது போல் காந்தி சுட்டுக் கொல்லப்படுவது, நேருவில் தலைமையில் அமைந்த அரசுக்கு நெருக்கடிகள், மேலும் கம்யூனிஸ்ட் கட்சி ஆயுத மேந்திய போராட்டத்துக்கு அறை கூவல் விடுத்தது என சுதந்திர இந்தியா எதிர் நோக்கிய கனவுகள் உடைபட்டு ஜெ.கே.யின் கம்யூன் வாழ்க்கை சிதைந்தது.

கம்யூனிஸ்ட் தோழர்கள் சுதந்திர அரசால் தடை செய்யப்பட்டு தலைவர்கள் தலைமறைவும், பலர் போலீசாரால் வேட்டையாடப் பட்டனர்.

குடும்பம், வீடு, கட்சி, கம்யூன் வாழ்க்கை என்ற வாழ்க்கைக் கட்டுகளிலிருந்தும் இளம் ஜெயகாந்தன் சென்னை நகரத் தெருக்களில் அவருக்கு பரிச்சயமான ஏழை, எளிய மக்களோடு தங்கி வாழ்வியல் பயணம் மேற்கொண்டார். தொடர்ந்து கோவை, மதுரை, திருச்சி, தஞ்சை, சிதம்பரம் என சுற்றித் திரிந்து வாழ்வாதாரத்துக்கு தேவையான பல தொழில்கள் செய்தார்.

அவைகள், மளிகைக் கடை பையன், ஒரு டாக்டரிடம் பை தூக்கும் உத்யோகம், மாவு மிஷினில் வேலை, கம்பாசிடர், டிரெடில் மேன், மதுரை சென்டரல் தியேட்டரில் ‘வேலைக்காரி’, சினிமா பாட்டுப்புத்தகம் விற்பது, மாவு மிஷின் பாகங்கள் செய்கிற ஃபவுண்டரியில் என்ஜினுக்கு கரி வாரிக் கொட்டுகிற வேலை, சோப் பேக்ட்ரி, இங்க் பேக்ட்ரி, ஜட்கா வண்டிக் காரரிடம் உதவியாளனாக இருந்தது எனச் செய்து ஏனைய தொழிலாளர் களின் சிறிய குடியிருப்புகளிலும், ஏழை விவசாயிகளின் எளிய குடிசை களிலும் தங்கி தன் ஜீவனத்தை நடத்தினர்.

''யாதும் ஊரே யாவரும் கேளீர்'' என தமிழ் மொழிக்கு ஒப்ப இக்காலங்களில் வாழ்க்கை அனுபவத்தில் பல பாடங்களைக் கற்றார். மேலும், ஜெ.கே.வுக்கு தேசபக்திக்கும், தமிழ்மொழி ஆர்வத்துக்கும் வித்தூன்றியவர் மகாகவி பாரதியார்.

அவரது தாயார் மகாலட்சுமி குழந்தை பருவத்திலிருந்தே பாரதியின் பாடல்களை பாடி வளர்த்தார். கம்யூனிஸ்ட் தலைவர் ப.ஜீவானந்தம் ஜெ.கே.வை தோளில் சுமந்து கற்க வைத்ததும், விளங்க வைத்ததும் புதிதான அணுகு முறையையும் கற்றுத் தேர்ந்தார். அவருடன் பழகிய காலத்தில் பல தோழர்களிடமும் அவர் விவாதித்து விளக்கிக் கொள்ள முடியாத விஷயங்களுக்கு ஜீவாதான் விளக்கம் தருவார். அவர் அப்போது சொல்லுவாராம் "பாரதியை படிக்கிற யாரும் அந்த குருவின் வழிகாட்டு தலின் காரணமாக வள்ளுவனையும், கம்பனையும் படிக்காமல் இருக்க முடியாது. நீ நாஸ்திகனாயினும், ஆஸ்திகனாயினும் தமிழனாக இருப்பின், இவற்றையெல்லாம் படித்துத் தீர்க்க வேண்டியது ஒவ்வொரு தோழரின் கடமையாகும்" என்று.

எனவே, ஜெ.கே, அக்காலத்தில் எந்த ஊரில் இருந்தாலும் அந்த ஊரில் பொது நூலகம் இருக்கிறதா என்று தேடிப் பார்த்து அந்த நூலகத்தோடும் நூலக நிர்வாகிகளோடும் தோழமை கொண்டிருந்தார். மதுரையில் இருந்த போது அவரது மாமா வீடு இருந்தும் பெயருக்குத்தான் அங்கு தங்குவார். மற்றபடி பொது நூலகம், மேலக் கோபுர, வாசலில் சந்திக்கும் இடமான 'ஜுபிடர் ஸ்டுடியோவே' அவரது வாஸஸ்தலமாக இருந்தது.

தோழர் ஜீவாவின் தூண்டுதலால் ஏற்பட்ட கம்பராமாயணம் நாட்டம் ஆறு காண்டாங்களையும் அங்கு உள்ள நூலகம் மூலமே பயின்றார். மேலும் திருமுருக கிருபானந்த வாரியார் மதுரை மீனாட்சி அம்மன் கோயிலில் கம்பராமாயண தொடர் சொற்பொழிவு அவருக்கு ஆசானாக இருந்து கம்பன் தமிழை மேலும் கற்றுக் கொள்ள உதவியது.

ஆயினும் ஜெ.கே. தன்னை ஒரு கம்யூனிஸ்ட் ஆகவும், நாஸ்திகனாகவும் கருதிக் கொண்டார். அவர் தம் உள்ளத்தில் தமிழறிவு பெறாமல் இருப்ப தும், இலக்கிய நயம் தெரியாமல் இருப்பதும் எங்ஙனம் நாத்திகமாகும்? என்ற கேள்வியும் எழுந்தது. முறையாக தமிழ்க் கற்றுக் கொள்ள வேண்டும் என்ற உந்துதலால் ஒரு தமிழ்ப் புலவரிடமும் நன்னூல் சொல்லுகிற விதியின்படி ஒரு நல்ல மாணக்கனாக தன்னை மாற்றிக் கொண்டார்.

மதுரையில் அவர் ஒருசெருப்பு கடையில் ஊழியராக பணியாற்றிய போதுதான், தலைமறைவு தோழர்களை சந்திக்கிற இடமாகவும் அது

இருந்தது. அந்தக் கடையிலேயே அவரது வாசம். தலைமறைவுத் தோழர்களை எப்போதாவது சந்திக்கிற இடமாகவும் சிந்திப்பதற்கும், விவாதிப்பதற்கும் மனதில் தோன்றியதை எல்லாம் எழுதுவதற்கும் தகுந்த சூழ்நிலை அங்குதான் அவருக்குப் பிறந்தது. எழுத்தாளன் ஆவதற்கான நோக்கம் அவருக்கு அப்போது இல்லை. மனதில் தோன்றியதை எழுதியதை தன்னை சந்திக்க வருகின்ற நண்பர்களுக்குப் படித்துக் காட்டுவது ஒரு நடைமுறையாய் கொண்டிருந்தார். பத்திரிகைக்குப் அனுப்பும் நோக்கம் கிடையாது. பிறர் தமது எழுத்தை குறித்து என்ன பார்வைக் கொண்டிருக் கிறார்கள் என்பதே. அது மறந்து போனவுடன் அந்தக் காகிதங்கள் காற்றோடு பறந்து போகும்.

அக்காலத்தில் அவர் அனாதையாகவோ, நிர்க்கதியாகவோ, வறுமை யிலோ, இல்லாமையாலோ வாடியதேயில்லை.

கம்யூன் வாழ்க்கை சிதைந்து போன பிறகுதான் உறவினர்களோடும், குடும்பத்தாரோடும் மீண்டும் ஒட்டுதல் ஏற்பட்டது. அதற்கு ஏற்றார்போல் சொந்த ஊரில் இருந்த அவரது தாய் சென்னையிலிருந்த தனது சகோதரன் வீட்டுக்குப் குடிபெயர்ந்தார்.

அவரது வாழ்க்கை இரு கூரானது.

இத்தகைய இரண்டும் கெட்டான் வாழ்க்கையில்தான் அமைந்தது தஞ்சாவூரில் செருப்புக் கடை வாசம். அந்தக் கடையின் முதலாளியையும் சேர்த்து இரண்டு ஐந்து கேரளத்து தொழிலாளர்கள் உட்பட மொத்தம் ஏழு பேருடன் சேர்ந்து வாழ்ந்ததால் அவரது வாழ்க்கை ஒரு கம்யூன் போலாயிற்று. ஒரு வீட்டை அமர்த்தி அங்கேயே சமைத்து உண்டு ஏழு பேருமாக பகிர்ந்து, நிறுவனப் பொறுப்பை அவரே ஏற்றுக் கொண்டனர்.

ஆயினும், பதினெட்டு வயது கூட நிரம்பாத ஜெ.கே.வுக்கு அது ஒரு நடைமுறையாக்க அவசியமும் இல்லை, சூழலும் இல்லை.

5

மீண்டும் ஜனசக்தி

சுதந்திரம் அடைந்து இந்தியா குடியரசாகவும் ஆயிற்று. குடியரசான இந்தியாவில் கம்யூனிஸ்ட் கட்சியின் மீதிருந்த தடையும் நீங்கிற்று. கம்யூனிஸ்ட் கட்சியில் அரசியலில் தீவிரவாதத்தை கைவிட்டு ஜனநாயகப் பதையை மேற்கொண்டு மக்களுக்காகத் தொடர்ந்து போராடுவது என்று தீர்மானிக்கப் பட்டது.

மீண்டும் ஜனசக்தி பிறந்தது. ஜெ.கே. யை சென்னையும் கம்யூன் வாழ்க்கையும் இருகை ஏந்தி வரவேற்றது. அப்போது அவருக்கு வயது பதினெட்டு. கிராமத்திலிருந்து அவரது சித்தப்பா அவரைத் தேடி கட்சி அலுவலகத்துக்கு வந்தார். கையோடு தாத்தா எழுதி வைத்த உயில், சொத்துக்களுக்கான பத்திரங்கள் முதலியவற்றையும் கொண்டு வந்தார்.

அவரது தந்தையும் அவரது தம்பியாகிய சித்தப்பா வும் இழந்து விட்ட சொத்துக்களுக்கெல்லாம் சட்டப் படி உரிமை உடையவர் அவர்தானாம். மைனர் சொத்தை ஏமாற்றி விட்டார்களாம். அவருக்கு மைனர்

பருவம் தெளிவதற்கு முன்னால் வந்து வழக்கினைத் தொடுத்தால் இழந்த செல்வமெல்லாம் திரும்ப வந்துவிடுமாம்.

இப்படி பல திட்டங்களோடு அவரது சித்தப்பா வந்திருந்தார். அவருக்கு இதெல்லாம் ஒன்றும் புரியுவும் இல்லை. சித்தப்பாவை அழைத்துக் கொண்டு அவரது தந்தையிடமே ஆலோசனை கேட்கப் புறப்பட்டனர்.

அப்போது அவரது தந்தை விழுப்புரத்தில் வேலை பார்த்து வந்தார். அவரை சந்தித்த போது வாழ்க்கையில் கற்றுக் கொள்ள வேண்டிய பல அரிய பண்புகளையும் உபதேசமாகப் பெற்றார். சித்தாப்பாவின் யோசனையெல்லாம் கேட்ட அவரது தந்தை, 'அவன் கெடக்கான், பைத்தியக்காரன்' என்ற ஒற்றை வரியில் அதனைப் புறக்கணித்தார்.

"அடே, இந்த மாதிரி சொத்துக்களுக்கெல்லாம் நீ ஆசைப்படாதே, இந்த சொத்துக்களையெல்லாம் பெற்று இழந்ததன் பலனே நான் பெற்றிருக்கிற அனுபவம். உனக்கு உடைமைகளின் மீது பற்று வேண்டாம். உனக்கு இதையெல்லாம் ஆக்கியதற்கு நீ எனக்கு நன்றி சொல்ல வேண்டும். உனக்கு உரிய ஐஸ்வர்யம் உன் அறிவுதான், புத்திதான். அதை நல்ல வண்ணம் காப்பாற்றிக் கொள். இந்தக் குப்பையெல்லாம் உன் சித்தப்பனே கட்டியழட்டும்" என்று அந்தக் காகிதங்களையெல்லாம் எறிந்துவிட்டுப் போனார்.

அவர் சென்ற திசைக்கு ஜெ.கே. ஒரு வணக்கம் தெரிவித்து விட்டுத் திரும்பினார்.

எங்கே....? கட்சி ஆபிசுக்குத்தான்.

அவரது முடிவையும் அவரது தந்தையார் உபதேசத்தை கட்சி தோழர்கள் மிகவும் சிலாகித்தார்கள்.

அவர் இளைஞனானதற்கு அடையாளமாக பெற்ற விருது, கட்சியின் அங்கத்தினராகி கட்சி கார்டு பெற்றுக் கொண்டதுதான்.

கம்யூனிஸ்ட் கட்சியின் மாகாணக் கமிட்டியில் மேற்பார்வையில் இயங்கிய பிரச்சாரக் குழுவில் ஓர் அங்கத்தினனாகவும், ஜனசக்தி ஆசிரியர் குழுவில் ஓர் உறுப்பினராகவும் அவரது கடமை உணர்ச்சியின் ஆற்றலைத் தோழர்கள் அங்கீகரித்தனர்.

ஒரு வாலிபனுக்குரிய பொறுப்புகளும், கடமைகளும், அவரது பணி களை அதிகமாக்கின. அவருக்கு முகத்தில் மீசை அரும்பி விட்டதாலும்,

குரலில் கர கரப்பு ஏற்பட்டு விட்டதாலும் தோற்றத்தில் கம்பீரம் மிகுந்த தாலும் அவரை கட்சித் தோழர்கள் Aggry youngman என்றே அழைத் தார்கள்.

தாயார் கொடுத்த கடிதத்துடன் பிராட்வே அலுவலகத்துக்கு சென்ற ஜெயகாந்தனை அச்சகத்து வேலைகள் அனைத்தையும் பார்த்து எந்தப் பிரிவில் ஈடுபாடோ, அந்தப் பிரிவில் சேர்ந்து கொள்ளுமாறு பணித்தனர்.

அதுவரை பத்திரிக்கைகளைத்தான் பார்த்திருக்கிறாரே தவிர அது எவ்விதம் உருவாகி வெளிவருகிறது என்பதை பற்றி அவருக்குக் கிஞ்சித்தும் தெரியாது. நேரிடையாக 'ஜனசக்தி' அலுவலகத்தில் தான் ஒரு பத்திரிகை எப்படி எழுதப்பட்டு, எழுத்துகளால் கோக்கப்பட்டு, பக்கங்களாக பிரிக்கப்பட்டு, அச்சடிக்கப்பட்டு, பக்கபக்கமாக சேர்க்கப்பட்டு எத்தனைக் கரங்கள் பட்டு, எவ்வளவு அழகாக ஒரு பூவைப்போல், பல நிறப் பூக்களால் தொடுக்கப்பட்ட மாலை போல் உருவாகி வருகிற அதிசயத்தை பார்த்து மனம் பறிகொடுத்தார் ஜெயகாந்தன்.

ஆரம்பத்தில் அவர் காகிதம் அறுக்கிற வேலையில் அவரையொத்த சிறுவர்களோடு உதவியாளராக நியமித்தார்கள். அவர்கள் சென்னையை சேர்ந்தவர்கள். அந்த சென்னை மொழி மரியாதை குறைவாக இருந்ததால் அவர்களிடம் மல்லுக் கட்டியதும் உண்டு. சிறு பருவத்திலேயே ஜெய காந்தனுக்கு முரட்டு சுபாவத்தால் பைண்டிங் செக்சனில் வேலை செய்கிற, அவரை விட மூத்த தோழர் மணவாளனுக்கும் ஏதோ அற்பக் காரணத்தில் வாய் சண்டை, கைச் சண்டையாகி அவரது காதை கடித்து விட்டார்.

அதற்குப் பிறகு கம்போஸிங் செக்ஷனில் மாற்றினார்கள். அந்த வேலையும் அவருக்கு அலுப்பு தந்தது. ஆயினும் சேஸ் ஸ்டாண்டுகளில் ஒவ்வொரு எழுத்தையும் படித்து மனதில் ஒழுங்குமுறை பதித்து, பிறகு கண்ணை மூடிக் கொண்டு இவரும் கம்போஸ் செய்து விடாப்பிடியாக கற்றுக் கொண்டார்.

பின்னாளில் இதுகுறித்து அவர் குறிப்பிடுகையில் "இன்று ஏகப் பெரிய எழுத்தாளனாய், எல்லா பத்திரிகைகளும் தன் எழுத்தை வரவேற்கிற அளவு நான் உயர்ந்திருப்பினும் அதன் அடிப்படை, அடித்தளம் அச்சும் எழுத்தும், அந்த எழுத்துகளைக் கோப்பதுமே ஆகும் என்று நான் அன்று பெற்ற அறிவை என்று இழந்ததும் இல்லை நான் என்னை ஒரு எழுத்துத் தொழிலாளியாகவே எப்போதும் கருதுகிறேன்" என்று குறிப்பிட்டுள்ளார்.

ஜனசக்தி ஆசிரியர் குழுவில்தான் முதலில் அவர் எழுத்தாளர்களை சந்திக்கிறார். அவர்களை அவர் நேர்முகமாக அறியும் முன்பே அவர்களது எழுத்தைப் பத்திரிகைகளாகவும், பிரசுரங்களாகவும், புத்தகங்களாகவும் பரிச்சயம் பெற்றார். அவர்களில் குறிப்பிடத்தக்கவர்கள் ப.ஜீவானந்தம், இஸ்மத் பாஷா, ஆர்.எச்.நாதன், எஸ்.ஆர்.கே குறிப்பிடத்தக்கவர்கள்.

ஜனசக்தி அச்சகத்தில் சில மாதங்கள் காலம் தள்ள முடிந்தது. அச்சகத் தோழர்களோடு அடிக்கடி சந்திக்க நேர்ந்ததால் அவர்கள் வேறு ஏதாவ தொரு பிரிவில் போகும்படி வற்புறுத்தவே பிராட்வேயில் உள்ள ஷராப் அலி கட்டடத்தில் நிர்வாகப் பிரிவுக்கு அனுப்பி வைத்தனர். அங்கு சந்தாதாரர் ஸ்லிப்பில் முகவரி எழுதுவது, ஸ்டாம்ப் ஒட்டுவது, தபால் ஆபிசுக்கு போவது, ரயில்வே பார்சல் ஆபிசுக்கு போவது, பிற பத்திரிகை ஆபிசுகளுக்கு அறிக்கைகள் கொண்டு போய் கொடுப்பது, தோழர்கள் யாரேனும் வெளியூருக்குப் போனால் முன்கூட்டியே ரயில்வே ஸ்டேஷனுக்குப் போய் இடம் பிடித்துக் கொடுப்பது ஆகிய வேலைகளில் உற்சாகமாக ஈடுபட்டார்.

சிறிது நாளிலேயே எல்லாத் தோழர்களின் அன்புக்கும், பாராட்டு தலுக்கும் தோழமைக்கும் பாத்திரமானார். ஜனசக்தி பத்திரிகை விற்பனை யில் எவ்வளவு ஆர்வம் காட்டினாரோ அதே அளவு அதனைப் படிப்பதிலும், விவாதிப்பதிலும் தனிக்கவனம் செலுத்தினார். எல்லாப் பிரிவிலும் மூத்தத் தோழர்களால் உருவாக்கப்பட்டார்.

அப்போது பிரபலமாய் தமிழின் தினசரிகள், தினமணி, தினசரி, பாரத தேவி, சுதேசமித்திரன், விடுதலை ஆகியன. வாரப் பத்திரிக்கைகளில் கல்கி, ஆனந்தவிகடன், இரண்டும் தான். மற்றபடி அரசியல் வார பத்திரிக்கைகள் ஏராளம். மாதப் பத்திரிக்கைகள் அநேகமாய் இலக்கியப் பத்திரிக்கைகள் தான். இவை எல்லாவற்றிலும் அவருக்கு சுவை தருகிற சொந்த பத்திரிகைகளான ஜனசக்தியும், ஜனநாயகமும் இருந்தன. அதற்குக் காரணம் அதில் வருகிற ஒவ்வொரு கட்டுரையையும் படிக்கிற போது அதை எழுதியவரின் முகமும் குரலும் அவருள் ஒலிக்கும்.

அவர்கள் எழுதும்போது அதை ஓர் அதிசயம்போல் பார்த்துக் கொண்டிருப்பார். சில பேர் அவர் பார்த்துக் கொண்டிருப்பதைக் கூட அறியாமல் தோழர்கள் அனைவரும் சிகரெட் புகைத்தவாறு எழுதிக் கொண்டிருப்பார்கள். அந்த ஆசிரியர் குழுவில் ஜீவாவைத் தவிர மற்ற தோழர்கள் அனைவருமே அநேகமாக சிகரெட் பிடிப்பவர்களே. அவர்கள் ஒரு கையில் சிகரெட்டும் இன்னொரு கையில் பேனாவுமாக எழுதித்

தள்ளிக் கொண்டிருப்பதைப் பார்த்தால் அவருக்குப், 'புகை இல்லா விட்டால் இந்தப் பேனாவில் எழுத்தே பிறக்காதோ?' என்றே தோன்று மாம்.

அவர்களையே பார்த்துக் கொண்டு நிற்கும் ஜெயகாந்தனை சிகரெட் வாங்கவும் அனுப்புவார்கள். ஓடோடிச் சென்று அவரும் வாங்கி வந்து தருவார். அவர் முதன் முதலாக அவ்வாறு சிகரெட் வாங்கி வந்து தந்தது தோழர் இஸ்மத் பாட்ஷாவுக்கு. அவர் கண்ட, முதலில் சந்தித்த எழுத்தாளர் அவர்தான். ஏனெனில் அவர் எழுதிக் கொண்டிருக்கும்போது சிகரெட் தீர்ந்து போய் அவரிடம் சிகரெட் வாங்கி வரச் சொன்னபோது பாதியில் நின்றிருந்த, அவர் எழுதிக் கொண்டிருந்த ஒரு சிறுகதை என்பதை அறிந்தார்.

அவர் சிகரெட் வாங்கி வந்து தந்தபின் அதில் ஒன்றைப் பற்ற வைத்துக் கொண்டு அவர் ஏற்கெனவே எழுதி வைத்திருந்த காகிதங்களை ஒன்று சேர்த்து எழுதிய வரைக்கும் எழுதியதை படித்துப் பார்ப்பார்.

இஸ்மாத் பாட்ஷாதான் அவர் கதை எழுதுவது குறித்து ஒரு விளக்கம் சொன்னாராம். "கருத்துத் தானப்பா கதை! கருத்து சிறந்ததானால் கதையும் சிறப்பாக இருக்கும். ஜனசக்திக்கு கட்டுரை எழுதுறோம். அதே கருத்தை வெச்சி இந்தப் பத்திரிகைகளுக்கு கதையும் எழுதலாம். எல்லாப் பத்திரிகையும் நம் கருத்துகளை ஏத்துக்காது" என்பாராம்.

எழுத்திலும், எழுதுபவர்களிடத்திலும் அவருக்கு நேர்ந்த அன்பினாலும், மரியாதையினாலும் அவர்களும் அவரிடத்தில் நேயம் பாராட்டினர். எழுதும்போதே அவர்கள் உடன் இருந்து அனுபவிக்கிற ஒரு வாசகனாக அவரை அவர்கள் கண்டார்கள். அவசரத்தில் நேருகிற எழுத்துப் பிழை களை திருத்துகிற அளவுக்கு ஜெயகாந்தன் அவர்களுக்குள் ஒன்றுப் பட்டார். இவ்வாறு பத்திரிகை சம்பந்தப்பட்ட எல்லாத் துறைகளிலும் ஒன்றரை ஆண்டுகள் ஆர்வத்துடன் பணி செய்து ஜனசக்தியின் புரூஃப் ரீடராக உயர்ந்தார்.

அக்காலத்தில் தான் ஜெயகாந்தனுக்கு மிகச் சிறந்த எழுத்தாளர்களும், கவிஞர்களும் பரிச்சயம் கொண்டார். அவர்களில் ஒருவர்தான் தமிழ் ஒளி. மேலும் குயிலன், தோழர்கள் பி.இ. பாலகிருஷ்ணன், எஸ்.ஆர். சுந்தர ராஜன், என்.வி.கிரி, விஜயபாஸ்கரன் ஆகிய படைப்பாளர்கள், ஆசிரிய ராகவும் 'உலக அரசியல், முன்னணி,' 'புதுமை இலக்கியம்' பத்திரிகைகள் வெளி வந்தன. அவைகளை ஊன்றி படிப்பதிலும் படைப்புகளை தரும்

ஆசிரியர்களோடும் விவாதிப்பதும் அவரது பொழுதாய் கழிந்தது. மேற்கண்ட பத்திரிகைகள் இடை, இடையே நின்றும் போயின.

அரசியல் நாட்டமுடைய அவரது நண்பர்கள் காந்தியையும் நேருவையும் மதிப்பவர்களாகவும், கம்யூனிஸ்டுகளின் மீது ஆர்வமுடையவர்களாகவும் இருந்தனர். 18 வயது நிரம்பிய ஜெ.கே. மீது தனித்த மதிப்பு கொண்டனர்.

அவர்களில் ஒருவரான அந்தப் போலீஸ்காரர் ஜெ.கே சொல்லும் கதையை வாசித்து "ஏன் நீ கதை எழுதக்கூடாது எழுது" என்றார் அவரது நம்பிக்கை குலைக்கக்கூடாது என்று ஒரு கதையும் எழுதினார். அந்தக் கதையை நண்பர்களிடமும் படித்துக் காட்டினார். அப்போதே ஜெ.கே., தான் எழுதுவதற்கு முன்பும் எழுதிய பின்பும் பலரோடு அது குறித்து அலசி அலசி பேசி பேசிதான் எழுதினார்; பின்னாளிலும் அது தொடர்ந்தது.

மூத்த தோழரான பாலதண்டாயுதம் அவற்றை பொறுமையுடன் படித்துத் தட்டிக் கொடுத்துப் பாராட்டுவார். பலர் 'எழுதுவதற்கு முன் நிறைய படி' என்றும் ஆலோசனைகள் கூறுவர். அவ்விதமாக அவர் படித்ததும், சிந்தித்ததும் எழுதியவற்றைப் பலரும் அறியப் படித்துக் காட்டியவுடன் அவற்றை மறந்தும் விடுவதும் உண்டு. அவற்றை பத்திரிகைக்கு அனுப்ப வேண்டும் என்ற முயற்சியோ ஆவலோ அவரிடத்தில் இருந்ததில்லை.

இவற்றுக்கிடையே தமிழ் ஒளி அவரது கதைகளைப் படித்து, எழுத்துப் பிழைகளையும் இலக்கணத் தவறுகளையும் சுட்டிக் காட்டி, "நீ தமிழலக்கணம் படி, அது ஒன்றும் சிரமமானது அல்ல, நம்மில் பலருக்கு தமிழ்தான் தெரிகிறதே தவிர, நிரம்பப் படித்தவர்களிடம் கூட தமிழில் எழுதினாலும் ஒரே தப்பும் தவறுமாக எழுதுகிற பழக்கம் இருக்கிறது. நீ தமிழ் இலக்கணம் கற்றுக் கொள்வது நல்லது என்றார்."

அவரின் அறிவுரைப்படி வித்வான் பா. சொக்கலிங்கம் என்னும் தமிழ் ஆசிரியரிடம் தமிழ் பயின்றார். சொக்கலிங்கம் அப்போது 'சௌபாக்கியா' என்னும் பத்திரிகையின் ஆசிரியராகவும் இருந்தார். மேலும் ஜெ.கேயின் குடும்ப நண்பர். பவானி பிரஸ் ஒன்றும் நடத்தி வந்தவர். அந்த அச்சகத்தில் வேலை செய்து கொண்டே தமிழும் பயின்றார். அப்போதுதான் அவரது முதல் கதையான 'பிச்சைக்காரன்', சௌபாக்கியா இதழில் வெளி வந்தது.

கம்யூனிஸ்ட் கட்சி தடை நீக்கப்பட்டு மீண்டும் 'ஜனசக்தி'யில் பைண்டராக, கம்போசராக, ப்ரூப் ரீடராக ஆசிரியர் குழுவில் ஒருவராக

உயர்ந்து ஜெ.கே. ப்ரூப் திருத்துகிற நேரத்திலும், அப்போது தலைமறை வாய் இருந்த பாலதண்டாயுதத்துக்கு செய்திகளைக் கொண்டு செல்ல அவர் எழுதியதை கம்போஸ் செய்ததை திருத்திக் கொண்டு அச்சகத்துக்கு வரும் வேலையையும் பார்ப்பார். தோழர் கிரி உடன் செல்வார். அங்கே அவர்களிடையே நடக்கும் உரையாடல்களையும், சில சமயம், அனல் பறக்க நடக்கும் விவாதங்களையும் கேட்டு பின்னாளில் அவரது எழுத்துப் பணிக்கும், மேடைப் பேச்சுக்கும், அரசியல் வளர்ச்சிக்கும் தன்னை வளர்த்துக் கொண்டார்.

ஜெ.கே.யின் ஒளிர்ந்து, உறக்கிக் கிடக்கிற எழுத்தாற்றலை ஊதி ஊதி தனலாய் வளர்த்தவரில் முக்கியமானவர் தோழர் கிரி ஆவார். அவர், 'எழுது எழுதப்பா!' என்ற வாசகம் அவரது மனத்துள் ரீங்காரித்துக் கொண்டே இருந்தது. மேலும் ஒரு படி, தோழர் பாலதண்டாயுதமிடம் அழைத்துச் சென்று, "பாலன்! நீங்களே சொல்லுங்கள். இந்தச் சின்னப் பையன் எப்பவுமே சின்னப் பையனாக இருக்கலாமா? ஃப்ரூப் பார்க்கறதோட அவனோட புரட்சி வேலை நின்னுருமா? இதைப்படி... இதைத் தெரிந்து கொள்... தெரியாததைக் கேள்... நாம் கற்றதும், கற்றுக் கொள்வதும் ஒரு கூட்டு முயற்சிதானே... நீ இப்படி புரூப் ரீடராகவே இருப்பது தகாது..." என பாலதண்டாயுதம் ஆர்.கே.பி. ஆர்.கே.கே., எஸ்.ஆர்.கே.. ஆகியோரும் அவரது திறமையை வெளியுலகத்துக்கு கொண்டு வர முயற்சித்தவர்களில் குறிப்பிடத்தக்கவர் ஆவார்.

1952-ல் ஜனசக்தியில் புருப்ரீடராக பணியாற்றிய போது, 'வறுமைச் சுவர்' ஒரு சிறுகதை எழுதினார். அச்சுத் தோழர்கள் அவரைப் பரிகசித்த வாறு கம்போஸ் செய்தனர். அவரே கதையின் ஃப்ரூபை பார்த்தார். "கதையை குறைத்து நீக்கியும் மாற்றிச் சேர்த்துக் கூட்டவுமான வசதி இருந்தபடியால் கதையின் பெரும்பகுதியை திருத்தும்போதே எழுதினேன்" என்கிறார்.

இக்கதை குறித்து தோழர்கள் மத்தியில் நிறைய விமர்சனங்கள் எழுந்தன. அப்போதெல்லாம் அவருக்கு ஆதரவாக தோழர் கிரியே முன் நிற்பர். "நீயே உனது எழுத்தில் ஏற்படுகிற குறைகளை உணர்ந்து அதைத் திருத்திக் கொள்கிற விஷயம் வேறு. இவர்களுக்கு நீ என்னடா எழுதுவது? என்று உன்னைப் பற்றி அலட்சியப்போக்கு. எழுத வருகிறவனை இப்படித் தான் விமர்சன நெருப்பால் சுடுவார்கள்...." என்று உற்சாகம் மூட்டுவார்.

அப்போது ஜனசக்தி ஆசிரியராக இருந்த ஜீவா தன் எழுத்தைப் பற்றி என்ன சொல்கிறார் என்ற பேராவலுடன் காத்திருப்பார். ஆனால் தோழர்

ஜீவா தலையங்கம் எழுதுவது, சில நேரம் எழுதவும் நேரமில்லாமல் பல்வேறு இயக்கப் பணிகளில் இயங்கிக் கொண்டிருப்பார். அவரைச் சுற்றி அவரைச் சந்திக்க பல்வேறு பகுதிகளில் இருந்து வந்த தோழர்களிடம் உரையாடிக் கொண்டிருப்பார். இதைத் தவிர்ப்பதற்காக அவரை ஒரு அறைக்குள் அடைத்து போட்டு குறிப்பிட்ட கட்டுரையை எழுதிய வாங்கிய கட்டங்களும் உண்டு.

ஜெ.கே. தன் கதைகள் குறித்து கேட்கும்போதெல்லாம் “எடுத்து வைத்திருக்கிறேன்.... நிச்சயம் படிப்பேன்.. நீ எழுதுவதைவிட படிப்பதில் முதலில் அக்கறை எடுத்துக் கொள்” என்பராம். அப்போது ஜெ.கே. தன்னை அலட்சியம் செய்கிறாரே என்று நினைப்பதுண்டாம். அது பின்னாளில் பொய் என்பது அவரது வாய்மொழியாலும், நாட்குறிப் பேட்டிலும் பதிவு செய்து அவரது மெய்யன்பை பதிவு செய்துள்ளார்.

6

எழுத்து பிறந்தது மதுரையிலே....

எழுத்துத் துறையிலும் இலக்கிய போதத்திலும் அவருக்கு பயிற்சி தந்து வளர்த்துக் கொண்டிருந்த ஆசிரியர்களுக்கு இணையான தோழர்கள் திக் கொருவராய் சிதறிப் போயினர். ஜெ.கே. முழுநேரக் கட்சிப் பணியிலிருந்து மாறி பகுதி நேரக் கட்சி ஊழியனாய் இயங்கினார்.

அவரது தந்தையைப் போல் அன்பு காட்டிய அவரது தாய்மாமன் ஒருவரின் வீட்டை அடைந்தார். அப்போது அவருக்கு ஏற்பட்ட எழுத்தாளர்களின் நட்புப் பத்திரிகைகளோடு அவருக்கு நட்பு ஏற்பட்டது. ஓராண்டு காலம் சென்றது. மதுரை செல்ல தீர்மானித்தார்.

1953 அக்டோபரில் தனது எழுத்துலக வாழ்க்கையை சங்கத் தமிழ் வளர்த்த மதுரையிலிருந்து தொடங்குவது எனத் தீர்மானித்தார். மதுரை சென்ற சமயம் பிரசுரத்தின் கிளையொன்று துவங்குகிற நோக்கத்தோடு மறைந்த திரு. செல்லப்பன் (மீனாட்சி புத்தக நிலைய உரிமையாளர்) தோழர் எஸ்.ஆர்.கே.

இருவரும் மதுரையிலேயே வாசம் கொள்ள தீர்மானித் திருந்தார். தோழர் எஸ்.ஆர்.கே அப்போதைய தமிழ் நாடறிந்த பேச்சாளர், எழுத்தாளர். மதுரையிலிருந்து வெளிவந்த சில பத்திரிகைகளில் கட்டுரைகள் எழுதுவதிலும், புத்தகம் எழுதுவதிலும் முனைந்திருந்தார். அச்சமயத்தில் ஒருமுறை மதுரை பஞ்சாலைத் தொழிலாளர்கள் எஸ்.ஆர்.கே.யை நாடகம் எழுத வேண்டிக் கேட்டுக் கொண்டனர். அவருக்கு உதவியாளராக ஜெ.கே. பணியாற்றினார்.

அதேநேரம் தோழர் மாஜினி தமிழ்நாடு - புரட்சி பத்திரிகைகளின் மூலம் இடதுசாரி வாசகர்கள் மத்தியில் பிரபலம் அடைந்திருந்தார். மேலும் அவர் தாமே ஆசிரியராகக் கொண்டு 'தமிழன்' என்ற மாதப் பத்திரிகை யையும் தொடங்கியிருந்தார்.

அப்போது தோழர் ராமமூர்த்தியின் ஜுபிடர் ஸ்டுடியோ நடத்தி வந்தார். அங்கு தோழர்கள் கூடி விடுவர். இவர் சௌராஷ்டிரா சமூகத்தைச் சேர்ந்தவர். பாரதி, புதுமைப்பித்தன், ஜீவா போன்றவர்களில் ஆத்மார்த்த மான ஈடுபாடு கொண்டவர். இவரது சகோதரர்கள் கிருஷ்ணமூர்த்தியும், ஹரியும் ஜெ.கே.வின்பால் அன்பும் நேசமும் கொண்டனர். அந்த போட்டோ ஸ்டுடியோவில்தான் மாஜினியை சந்தித்தார். 'தமிழ்நாடு பத்திரிகையில் பணியாற்றிக் கொண்டிருந்தார். வார மலருக்கு ஒரு சிறுகதை எழுதித் தருமாறு ஜெ.கே.யை கேட்டுக் கொண்டார் அப்போது எழுதிய கதைதான் 'திருடன்.'

கிட்டத்தட்ட ஓராண்டுகாலம் மதுரையில் இருந்தபோது பல சிறுகதைகள் எழுதினார். அவை, இமயம், காவேரி ஆகிய இதழ்களில் வெளிவந்தன. அப்போது ஆர்.எச்.கிருஷ்ணமூர்த்தி, 'கிட்டுப் பதிப்பகம்' என்ற பதிப்பகத்தை நடத்தத் தொடங்கினார். முதல் புத்தகமாக ஜெ.கே.யின் நூலை கொண்டு வர விரும்பிக் கேட்டார்.

1954 ஏப்ரல் மாதம் 'ஆணும் பெண்ணும்' 'பட்டறை வீதியில்' என்ற இரண்டே கதைகள் கொண்ட நூல் வெளியானது. அதற்கு சன்மானமாக தந்த தொகையை எடுத்துக் கொண்டு தான் தங்கியிருந்த மாமா வீட்டுக்குச் சென்றார். அப்போது அவரது தந்தை மரணப்படுக்கையில் கடலூர் மருத்துவமனையில் இருப்பதாக செய்தியைத் தாங்கிய போஸ்ட் கார்டு அவருக்குத் தரப்பட்டது. அத்தோடு அவரது மதுரை வாசம் முடிவுக்கு வந்தது.

ஜெயகாந்தனுக்கு அப்போது 20 வயது; அவரது தாய்க்கு 40 வயது. அவரது தாய் செல்வத்தைத் தவிர வேறு சிறப்பே இல்லாத ஒரு குடும்பத்தில் வாழ்க்கைப்பட்டு செல்வமெல்லாம் அழிந்த பிறகும் அன்று வரை கைக் கொண்டு காப்பாற்றி வருவது 'வறுமையில் செம்மை'யாக வாழ்ந்ததுதான்.

தகவல் அறிந்த ஜெ.கே. 'ஆணும் பெண்ணும்' என்ற தலைப்பில் சிறுகதை தொகுப்பின் மூலம் முதலில் எழுதச் சம்பாதித்த, சன்மானத்தோடு தந்தையைக் காண மருத்துவமனை சென்றார். அவரது தந்தை யாருமற்ற அனாதையாக ஆஸ்பத்திரி வார்டில் கிடந்தார். அவரது இரண்டாவது துணைவியின் இரண்டு கைக் குழந்தைகளும் ஆஸ்பத்திரி வளாகத்தில் உள்ள மரத்தடி நிழலில் இருந்தனர். அவரைக் கண்டு ஓடோடி வந்தனர்.

தாம் கொண்டு வந்த பணத்தை அவர்கள் கையில் கொடுத்து திருப்பும் போது அவரது தந்தை காலமானார். உடலை அவர் பிறந்த இடத்துக்கு கொண்டு சென்றார். அதற்கு முன் மருத்துவமனை பொறுப்பிலிருந்த வரிடம் ''சடலத்தை நாங்கள் எடுத்துப் போகாவிட்டால் என்ன செய்வீர்கள்'' என்று வினாவினார். அவர்கள், "அதோ அங்கே கொண்டு போய் நாங்களாகப் புதைத்து விடுவோம்'' என்றனர். ''சரி அப்படியே செய்யுங்கள்'' என்று வீராப்புடன் சொன்னாலும் உறவுகளுக்கு சொல்லாமல் அப்படிச் செய்வது சரியல்ல என்றெண்ணி தந்தையின் உடலை அவரது பிறந்த வீட்டுக்கு அனுப்பி விட்டு தாயை அழைத்துக் கொண்டு அங்கு சென்றார்.

அவரது தாய் கூடத்தில் கிடந்த கணவனின் சடலத்தைப் பார்த்து அழாமல் நின்றாள். கழுத்திலிருந்த தாலிச் சரடை மாலை போல் கழட்டி அவர் பாதத்தில் வைத்து வணங்கி, முற்றத்தில் இருந்த அண்டாவிலிருந்த தண்ணீரை குவளையால் எடுத்துத் தலையில் ஊற்றி கொண்டாள். கொடி யில் கிடந்த வெள்ளைப் புடவையை அணிந்து கொண்டாள். காரியங்களை முடித்துக் கொண்டு தாய்மாமன் வீட்டுக்கு திரும்பினார்கள்.

ஒருநாள் ஜெ.கே. தனது தாயிடம் கேட்டார்:

"அம்மா காதல்னா என்னம்மா?"

அவரது தாய் விழிகள் விரிய ஆச்சரியத்தோடு அவரைப் பார்த்தாள்.

"இது என்ன கேள்வி இந்த வயசிலே?" என முணுமுணுத்தாள்.

"பாரதியார் புத்தகத்தில் படித்தேன்" என்றார்.

அவர் சொன்னது பொய்யல்ல. குறிப்பாக பாரதியாரின் தேசபக்தி பாடல்களையே அவர் படித்திருந்தார். பின் கண்ணம்மா பாட்டு, பக்திப் பாடல்கள், ஞானப் பாடல்கள் என பாரதியின் பாடல்கள் மூழ்கி திளைத்திருந்தார். குறிப்பாக பாரதியின் எல்லாப் பாடல்களிலும் 'காதல்' என்ற சொல் நீக்கமற நிறைந்திருக்கும். அப்புறம் குயில்பாட்டு, முழுக்கவே காதல்தான். மேலும் அவரது தாய்மாமன் ஹரிஜன சேரிக்குப் போய் ஒரு பெண்ணைக் காதலித்து, சமூகமே எதிர்த்தபோதும் அஞ்சாமல் திருமணம் செய்து கொண்டார். அதைக் காதல் திருமணம் என்று சொன்னார்கள்.

தாயிடம் ''மங்களம் மாமா காதல் கல்யாணம் பண்ணிக்கிட்டார்னு சொன்னீங்களே'' என்ற கேள்வியைத் தொடுத்தார். அதற்கு அந்த மகாலட்சுமி தாய் ''இரண்டு குழந்தைகள் நட்பாய் இருப்பார்கள். அவங்க பெரியவங்க ஆன பிறகு எப்பவும் பிரியாமல் இருக்கிறதுக்கு ரெண்டு பேரும் கல்யாணம் பண்ணிப்பாங்க. இல்லைன்னா அவங்க கல்யாணம் பண்ணிக்க மாட்டாங்க. அவ்வளவு உறுதியாய் இருப்பாங்க, அதுதான் காதல் கல்யாணம்'' ? என்றாள்.

அவருக்கு ஓரளவு புரிந்தது.

குடும்பம் என்றால், சமூக வாழ்க்கை என்றால் ஒரு துணைவி அவசியம் என்பதை உடன் இருந்த தோழர்கள் மூலம் கற்றறிந்தார்.

இந்த நிலையில் அவர் கவிதைகளிலும் ஞான நூல்களிலும் பெரும் ஈடுபாடு கொண்டிருந்ததால் கட்சியில் அவருக்கு நூல் நிலையப் பொறுப்பை ஒப்படைத்தனர். துணைக்கு ஒரு தோழரையும் நியமித்தனர். 'கற்றது நூல் நிலைய அளவு' இன்னும் கற்றுத் தேர்ந்தார்.

ஒரு நல்ல நாளில் கம்யூனிஸ்ட் கட்சியின் முழு நேர ஊழியர் பொறுப்பில் இருந்தும், ஜனசக்தியின் அலுவலக பணிகளிருந்தும் தோழர்களில் நல்லாசியுடன் விடுதலை பெற்றார்.

மீண்டும் மதுரை வாசம், தோழர்கள் சந்திப்பு... மாஜினியுடன் பணி.... கும்பகோணம் பயணம், இஸ்மத் பாட்ஷாவின் சமரன் பத்திரிகை தொடக்கம்.... அதில் அவருடன் திராவிட எதிர்ப்பு அரசியலில் முழு ஈடுபாடு கொண்டு அவருக்குத் துணையாய் பணியாற்றினார். சமரனின் விற்பனை அமோகமாக இருந்தும் பத்திரிகை பொருளாதார நெருக்கடியில் தவித்துக் கொண்டிருந்தது.

இந்நிலையில் மூன்று மாதங்களுக்கு மேல் தொடர முடியவில்லை. மீண்டும் சென்னை பயணம். சென்னையில் எங்கே போவது. கட்சி

ஆபிசுக்கு போக முடியாது... உறவினர் வீடுகளுக்கும் போக முடியாது. தமிழ் ஒளியின் நட்பு.

கவிஞர் தமிழ் ஒளிக்கு பல பத்திரிகைகளோடும் எழுத்தாளர்களோடும் பரிச்சயம் இருந்தது. அதனால் அவரோடு பார்க்கிற அவரையும் எழுத்தாளராகவே பார்த்தனர். அமுத சுரபி, கணையாழி, கலைமகள் போன்ற பத்திரிகைகளில் அவரது கவிதை பிரசுரமாகும். உடனே அவருக்கு சன்மானம் ஐந்தோ-பத்தோ கொடுத்தனுப்புவார்கள்.

சென்னைக்கு வந்து அவரது மாமா நடத்திக் கொண்டிருந்த பிரஸில் தங்கி இருந்த போதுதான் மீண்டும் தமிழ் ஒளியின் சந்திப்பும் அவர் வற்புறுத்தலில் பத்திரிகைகளில் கதை எழுதச் சொல்லியும் தூண்டினர்.

அப்படி ஒரு முறை அவருடன் தமிழ் ஒளி, ‘உமா’ என்ற பத்திரிகை ஆபிசுக்கு சென்ற போது அதன் ஆசிரியர் ஜி.உமாபதி, “நம்ப பத்திரிகைக்கு ஒரு கதை எழுதிக் கொடு கண்ணு!” என்று ரசமாக கேட்க அதில் ஓரிரு கதைகள் படைத்தார். கவிதைகளும் எழுதினார். அவ்வாறே அமுத சுரபியின் ஆசிரியர் சு.வேம்பு என்கிற விக்ரமன் கேட்டுக் கொண்டதற் கிணங்க ஓரிரு கதைகள் எழுதினார். கைமேல் சன்மானம் கிடைத்தது.

இந்நிலையில் அவரது தாயார், அவரிடம், “தம்பி, நீ சுயமரியாதை, தேசபக்தி, சமதர்மம்னு என்னென்னமோ ரொம்பப் பெரிய விஷய மெல்லாம் தெரியாமல் இல்ல, தெரிஞ்சுத்தான் பேசற, நான் ஒரு பாமர மொம்மனாட்டி, தெரியாமத்தான் கேட்கிறேன்.... பெத்த தாயை அவளோட உடன் பிறந்தவர்களிடம் விட்டு விட்டு ஒரு 20 வயது பையன் சுயமரியாதை, தேசபக்தி எல்லாம் பேசினா இது எப்படி எடுபடும். தாய் மேல் அன்பும் பக்தியும் பொறுப்பும் இல்லாத போது எப்படி தேசத்தின் மீது பக்தி வரும்? அது எப்படி பட்டதாக இருக்கும்? இதுவரைக்கும் நீ குழந்தை... அதுவும் ரொம்ப சுதந்திரமான குழந்தை... ஒரு ஏழைத்தாய் என்னால் முடிஞ்ச அளவுக்கு நான் உனக்கு செய்ய முடிந்ததெல்லாம் செஞ்சிருக்கேன். இனிமேலும், முன்ன மாதிரி இருக்கலாமா? அறிவுடைய மகனா உன்னை வளர்த்திட்டேன். நான் இதே மாதிரி என் சகோதரர்கள் குடும்பத்தோடு ஊழியம் செஞ்சிட்டு வாழறது உன்னுடைய சுய மரியாதைக்கு இழுக்கு இல்லையா?” என்ற வினாக்கள் தொடுத்தாள்.

தாயின் சொற்கள் ஒவ்வொன்றும் அவரை நடைமுறைக்கு உகந்த மந்திரமாக உரைத்தது. தான் இனி என்ன செய்ய வேண்டுமென்று யோசிக்கலானார். முதலில் தாயையும் தம்பியையும் அழைத்துக் கொண்டு

தனிக் குடித்தனம் மேற்கொள்வது என்று தீர்மானித்து தாயிடம் அந்த யோசனையை தெரிவித்தார். அவரது தாயும் அங்கீகரித்தார்கள்.

அவரது தாய் தனது சகோதரரிடம் இதனை தெரிவித்த போது அவர், “மண் குதிரையை நம்பி ஆற்றில் இறங்கப் போகிறாயா?” என்று வினாத் தொடுக்க, அதற்கு அந்தத் தாய், “மண் குதிரையோ பொன் குதிரையோ, என் குதிரை அவன் தானே அண்ணா....?” என்றதும் இதனை மறைந்திருந்து கேட்டதும் தாய் தன்மேல் கொண்ட நம்பிக்கை எத்தகையை மேன்மை யானது என்று உணர்ந்தார்.

ஜெயகாந்தன் அம்மாவுக்கு துணையானார். தனிமையில் அமர்ந்து தனது பால்ய கால சிநேகிதிகளை எண்ணிப் பார்த்தார். அவரவர், அவரவர்கள் வழியில் வளர்ந்து தரத்துக்கேற்ப உயர்ந்தும் தாழ்ந்தும் எங்கெங்கோ சிதறிக் கிடந்தனர்; எஞ்சியவர்கள் சிலர் இருந்தனர்; யாருமே எட்டிய தூரத்தில் இல்லை. அப்படி இருந்தது உறவுக்கார பெண்ணாகவே ஒருத்தி வாய்த்தாள். அவரும் அவருக்கு பால்ய கால சகி தான். தனது தீர்மானத்தை அவளிடமே தெரிவித்தார்.

அவரது வாழ்வியலில் அடுத்த கட்ட வாழ்க்கை ஒரு விளையாட்டு போல் நடந்தது.

ஜெயகாந்தன் தனது எண்ணத்தை ஒரு கடிதமாய் வடித்து அந்த உறவுக்காரப் பெண்ணிடம் கொடுத்தார். பதிலுக்கு காத்திருந்தார். பதில் வரவில்லை எனவே நேரிடையாக அவரிடம் (ஞானம்பிகை) போய்க் கேட்டார். “உனக்கு விருப்பம் தானே?” அவள், “சொல்லித்தான் தெரிய வேண்டுமோ?” என்று சம்மதம் தெரிவித்தாள்.

அவர், “அப்படியானால் நீ தொடர்ந்து படிக்க வேண்டும். இரண்டு வருடம் டீச்சர்ஸ் டிரைனிங் படித்து முடித்தப் பிறகு உத்யோகம் பார்க்க வேண்டும். பொருளாதாரத்துக்கு உன் சொந்தக் காலில் நிற்க வேண்டும். நானும் அவ்வாறே நிற்பேன். நாம் ஒருவருக்கொருவர் உதவியாய் இருப்போம். நம்மைச் சார்ந்து ஒரு குடும்பம் இருக்கும். இரண்டு ஆண்டுகளுக்குப் பிறகு எங்கிருந்தாலும் நான் வருவேன்” என்றார்.

தனது தாயிடமும் எண்ணத்தை தெரிவித்தார். ஆனாலும் அவரது தாய்க்கு சிறிது தயக்கம் ஏற்பட்டது. இவரை நம்பி வந்த தாயாகிய என்னிடமே ‘மண் குதிரையை நம்பி ஆற்றில் இறங்குகிறாயே’ என்ற எச்சரிக்கை விடுத்த பெரியவர்கள் இந்தப் பெண் விஷயத்தில் சம்மதம் தெரிவிப்பார்களா...? என்ற அச்சமும் இருந்தது.

உறவு, உரிமை, சொந்தம் என்று வேறு காரணிகளும் உண்டல்லவா? அவரின் சகோதரியை அந்தத் தமையனாருக்கு கொடுத்திருக்கிறார்களே....? எடுத்துக் கொள்ள மட்டும் இனிக்கிறது. கொடுத்தா கசக்குமோ? என்றெல்லாம் தாய் வாதம் கண்டு அவர் சிரித்தார். "அம்மா, முறைப்படி நீங்கள் போய் கேளுங்கள். அவர்கள் முடியாது என்றாலும்'இது நடக்கும்' என்று சொல்லிப் பாருங்கள்" என்றார். தாயார் சொன்ன மாதிரியே போய் திரும்பி வந்தார்கள். 'அவர்கள் முடியாது' என்று சொல்லி விட்டார்கள். 'நடக்கும் என்று சொல்வதானல் நீயே போய் சொல்லு' என்று அவருடைய தாய் ஒதுங்கிக் கொண்டார்.

அங்கிருந்த கோயில் குருக்களிடம் சென்ற அவரிடம் நாள் குறித்துக் கொண்டார்.அந்தப் பெண்ணின் தந்தையிடம் போய் நின்றார். அவர்கள், மறுப்பு சொல்லாமல் 'ஒரு வருடம் ஆகட்டுமே' என்றனர். அவர் தான் குறித்த எடுத்து வந்த தாளை அவர்களிடம் கொடுத்து, "இந்த நாளில் உங்கள் பெண்ணுக்கும் எனக்கும் கல்யாணம். நீங்கள் வந்து நடத்திக் கொடுத்தல் நல்லது. இல்லாவிட்டாலும் நடக்கும்" என்றார்.

அவர்கள் திகைத்துப் போய் அந்தப் பெண்ணைப் பார்த்தார்கள். அவர்தான் ஏற்கெனவே சம்மதம் தெரிவித்து விட்டாளே. பெண்ணின் தகப்பனார்க்கு கல்யாண செலவுக்கான பணம் தன் கைக்கு வந்து சேர இன்னும் ஒரு வருஷம் ஆகும் என்பதால் ஒரு வருஷம் டைம் கேட்டார் கள்.

"கல்யாணத்தை மூன்று ரூபாயில் கூட நடத்தலாம்" என்று சொல்லி விட்டு திரும்பினார்.

"சொல்லுதல் யாருக்கும் எளிது"? குறைந்த பட்சம் முன்னூறு ரூபாயாவது வேண்டும் என்று தாயார் சொல்ல, அவரது பொருளாதார நிலையில் எங்கே செல்வார்.

தமிழ் புத்தகலாயம் எனும் பதிப்பு நிறுவனத்தை நடத்தி வந்த திரு. கண. முத்தையாவிடம் சென்றார். தகவலைச் சொன்னார். அவர் ஓர் அரிய யோசனைக் கூறினார். ஏற்கெனவே தன் கைவசம் கொடுத்து வைத்திருந்த ஒரு நாவலை நினைவுப்படுத்தி அதைப் புத்தகமாக வெளியிடுவதாகவும் அதன் ராயல்டி தொகையை முன் பணமாக தருவதாகவும் கூறியது மட்டுமல்ல. அடுத்த நாளே அதை காரியமாகவும் ஆக்கினார். அந்த நாவலின் தலைப்பை மாற்றி "வாழ்க்கை அழைக்கிறது" என்று தலைப் பிட்டுத் தந்தார்.

எவ்வளவு பொருத்தமான தலைப்பு.

முப்பது ரூபாய்க்கு முகூர்த்தப் புடவை. அரைசவரனில் ஒரு திருமாங்கல்யம், மீதியை அம்மாவிடம் தந்தார். பெருமாள் கோயில் அர்ச்சகர் நாள் குறித்து தந்த கோயிலில் ஸ்ரீனிவாச பெருமாள் சன்னதிக்கு எதிரே, வழக்கமாக ராமர் பட்டாபிஷேகம் நடக்கும் இடத்தில் வைதீக சம்பிரதாயப்படி திருமணம் நடந்தேறியது.

அவரது அம்மாவுக்கும் அப்பாவுக்கும் நடந்தது சுயமரியாதைத் திருமணம். அந்தக் காலத்தில் அதுவரை வைஷ்ணவராக இருந்த அவரது தாத்தா பார்த்தசாரதி பிள்ளை தீவிர சுயமரியாதைக் காரராக மாறி, வேதியர்கள் சூழலில்லாத தமிழ்ச் சடங்குத் திருமணம் நடந்தது. அந்த வழக்கத்தை பின்பற்றாமல், “கல்யாணம் சுயமரியாதையோடு நடந்து என்ன பிரயோஜனம்? சுயமரியாதையோடு வாழறதுதான் முக்கியம்” என்ற போக்கில் வேதமந்திரங்கள் முழங்க, மாமுது பார்ப்பான் மறைவழி காட்ட தீவலம் வந்து திருமாங்கல்யம் அணிந்து” நடந்ததாக குறிப்பிடுகிறார்.

இதில் முழுக்க முழுக்க உறவு, சொந்தம், உரிமை, சாதி, சமூகம் சம்பந்தப்பட்டது என்பதால் தனது நண்பர்கள் யாருக்கும் அறிவிக்காமல் இந்தத் திருமணத்தை மேற்கொண்டார். இல்லறம், இல்வாழ்க்கை பந்தத்தில் தன்னை இணைத்துக் கொண்டார் ஜெயகாந்தன்.

7

ப்ரூப் ரீடராக....

சென்னை ராயப்பேட்டையில், மியூசிக் அகடெமியின் அருகில் ஒரு பழங்கால பங்களாவில் 'சக்தி' என்கிற பத்திரிகை அக்காலத்தில் இயங்கி வந்தது. அதன் ஆசிரியர் வை.கோ என எழுத்தாளர்களால் அழைக்கப்பட்ட ஒரு எளிய மனிதர் வாழ்ந்து வந்தார்.

அவர் சுதந்திரப் போராட்ட வீரர். நேதாஜி சுபாஷ் சுந்தரபோஸின் இந்திய தேசிய ராணுவத்தில் அவருக்கு தோள்கொடுத்த தமிழர்களில் முக்கியமானவர். சுதந்திரத்துக்குப் பின் சென்னை வாசம் புகுந்து பத்திரிகை - பதிப்பு என இயங்கி வந்தார்.

ஜெயகாந்தன் பல சந்தர்ப்பங்களில் அவரை பொது இடங்களில் சந்தித்தவர். ஆனால், நேரிடையாய் சந்தித்ததில்லை. தமிழ் ஒளிக்கு அவரிடம் நல்ல நட்பு உண்டு. பதிப்பகத் தொழிலில் விஜயபாஸ்கரன் பொறுப்பேற்றிருந்தார். தமிழ் ஒளி ஜெ.கே.யை அழைத்துக் கொண்டு அக்காரியாலத்துக்கு வந்து, "விஜயபாஸ்கர் இருக்கிறாரா?" என்று கேட்டார். உள்ளே இருந்து 'வாழ்க தமிழ்ஒளி' என்று அழைக்க

ஜெயகாந்தனை அவருக்கு அறிமுகப்படுத்த விஜயபாஸ்கரன், "நேரில் இப்போதுதான் சந்திக்கிறோம். உம்மை எனக்குத் தெரியும்?" என்று சிரித்தாராம்.

அவர் மேஜை மீது 'சமரன்' பத்திரிகை இருந்தது. 'ரொம்பவும் வன்மையான எழுத்து' என்று அவரது கதையையும் பாராட்டினார். தமிழ் ஒளி, 'அதெல்லாம் இருக்கட்டும். இப்போது உங்களிடம் அழைத்து வந்தது. இவருக்கு இங்கே ஒரு புரூப் ரீடர் வேலையாவது நீ வாங்கித் தர வேண்டும்? அதற்குத்தான்' என்ற வற்புறுத்த, விஜயபாஸ்கரன் சிரித்தார், கையை விரித்தார்.

'என்னடா இது நமது விதியோ? நமது மொழியின் விதியோ?' இப்படி விபரீதமாகி நிற்கிறதே.... நமக்கு அனுசரனையாக நமது கருத்துக்களுக்கு லட்சியங்களுக்கு ஒத்தவை என்று நாம் நம்பி அணுகிற இலக்கிய இதழெல்லாம் இப்படி கலகலத்து நிற்கின்றவே என்றே நினைவுகளின் கனத்தை அழுது கண்ணீர் சிந்திக் கரைத்து விட முடியுமா? என்று சிரித்தனர். விதியின் சிரிப்புக்கு ஈடு கொடுத்து வெடித்துச் சிரிக்கும் கலையைப் பயில ஆரம்பித்த காலமும் அதுவே! 'இப்போது புரூப் பார்த்துக் கொண்டிருக் கிறேனே இதுதான் சக்தியின் கடைசி மூச்சு' என்றார். வேலை தேடி வந்த இடத்தில் இவரும் எங்களோடு சேர்ந்து விட்ட சந்தோஷம் ஏற்பட்டது அவர்களுக்கு. மேலும் விஜயபாஸ்கரன் தாம் 'ஹனுமான்' பத்திரிகை பொறுப்பை ஏற்றுக் கொள்ள விருப்பதாகவும் அதற்கு ஏதேனும் கதை இருந்தால் தாருங்கள். ஆனால் சன்மானம் இரண்டு மாதங்கள் கிடைக்காது என சொல்ல, அதில் பிறந்துதான், 'கண்ணன் வந்தான்,' 'மீனாட்சி ராஜ்ஜியம்,' 'காந்தி ராஜ்யம்' போன்ற கதைகள் ஆகும்.

இந்தக் கதைகளை பலர் பாராட்டினர். இதை ரசித்த தமிழ் அறிந்த மராட்டியர் ஒருவர் "இதையெல்லாம் தொகுத்து புத்தகமாக போடலாமே? எவ்வளவு செலவாகும் எனக் கேட்க, அதற்கு ஜெ.கே. பவானி பிரஸ்ஸில் நம் வசதிக்கு அச்சுப் போட்டுக் கொள்ளலாம், காகிதத்துக்கு மட்டும் ரூ.200/- ஆகும் என்று சொன்னார்.

80 பக்கம் உள்ள முதல் சிறுகதைத் தொகுதி அப்போது தான் 'உதயம்' என்ற பெயரில் உதயம் ஆயிற்று. அந்தக் கதைகளை அச்சு கோர்த்து, பேஜ் மேக் அப் செய்து, காலால் பெடல் பண்ணி ஓட்ட வேண்டிய அந்தப் பழங்கால டிரெடில் மிஷினில் நான்கு நான்கு பக்கங்களாக அச்சு பதித்தவர் ஜெயகாந்தனே ஆவார். "உதயம்" - கதைத் தொகுதி 1954-ல் வெளிவந்தது. அதில் உள்ள ஏழு கதைகளில் நான்கு கதைகள் அனுமானிலும், 'சாந்தி

ராஜ்ஜியம்' சமரனில் வெளிவந்தவையாகும்.

அதனை தனக்கு தெரிந்த என்.சி.பி.எச். விற்பனைக்குத் தந்து அந்தப் பணத்தை செலவு செய்ததாக குறிப்பிடுகிறார். மேலும் இது குறித்து குறிப்பிடுகையில், "பண உதவி செய்த நண்பர்களுக்கோ, பவானி அச்சகத்துக்கோ, அட்டைப் படம் வரைந்த பிளாக் செய்தவருக்கு நான் ஒன்றும் தரவில்லை. அவர்கள் கேளாத போதிலும் நான் அந்த நண்பர்களின் காலத்தால் செய்த உதவியை நாள்தோறும் நினைத்துக் கொள்கிறேன். எக்காலத்திலும் நான் இத்தகைய அரிய நண்பர்களால் ஆசீர்வதிக்கப் பட்டவன் என்பதைப் பெருமிதத்துடன் உணர்கிறேன்" என்று பதிவு செய்கிறார்.

'ஹனுமன்' ஆசிரியர் பொறுப்பை ஏற்றிருந்த விஜயபாஸ்கரன் தாமே சொந்தமாய் ஒரு பத்திரிகையை ஆரம்பிப்பதாக அரிய யோசனையைக் கூறினார்.

'ஆஹா! சபாஷ்! உடனடியாகச் செய்ய வேண்டியதே... நான் எழுதுகிறேன்... நீர் மாதம் மாதம் வெளி கொண்டு வரும் பட்சத்தில்' என்றார்.

அந்த பகீரத முயற்சியில் விஜயபாஸ்கரன் ஒற்றைத் தனி மனிதராய் பத்திரிகையின் பொருளாதார பொறுப்புகளை ஏற்றுக் கொண்டதால் தமிழகத்தின் பல எழுத்தாளர்களுக்குக் கருத்து மேடையும், படைப்பு களாக 'சரஸ்வதி' தோன்றியது.

சரஸ்வதி ஆரம்பத்தில் மிகச் சிறிய அளவில் வந்தது. அதன் முதல் இதழில் 'யாசகம்' என்ற சிறுகதை வெளிவந்தது. அதில் எழுதும் எழுத்தாளர்களுக்கு ஒரு சிறு தொகையை படைப்பாளிக்கு தருவது எனவும் வாய்மொழி ஒப்பந்தம் செய்யப்பட்டு, அதன்படி அனைவருக்கும் வழங்கினர் என்பது குறிப்பிடத்தக்க ஒன்றாகும்.

இதனுடே கட்சித் தோழர் எஸ்.ஆர்.எஸ். சில நண்பர்கள் உதவியுடன் 'தேசபக்தன்' என்ற சிற்றிதழைத் தொடங்கினார். அதிலும் ஜெயகாந்தன், தமிழ்ஒளி ஆகியோர் கவிதை, கதைகளைப் படைத்தனர். அதுவும் மூன்று மாதங்களில் நின்று போனது. அதில் பிரசுரிக்க முடியாத ஒரு கதையை 'சரஸ்வதி' வெளியிட்டது.

'சரஸ்வதி' மாதந்தோறும் மெள்ள, மெள்ள வித்து முளைக்கிற தன்மைப் போல், உயிர்ப்புடன் அரும்பித் தலையெடுத்து நிமிர்ந்த போது தமிழ்நாட்டின் பல புதிய எழுத்தாளர் சுந்தர ராமசாமி, தி.ஜா.ரா, விந்தன்,

லாசரா, கிருஷ்ணன் நம்பி, என அக்காலத்தில் படைப்புகளை படைத்த எழுத்தாளர்கள் தங்கள் எழுத்துகளை பதிவு செய்தனர். அவர்கள் ஜெயகாந்தனும் இணைந்து 'மணிக்கொடிக்குப்' பிறகு ஓர் வரலாறு சமைத்தது எனலாம். இதில் ஜெயகாந்தன் ஆஸ்தான வித்வானாக விளங்கினார். அதில் 30 மேற்பட்ட சிறுகதைகள், கட்டுரைகள், கவிதைகள், புத்தக விமர்சனங்கள் என எழுதிக் குவித்தார்.

இதில் வெளி வந்த சிறுகதைகள். 'கண்ணம்மா,' 'பெண்;' தீபம்; தேரைப்பழி; சுமை பேதம்; வேலை கொடுத்தவன்; பிழைப்பு; பேதைப் பருவம்; பொறுக்கி; பூ வாங்கிலியா பூ....; ரிக்ஷாக்காரன் பாஷை, பொளருஷம்; ஒரு பிடி சோறு; பால்பேதம்; எது எப்போது; தாம்பத்யம்; ஒரு பிரமுகர், திரஸ்காரம்; மூச்சந்தி; டிரெடில்; பட்டணம் சிரிக்கிறது; பிணக்கு; தாலாட்டு; நந்தவனத்தில் ஓர் ஆண்டி; நிந்தாஸ்துதி; பற்றுகோல்; தாக்கம்; துறவு; உண்ணாவிரதம் - என 54 முதல் 59 வரை ஐந்தாண்டு காலம் 30 கதைகளும் கட்டுரையும், கவிதைகளும், புத்தக விமர்சனங்கள் எழுதினார். இதனுடே ஆரம்பக் காலத்தில் எழுதிய பத்திரிகைகள் கதைகளைப் பார்ப்போம்.

சௌபாக்கயம் : பிச்சைக்காரன்

ஜனசக்தி : வறுமைச் சுவர், (நூல்வடிவம் பெறவில்லை) யந்திரம், பட்டிணம் சிரிக்கிறது; புதிய கதை, பத்தினிப் பரம்பரை, வெளிச்சம்; சிலுவை

தமிழன் : திருடன்... (இதில் கட்டுரைகள், கவிதைகளும் படைத்துள்ளார்)

சமரன் : சாந்தி பூமி,

ஹனுமன் : கண்ணன் பிறந்தான்; மீனாட்சி ராஜ்யம்; காந்தி ராஜ்யம், ஆலமரம்

உதயம் : உதயம்

சாந்தி : சலிப்பு; பித்துக்குளி

மனிதன் : தமிழச்சி; தனி மனிதன்; (கற்பிளவு, சிறு தொகுப்பில் இடம் பெறவில்லை)

'ஆணும் பெண்ணும்' - பட்டணத்து வீதியில் - பத்திரிகையில் வெளிவராத நூல் வடிவம் பெற்ற சிறுதை

இதில் கண்ணம்மா (சரஸ்வதி) தத்துவம் + உடல் + உறவு (சமரன்) லட்சியச் சிலுவை (சமரன்) திருடன் (தமிழன்) பெண் (சரஸ்வதி) தேரைப்பழி (சரஸ்வதி) தீபம் (சரஸ்வதி) இசையும் இசைவும், ரயில் மறுபடியும் வரும் (மனோ ரஞ்சிதம்) போன்றவை அவரது சிறுகதை தொகுப்பில் இடம் பெறவில்லை. பின்னர் அவரது திருமகன், ஜெயசிம்மன், தொகுத்த 'வெளிவராத சிறுகதைகள்' தொகுப்பில் இடம் பெற்றன.

இக்கதைகள் 'அவ்வளவு சிறப்பானதாக இல்லை' - எனக் குறிப்பிடு கிறார்.

அமுத சுரபி : அன்புக்கு நன்றி; தேவன் வருவாரா? நிறங்கள்; மே 20.

ஆரம்பக் காலக்கட்டத்தில் பிரசண்ட விகடன் - நாரண துரைக் கண்ணன் நடத்திய பத்திரிகையிலும் சில கதைகள் தாம் படைத்ததாக தனது 'பத்திரிகை உலக அனுபவங்கள்' நூலில் குறிப்பிட்டிருந்தாலும் அவைகள் நூல் வடிவம் பெறவில்லை என்பது குறிப்பிடத்தக்கது.

இதே போல் ஜி. உமாபதி ஆசிரியராகக் கொண்ட 'உமா' பத்திரிகையில் ஓரிரு கதைகளும், கவிதைகளும் நூல் வடிவம் பெறவில்லை.

'சரஸ்வதி' - பத்திரிக்கையில் எழுதிய காலத்தில் 'கல்கியில்' கம்பாசிடராக பணி துவங்கி பின்னர் உதவி ஆசிரியராக உயர்ந்த திரு. விந்தன் அவர்களை ஆசிரியராகக் கொண்டு வெளிவந்த இதழில் 'மனிதன்' இதழில் உதவி ஆசிரியராக இருந்த திரு. ரமனண் 'ஓ லூவினா!' என்ற கமல் என்னும் ஒருவன் தன் காதலிக்கு எழுதுகிற கடிதம் போல் சிறுகதை வெளிவந்தது. இதனை தமிழ் ஒளி சிறப்பாக ஏகமாய் பாராட்டினார்.

அடுத்த இதழில் பூ. ஆலால சுந்தரம் என்பவர் 'அன்புள்ள கமல்' என்ற தலைப்பில் அந்தக் கதைக்கு எதிர்வினையாக ஒரு கதை விடுத்தார். அந்தக் கதையுடன் ஜெ.கே.யை சந்திக்க வந்த தமிழ்ஒளி 'இதற்கு ஒரு முற்று புள்ளி வை' எனக் கேட்டுக் கொண்டார்.

ஜெயகாந்தன் படைத்த அப்போதைய கதைகளில், காதல் கதைகள் ஏதும் எழுதியதில்லை. இதுபோன்ற காதல் கதைகளை தவிர்த்து ஒதுங்கி யிருந்தார். எனவே தமிழ் ஒளி வேண்டுகோளை நிராகரித்தார். நீண்ட விவாதத்துக்கு பிறகு ஒப்புக் கொண்டார். அதில் காதலர்களுக்கு தோழன் கூறும் அறிவுரையாக, வாழ்க்கையில் போராட தெரிந்தவர்களே புகழ்மிகு காதலர்களாக இருக்க முடியும் என்றும் அதற்கு எடுத்துக்காட்டாக கார்ல்மாக்ஸ் - ஜென்னி காதலை புகழ்ந்து வியந்தோதியது மட்டுமல்லாமல்

லூவினா - கமல் போன்ற காதலர்கள் வாழ்க்கைப் போராட்டத்தில் கலந்து கொள்ளுமாறும், காதலர்களான நீங்கள் உங்களுக்கிடையே போராடிக் கொள்வது என்ன காதல்? என்று கதையை முடித்தார்.

இதனை தமிழ் ஒளியும்; விந்தனும் வியந்து பாராட்டி ஆசிரியர் குழுவில் இணைந்துக் கொள்ள பணித்தனர். அதற்கு ஜெ.கே. ஓர் உதவி ஆசிரியராக இல்லாமல், பத்திரிகை நிருபராக முழுநேரப் பணியாற்றினார். மேலும் அவர் மட்டுமே எழுதக் கூடிய சிறப்புப் பகுதிகளை ஏற்படுத்தினார். 'வளரும் குழந்தை' என்றொரு பகுதியை ஆரம்பித்து அதில் 'வானவன்' என்ற புனைப் பெயரில் எழுதினார். அந்தப் பகுதியில் - பட்டணத்து வீதிகளில் பதினைந்து வயதுக்கும் குறைந்த, உழைக்கும் சிறுவர்களைப் பற்றி பலரையும் பேட்டிக் கண்டு அவர்களை படம் பிடித்து, அவர்களது அவலமான வாழ்வின் செய்திகளையும் சேகரித்து தனது கண்ணோட்டத் தில் எழுதிட முனைந்தார். அவரது திட்டங்களுக்கு விந்தன் முழு சுதந்திரம் தந்தார்.

அதில் ஞானி; வேதாளம்; பித்துக்குளி; போன்ற புனைப்பெயர்களில் பல தொடர்களை கதையல்லாத (Non Fictional) சித்திரங்கள் படைத்தார். விந்தன் பொருளாதார தேவைகளை சந்திக்க அலைந்து திரிந்ததால் சில இதழ்கள் தவிர மனிதனின் தலையங்கங்களையும் படைத்தார்.

அப்போதுதான் சரித்திர பிரசித்திப் பெற்ற ஆவடி காங்கிரஸ் மாநாடு நடைபெற்றது. அந்த மாநாட்டு நிகழ்ச்சிகளையும் 'நமது நிருபர்' என்ற பெயரில் அரசியல் கட்டுரைகளும் அப்போது பெரு நம்பிக்கைத் தந்த இந்திய - சீனா நட்பு வளர வாழ்த்தியும், இந்தி - சீனி - பாயி - பாயி - என்றொரு கட்டுரைத் தொடரையும் எழுதினார். 'வளரும் குழந்தை' பகுதியில் 'மண்ணெண்ணெய் வண்டி இழுக்கிற சிறுவன், பத்திரிகை விற்பவன், தலைச் சுமை தூக்கிறவன் என்ற பெரிய பட்டியலை வைத்து அவர்களைச் சந்தித்து பல பேட்டிகள் மனிதனில் வெளியிட்டார். மேலும் பொங்கல் மலரில் பொறுப்பேற்று சிறப்பாக கொண்டு வந்தார். விந்தன், 'சன்மானம் இல்லாமல் எவ்வளவு பணிபுரிய முடியும்' என்று கண்டு கொண்டேன் என்றார் விந்தன்.

பொங்கல் மலரில் நிறைய படைப்பாளிகள் சிறுகதை வடித்தனர். அதில் 'கற்பிளவு' என்று ஒரு கதையும் எழுதினர். இந்த பொங்கல் மலரோடு மனிதன் சுகவீனமாய் படுத்தான். விந்தனும், ஜெயகாந்தனும் சில இதழ்களை நிரம்பினர். சரஸ்வதியில் எழுதிக் கொண்டே இவ்வளவு பணிகளை செய்தார். மனிதன் - நிரந்தரமாய் படுத்து விட்டான். வேறு

பத்திரிகைகளில் - பதிப்பகங்களில் - அச்சகங்களில் புரூப்ரீடர் வேலை பார்ப்பது என்று தீர்மானித்தார் ஜெ.கே.

மனிதனில் எழுதியவைகள் பெரும்பாலும் நூல் வடிவம் பெறவில்லை என்பது குறிப்பிடத்தக்கது.

அக்காலத்தில் வெளி வந்த சக்தி, சரஸ்வதி, மனிதன் கதைகள் படைத்த ஜெ.கே. கவி. காமு, ஷெரீப் 'சாட்டை, தமிழ் முழக்கம்' எனும் பத்திரிக்கையும் வந்தது. தமிழரசு கழகம், அது சார்ந்த பத்திரிகைகளும் தி.மு. கழகத்தின் இலக்கிய, மொழிக் கொள்கைகளைக் கடுமையாக எதிர்த்துப் போராடி வந்தன. அரசியல் ரீதியாக தேசிய ஆதரவும், பிரிவினை எதிர்ப்புக் கொள்கையும் கொண்டிருந்தன. கவி.ஷெரீப்போடு தனித்த மரியாதை கொண்டிருந்தார். சாட்டையில் உதவி ஆசிரியராக இருந்த தமிழ் ஒளி விலகி விடவே அந்தப் பொறுப்பை சில மாதங்களில் ஏற்று ஜெ.கே. 'நான் ஏன் கம்யூனிஸ்ட் ஆகவில்லை' என்ற தொடரினை எழுதினார். சாட்டையும் நின்று போனது.

எளிய, சிறிய இலக்கிய பத்திரிகையாக திகழ்ந்த 'சரஸ்வதி'யில் தொடர்ந்து எழுதுவதில் திருப்தி கண்டார் ஜெ.கே. அப்போது, எஸ்.ஆர்.கே. மூலம், கணமுத்தையா, 'ஜெயகாந்தன் எங்கள் பதிப்பகத்தில் ப்ரூப் பார்த்துத் தர இசைவாரா?' என்று கேட்டிருக்கிறார். தயங்கி தயங்கி கேட்ட எஸ்.ஆர்.கே. கேள்விக்குப் பதிலாய் அடுத்த நாளே திருவல்லிக் கேணி தேரடித் தெருவிலிருந்த ஸ்டார் பிரசுரத்தில் போய் நின்றார். "வாங்க ஜெயகாந்தன் சார்...! வாங்க.... வாங்க...!" என்று சகோதரர்கள் இருவரும் அகமும் முகமும் மலர வரவேற்று அவருக்கென்று ஒரு மேஜை நாற்காலி ஒதுக்கி தந்ததோடு மாதச் சம்பளம் ரூபாய் ஐம்பதும் அவருக்கு வழங்கப்பட்டது.

ப்ரூப் ரீடராக :

தமிழ்ப் புத்தகாலயம் - ஸ்டார் பிரசுரம் ஆகிய இரண்டு பதிப்பு நிறுவனங்கள் அக்காலத்தில் பல அரிய நூல்களை வெளியிட்டன.

புதுமைப்பித்தனின் எல்லா நூல்களையும் மறுபதிப்பும், கு. அழகிரிசாமி, தொ.மு.சி. ரகுநாதன், எஸ். வையாபுரி பிள்ளை, மயிலை சீனி வேங்கடசாமி, சாமி சிதம்பரனார் ஆகியோரின் நூல்களின் அச்சுபிழை திருத்தியதோடு சிலவற்றுக்கு பதிப்பாசிரியர் உரையும் எழுதினர். மேலும்

சோவியத் இலக்கிய மொழிப் பெயர்ப்புகளை ஆங்கில மொழிப் பெயர்ப்பு களை பக்கத்தில் வைத்துக் கொண்டு சரி பார்த்து சில பகுதிகளையும் திருத்தவும், செப்பனிடவும், மொழி பெயர்ப்பாளர்களோடு விவாதிக்கவும், அந்தப் பதிப்பகத்தின் கையெழுத்துப் பிரதிகளின் பிரிவுக்கே பொறுப்பாளராகி பல அரிய இலக்கியங்களை படிக்கவும், பயிலவும் கற்றுத் தேர்ந்தார்.

அதே சமயம் புரூப் பார்ப்பதற்கு பல அச்சகங்களும் சென்றார். அவர்களில் குறிப்பிடத்தகவர் தி.நகரில் இயங்கி வந்த எவரெடி அச்சகம் பதிப்பகத்தாரின் நூல்கள் அங்கேயே பல அச்சடிக்கப்பட்டன அதன் மூலம் பிற பதிப்பகத்தார்களும் புரூப் பார்த்துத் தர கேட்க, பல நூல்களுக்கு ப்ரூப் பார்த்துத் தந்தார். அதனால் அவருக்கு 'ஸ்டார் வாலா' என்ற பட்டப் பெயரும் வந்தது.

ஆயினும் சிறுகதைகள் எழுதுவதை நிறுத்தவில்லை.

8

ஆரம்பக்கால படைப்புகள்

21-ஆம் நூற்றாண்டில் தமிழின் வளமிக்க தற்கால இலக்கியம் நுழைந்த போது, இருபதாம் நூற்றாண்டின் இத்தகைய வளமிக்க இலக்கியங்களை கொண்டு வந்தவர்கள் இராமலிங்கஅடிகளும், பாரதியாரையும் குறிப்பிடத்தகும். அவர்களின் வழியே புதுமைப்பித்தன் அக்கால சமூக வாழ்வின் அவலங்களை மக்கள் முன் கொண்டு வந்து மாபெரும் சிந்தனை புரட்சியும் செயலாற்றலையும் தமிழ்ச் சமூகத்துக்கு தந்தார்.

1948- புதுமைப்பித்தன் மறைவுக்குப் பின் அந்த இடத்தை நிரப்பியவர் ஒருவர் உண்டு என்றால் அது ஜெயகாந்தனையே குறிப்பிடலாம். சென்ற நூற்றாண்டு புரட்சியின் இலக்கிய முன்னோடிகளான டால்ஸ்டாய், செக்காவ், மார்க்சீம் கார்கி, அலெக்சி டால்ஸ்டாய், மாயகோவிஸ்கி, பிரேம்சந்த், வள்ளத் தோல், தகழி, சிவசங்கரன்பிள்ளை, பொற்றோகாட், பாரதி என பெரும் படைப்பாளர்களை உலகமும் இந்தியாவும் தந்தது.

கம்யூனிஸ் இயக்கத்தில் 1947-ல் தமது 12 வயதில் நுழைந்த ஜெயகாந்தன் 1952-ல் கட்சி உறுப்பினராகி கம்யூனிஸ்ட் ஊழியராகப் பணியாற்றி 1954ல் எழுதத் தொடங்கினார்.

இவரது ஆரம்பக் காலச் சிறுகதைகள் தாம் கண்ட, கற்ற, மாந்தர்களை முன் வைத்து அக்காலச் சமூகத்தையும், அதன் அவலங்களையும் சூழல் களையும் மானுடநேயத்தோடு கண்டுணர்ந்து புதுமை கதாபாத்திரங்களை வகுத்தார்.

1950களில் விறகு அடுக்கியும், அப்பம் விற்றும், கட்டிடங்களில் வேலை செய்து உழைக்கின்ற, தொழில் இல்லாவிட்டால் யாருடனாவது இருளில் போய் விட்டு நகருகிற நகரத்து உழைப்பாளிப் பெண்களின் ஆத்ம சக்தியை போற்றியும், ஒரு சிங்கில் டீயினும், ஒரு கப் காபியிலும், கள்ளிலும், சாரயத்திலும், கஞ்சாவிலும், புல்லிலும், விஸ்கியிலும் ஊறுகிற சக்திகளின் சேரியிலும், கோயிலும், கிராமங்களின் குடிசையிலும் மாளிகைகள் வரை வாழ்வதற்காகப் பொருளும், வாழ்வதன் பொருளும், தேடிக் கொண்டே இருக்கும் மனிதர்களின் கதைகள்; என அக்கால மக்களின் வாழ்வியலை, வாழ்வியல் போராட்டத்தை நம் முன் கொண்டு வந்தார்.

இக்கதைகளின் தலைப்பே அதனை காட்டிவிடும். பிச்சைக்காரன், வறுமைச் சுவர்; யந்திரம்; பட்டினம் சிரிக்கிறது; திருடன்; கண்ணம்மா; பெண்; தீபம்; தேரைப்பழி; பிழைப்பு; பேதைப் பருவம்; பொறுக்கி; பூவாங்கலியோ பூ; பால்பேதம்; எது எப்போது; தாம்பத்யம்; ஒரு பிரமுகர்; திங்காரம்; முச்சந்தி; டிரெடில்; பட்டணம் சிரிக்கிறது; பிணக்கு; தாலாட்டு; நந்தவனத்தில் ஓர் ஆண்டி; பற்றுகோல்; தர்க்கம்; துறவு; உண்ணாவிரதம் மீனாட்சி ராஜ்ஜியம்; சாந்தி ராஜ்ஜியம்; சலிப்பு; பித்துக்குளி; பட்டணத்து வீதியில் போன்ற கதைகள் சுதந்திரத்துக்கு முன்னும் பின்னும் நம் தமிழ்ச் சமூக மக்களின் வாழ்க்கைச் சூழலை கண்முன் நிறுத்துவது எனலாம்.

ஆரம்பக் கால கதைகளில் தன் அனுபவமும், தாம் கண்ட மனிதர்களின் அலுவல்களையும் அவர்களின் மானுட அன்பு விழுமியங்களையும் தம் எழுத்துகளில் வித்திட்டார். அதுவே அவரது சிறுகதை வடிவின் உத்தியாக இருந்ததால் அவர் காலத்து படைப்பாளிகள் அவரை எழுது, எழுது என இன்னும் எழுதத் தூண்டினர்; அந்தத் துண்டுதலில் மேலும் மேலும் தமிழுக்கு வளம் சேர்ந்து மாந்தர்களை தம் படைப்பில் வெளிப்படுத்தி னார்.

இதனை அவரே வெளிப்படுத்துகிறார். "புதுமைப் பித்தனுக்குப் பிறகு முன்னாலும் பின்னாலும் தமிழில் சிறுகதை எழுதியவர்கள் உண்டு...

எனினும், உலக இலக்கியத்தின் தரத்துக்கு இணையாக உயர்ந்து நிற்கும் சிறுகதைகளை படைத்து அளித்தவர் புதுமைப்பித்தன் ஆவார். புதுமைப்பித்தன் இறந்த ஆண்டில் நான் எழுதத் தொடங்கினேன். இரண்டு, அதே ஆண்டில் அவரது படைப்புகள் அனைத்தையும் படிக்கத் தொடங்கி ஓரிரு ஆண்டுகளில் புதுமைப் பித்தன் எழுத்துகளில் பித்தம் கொண்டு தலைகிறங்கி நின்றேன். மூன்று இப்போது நூல் வடிவில் கிடைக்கும் அவரது புத்தகங்களுக்கு எல்லாம் ப்ரூப் திருத்தினேன். எல்லாவற்றுக்கும் மேலாக, அவரது பதாகையை ஏந்திப் பிடித்து தமிழ்ச் சிறுகதை இலக்கியத்துக்கு அவரது வழியில் பெருமை சேர்த்தேன்" எனச் சொல்வது எவ்வளவு சாலப் பொருத்தம்.

ஜெயகாந்தன், பாரதி மரபிலான கலைக் கொள்கையையே மேலும் வளர்த்தார். தனிமனிதன், சமூகம், பண்பாடு, மரபு, மதம், அரசியல் ஆகிய எல்லாவற்றிலுமே வாழ்வியல் வரலாற்றுச் சங்கிலித் தொடர்பை பழையன கழிந்து புதியன புகும் வரலாற்று வளர்ச்சியை உணர்ந்து, ஏற்று, அதற்குத் தக்க முறையில் யதார்த்தம், கற்பனை கற்றும் இலட்சியவாத நோக்கை விரிவுபடுத்தினார். சமுதாய வாழ்வின் எல்லா முரண்களையும் கதைகளின் மையத்தில் இயக்கவிட்டு ஒவ்வொன்றும் தமக்குரிய முறையில் தீர்வதும், தீர்வை மீண்டும் முரண்வதும் ஆக மாறி மாறி அவர் கதைகள் வளர்த்தன.

முற்போக்கான மாற்றங்களை எதிர்க்கிற ஒரு சமூகத்தின் எதிர்ப்பையே உரமாகக் கொண்டு முளைத்தவையும், வளர்த்தவையும், பூத்தவையும் ஆகும் ஜெயகாந்தன் கதைகள். கடந்துபோன இருபதாம், இருபத்தோறாம் நூற்றாண்டின் உலகப் புரட்சி, தேசிய விடுதலைக்கான சிந்தாந்தம், நடைமுறை நிகழ்வுகள், ஆய்வுகள், மறு ஆய்வுகள், தவறுகள், சீர் செயல்கள் அனைத்தோடும் தொடர்பு கொண்டு பங்கேற்ற, பங்கேற்கிற ஒரு பார்வை - மார்க்சீய பார்வை - தன்னைப் புதுப்பித்துக் கொள்ளும் ஒரு விசாலமான பார்வை ஜெயகாந்தனுடையது.

கம்யூனிஸ்ட் தொட்டிலில் வளர்ந்த குழந்தை என்ற பெருமையோடு, அந்தத் தொட்டிலில் ஆடிய அந்தத் தளராத தன்னம்பிக்கை, தன்னந்தனி யாக போராடவும், வெற்றி பெறவும் ஊறிப் பொங்குகிற ஒரு புரட்சிக் காரனின் தன்னம்பிக்கையைப் பெற்றிருந்தார்.

வரலாறும் புரட்சியும் மக்களும் மாபெரும் சக்தி மையங்கள், இவர் களிடமிருந்து எழுந்து, இவர்களுக்காக இவர்களுடன் வாழ்வதற்காக வழி காட்டும் மார்க்சீயம் ஒரு சக்தி மையம்; பாரதி ஒரு சக்தி மையம்; பாரதி நேசம் கொண்ட லெனினும், பாரதி ஆசீர்வதித்த காந்திஜியும் சக்தி

மையங்கள்; உலக சோசலிசம், உன்னதமான கலை இலக்கிய பாரம்பரியம் யாவும் சக்தி மையங்களே, அத்தகைய சக்தி மையங்களிலிருந்து தலைமுறை தலைமுறையாய், நூற்றாண்டு நூற்றாண்டுகளால் மானுட சிந்தனை சக்தியைப் பெற்று வளர்த்து, வருங்கால சக்தி மையங்களின் ஒருவராக ஜெயகாந்தன் என்ற எழுத்தாளர் உயர்ந்திருக்கிறார்.

ஜெயகாந்தனின் கதைகள் எளிமையாக, நிதானமாக சொல்லப்படு கின்றன. மொழி நடை, பாரதியின் கவிதைபோல் நேர்பட பேசுவதாக உள்ளது. மக்களின் பேச்சு வழக்கு யதார்த்த தன்மைக்கு மெருகு சேர்க்கும் வண்ணம் அல்ல - யதார்த்தமாகவே கையாளப்படுகிறது.

பொருளாதாரம், அரசியல், பண்பாடு, மதம், கொள்கை, உளவியற் கூறுகள், பாலியல் முதலிய எல்லா மட்டங்களிலும் பிரச்சினைகளை மனித மனம் உணர்கிறது. வளர்கிறது; தீர்வைத் தேடுகிறது. தற்காலிகத் தீர்வில் அமைதி, பின் மீண்டும் அதே தொடர். எனவேதான், ஜெயகாந்தன் கதை களில் பிரச்சினைகளின் தீர்வு கதைக்குக் கதை, மனிதர்க்கு மனிதர், பாத்திரத்துக்கு பாத்திரம் மாறுபடுகிறது.

ஜெயகாந்தனே இதனை, "ஊர் என்பது மரமும் மண்ணும் குளம் குட்டைகளும் அல்ல, ஊர் என்றால் மனிதர்கள் என்று அர்த்தம், அதனால் தான் என் கதைகளில் மண்வாடை அடிப்பதில்லை, மனித நெடியே வீசுகிறது" என்கிறார்.

கதையை படைக்கும் நெறிகளில், பாத்திர வார்ப்புகளில் சூழலில் ஜெய காந்தன் மிகவும் கவனம் செலுத்துபவர். முதலாவது ஒவ்வொரு பாத்திரத்துக்கு முதலாவது ரசிகர் அவரே ஆகிறார். அவரது பாத்திரங்களில் அவர்கள் வாழும் சூழலிலிருந்து அப்படியே எழுந்து வந்து இயங்குகிறார் கள்; உறவாடுகிறார்கள்; பேசுகிறார்கள்; வாதிக்கிறார்கள்; சிந்திக்கிறார்கள்; உணர்கிறார்கள்; கோபப்படுகிறார்கள்; சிரிக்கிறார்கள்; மகிழ்கிறார்கள்; அழுகிறார்கள்; மௌனத்தில் உறைகிறார்கள்; கட்டித் தழுவுகிறார்கள்; அன்போடு கட்டி உருள்கிறார்கள்; வெறுப்பில் கரைந்து உருகுகிறார்கள்; காதலின்பத்தில் கனலாய் தவிக்கிறார்கள், காதலில் ரிக்ஷாக்களில், குமட்டும் கூவம் நதிக்கரையில், வயிற்றுப்பசி, காமப்பசி, அறிவுப்பசி, ஆன்ம பசி, குழந்தைகள் இளமைத் துடிப்பு, நடு வயதின் பொறுப்பு, முதுமையின் பொறுமை, பிறப்பும் வளர்ப்பும் மரணமும், அதிகாரமும் துறவும் அவரவர் குரல்களில், அவரவர் உடைகளில் அவரவர் ஆத்மாக் களின் குரலில் தம் எழுத்துக்களின் மூலம் கோலமிடுகிறார்.

அவர் காலத்து குழந்தைகள் நிலை குறித்து அவர் குறிப்பிடுகையில், "கதைகளில் வரும் குழந்தைகள் பூம் பஞ்சு மேனியோடு பொக்கைவாய் காட்டிச் சிரித்து மயங்கும் பிறார்த்தியார் வீட்டுக் குழந்தைகளாய் மட்டும் காட்சியளிக்காமல் வருங்கால வாழ்க்கைக்கு உத்தரவாதமில்லாமல், வாழவே உரிமை பெறாதவர்கள், பெற்றுப் போட்டுவிட்ட சமூக அனாதை களாய் திரியும், என் சொந்த ரத்தமாகவும் காட்சியளிக்கிறார்கள. ஏன் இப்படிச் சொல்கிறேன் என்றால், எனது குழந்தை பருவமே ஏறத்தாழ அப்படித்தான் இருந்தது. என்னோடு சேர்ந்து விளையாடிய குழந்தைகளின் நிலைமை அந்தக் காலத்திலும் சரி, இன்றும் - பெரும்பாலானவர்களின் வாழ்க்கை அர்த்தமற்றது. குழந்தை என்பது கதைப் பொருள் மட்டுமல்ல, அது ஒரு சமுதாயப் பிரச்சினையும் கூட..." எனச் சொல்வது போல் ஜெயகாந்தன் கதைகளில் நிறைய குழந்தைகள் வருகிறார்கள். பேரக் குழந்தைகளை அன்பாய் நடத்துகிற சேரிப்பாட்டிகள், குழந்தைகளைத் தங்கள் பாசத்தாலேயே கெட்டுப் போய் விடச் செய்கிற பெற்றோர்கள், 'அப்பா யாரம்மா?' என்று கண்கலங்க கேட்கும் குழந்தைகள்; வறுமை யிலும் பாசம் குறையாமல் தாயன்பில் திகைக்கும் குழந்தைகள். மேல் ஜாதிக் குழந்தைகளை வளர்க்கும் பொறுப்பை ஏற்கும் சேரி தாத்தாக்கள் என பலர் உலா வருகின்றனர்.

மேலும் தனது கதைகளைப் பற்றி சொல்ல வரும் ஜெயகாந்தன், "கலை பிரக்ஞையோடு எழுதப்பட்ட கதைகள் இவை. இவற்றில் எந்த ஒரு குறிப்பிட்ட கொள்கை விளக்கத்தையும் விட மனித உணர்வுகளே வலியுறுத்தப்பட்டன. மனித குலங்களை ஆராய்பவனே, மனித உணர்வு களை மதிப்பவனே, மனித சாதனைகளை நம்புகிறனாவான். கதைகளின் குறைபாடுகளையும் கூட அவனே அறிகிறான்."

"வாழ்க்கையை உருவாக்குகிறதும் நிறைவைத் தருகிறதும் எது என்கிற விஷயம் சூழ்நிலைக்கும், வாழ்கின்ற சமூகத்துக்கும் ஏற்ப மாறும் அந்த மாற்றத்தால் விளையும் ஒரு குறிப்பிட்ட மனிதனின் ஒரு குறிப்பிட்டச் செயல் நான் கடைபிடிக்கும் கொள்கைக்கும் புறம்பு என்பதை உத்தேசித்து, அதை நான் மறுக்காமல், அந்த மனிதனின் அந்தச் செயலில் பொதிந்துள்ள மனித தர்மத்தை காண்பதையே கடமையாகக் கொள்கிறேன்."

இவ்வாறு ஆரம்பக் காலகட்டத்தில் அவர் எழுத்தாளனாக பரிணமித்து அக்காலத்தில் எழுதி வந்த படைப்பாளர்களின் பாராட்டையும் அவரை ஊக்குவித்த எழுத்துலக ஜாம்பவான்கள் அவரை வியந்தோதி மேலும் மேலும் ஊக்குவித்து கொண்டாடினார்கள்.

9

கம்யூன் காலமும் அரசியல் பாடங்களும்

பால்யா பருவத்திலேயே பாரதியின் பாடல்களை தாய் மூலம் கேட்டு பயின்ற ஜெயகாந்தன் சுதந்திரப் போராட்டக் களத்தை அறிந்தவரானார். கம்யூனில் வாழ்ந்த போது மேலும் கம்யூனிஸ்ட் தலைவர் தோழர் ஜீவாவால் பாரதியின் வெளிச்சத்தை கண்டுணர்ந்தார். அதன் விளைவே பாரதியின் கவிதைகளை இவர் அளவுக்கு உணர்வு கொப்பளிக்க மேடையில் முழங்கி யவர் எவரும் இல்லை.

அக்காலத்தில் பாரதியை தமிழ் உலகுக்கு கொண்டு சென்றவர் மூவரைக் குறிப்பிடலாம். உரைநடை இலக்கியத்தில் வா.ரா. கவிதை உலகில் பாரதிதாசன், மேடை முழக்கத்தில் ஜீவா. இவர்களை பாரதியை தொடர்ந்து மேடை பேச்சு ஜெயகாந்தனுடையது என்பதே சொல்லத்தகும்.

குறிப்பாக பாரதியில் ''மாதர் தம்மை இழிவு செய்யும் மடமையைக் கொளுத்துவோம்'' என்ற வரிகள் 'மாதர் - தம்மை (தங்களைத் தாங்களே) இழிவு செய்யும் மடமையை கொளுத்துவோம் என்ற நுட்ப

மான விளக்கம் தரும் பாங்கு யோசிக்கத் தக்கது. அதே போல் "ஒன்று பட்டால் உண்டு வாழ்வு, நம்மில் ஒற்றுமை நீங்கிடில் அனைவர்க்கும் தாழ்வு" என்பதை கடைசி வார்த்தையை 'தாழ்வு' என்பதை நீங்கி வீழ்வு என்றுரைப்பார்.

அச்சமும் பேடிமையும் அடிமைச் சிறுமதியும் உச்சத்தில் கொண்டு, தாழ்வுற்று வறுமை மிஞ்சி விடுதலை தவறிக் கெட்டு வீழ்ந்து கிடந்த இந்திய தேசத்தின் அவல நிலையைக் கண்டு வெகுண்டெழுந்த மக்களின் ஒருவராய் பாரதியின் பாடல்களை முழங்கி, தம் அரசியல் பயணத்தை பால்ய பருவத்திலேயே தோள் மேல் சுமந்து பணியாற்றினார். அரசியல் உலகில் தன் சிந்தனையில் எவ்வித சமரசமும் செய்து கொள்ளாமல் தென்னை மரம் போல் உணர்ந்து நின்றார். கவியரசு கண்ணதாசன் சொல்வது போல்,

"வளைந்து நெளிந்து குழைந்து வாழும்
நாணல் உலகில்,
அவன் ஓர் நிமிர்ந்த தென்னை மரம்"

என்ற வார்த்தைக்கு ஏற்ப அரசியலில் கடைசி வரை கம்யூனிசம், சோசலிஷச் சமுதாயத்தை முன்னெடுத்து தம் எழுத்தாலும் பேச்சாலும் தடம் பதித்தார்.

ஒருமுறை செய்தியாளர் கேள்வி.....

"பாரதி பாரதி என்கிறீர்களே ஒரு வேலை பாரதி இதையெல்லாம் எழுதவில்லை என்றால் நீங்கள் என்ன செய்திருப்பீர்கள்?" என்று கேட்ட போது, உடனே, "நானே எழுதியிருப்பேன்" என்ற பதில் சொன்ன கம்பீரம் ஜெயகாந்தனுடையது. பாரதியாரைத் தாண்டி கவிதையில் தன்னால் புதுமை செய்ய முடியாது என்பதாலேயே உரை நடையில் கதைகள், கட்டுரைகள் வடித்தார். ஒரு எழுத்தாளன் எத்தனை கம்பீரமாக இருக்க வேண்டும் என்பதற்கு சரியான சான்று ஜெயகாந்தன்தான்.

தமிழ் எழுத்தாளன் என்றால் ஜிப்பா, வேட்டி, ஜோல்னா பை என்று பரிதாபகரமாக பார்க்கப்பட்டச் சூழலில் குள்ளமான தோற்றம் கொண்ட ஜெயகாந்தன் அஜானுபாகுவான தோற்றத்தோடு பாரதியாரைப் போல் முறுக்கிய மீசையோடு பலவித வண்ண ஆடைகளை அணிந்து மேற்கத்திய கலைஞர்கள்போல் தம் எழுத்துப் பணியில், மேடைப் பேச்சில் மிளிர்ந்தார்.

அடிமை இந்தியாவையும், சுதந்திர போராட்டத்தையும், விடுதலை இந்தியாவையும், நவநாகரீக இந்தியாவையும் தமிழர்களின் அரசியல் தகடு தத்தங்களையும் தோலுரித்துக் காட்டி எவ்வித சமரசத்துக்கும் இடம்

தராமல் அவர்கள் யாரோ ஆயினும் வெடிப்புறப் பேசி முதல் எழுத்தாளனாக - மேடை பேச்சாளராக முழங்கினார்.

தேசத் தந்தை காந்தியின் அரசியல் நெறியோடு, அவரை தரிசித்ததி லிருந்து தொடங்கி பண்டித ஜவஹர்லால் நேரு, காமராஜர், கொள்கை வழியாக மிகுந்த நட்பு கொண்டவர். ஓர் இலக்கியவாதியின் அரசியல் அனுபவங்கள் அவருடைய வாழ்வை வரலாறு போலவே நம்முன் அடையாளம் காட்டும்.

அதே போல் அவருடைய 'சிந்தையில் ஆயிரம்' கட்டுரைத் தொகுதி களின் வழியே அக்கால - இக்கால அரசியல் நுட்பங்களையும் நம்முன் விவரிக்கிறார். அரசியல் சிந்தனைகள் சமூக பொருளாதார சீர்திருத்தங் களை முன் வைப்பதோடு சமதர்ம சமுதாயத்திற்கு நம்மை இட்டுச் செல்லும் வழிகாட்டி எனலாம்.

அவர் தனது அரசியல் அனுபவம் குறித்து குறிப்பிடுகையில் : "இப்போது எனக்கு அரசியலில் ஒட்டும் இல்லை உறவும் இல்லை. எப்போதுதான் இருந்தது என்பது வேறு விஷயம்.... நடந்ததையெல்லாம் நான் நடத்திய சொற்பொழிவுகள் எல்லாம் கடந்த கால நினைவுகளாக மிகவும் ரசமுள்ள நிகழ்ச்சிகளாக நினைவு கொள்ளத்தக்க வகையில் தொலைவிலே போய் நிற்கின்றன. ஒன்று மட்டும் மிகத் தெளிவு நான் அரசியலையோ அல்லது அரசியல் என்னையோ கைவிட்டு விட்ட நிலைமை மட்டும் மிக மிக நிஜமானது. கடவுள் என்னை எப்படியோ காப்பாற்றியிருக்கிறார்.

"எனக்கு உண்மையான அரசியலோடும், அரசியல் தலைவர்களோடும், சாதாரண தொண்டர்களோடும் ஏற்பட்ட உறவும் நட்பும் தோழமையும் மிக உயர்வானவை, பயனுள்ளவை, நிரந்தரமானவை. எனது அரசியல் சம்பந்ததுக்கே நான் துளிக் கூட வருதப்பட வேண்டிய அவசியம் எனக்கில்லை. மாறாக நான் நினைத்து நினைத்து மகிழவும், கம்பீரமாகப் பெருமையுடன் தலை நிமிர்ந்து நிற்கவும், அனுபவங்களை பெறவும் அவற்றால் நான் வளரவுமான வாய்ப்புகளே எனது அரசியல் அனுபவங் களின் மூலம் எனக்குக் கிட்டியுள்ளன." என்ற மொழிகளுக்கு ஏற்ப அரசியலில் தனக்கென காரியங்களை எத்தகு இடர் வந்தும், சந்தித்து தனது எண்ணங்களை எழுத்தாக, சொற்பொழிவாக முழங்கியவர்.

அவரது பால்ய கால பருவம் சுதந்திரம் போராட்டக் காலத்திலிருந்து தொடங்குகிறது. அவரது உறவினர்கள் கம்யூனிஸ்ட் இயக்கத்திலும் காங்கிரஸ் பேரியக்கத்தின் தொண்டர்களாய் இருந்தார்கள். எனவே அவரது அரசியல் களம் அவர்களிடமிருந்தே முகிழ்ந்தது எனலாம்.

தமது பத்து வயதில் தன் பால்யகால நண்பர்கள் சாரங்கபாணி (இன்றைய திராவிடக் கழகத் தலைவர் வீரமணி) குழந்தைவேலு ஆகியோர்களோடு பயணித்தது. அப்போது இரண்டாம் உலக யுத்தம் நிகழ்ந்த காலம். ஜெர்மனியர்க்கும், ஜப்பானியர்கள் இந்த உலகத்தை வளைத்து வந்து நம் ஊரில்தான் கைகுலுக்கப் போகிறார்கள் என்று பையன்கள் அவருக்கு உலக அரசியல் கற்றுத் தருவார்கள். அப்போது அவரைக் கவர்ந்த அரசியல் தலைவர் ஜோசப் ஸ்டாலின். ஸ்டாலினுடைய மீசைக்கு முன்னால் அந்த ஹிட்லர் மீசை தோற்றுப் போகும் என்று வாதாடுவார்.

அதே போதில், காந்தி அவரின் ஊருக்கு வந்தார். அவரை போய் தரிசிக்கிறார். காந்தியின் தொண்டராகவே தன்னை வரித்துக் கொண்டார். சில நாட்களில் பக்கத்தில் உள்ள திடலில் பன்னிரெண்டே வயதான சாரங்கபாணி ஸ்டூலின் மீது ஏறி நின்று பிரமாணர்களையும், நமது புராணங்களில் உள்ள ஆபாசங்களையும், கடவுள்களையும் 'கிழி கிழி' என்று இழிப்பதை வாய்பிளந்து கேட்டுக் கொண்டிருப்பார். நாமும் அவனை மாதிரி பேச முடியவில்லையே ஆதங்கப்படுவார். அவர் அந்த வீதி வழியாக போகும் போது 'சாரங்கபாணி ஒழிக' என அறையில் ஒளிந்து கொண்டு கூச்சலிடுவார். தாமும் மேடையில் ஏறி காங்கிரஸ் ஆதரவாகவும், வெள்ளக்காரனை எதிர்த்தும், இந்தியா சுதந்திரம் பெற்றுத் தீர வேண்டிய அவசியத்தையும், நியாயத்தையும் எடுத்துச் சொல்ல வேண்டும். பேச வேண்டும் என்ற தைரியம் ஏற்படவில்லை. இது குறித்து சக பையன் களோடு வாதாடுவதும், சண்டையிடுவதும் உண்டு. 'சுதந்திரமாவது, மண்ணாவது' என்று பேசி கேலி செய்தவர்களை கோபம் கொண்டு தாக்குவார். அதனால் அவருக்கு அரசியலில் இருந்த கவர்ச்சியும் ஆர்வமும், தேசத்தைப் பற்றி இருந்த சிந்தனையும் அறிவும் அவருக்கு படிப்பில் ஆர்வம் இல்லாமல் போனது.

காந்தியின் சத்தியாகிரகத்தால் சுதந்திரம் பெற்று விடுமா? பாக்கிஸ்தான் பிரிவினையால் இந்து - முஸ்லீம் பிரிந்து விடுவார்களா? என்ற கேள்விகள் மனத்தில் எழுந்ததன் விளைவு பழைய சரித்திரமும் - பஞ்சாங்கமும் கணக்கும் கற்றுத் தருகிற கல்வி எப்படி அவரது புத்தியில் ஏறும்?

'காந்தி - ஜின்னா சந்திப்பு வேண்டும்' என்று இந்திய கம்யூனிஸ்ட் கட்சிப் பொதுச் செயலாளர் எழுதிய பிரசுரத்தை படித்தார். மேலும் அப்போது கம்யூனிஸ்ட்டுகளின் நிலையையும் கொள்கைகளையும் விளக்கி பி.ஸி. ஜோஸி மகாத்மாவுக்கு கடிதங்கள் எழுதுவார். காந்தியும் பதில் எழுதுவார் அவை நூல் வடிவம் பெற்றதையும் கற்றார்.

அதே காலத்தில் அவர் வாழ்ந்த கடலூர் மஞ்சக்குப்பத்தில் தென்னாற்காடு ஜில்லா காங்கிரஸ் ஊழியர் மாநாடு நடந்தது. அதில் ஜெ.கே.வும் ஏராளமானோர் தமிழகத்தின் மூலை முடுக்குகளிலிருந்து கலந்து கொண்டனர். 'தேசிய சர்க்கார் வேண்டும், இடைக்கால சர்க்கார் வேண்டும்,' 'இந்து - முஸ்லீம் ஒற்றுமை ஓங்குக' என்றெல்லாம் கோஷ மிட்டு கொண்டும் சென்றார். அதில் கம்யூனிஸ்ட்களும் கலந்து கொண்டார் கள். ஆயினும் அதனை காங்கிரஸ்காரர்கள் விரும்பவில்லை. அவர்கள் அருகில் உள்ள பாலத்தில் கூடிப் பேசியதை கேட்டார். அப்போது இறுதியில் பாடப்படும் 'சர்வ தேசிய கீதம்' ஓர் அடி ஒருவர் பாட, அதனை மீண்டும் கூட்டத்தில் கலந்து கொண்டவர் முழங்குவர். அப்பாடல்,

"பட்டினிச் சிறைக்குள்
பதறுகின்ற மனிதர்கள்
பாரில் கடையரே எழுங்கள்!
வீறு கொண்டு தோழர்காள்!" - என்ற பாடல் முழங்கும் - அதனை உற்சாகத்தோடு பாடுவார்.

ஐந்தாம் வகுப்போடு பள்ளிப் படிப்பை 'டாடா' காட்டிவிட்டு அவ்வூர் திடலில் பயிற்சிபெறும் ஆர்.எல்.எஸ். பாலர் சங்கத்துக்கு எதிராக 'விழுப்புரம் ரயில்வே காலணி பாலர் சங்கம்' என்ற சங்கத்தை நிறுவி அதற்கு கேப்டனாக இருந்து ஐம்பது சிறுவர்களை திரட்டி சங்க நடவடிக்கைகளில் ஈடுபட்டார்.

இந்தக் காலத்தில் தான், தன்னை ஓர் அரசியல்வாதி யென்றும் ஓர் இளம் கம்யூனிஸ்ட் என்றும் - புதுயுகம் காணப்போராடும் ஒரு புரட்சிவீரன் என்று தன்னை கற்பனை செய்து கொண்டார். அந்த பன்னிரெண்டு வயதில் தன்னை முழு நேர கம்யூனிஸ்ட் ஊழியனாக உயர்வது என்று சிந்தனையில் சம்பந்தமில்லாத புத்தகங்களை படித்தார். மண்டை வீங்கிப் போகிற அளவு சிந்தித்தார். மகாநாடு, பொதுக்கூட்ட ஊர்வலங்களில் கோஷமிடுவது, கம்யூனிஸ்ட் கட்சியின் மேடையில் பாடத்தக்க பாரதியார் பாடல்கள், ஜீவானந்தம், வே.நா.திருமூர்த்தி, கோவை ராமதாஸ் முதலியோர் எழுதிய அரசியல் பிரச்சாரப் பாடல்கள் கூட்டம் தொடங்குவதற்கு முன் பாடுவது என திரிந்தார்.

இக்காலத்தில் தான் அவரது தாயார் அவரது இந்தப் போக்கைக் கண்டு விசனித்து சென்னை கம்யூனிஸ்ட் கட்சியில் இருந்த அவரது சகோதரர் ராதாகிருஷ்ணனுக்கு, "ஊரையும் தேசத்தையும் சீர்படுத்துவதற்காகப் போய் விட்டவன் நீ. என் இந்த உருப்படாத பிள்ளையை சீர்படுத்துகிற

பொறுப்பை எடுத்துக் கொள்'' என்று எழுதி தந்தக் கடிதத்துடன் சென்னைக்கு ரயில் ஏற்றி விட்டார்.

இது நடந்தது 1947-ஆம் ஆண்டு ஜீலை மாதம் இருபத்தேழாம் தேதி. அப்போது அவருக்கு வயது பதிமூன்று.

சென்னையின் கம்யூனிஸ்ட் கட்சி ஆபிசில் 'கம்யூன்' வாழ்க்கையில் அங்கமானார். அங்கு நாற்பதுக்கும் மேற்பட்ட ஊழியர்கள் ஒரு குடும்பம் போல் வாழ்க்கை நடத்துவது அவரைக் கவர்ந்தது. அவர்கள் அவரை சக தோழராய் பாவித்து 'காம்ரேட்' என்று அழைத்தார்கள். இதனை பெருமையாகவும் உயர்வாகவும் மதித்தார்.

ஆரம்பத்தில் கம்பாசிடராக சேர்ந்து, தன் முரட்டு சுபாவத்தால் தோழரிடம் மல்லுக்கட்ட பிரஸ்ஸுக்கு வேண்டாம் என்று அலுவலகத்தில் பத்திரிகையில் மேல் சுற்றுகிற ஸ்லிப்பில் அட்ரஸ் ஒட்டுவதும், ஸ்டாம்ப் ஒட்டுவதும், தபாலாபிசுக்கு போவது, பார்சல் ஆபிசுக்கு போது, பொது இடங்களில் பத்திரிகை விற்று பிரசுரங்கள் விநியோகிப்பது என போட்டிப் போட்டுக் கொண்டு ஆர்வத்துடன் செயலாற்றினார். மேலும் மூத்த கம்யூனிஸ்ட் தலைவர்களின் அரசியல் விவாதம் கேட்பது என பயின்றார்.

அவரது நலனில் கட்சித் தோழர்கள் அக்கறைக் காட்டி பயிற்றுவித்தனர். காங்கிரஸ் கட்சி அலுவலகத்துக்கும் கம்யூனிஸ்ட் கட்சிக்கு மெசஞ்சர் ஆகவும் இருந்து டிராம் தொழிற்சங்கம், பிரஸ் லேபர் யூனியன், பென்சில் பாக்டரியூனியன், ஹார்பார் யூனியன், கார்ப்ரேஷன் யூனியன், எம்.சி.ஸி. யூனியன், எம்.எஸ்.வீ என்கிற வரலாற்றுச் சிறப்பு மிக்க மாணவர் இயக்கம் பி.என்.சி என எல்லா தொழிற்சங்கங்களிலும் இயங்கிய காலம் அது.

இவரது செயல்பாடு அப்போதைய மாகாண கமிட்டி ரிசப்ஷனிஸ்டாக பதவி உயர்வு பெற்று, புத்தக விற்று, பில் போடுவது, டெலிபோன் காலுக்கு காசு வாங்கிக் கட்சி நிதி சேர்ப்பது என வேலைகள் பார்த்தார்.

ஆகஸ்டு 1947 இந்தியா சுதந்திரம் பெற்றது. அப்போது கட்சி செயலாளர்களில் ஒருவரான எம்.ஆர். வெங்கடராமன் ஆபிசில் மூவர்ணக் கொடியை ஏற்றினார். தேசிய கொடியை ஏற்றிய பின் வணங்கி வாழ்த்துப் பாக்கள் பாடினார். சிறையிலிருந்த கம்யூனிஸ்ட் தோழர்கள் விடுதலை பெற்றனர். ஜீவானந்தம், சீனிவாசராவ் போன்ற பெரிய தலைவர்கள் விடுதலை ஆயினர். அவர்கள் நேருக்கு நேர் சந்திக்கும் வாய்ப்பினைப் பெற்றார். அவர்கள் அவரை, "ஏய்! யாரு நீ யாரப்பா இந்தத் தம்பி'' என விசாரித்து, விவரம் அறிந்து கொண்டாடினார்கள்.

ஜனசக்தி நாளிதழாக பரிணமித்தது. கட்சி வகுப்பு நடக்கும். வெளி நாட்டிலிருந்து கம்யூனிஸ்டுகள் வந்தாலே, கம்யூனிஸ்டுகள் யாராலும் வெளிநாடு சென்று வந்தோலோ அங்குள்ள பெரிய ஹாலில் எல்லாரும் கூடி அவர்களது அனுபவங்களை சொல்லக் கேட்பார்கள். விவாதங்கள் நடத்துவார்கள். எல்லாவற்றையும் கூர்ந்து கவனிப்பார். மோகன் குமார மங்கலம், எஸ்.வி. காட்டே டாங்கே, இ.எம்.எஸ், ஏ.கே. கோபாலன், கல்பனாதத், அஜாய் கோஷ், ஜோதிபாஸு, பால தண்டாயுதம், எஸ். ராம கிருஷ்ணன், ரொமேஷ் சந்திரா, கே.ஆர்.கணேஷ் ஆகியோர் தோழர் களோடு நல் தோழமை கொண்டார்.

அப்போது கம்யூனிஸ்ட் கட்சி மீது, 'தேசிய மயக்கத்தில் ஆழ்ந்து விட்டார்கள், பூர்ஷிவா கலாச்சாரத்தின் சாயை படர்கிறது என்றும் எப்படி வர்க்க மோதுதல் நிகழாமல் உள்நாட்டு யுத்தம் வராமல் சோசலிசம் ஏற்பட முடியும்? சுதந்திரம் வந்துவிட்டது ஏழைகளுக்கு ஒடுங்கப்பட்டவர்களுக்கு, உழைப்பாளிகளுக்கும் சமநீதி எங்கே? அது இல்லாவிட்டால் இதென்ன சுதந்திரம்? இந்தச் சுதந்திரம் யாருக்கு?' என குரலும் ஒரு பக்கம் ஒலித்தது. இந்தக் கோணங்களிலிருந்து இந்த தேசத்தையும் மக்களையும் கட்சியையும் பற்றி அக்கறையோடு சிந்தித்தார்கள்.

அப்போதுதான் மகாத்மா காந்தி சுட்டுக் கொல்லப்பட்டார்! அந்தச் சம்பவத்தை ஜெ.கே. 'ஒரு ஹிம்சைக்கு ஆளாக்கிய அந்த மனிதன் ஒரு பைத்தியம் பிடித்தவனாக இருப்பானோ? என்று எண்ணினார். அது திட்டமிட்ட கொலையாக இருக்க முடியாது. ஒரு விபத்து மாதிரி, ஒரு பைத்தியக்காரன் மூலம் நேர்ந்து விட்ட கொடுமை என்றே நம்பினார். அப்போது நேரு வானொலியல் ஆற்றிய உரையை அவர் குறிப்பிடுகிறார். ''காந்திஜியைக் கொன்றவன் ஒரு பைத்தியக்காரன்'' என்றும், 'இந்தக் கூட்டத்தை எதிர்த்து மக்களை ஒன்று திரட்டி நேரு சர்க்காரை காப்பாற்ற வேண்டும்' என்று பி.ஸி.ஜோஸியும் எழுதினார். 'நேரு சர்க்காருக்கு ஆபத்து என்று ஒரு புத்தகம், 'ஜனசக்தி' பத்திரிகையிலிருந்து ஒரு பிரசுரம் வெளி வந்தது 'நேரு அமைச்சரவையைக் காப்பாற்றுவோம்' என்று கம்யூனிஸ்டு களில் கோஷமாய்' விளங்கியது.

அவர் நேருவின் பக்தனானார். கம்யூனிஸ்ட் கட்சியில் மேலும் பதவி உயர்வு பெற்று நூலகத்தை நிர்வகிக்கும் பொறுப்பு அவர் வசம் வழங்கப் பட்டது. அங்குதான் தன் ஆங்கில அறிவை வளர்த்துக் கொண்டார். அது நேருவின் சுயசரிதமான Glimpses of world history. அதை முழுமையாக ஆங்கில ஞானம் போதமையால் அதை பாதியில் விட்டு விட்டு, பட்டாபி சீதாராமரை எழுதிய 'காங்கிரஸ் மகாசபை சரித்திரத்தை' தமிழில் ஒரே வாரத்தில் படித்து முடித்தார்.

அப்போது காங்கிரஸ் எதிர்ப்பு இயக்கமாக பெரியார் இயங்கினார். சுதந்திரத்தை துக்க நாளாகவும், தமிழ்நாட்டுப் பிரிவினையை வலியுறுத்திய தி.க.வை சேர்ந்தவர்கள் பேசியும் எழுதியும் வந்தார்கள். அதற்கு எதிர் வினையாக 'யாருக்கு வக்காலத்து' என்ற பகுதியில் கம்யூனிஸ்டுகள் எழுதி வந்த கட்டுரைகளை ஆர்வமாகப் பயின்றார். திராவிடக் கழகம் என்பது வெள்ளைக்காரனுக்கு வால்பிடித்தது, ஜஸ்டிஸ்கட்சி, மக்களால் வெறுத்து ஒதுக்கப்பட்டதன் விளைவாக அதிலிருந்து முளைத்த கட்சி என தோழர்கள் அவருக்கு விளக்கினார்கள்.

"பெரியாரைப் போன்ற பகுத்தறிவுவாதிகள் எல்லாச் சமுதாயங்களிலும் உண்டு. பூர்ஷிவா சிந்தாந்திகளும், நிலப்பிரபுத்வ சிந்தனைகளிலும் நாத்திகர்கள் உண்டு. நடைமுறை வாழ்க்கையில் உலகம் முழுதும் சுரண்டலையும், ஆதிபத்யத்தையும், காலனி முறையையும் எதிர்த்துத் தேசம், நிறம், இனம், மொழி, சாதி, மதம் என்ற பேதங்களை மறந்து ஒன்று பட்டு மக்கள் போராடுகிறார்கள். நவீன ஏகாதிபத்தியம் அந்த பழைய பேதங்களுக்கு உயிரூட்டி, மிகைப்படுத்தி மக்களை பிரித்தாள்கிற சூழ்ச்சிகளைக் கை கொண்டிருக்கிறது. அந்த ஏகாதிபத்தியத்துக்கு ஆதரவாக இத்தகைய சிந்தனைவாதிகளும் செயல்படுகிறார்கள். அந்த ஏகாதிபத்தியத்தை எதிர்த்துப் போராடுகிறார்கள். இந்தச் சீர்த்திருத்தக் காரர்களின் வாய் மாலத்தை உடைத்து எறிய வேண்டும். பிரிவினை வாதிகளும் மதவெறியர்களும், மறைமுகமாகவும் பகிரங்கமாகவும் ஏகாதிபத்தியத்துக்கு உதவுகிறார்கள்.

அவர்கள் அங்கொன்றும் இங்கொன்றுமாகப் பேசுகிற சோசலிசக் கருத்துகள் பொய்யானவை. இவர்கள் சந்தர்ப்பவாதிகள், இவர்கள் மக்களை வஞ்சிக்கிறார்கள், இவர்கள் பேசுகிற கொள்கைகளில் இவர் களுக்கே நம்பிக்கைக் கிடையாது. இவர்களது கருத்துகள் சகட்டுமேனிக்கு ஒரு தேசத்துக் கலாச்சாரத்தையே பழிக்கின்றன. இவர்களால் ஜாதி பகைமை வளருமே ஒழிய, ஜாதி ஒற்றுமை ஏற்படாது. இவர்கள் பார்வை மிகக் குறுகியது. இவர்களுக்கு உலகப் பார்வையோ, வர்க்கப் பார்வை இல்லை" என்று அவருக்கு கற்றுத் தந்தனர்; கற்றுக் கொண்டார்.

இது இன்றளவும் உண்மைதான்!

நேரு ஆதரவுக் கொள்கையும், திராவிடக் கழக எதிர்ப்பு மனோ பாவமும் அவரிடத்தில் ஒரே சமயத்தில் குடி கொண்டன. கம்யூனிஸ்ட் கட்சியின் மாதப் பத்திரிகையான 'ஜனநாயகத்தில்' தோழர் ஜீவானந்தம் 'ஈரோட்டுப் பாதை' என்ற தலைப்பில் எழுதிய நீண்ட கட்டுரை அவருள் பிரிவினை எதிர்ப்பு உணர்ச்சியை மேலும் வளர்த்தது.

மற்றொரு புறம் கம்யூனிஸ்ட் கட்சியின் பொதுச் செயலாளராக இருந்த பி.சி. ஜோஷியை பதவியிலிருந்து நீக்கி சாதாரண பதவியாக குறைக்கப் பட்டார். காரணம் அவர் காங்கிரஸ் ஆதரவாளர் என்றும் நேருவின் அமெரிக்க ஏகாதிபத்திய போக்குக்கு வால்பிடிக்கிறார், 'ரிஃபார்மிஸ்ட்' என்றும், பிரிட்டிஷ் அமெரிக்க நவீன முதலாளித்துலக் கூட்டுக்கள் இந்திய மக்களை பலியாக்குகிற மக்கள் விரோத காங்கிரஸ் கட்சியின் தலைமையைத் தூக்கி எறிய வேண்டும் என்று வற்புறுத்தினர்.

'நேரு சர்க்கார் ஒழிக!' கோஷம் கட்சிக்குள் முழங்கியது. ஆயுதம் தாங்கிய சர்க்காரைக் கவிழ்ப்போம் என்று சூளுரைத்தது கம்யூனிஸ்ட் கட்சி பி.டி. ரணதியே கம்யூனிஸ்ட் கட்சியின் பொதுச் செயலாளர் ஆனார்.

'நேரு சர்க்காரை காப்பாற்றுவோம்' என்று புத்தகம் ஆயிரக்கணக்காக அச்சிடப்பட்டு - விநியோகமாகாத பிரதிகள் அடிக்கப்பட்டன. நக்ஸல் இயக்கம்போல் கம்யூனிஸ்ட் கட்சி உருவெடுத்தது.

நேருவின் அமைச்சரவையில் இருந்த வல்லபாய் பட்டேல் காங்கிரஸ் கட்சியின் வலது சாரிகளின் தலைவராகவே இருந்தார். எனவே, இந்தச் சந்தர்ப்பத்தை பயன்படுத்தி கங்கணம் கட்டிக் கொண்டு கம்யூனிஸ்ட் இயக்கத்துக்கு தடை விதித்தார். அப்போது கல்கத்தா காங்கிரசுக்குச் சென்ற அத்தனை பேரும் புரட்சிகாரர்களாயினர்; மாறுவேடம் பூண்டனர். ஜனசக்தி தினசரிக்கு சேர்த்த நிதியெல்லாம் புரட்சி நடவடிக்கைக்காக கரைந்தது. ஐம்பது அறுபது பேர் கம்யூனாக வாழ்ந்தவர் பத்துப் பதினைந்து பேராக குறைந்தனர். ஆரம்பத்தில் ஜெ.கே.வுக்கு இவையெல்லாம் சாகசமாகத் தெரிந்தாலும் கட்சி அன்றைக்கிருந்த நிலையில் பதினான்கே வயதுடைய அவரை பயன்படுத்திக் கொள்வது சிரமமாக இருந்தது.

மீண்டும் திரிசங்கு நிலையில் வீதியில் நின்றார்.

கடலூருக்கு திரும்பிய அவரை மீண்டும் பள்ளியில் சேர உறவினர்கள் வற்புறுத்த படித்தது போதும் என்று சென்னை திரும்பி மறைந்து வாழும் தோழர்களை சந்திப்பது. மெசன்ஜர்ராக பணியாற்றுவது, என்ற காரியங் களை செய்தார். கடைசியில் கம்யூனிஸ்ட் கட்சியின் அந்த 'இளம்பிள்ளை வாதம் புரட்சி' இந்தச் சமுதாயத்தை அழித்ததை விடவும் அதிகமாக தன்னைத் தானே எல்லா விதத்திலும் அழித்துக் கொண்டது. அதே காலத்தில்தான் இன்று தமிழகத்தை ஆளுங்கட்சியாக உயர்ந்து, தனித்த மெஜாரிட்டியுடன் ஆட்சி செய்யும் திராவிட முன்னேற்றக் கழகம் பிறந்தது.

10

சிறுகதைகள் பார்வையும் பதிவும்

'சரஸ்வதி' பத்திரிகை நின்ற பிறகு பதிப்புத் துறையில் ப்ரூப்ரீடராக பணியாற்றிய ஜெயகாந்தனை, 1958-களில் ஆனந்த விகடனில் பணியாற்றிய எழுத் தாளர்கள் சாவியும், மணியனும் அவரைச் சந்தித்து அதில் கதை எழுதுமாறு கேட்டுக் கொண்டனர்.

அப்போது வெகுஜன பத்திரிகைகளில் இலக்கியத் தரமான கதைகள் வராது என்று இருந்த காலம் மாறி யிருந்தது. எழுதுபவர்கள் எல்லாம் முதலாளிகளுக்கு அடிமையாயிருந்த காலமும் மாறியது. எழுத்தை ஜீவதமாக கொண்ட எழுத்தாளர்களின் பொருளா தாரத்திலும் மாற்றம் கண்டது.

ஆனந்த விகடன் அவரை உற்சாகத்தோடு வர வேற்றனர். ஏன் எனில், ஆசிரியர் குழுவினர் அலுவல கத்தில் இருந்த அத்தனைப் பேரும் அவரது எழுத்து களின் வாசகர்களாய் இருந்தனர்.

தனது சுதந்திரத்துக்கு இடைஞ்சல் வருமோ; தனது சுயமரியாதைக்கு பங்கம் வருமோ என்றெல்லாம்

நினைத்தே அப்பத்திரிகைகளுக்கு கதைகள் எழுதாமல் தவிர்த்தார். மேலும் அவர் தமது கதைகளை பத்திரிகைகளுக்கு அனுப்பி அது வருமோ? என்று காத்திருக்காத எழுத்தாளராகவே வலம் வந்தார். அவரது சக நண்பர்கள், தோழர்கள் கேட்டுக் கொண்டதற்காகவே கதைகள் படைத்தார். அவைகள் அவ்விதழ்களில் வெளிவந்தன. அப்படியே ஆனந்த விகடனில் இருந்து கதை எழுத அழைப்பு வந்தது. அவரது எழுத்துக்கு எந்த நிபந்தனை யும் விதிக்கவில்லை. அடுத்தடுத்து சிறுகதைகளையும், குறுநாவல்களையும், 'பாரிசுக்குப் போ' 'ஒரு நடிகை நாடகம் பார்க்கிறாள்,' 'ஒரு மனிதன் ஒரு வீடு ஒரு உலகம்' போன்ற நூல்களும் வெளிவந்தன.

இதில் ஆரம்பத்தில் வந்த கதைகளுக்கு ரூ 100/- சன்மானம் வழங்கப் பட்டது. இதனை பிற கதாசிரியர்களுக்கும் வழங்குமாறு கேட்டுக் கொண்டார். மேலும் அவரது கதைகள் முத்திரை கதைகளாகவும் வெளி வந்தன. பிற எழுத்தாளர்களின் கதையும் அவ்வண்ணமே வெளிவந்தன என்பது குறிப்பிடத்தக்கது.

ஆனந்த விகடனில் வெளிவந்த அவரது கதைகள் பல விமர்சனத்துக்கு உள்ளாயின. இதனை ஜெயகாந்தனின் ஆத்மார்த்தமான நண்பரும் தோழருமான நவபாரதி எழுதியது கவனிக்கத்தக்கது.

சமீபத்தில் மறைந்த நவபாரதி கம்யூனிஸ்ட் இயக்கத்தில் இயங்கியவர். மதுரைக்கு சொந்தக்காரர். மதுரை கூட்டங்களில் ஜெயகாந்தன் கலந்து கொள்ளும்போது முன் நிற்பவர். அவர் 'ஜெயகாந்தன் சிறுகதைகள்' தொகுப்புக்கு வழங்கிய முன்னுரையின் ஒரு பகுதியை தருவதில் பெருமை கொள்கிறேன்.

"இடதுசாரி விமர்சகர்களும், இலக்கியவாதிகளும் 60களின் நடுவில் ஜெயகாந்தன் புதுமைப்பித்தனைவிட ஏற்றம் பெற்ற எழுத்தாளர் என்று தமிழ்ச் சிறுகதைகளை மதிப்பீடு செய்யும்போது புகழ்ந்தார்கள்; ஜெய காந்தனின் படைப்புகளில் அப்போது வர்க்கச் சார்பைக் கண்டார்கள்; பரவசப்பட்டார்கள்; அவர்களில் ஓரிருவர் 70களில் தொடக்கத்தில் ஏமாற்றம் அடைந்ததாகக் குறைப்பட்டார்கள். 'கற்புநிலை,' 'மௌனம் ஒரு பாஷை,' 'ஒரே நண்பன்,' 'சாத்தானும் வேதம் ஓதட்டும்,' 'அந்தக் கோழைகள்,' 'முற்றுகை,' 'இருளைத்தேடி,' போன்ற கதைகளில் ஜெயகாந்தன் தடுமாறுவதாக ஒரு விமர்சகர் சொன்னார். அதே மூச்சில், 'யுகசந்தி' 'தரக்குறைவு' 'சுயதரிசனம்' 'புதியவார்ப்புகள்,' 'உண்மை சுடும்,' 'ஹீரோவுக்கு ஒரு ஹீரோயின்,' 'என்னை நம்பாதே,' 'அக்கினிப் பிரவேசம்,' முதலிய சிறந்த கதைகளையும் அதே காலக்கட்டத்தில்தான் எழுதி

யிருக்கிறார். எனவே ஜெயகாந்தன் சோஷலிச விரோத சித்தாந்தத்துக்குப் போகவில்லை என்றும் அந்த விமர்சகர் ஜெயகாந்தன் மீது கரிசனமும் காட்டினார். அதன்பின், 'ரிஷிமூலம்,' 'ஆடும் நாற்காலிகள் ஆடுகின்றன,' 'கோடுகளைத் தாண்டாத கோலங்கள்,' 'நான் ஜன்னல் அருகே உட்கார்ந்திருக்கிறேன்' முதலிய கதைகள் பாலுணர்வை மயமாகக் கொண்டு பிராய்டிச வழியில் படைக்கப்பட்டன. 'சமுதாயப் பிரச்சனைகள் ஒதுக்கப்பட்டு, பாலுணர்ச்சியே வாழ்க்கையாக்கப்படுகிற கதைகள் அவை' என்று கடுமையாகக் கருத்துரைத்தார். 'இறந்த காலங்கள்' 'அந்தரங்கம் புனிதமானது' 'சமூகம் என்பது நாலுபேர்' முதலிய கதைகளில் தனி மனித வாதம் பொங்கி வழிவதாகக் கூறினார். சோஷலிசப் பாதையிலிருந்து ஜெயகாந்தன் பிரிந்து போகலாமா? என்று நட்போடு அங்கலாய்த்தார் அந்த விமர்சகர்.

இத்தகைய விமர்சனங்களுக்கெல்லாம், அதே கடுமையோடும் மிகுந்த தெளிவோடும் 'ரிஷிமூலம்' முன்னுரையில் விளக்கம் தந்தார் ஜெயகாந்தன். தவிரவும், ஆனந்தவிகடன் பேட்டி ஒன்றில் -

''ஈடிபஸ் காம்ப்ளெக்ஸ் என்கிற மனோவியாதிக்கு ஆளான ஒரு பாத்திரம் பற்றி நான் கதை எழுதியிருக்கிறேன். கடுமையான விமர்சனத் திற்கு ஆளானது 'ரிஷிமூலம்' நான் அவனைச் சபிக்கவில்லை. அதற்கான காரணங்களை நான் ஆராய்ந்திருக்கிறேன். இதனை நான் செய்யா விட்டால் நான் அதை சிபாரிசு செய்தவன் ஆவேன் சமுதாயப் பார்வை என்பது உண்மையை ஒதுக்குவதோ, மறைப்பதோ அல்ல. உண்மையை ஆராய்வது, ஆத்மாவில் அனுபவிப்பது.'' என்றார் ஜெயகாந்தன்.

தொடக்க காலத்திலிருந்தே ஜெயகாந்தன் கதைகளில் பொருளாதார வாதம் இல்லை என்பது வெளிப்படை. ஏழைகளையும், ஏழைகளாக இல்லாதவர்களையும், அவர்களது அற உணர்வு, அன்புணர்வு, மனித மரியாதை, தன்மானம் ஆகியவற்றிற்கு காதல் மற்றும் பாலுறவுக்குமான பரஸ்பர இசைவு அல்லது மோதல்களையும் அவரது கதைகள் எல்லாக் காலத்திலுமே சித்தரித்தன.

இவ்வாறு விமர்சகர்களின் கடுமையான எதிர்ப்பை (இலக்கிய விமர்சனத்தை அல்ல) எதிர் கொண்ட அந்தக் கதைகளின் பிரச்சினைகள் - அவற்றுக்கு ஆளாகும் பாத்திரங்கள் தாம் என்ன? இரண்டு இதயங்களின் இசைவு பரஸ்பர அன்பும் நம்பிக்கையும் கௌரவமும் தார்மிகப் பொறுப்பும் கொண்ட இசைவாகும். இந்த இசைவு - இந்த ஒத்திசைவு - சமூகத்தின் அங்கீகரிக்கப்பட்ட மதிப்புகளுக்குள்ளும் மரபுகளுக்குள்ளுமே

சிலருக்குக் கிடைக்கலாம். சிலருக்குக் கிடைக்காமல் போகும்போது, அவர்களது காதலும், பாலுறவும், அதன் சமூக விளைவுகளும் சமூகத்துடன் முரண்பட்டுப் போகின்றன. காதலை அங்கீகரிக்காத, ஆரோக்கியமான பாலுறவுக்கும் குழந்தை வளர்ப்புக்கும் இன்றியமையாத வாழ்விடத்தையும், பொருளாதாரத்தையும் தனிமனிதர்களுக்கு உத்திரவாதம் தராத ஒரு சமுதாயத்தில் பாலுறவுப் பிரச்சனைகளின் தன்மைகளே வெவ்வேறு ஆகின்றன. பாலுறவும், திருமணமும், கற்பும் ஜாதிக்கு உள்ளும் புறமும், மதத்திற்கு உள்ளும் புறமும், வர்க்கத்திற்கு உள்ளும் புறமும், காலத்துக்கும் இடத்துக்கும் ஏற்ப வேறுபடுகின்றன. இந்தப் பின்னணியில் பாலுறவின், அதன் சமூக விளைவுகளின் எவ்வளவு பிரச்சினைகளை ஜெயகாந்தன் கதைகள் தொடுகின்றன!

- கல்யாணம் செய்து கொள்ளாத கல்யாண சமையல்காரன்; கல்யாணம் செய்து கொடுக்க வசதியில்லாத குடும்பத்திலிருந்த ஜன்னலின் வழியாகக் கல்யாண ஊர்வலங்களைப் பார்த்துக் கல்யாணக் கனவுகள் கண்ட வண்ணம் கல்யாணம் ஆகாமலேயே முதுமையுற்று ஜன்னலருகே உட்கார்ந்திருக்கும் முதிர்கன்னி; இருப்பத்தியோரு முறை பெண் பார்த்துவிட்டுப் போன வரனை, வேண்டாம் என்று முதல்முறையாக மறுத்துவிடுகிற கன்னிப்பெண்; கல்யாணம் செய்து கொள்ளாமல் கன்னிகாஸ்திரீயாகப் போனதுமான் செய்த பாவம் என்ற ஏங்குகிற ஒரு கிறிஸ்த்தவக் கன்னிகாஸ்திரி; மனைவி, குடும்பம் என்று தளைகள் இல்லாமல் சுதந்திரமாய், கல்யாணம் செய்து கொள்ளாமல் வாழும் யுவதிகள்; ஒரு மழை நேரத்தில் காருக்குள்ளே ஒரு பணக்கார இளைஞனிடம் தனது பெண்மையை அது என்னவென்றே அறியாமல் பறி கொடுத்து விடுகிற ஒரு பேதை, அது வெளியில தெரியாமல் 'ஒரு கெட்ட கனவாய் மறந்துடு குழந்தே' என்று அவள் தலையில் தண்ணீர் ஊற்றி அரவணைக்கும் ஒரு தாய்; அந்தக் கார்க்காரனையே கணவனாக வரித்து அவனைத் தேடிப் போகும் அவள்; பெண்ணை நிர்வாகமாக மானசீக தரிசனம் செய்து கொண்டிருக்கும்போது நிர்வாணமாய் எதிர்ப்படுகிற நிஜப் பைத்தியக் காரிக்குப் போர்வையைப் போர்த்தி விடுகிறவன்;

- விதவைப் பேத்தியின் காதலை அங்கீகரித்து அவளுக்குக் கல்யாணம் செய்து வைக்கிற பாட்டி; புருஷன் இறந்து, இன்னொரு புருஷனில் தனது புருஷனைப் பார்க்க முடியாமல் வைதவ்யம் காக்கும் ஒரு இளம் விதவை, மனைவியை இழந்து இன்னொரு பெண்ணிடம் தம் மனைவியைக் காணும் ஒரு புருஷன்; இளம் வயதில் மாமியுடன் உறவுகொண்டு குற்ற உணர்வில் உளச் சிக்கலில் மாட்டிக் கொள்ளும் ஒரு இளைஞன்; தந்தை வேறொரு

பெண்ணுடன் தொடர்பு வைத்திருக்கும் அந்தரங்கங்களில் தலையிடுகிற ஒரு இளம்வயதுத் தனயன்; அதைப் புரிந்துகொள், சகித்துக் கொள், தலையிடாதே என்று மன்றாடுகிற தாய்;

- தனது ஆளுமையின் உயரங்களுக்கு எட்டமுடியாத இரண்டு மனைவிகளுக்கும் அப்பால் தன்னை எட்டிவிடுகிற மூன்றாவது பெண்ணை விரும்புகிற ஒரு நடுவயது பணக்காரர்; தன்னுடன் அலுவலகத்தில் வேலை பார்க்கும் ஆதரவற்ற கல்யாணமாகாத அந்தப் பெண், ஏற்கெனவே கல்யாணமாகிக் குடும்பம் நடத்தும் தன்னைக் கல்யாணம் செய்து கொள்ள இசையுமாறு அவளிடம் பழகுகிற ஒரு ஹீரோக் கணவன்; அவ்வாறு அவன் விலகிப் போகும் அளவு தனது மூடத்தனத்தால் தனது தோற்றத்தையே முதுமையாக்கிக் கொண்ட - இரண்டு குழந்தைகளுக்குத் தாயாகிவிட்ட அவன் மனைவி; தனது கணவனைப் பங்கு கேட்கும் அந்தப் பெண் தான் தனது புருஷனுக்கு ஏற்றவள் என்று விட்டுக் கொடுக்கும் மனைவி; இவ்வளவு உத்தமமான மனைவியைச் சுரண்டுகிற புருஷனை நம்பலாகாது என்று ஒதுங்கிப் போகிற அந்தப் பெண்; அதன்பின் அந்தக் கணவனை 'வீட்டைவிட்டு வெளியேற'ச் சொல்லும் மனைவி.

அலுவலகத்தில் தன்னிடம் வேலை பார்க்கிற தெரஸாவிடம் பல சமயங்களிலும் அவள் அறியாதவண்ணம் முறைகேடாக நடக்க முயன்று, அதை ஒரு வியாதி என்று தெரிந்து கொண்டு அதை அவளிடம் சொல்லி மன்னிப்புக் கேட்கிற நாகராஜன்; அவரை மன்னித்து அவரிடமே தொடர்ந்து வேலை செய்கிற அந்தப் பெண் தெரஸா. புதிதாகக் கல்யாணம் ஆன மனைவி தனது எதிர்பார்ப்புகளைப் புரிந்து கொள்ளாமல் படுத்திருப்பதால் கோபமுற்று அந்த இரவில் தனது பழைய சினேகிதியைப் போய்ச் சந்தித்து, புது மனைவிக்குக் கற்றுத் தர வேண்டிய அவசியத்தைப் பழைய சிநேகிதியிடம் கற்றுக் கொண்டு, தனது புது மனைவியைத் தேடித் திரும்பி வருகிற ஒரு புதுக்கணவன்; எந்த சிநேகிதனும் தன்னை மனைவி யாக ஏற்க முன்வராமல், எல்லாச் சிநேகிதர்களுக்கும் படுத்துக் கொள்ள மட்டும் தேவைப்படுகிற சிநேகிதியாக இருக்க மட்டுமே சபிக்கப்பட்டு விட்ட ஒரு வாழ்க்கையை வாழ்ந்தாலும், ஒரு புதிய மனைவியைப் புதிய கணவன் எவ்வாறு புரிந்து கொள்ள வேண்டும் என்று அவனுக்குக் கற்றுக் கொடுக்கிற ஒரு சிநேகிதி.

- வாழ்க்கையில் நொந்து போய் கிராமத்திலிருந்து வந்திருக்கும் அப்பாவியான ஒரு விபச்சாரப் பெண்ணோடும் அமெரிக்காவிலிருந்து திரும்பி வந்திருக்கும் நண்பரோடும் கள் குடித்து, 'எனக்குக் குழந்தைகள் ரொம்ப இஷ்டம்; உங்களுடன் என்னை உங்கள் வீட்டுக்குக் கூட்டிக்

கொண்டு போய்விடுங்கள்; நன்றாகச் சமைப்பேன்; குழந்தைகளைப் பார்த்துக் கொள்வேன்;' என்றெல்லாம் பேசுகிற அந்தப் பெண்ணை 'அதற்கு' பயன்படுத்தும் எண்ணம் அகன்று, விட்டுவிடுகிற ஒரு கணவன்; அவனுக்குப் பின் அவளிடம் 'போகிற' அந்த அமெரிக்கா போய் வந்த நண்பன்; அவளைத் தன் வீட்டுக்கு அழைத்துப் போவதாக அந்தக் கணவன் சொல்கிற பொய்யை நம்பி அவன் தருகிற இருபது ரூபாயை வாங்காமல், தன்னை அழைத்துப் போக வருவதாகச் சொன்ன அவனுக்காகக் காத்திருக்கும் அந்த விபச்சாரப் பெண்.

- அறுபது வயதில் மகன்கள், மகள்கள் மருமக்கள் பேரன் பேத்திகள் கார் பங்களா என்று நிறைவாய், ஒழுக்கமாய் வாழ்கின்ற ஒரு கிழவர்; அதே வயதில் கல்யாணம் இல்லாமல் குடும்பம் இல்லாமல் எல்லா நாடுகளிலும் எல்லா நிறங்களிலும் பெண்களுடன் படுத்துக் குழந்தை பெற்றுக் கொடுத்துவிட்டு, சம்பாதித்த பணத்தை எல்லாம் அங்கங்கே அவர்களிடமே கொடுத்துவிட்டு, பக்கத்து அறையில் காத்திருக்கும் யாரோ ஒரு பெண்ணுடன் இன்னும் 'உள்ளே' போகிற இன்னொரு கிழவர்; புக்கத்திலிருந்து தள்ளி வைக்கப்பட்டு குழந்தையோடு பிறந்தகத்துக்கு வந்து தினமும் கோலம் போடும் போது கோலத்தை மிதித்துத் தாண்டிப் போகிற மீசைக்கார மாற்று மதத்துக்காரனைப் பார்த்துப் பெரு மூச்செறிந்து, அவன் மனைவி ஏற்கெனவே தலாக் ஆகி அவளுடன் மகளுடன் அந்த மீசைக்காரனிடம் கல்யாணமாகி வந்து வாழ்வது அறிந்து, அந்த மீசைக்காரனைப் பார்ப்பதையே தவிர்த்துவிடுகிற முப்பது வயது பிராமணத் தாய்.

- தனது இளம் மனைவியையும் தன் வீட்டில் தங்கியிருக்கிற இளைஞனையும் இணைத்துத் தவறாகப் பேசிக் கலவரம் செய்கிற எதிர்த்தவீட்டுப் பிராமணனிடம் தனது மனைவி மீது தனக்கு இருக்கும் நம்பிக்கையைச் சொல்லி, லோகம் இப்படித்தான் இருக்கும் என்று மனைவியைத் தேற்றுகிற ஒரு பிராமண சமையல்கார கணவன்; மனவிக்கு மனநிலை சரியில்லை என்று கணவனும், கணவனுக்கு மனநிலை சரியில்லை என்று மனைவியும் மனவியல் மருத்துவரிடம் போய்க் காட்டி, சிகிச்சைக்கு ஒத்துக் கொண்டு ஆஸ்பத்திரியில் தங்குகிற கணவனும், அவனைப் பிரிவதில் கலங்கும் மனைவியும்; பிறவியிலேயே கண் தெரியாத வர்ணம் பூசும் பெண்ணும் கண் தெரியாத குழலூதும் வாலிபனும் கொள்கின்ற காதலுறவு.

- நாட்டியக் கலைக்காக ஐம்பது வயது வரை பிரம்மச்சரிய விரதம் பூண்டு, தன்னிடம் நாட்டியம் கற்க வந்த தன்னை விரும்புகிற பெண்களை எல்லாம் கலையின் பேரால் மறுத்து, பிறகு நடுவயதுக்குப் பின் தன்னிடம்

கற்க வரும் ஒரு நாட்டியப் பெண்ணுடன் உறவு கொள்ள விழைந்து, அவள் கலையின் பெயரால் மறுக்கும் போது, இவ்வளவு காலமும் மானிட இயல்புக்கு விரோதமாக வாழ்ந்த ஒரு நிலையை உணர்கிற ஒரு நாட்டியக்காரன்; பேரன் பேத்திகளுக்கு நடுவில், ஐம்பது வயதில் தாய்மை உற்று விட்டதற்காக உயிர்விடத் துணிகிற தாய்க்கு, அது குறித்துக் குற்ற உணர்வில் வதைபடுகிற தந்தைக்கு, அவர்களின் உள்ளச் சிக்கல் அறிந்து தெளிவும் ஆதரவும் தருகிற அவர்களது டாக்டர் மகன்; அந்த மாமியாரைக் கொண்டாடுகிற வெள்ளைக்கார மருமகள்.

- செத்துப்போன முதல் தாரத்து மகனை வளர்ப்பதற்காக இரண்டாம் தாரம் கல்யாணம் செய்து கொண்டு, அவளுடன் உறவு கொள்ளாமல் இருந்ததை எண்ணி வருந்தி, அவளுடன் உறவு கொள்ளும்போது பள்ளிக்கூடத்திலிருந்து திரும்பி வந்த மகன் பார்த்திருப்பானோ என்று மனம் பதைக்கும் ஒரு தந்தை, வெள்ளைக்காரக் கான்வென்டில் படிக்க வைத்த மகள் எதிர்வீட்டுத் தையல்கார இளைஞனுடன் ஓடிப் போனபின் அவளைத் தேடிப்போய் ஆசீர்வாதம் செய்யும் பிராமணத் தந்தை.

- தன்னைக் கல்யாணம் செய்து கொண்டு கிராமத்திலிருந்து நகரத்துக்கு அழைத்து வந்த ரிக்ஷா ஓட்டுகிற கணவனுக்கு துரோகம் செய்து இன்னொருவனுடன் போய்ப் பாழாய்ப் போனதற்காகத் தற்கொலை செய்து கொள்ளப்போகும் மனைவி; அவளுக்கு ஆறுதல் சொல்லித் தன்னுடன் வந்து வாழச் சொல்லும் அந்த ரிக்ஷாக்காரக் கணவன்; தன்னைக் கல்யாணம் செய்து கிராமத்திலிருந்து நகரத்துக்கு அழைத்து வந்த விபச்சாரத்தில் தள்ளிவிடுகிற ரிக்ஷாக்காரக் கணவனைக் காறித் துப்பிவிட்டுக் கிராமத்துக்குத் திரும்பி வந்து அவள் ஏற்கெனவே விரும்பியவனுடன் வாழத் தொடங்கும் ஒரு பெண்.

- கல்யாணம் ஆகி உடனேயே அக்காவைக் கைவிட்டுவிட்டுப் போய் வேறொருத்தியுடன் அவள் கணவன் வாழ்வதால் புருஷர்கள் மேலேயே வெறுப்புக்கொண்டு, ஒரு நல்ல புருஷனை மானசீகமாகவே மட்டும் உருவாக்கிக் கொண்டிருந்துவிட்டு, நிஜவாழ்க்கையில் ஒரு கல்யாணம் நிச்சயமாகி அந்தக் கல்யாணம் நடக்கும் முன்பே மணமகன் இறந்து போய், கல்யாணம் செய்து கொள்ளாத அந்தப் புருஷனுக்காக வெள்ளைப் புடவை அணிந்து கொள்ளும் ஒரு கன்னிப்பெண்; கல்யாணமில்லாமலே சேர்ந்து வாழ விரும்பிய, கல்யாண பந்தத்துக்கு உட்பட விரும்பாத, அதனாலேயே காதலித்தவனை வேறொருத்தியைக் கல்யாணம் செய்து கொள்ளுமாறு சொன்ன அந்த அக்கா; அவன் விருப்பப்படியே அவளை விட்டு இன்னொருத்தியைக் கல்யாணம் செய்து கொண்ட அவள் கணவன்; அந்தக்

கணவனின் ஆலோசனையின்படி இன்னொரு கல்யாணம் செய்து கொள்ளுவதற்கு மறுத்து வைதவ்யம் தொடர்கிற கன்னிப்பெண்; நடுவயதில் கல்யாணம் செய்து கொண்டு, ஒரு மொட்டைக் கடிதத்தினால் மனைவியின் கடந்த காலம் பற்றி அவளிடம் கேள்வி கேட்டு அது உண்மை என்று கூறிவிட்டு அவள் வெளியேறும்போது, அவளைத் திரும்ப அழைத்துக் கொள்கிற ஒரு கணவன்.

- சினிமாவில் சேரும் ஆசையில் ஒருவனை நம்பி வாழ்விழந்து விபச்சார இருளில் விழுகிற குடும்பப் பெண்; ஓவியர்களுக்காக வெளிச்சத்தில் நிர்வாண மாடலிங் செய்து தன் பெண்மை கெடாது கௌரவமாக வாழும் இன்னொரு மாடல்பெண்; வெளிச்சத்தில் மாடலிங் செய்ய மனமில்லாமல் மீண்டும் இருளைத் தேடிச் செலல்லும் அந்தப் பெண்; தான் தேடிப்போன விபச்சாரப் பெண், அவள் குடிசையில் தன்னைக் காத்திருக்கச் சொல்லி விட்டு, அவளது குடிகாரக் கணவனுக்குச் சோறிட்டுவிட்டு மறுபடியும் தன்னிடம் வரும்போது, அந்தக் குடிகாரக் கணவன் குடிப்பதற்குக் காசு கேட்க வந்ததால் எரிச்சலுற்று அவளிடம் பணத்தைக் கொடுத்துவிட்டுப் போகும்போது, அவள் உதடுகள் துடிக்கக் காட்டிய புன்முறுவல் விபச்சாரியின் வலைவீசும் சிரிப்பாக இல்லை என்று உணர்கிற சொந்த மனைவியை வேறு ஊரில் விட்டுவிட்டு வந்திருக்கிற - ஒரு கணவன்.

- குழந்தை இல்லாமல் ஏக்கம் பிடித்துப் பிரமை பிடித்துப் போகிற ஒரு மனைவி; அவள் மலடியில்லை, அவள் இதயம் முழுவதும் தாய்மை பொங்கி வழிகிறது என்று புரிந்து, புரிய வைக்கிற அவளது கணவன்; சாராயம் விற்பவன் ஜெயிலுக்குப் போகாமல் வெளியில் இருக்கும்போது அவனுக்கு ஆசை நாயகியாகவும், அவன் ஜெயிலுக்குள் போய்விட்டால் விபச்சாரம் செய்து, ஆனால் அவனுக்குத் துரோகம் எதுவும் செய்யவில்லை என்ற உணர்வுடன் அவனுக்காகக் காத்திருக்கிற ஒருத்தி; புதிதாகக் கல்யாணம் செய்து கொண்டு புதிய இரவைக் கழிக்க, குடிசை கூட இல்லாமல் நகரத்தின் பூங்காவைத் தேடி வரும் ஒரு பிளாட்பாரத்துப் புதுமண ஜோடி; அவர்களை விபச்சாரம் செய்ய வந்தவர்கள் என்று பிடித்துப்போகிற போலீஸ்; விபச்சாரம் செய்து உடல் நோயுற்ற பின்பு கோயில் வாசல் பிச்சைக்காரி பொன்னம்மாவைப் போல் பிச்சைக்காரி யாகும் மீனாட்சி; கோவில் வாசலில் பிச்சை எடுப்பதை விட்டு விட்டு மீனாட்சியைப் போல விபச்சாரி ஆகும் இளம் பெண் பொன்னம்மாள்.

- தன்னைக் காதலித்தவர் கல்யாணமே செய்து கொள்ளாமல் இருக் கிறாரே என்று தவித்துப் போகிற - வேறு ஒருவரைக் கல்யாணம் செய்து கொண்டு குடும்பமும் குடித்தனமுமாய் ஆகிவிட்ட ஒரு பெண்ணின்

தவிப்பு; 'அப்பன் யாரும்மா?' என்று மகன் கேட்பதற்குப் பதில் சொல்லத் தெரியாது, இப்போது வயிற்றில் வளரும் குழந்தைக்கு கோவில் திருவிழாவில் வளையல் விற்ற தாடிக்கார வியாபாரியே தகப்பன் என்று நினைவுப்படுத்திக் கொள்கிற, விறகு அடுக்கும் வேலை இல்லாத நாட்களில் விபச்சாரம் செய்கிற ஒரு தாய்; அவளைப் போலவே விறகு அடுக்கியும் விபச்சாரம் செய்தும் ஒரு புருஷனோடு வாழ்ந்தும் வருகிற இன்னொரு பெண்; தனக்குப் பிறந்திருக்கிற குழந்தைக்கு தந்தை யார் என்று பார்க்கிறவர்களிடமெல்லாம் கேட்டுத் திரிகிற மனநிலை பிறழ்ந்த இளம் தாயாகி விட்ட இசபெல்லாவும், அவளைக் கண்ணேபோல் காத்து வருகிற கிழவி அழகம்மாவும்.

ஓ, எத்தனை கோணங்கள், எத்தனை பார்வைகள்! எத்தனை ஆண்கள், எத்தனை பெண்கள்! இவர்கள் வருகிற கதைகளின் பெயர்களை, இவர்களைப் பாத்திரங்களாக்கி இவர்களைப் படைத்த கதாசிரியர் இட்ட பெயர்களை எல்லாம் இங்கே குறிப்பிட வேண்டுமா என்ன?

இவர்கள் எல்லாம் வெறுமனே ஏதோ இந்தக் கதைகளில் மட்டுமே வருபவர்கள் இல்லை ; ஏதோ இலக்கியப் பாத்திரங்கள் மட்டுமே இல்லை; இவர்கள் இந்தக் கதைகளுக்கு வெளியே நம்மில் நம்மைச் சுற்றி வாழ்கிறார்கள்; இவர்களின் பிரச்சனைகளில் பாலுறவும் உண்டு. எல்லா உறவும் உண்டு. இவர்களின் பிரச்சனைகள் கதைகளில் மட்டுமே வரும் பிரச்சனைகளும் இல்லை. இவர்களின் பாலுறவுப் பிரச்சனைகள் பாலுறவு நிகழ்ச்சிகளோடு முடிவதுமில்லை. அவற்றுக்குப் பிறகும் வளர்கின்றன. இந்தப் பிரச்சனைகள் எல்லாம் தனிமனித உணர்ச்சிகளின் நெருக்கடிகளை, மனித உறவுகளில் நெருக்கடிகளை விளைவிக்கிற தனி மனித உளவியற் சிக்கல்களாக அதனாலேயே சமூகத்தின் உளவியல் ஆரோக்கியத்தைப் பாதிக்கிற உளவியற் சிக்கல்களாக உருவாகின்றன.

நகரத்தின் நகரத்துச் சேரிகளின் கிராமங்களின், ஒண்டுக்குடித்தனத்தின், பங்களாக்களின் பாலுறவுச் சிக்கல்களின் வர்க்க சார்பு குறித்து விமர்சகர்கள் விவாதித்துக் கொண்டிருக்கட்டும்; இலக்கியத்துக்கும் உளவியலுக்குமான நேரடித் தொடர்பு குறித்த ஆழ்ந்த அறிவும் அக்கறையும் இல்லாது, பொருளாதாரச் சமூகச் சீர்கேடுகளையும், போராட்டங்களையும் எதிரொலி செய்வது மட்டுமே முற்போக்கு இலக்கியமாகிவிட முடியாது. எந்த ஒரு சமுதாய அமைப்பிலும், வாழ்க்கை பற்றிய தார்மிக - ஒழுக்க மதிப்பீடுகளுக்கும் யதார்த்த வாழ்க்கைக்கும் இடையிலான முரண்களால் ஏற்படும் அகச் சிக்கல்களை, பாலியல் சிக்கல்களை உளவியல் மட்டத்தில்

புரிந்து கொண்டால் அல்லவா இந்தச் சுரண்டல் சமுதாயம் மனிதனுக்கு விளைவிக்கும் ஆன்மிகச் சீரழிவை இலக்கியமாக்க முடியும்.

சமுதாயம் முழுவதற்கும் பொறுப்பான ஒரு புரட்சிகர எழுத்தாளரின் படைப்பிலக்கியப் பார்வை ஒரு போதும் குறுகிப் போகாது என்பதை ஜெயகாந்தன் கதைகளின் பரந்த பிரச்சனைகளே பேசும்.

ஜெயகாந்தன் கதைகளின் உளவியல் பரிமாணங்களையும் அவற்றின் ஆக்கபூர்வமான தாக்கங்களைப் பற்றியும் டாக்டர். இ.எஸ்.எஸ். ராமன் கூறுகிறார் : "உடல் கூற்றினால் வரும் கோளாறுகளைவிட மன விகாரங்கள் மனிதர்களை ஆட்டிப்படைப்பதுதான் அதிகம். உள்ளக் கூறே ஒரு மனிதனை மேம்படுத்தவும் கீழே தள்ளவும் செய்யும். உள்ளக்கூறு அந்த அளவிற்கு வலிமை படைத்தது. ஒரு மனிதனின் உள்ளப்பாங்கினை அதன் பொருட்டு ஏற்படும் மனித உறவுகளை, உறவின் விரிசல்களை தெள்ளத் தெளிவாகத் தெளிந்து சொல்ல மிக பக்குவம் தேவை. ஒரு மனவியல் பேராசிரியரைப் போல, மனித வாழ்வு - தாழ்வுகளைக் கற்றுணர்ந்த ஞானியைப் போல, மனித வாழ்க்கையின் பல்வேறு அம்சங்களை தன் கருத்தின் மூலம் படம் பிடித்துக் காட்டியவர் ஜெயகாந்தன். அந்த விதத்தில் ஜெயகாந்தன் ஒரு மனவியல் மருத்துவர் எனில் மிகையாகாது. ஜெயகாந்தன் எழுத்துகள், அவர் ஏற்படுத்தியுள்ள தாக்கம், காலத்திற்கும் நிற்கக்கூடிய ஒன்றாகும்"

ஜெயகாந்தனுக்கு மிகவும் பிடித்த கதை, 'அக்கினிப்பிரவேசம்'. அதற்கு எழுந்த கண்டனங்களும் எதிர்க்கதைகளும் பழைமையின் மூடத்தனமான, மூர்க்கத்தனமான எதிர்ப்புகளாக இருந்தன. அந்தக் கதையும் சரி, அந்தக் கதையை அவர் படைத்திருக்கும் முறை பற்றி அவர் எழுதிய விளக்கமும் சரி ஈடு இணை இல்லாதவை. ஒரு படைப்பாளனின் கலை நோக்கத்திற்கும் பாத்திரங்களின் உருவாக்கத்துக்கும் பண்பாட்டு மரபுகளுக்கும் அவன் கலைப் படைப்புக்கு எடுத்துக் கொள்ளும் சமகாலப் பிரச்சனைக்கும் இடையே எத்தகைய ஜீவிதமான ஒத்திசைவு இருக்க வேண்டும் என்பதை அவரது விளக்கத்தில் கற்றுக் கொள்ள முடிகிறது.

"அவள் - என் கதையில் இப்படித்தான் குறிப்பிட்டிருக்கிறேன். இந்தியாவின் பிரபுத்துவ நாகரிகம் குலைந்து, உலகின் பல திசைகளி லிருந்தும் வீசக்கூடிய ஆரோக்கியமான காற்றுகளாலும் விஷக்காற்று களாலும் உருவாகி வருகின்ற ஒரு புதிய காலத்தின் ஓர் இரண்டுங்கெட்ட பொய்மைக்கு இரையாகி நம் காலத்தில் நீசத்தனமாக வடுப்படுத்தப்பட்ட ஒரு குழந்தை. எனவேதான் ஒரு குறிப்பிட்ட பெயருக்கு அவள் உருவம்

தரவில்லை. வளர்ச்சியும் சிக்கலும் மிகுந்த ஓர் சோதனை மிக்க காலத்தில் பொதுவான பேதைமையின் பலவீனத்திற்கும் பெண்மையின் பலத்திற்கும் உருவகம் அவள். அவள் யமுனையோ, கங்கையோ, அகலிகையோ, சீதையோ அல்ல. யமுனையும் கங்கையும் பாபத்தைக் கழுவும் என்று நம்புகிற ஒரு வம்சத்தில் பிறந்தவள் அவள். அகலிகையின் கதை மூலம் பாவங்களும் கழுவப்படும் என்று பயின்ற, பயிற்றுவித்த பரம்பரையில் வந்தவள் அவள். சீதையின் கதை வழியே, பழிகளும் கறைகளும் துடைக்கப்படுவன என அறிந்த, அறிவித்த குலத்தில் பிறந்தவள் அவள்.

" ...அந்த அகலிகைக்கே சாபவிமோசனம் உண்டென்றால், எனது அவளுக்கு ஒரு விமோசனமே கிடையாதா? தனக்கு விதிக்கப்பட்ட எல்லை யையும் தாண்டி வந்து, அந்தக் கபட சந்நியாசியின் கைபட்டு அசோக வனத்தில் சிறைபட்டுப் பின் பழியும் பட்டாளே... இதை அசட்டுத்தனம் என்பதா? பேதைமை என்பதா?

"அகலிகை ஆகட்டும், சீதையாகட்டும் அல்லது எனது அவளே ஆகட்டும், கறைபட்டார்களா? இல்லையா? என்பது கறைபட்ட நெஞ்சங்களுக்கே உரிய ஒரு பிரச்சனை."

பிரச்சனைகளுக்கெல்லாம் மரணமோ தற்கொலையோ தீர்வு அல்ல என்றும், தற்கொலையைத் தீர்வாகப் பலர் கதைகளில் சிருஷ்டித்திருக் கிறார்கள் என்றும் சொல்லிவிட்டு ஜெயகாந்தன் தொடர்கிறார்.

"அதை (தற்கொலையை) மறுத்து, ஒரு பெண்ணைப் பெற்றவள் அவளுக்குப் புதிய ஞானம் தந்து புதிய வலிமையும் தந்து அவளை வாழ வைக்கிறாள் என்பது என் கதை. இதை மறுத்து எழுதியவர்கள் சீர்திருத்தம் பேசிக் கதை எழுதி, அந்தக் கட்டுப் பெட்டித் தாய்க்கு இருக்கக்கூடிய விசால இதயம் கூட இல்லாமல் இலக்கிய பீடத்தில் ஏற்றி வைத்து அவளை எரித்து மகிழ்கிறார்கள்.

" ...அவளை எரிப்பதன் மூலம் இவள் உடலைத்தான் எரிக்கிறோமே தவிர அந்தக் கறையை எரிப்பதில்லை என்ற விவேகம் அல்லவா அந்தத் தாய் அந்தக் காரியம் செய்ய விடாமல் தடுத்தது. அது மட்டுமில்லாமல் அது அவளுடைய பெண்; அதனால் அவள் எரிக்கவில்லை.

"...அவள் காரியம் எப்படிக் குற்றமாகும்? அவளது வழக்கு எந்தக் காட்டுமிராண்டி நீதி சபையில் ஏறினாலும் அவளைக் கொல்லக் கூடிய தீர்ப்பைப் பெறாது, அவள் விரும்பியே செய்தாள் என்று வாதாட முடியாது. அவள் ருசி கண்ட பூனை அல்ல. அவள் குழந்தை ; அவள் மைனர்.

"இத்தகு பாத்திர தர்மங்களை எல்லாம் பாராது அவளை எரித்து விடுவதன் மூலம்தான் இவர்கள் நமது பண்பாட்டைப் பிழைக்க வைத்து விடுவதாக அசட்டுத் திருப்தியுறுவார்களானால், இவர்களின் மனோ தர்மத்தைக் கோயில் கட்டி அதன் முன்னே இவர்களையும் இவர்கள் பண் பாட்டையும் எரிப்பதே சிறப்பு என்று எதிர்க்கதை எழுதியவர்களுக்குச் சொல்லிவிட்டு மேலும் தொடர்கிறார் :

"இன்னும் ஒரு சாரார் கேட்கிறார்கள். இதன் மூலம் என்ன சொல்கிறீர்கள்? கெட்டுப் போய் விட்டு வந்த பெண்ணின் தலையில் ஒரு குடம் தண்ணீரை ஊற்றிவிட்டால் கறை போய்விடும் என்கிறீர்களா? என்று.

"நான் தீர்க்கமாகச் சொல்லிவிட்டேன். அவள் கெட்டுப் போனவள் அல்ல. அவளுக்கு வாழ்க்கை உண்டு. அவள் மனசில் களங்கம் இல்லை. மனம் என்பது முதிர்ந்து, எது சரி எது தப்பு என்று இதுபோன்ற காரியங்களில தீர்மானிக்க முடியாத பேதை அவள். இதற்காக இந்த மூடச் சமூகம் அவளுக்கு வாழ்க்கையை மறுத்து அவளைக் காலில் போட்டுத் துவைத்து விடும். எனவே, அதை ஒரு கெட்ட கனவாகவே எண்ணி அவளே மறந்து விட வேண்டும். இனி மேல் இதிலிருந்து பெற்ற படிப்பினையோடு தனது வாழ்க்கையில் அவள் எச்சரிக்கையோடு இருத்தல் வேண்டும்.

"ஒரு வேசியை ஊர் கூடிக் கல்லெறியும்போது, 'எவன் பாபம் செய்யாதவனோ அவனே இவள் மீது கல்லெறியட்டும்' என்று கூறிய அந்தக் கடவுள் தூதன் ஒழுக்கக் கேட்டையா பிரச்சாரம் செய்தான்? அவன் பேச்சால் தமது பண்பாடே கெட்டுப் போகும் என்று அவனைச் சிலுவை யில் அறைந்த மூடத்தனம் நம்மை விட்டு அகலவில்லையா என்ன?"

இக்கதை பற்றிய ஜெயகாந்தனின் முன்னுரை, இப்படி ஒவ்வொரு கோணமும் பார்த்துப் பார்த்தா ஒரு கதை படைக்கப்படுகிறது என்று - இவ்வளவு ஆழமான அர்த்தமும் தர்க்கமும் அடங்கியிருக்கிறதா ஒரு கதையின் பாத்திரங்களை வார்ப்பதில் என்று பிரமிப்பும் வியப்பும் மேலிட வைக்கிறது.

இந்த ஒரு கதை மட்டும் அல்ல ; அவரது ஒவ்வொரு கதையுமே இதே போல ஒரு விரிந்த முன்னுரைக்குத் தகுதி படைத்ததுதான்; முன்னுரையில் சொல்லப்படுகிற விஷயத்தையே கதை வடிவமாக - கலாவடிவமாகப் படைக்கப்பட்டதுதான்.

'அக்கினிப் பிரவேசம்' அவளுக்கு ஏற்படும் அந்த உளவியல் வடுவும், அந்த வடுவை ஆற்றிக் கொள்ளுவதற்குரிய தார்மிக நியாயங்களும் தமிழ் அல்லது இந்தியப் பேதைக்கு மட்டுமே உரித்தானவை அல்ல. உலகின் எந்த ஒரு மூலையிலும், எந்தக் காலத்திலும், ஏதோ ஒரு வடிவத்தில் நிகழ்ந்திருக் கின்ற, நிகழ்கின்ற, நிகழவிருக்கின்ற ஒரு பாலியல் விபத்து அல்லவா அது? அவ்விபத்திற்கு சபிக்கப்பட்ட யுவதிகள், எந்த நிறத்தவராயினும், எந்த நாட்டவர் ஆயினும், அந்த வடுக்களின் துயரங்களை - ஆன்மவேதனையை அனுபவிக்கிறார்கள் அல்லவா? அந்த வடுக்களின் துயரங்களிலிருந்து ஆன்ம வேதனைகளிலிருந்து தங்களது சொந்த பண்பாட்டு மதிப்புகளின் வழியில், நியாயங்களின் வழியில், ஆத்ம விடுதலை - சாப விமோசனம் பெறுகிறார் கள் அல்லவா? அக்கினிப் பிரவேச 'அவள்', அந்த விபத்தில் தன்னைச் சூழ்ந்து படர்ந்து கொழுந்து விட்டெறிந்து காயங்களைத் தந்துவிட்டு அணைந்து போன அக்கினிக்குள் பிரவேசம் செய்த - இல்லை - செய்விக்கப் பட்ட 'அவள்', அவளைப் போலவே துயர்ப்படுகிற உலகப் பெண்மை முழுவதின், சமூக, தார்மீக, உளவியல் பிரச்சனையின் ஒரு பிரதிநிதியே அல்லவா? தவிரவும், ஒரு பெண்ணின், பெண்மையின் பிரச்சனை மட்டும் தானா அது?

"அழுக்குகள் எந்த ஒரு குறிப்பிட்ட ஜாதிக்கும் பொதுச் சொத்து அல்ல இன்றைக்கு; 'சுயதரிசனம்' கதையின் பிரச்சனை பிராமண வகுப்பை மட்டுமே சார்ந்த பிரச்சனை ஆயினும், அது இந்திய சமுதாயத்தின் பிரச்சனை. ஆனால் அக்கினிப் பிரவேசக் கதையின் பிரச்சனை ஜாதி, மதம் என்ற பாகுபாடுகளை எல்லாம் தாண்டிய ஒரு மனிதப் பிரச்சனை" என்று ஜெயகாந்தன் அதே முன்னுரையில் தெளிவாகக் காட்டிய பிறகும் அந்தச் சிறிய கதையின் பிரம்மாண்டமான பொதுத்தன்மையைக் காண இயலாத விமர்சனங்களும் வந்தன.

"சனரஞ்சகப் பத்திரிகைகளில் எழுதத் தொடங்கிய காலத்தில் கொண்டிருந்த அரசியற் கொள்கைகளை ஜெயகாந்தன் இப்பொழுது விட்டுள்ளார். சனரஞ்சகச் சஞ்சிகைகளுக்கு எழுதத் தொடங்கிய காலத்தில் அவர் சித்தரித்த மனித நிலைகள் பிரச்சனையின் சின்னங்களாக விளங்கின. ஆனால் இப்பொழுது சமூக நெறிப் பிறழ்வு காரணமாகத் தனிமனித வாழ்வில் ஏற்படும் அவலமே முக்கியமாகச் சித்தரிக்கப்படுகிறது. அக்கினிப் பிரவேசம் இதற்கு நல்ல உதாரணம்" என்கிறார் மார்க்சிய விமர்சகர் கா.சிவத்தம்பி.

அக்கினிப் பிரவேசத்தின் அவளுக்கு ஏற்படும் அவலம் ஒரு தனிமனித வாழ்வில் ஏற்படும் அவலம் மட்டும் இல்லை என்பதை அது நிகழ்வதே ஒரு

சமூகப் பிரச்சனை என்பதை அந்தக் கதையின் ஆன்மாவை படைப்பாளர் பலர் கண்டுணர்ந்தனர். மார்க்சியம் சார்ந்த படைப்பாளரான பொன்னீலன் அக்கினிப் பிரவேசத்தின் சமுதாயத் தாக்கத்தை உணர்ந்து அனுபவித்து முப்பது ஆண்டுகள் கழித்து 1994ல் எழுதினார். "அக்கினிப் பிரவேசம் வெளிவந்த போது, ஜெயகாந்தன் மீது எனக்கிருந்த ஈடுபாடு மேலும் பன்மடங்கு அதிகரித்தது; இந்தக் கதை எழுப்பிய தீவிரமான வாதப் பிரதிவாதங்கள், அதன் எதிரொலியாக வெளிவந்த மாற்று முடிவுச் சிறுகதைகள், அவற்றின் எதிரொலிகள்.. ஒரு பிரளயமே நடந்தது. தமிழ்நாட்டின் பண்பாட்டுத் தளத்தை அதுபோல் ஆரோக்கியமாக உலுக்கிய இன்னொரு சிறுகதையை நான் இன்று வரை அறியவில்லை" என்கிறார் அவர்.

அக்கினிப்பிரவேசம் ஒரு சிறுகதை என்றாலும், ஜெயகாந்தனின் படைப்பிலக்கியச் சாரம் முழுவதையும் தன்னுள்ளே அடக்கிக் கொண்டுள்ள ஒரு பெருங்கதை.

ஒரு கீழ் நடுத்தர வர்க்க மரபுவழிக் குடும்பப் பின்னணியில் சமகாலச் சமுதாயத்தின் குடும்ப உறவுகளில் அதிகாரம், பொருளாதாரம், பண்பாடு, பாசம், பாலுறவு ஆகியவற்றில் ஆண் - பெண் நிலைகள் அனைத்தையும் சொல்லுகிற கதை; தனிமனிதன், குடும்பம் மற்றும் சமூகத்தின் பாலுறவு குறித்த ஒழுக்கம் மற்றும் மத விழுமியங்கள் அனைத்தின் முரண்பாடு களையும் மேலே கொண்டு வந்து மரபில் தீர்வைத் தேடி, மரபில் தீர்வு இருக்கும்பட்சத்தில் அதை எடுத்துப் புதுப்பித்துத் தீர்வுகளைக் காணச் சொல்கிற கதை.

புதுமைப்பித்தனின் 'சாபவிமோசனத்தின்' பாத்திர தர்மங்களும், ஜெய காந்தனின் அக்கினிப் பிரவேசத்தின் பாத்திர தர்மங்களும் வித்தியாச மானவை. அது நம்பிக்கை வறட்சி; இது நம்பிக்கை புரட்சி.

ராமன் சீதையைத் தீக்குளிக்குமாறு சொன்னதை ஏற்காமல் அதை எதிர்த்துப் புதுமைப்பித்தனின் அகலிகை மீண்டும் கல்லாகி விடுகிறாள். இந்த அகலிகை கலகக்காரி; எதிர்ப்பைக் காட்டிக் கல்லாகி விடுவது அவளுக்கு சுலபமாகி விடுகிறது. ராமன் தன் மீது கொண்டுள்ள அன்பிலும், நம்பிக்கையிலும் மாற்றம் ஏதுமில்லை என்பதையும், உலகுக்கு உணர்த்தவே தன்னை அவன் தீக்குளிக்கச் சொல்கிறான் என்பதையும் அறிந்துதான் சீதை எதிர்க்காமல் தீக்குளித்து வருகிறாள். சீதைக்கு இல்லாத பிரச்சனைகளைப் புதுமைப்பித்தனின் அகலிகை உணர்வதும், அதன் தீர்வுக்குக் காத்திராமல் கலகத்தின் வழியில் கல்லாவதும் பழைய அகலிகை யின் வாயிலாக, பழைய

சீதையின் மரபுவழி நியாயத்தைக் கேள்விக்கு உள்ளாக்கும் புதுமைப்பித்தனின் கலக நோக்கமே இங்கே கலை வடிவம் ஆகிறது. தீர்வு காண்பது கலகக்காரரின் பிரச்சனை அல்ல. கலகம் பிறந்தால் நியாயம் பிறக்கும். இங்கே தொன்மம் மீறப்படுகிறது.

ஆனால், ஜெயகாந்தனின் 'அவள்' பெற்ற கறை பழைய அகலிகையும் பழைய சீதையும் எந்த வழியில் கறை அகற்றப்பட்டார்களோ அதே மரபு வழியில் அகற்றப்படுகிறது. இங்கே தொன்மத்தின் மரபு மீறப்படாமல் மீண்டும் உயிர்ப்பிக்கப்படுகிறது.

சாபவிமோசனம் கதை பாலுறவு சார்ந்த நவீன காலப் பெண்ணியச் சிந்தனையை இதிகாச விழுமியங்களோடு மோத வைக்கிறது; அக்கினிப்பிரவேசம் நவீன காலப் பாலியல் பிரச்சனை குறித்து சமுதாயம் முன்வைக்கும் பழைமைவாத பெண்ணிய அடக்கு முறை இதிகாச விழுமியங்களின் மனித நேய மரபிலிருந்து விலகிச் செல்கிறது என்பதையும், அவ்வாறு விலகாமலேயே தீர்க்க முடியும் என்று மரபைப் பாதுகாத்தும், இதிகாச விழுமியங்களைக் கைவிட்டு விட்ட ஒரு நவீன கால நசிவை எதிர்த்தும் போராடுகிறது; காத்திருக்கும் பொறுமை இல்லாத கலகக் காரனின் குரல், புதுமைப்பித்தனின் சாபவிமோசனம். காத்திருக்கும் பொறுமை மிகுந்த புரட்சிக்காரனின் குரல், ஜெயகாந்தனின் அக்கினிப் பிரவேசம். முன்னது காட்டாற்று வெள்ளம்; பின்னது பேராற்றின் பிரவாகம். இரண்டின் அழகுகளும் வித்தியாசமானவை தான்.

சாபவிமோசனமும் அக்கினிப் பிரவேசமும் இந்த இரு பெரும் படைப்பாளிகளின் மாறுபடும் படைப்பு நோக்கம், படைப்பு முறை மற்றும் படைப்பின் மொழிகளை ஒட்டு மொத்தமாகவே பிரதிநிதித்துவப் படுத்துகின்றன.

கடந்த நூற்றாண்டின் இறுதிவரையிலும் கம்யூனிச - எதிர்ப்புக் கொள்கையைப் பகிரங்கமாகப் பேசிய ஏகாதிபத்தியமும், ஐரோப்பிய இடதுசாரி அறிவாளிகள் சிலரும் கடந்த நூற்றாண்டின் பிற்பகுதியில் இருந்து பின் நவீனத்துவக் கொள்கை பேசி வருகிறார்கள். அதன் சாராம்சமும், நோக்கமும் மார்க்சிய எதிர்ப்புதான். தமிழில் 90களிலிருந்து பின் நவீனத்துவம் கலகத்தின் குரலைப் பேசுகிறது. கலகக்காரர்கள் புரட்சியின் பக்கம் போய்விடாமல் நாசூக்காகக் கதையாடல் செய்கிறது. அன்று கலை கலைக்காகவே பேசிய கம்யூனிச எதிர்ப்பாளர்கள் புதுமைப் பித்தனைப் படைப்பாளராகவும் ஜெயகாந்தனைப் பட்டுப் போனவ ராகவும் காட்டினார்கள். அன்று கலை மக்களுக்காக என்று பேசிய இடது

சாரி விமர்சகர்கள், ஆரம்ப மற்றும் இடைக்கால ஜெயகாந்தனை முற் போக்காகவும் பிற்கால ஜெயகாந்தனைத் தனிமனித வாதியாகவும் காட்டினார்கள். இன்று சில பின் நவீனத்துவ வாதிகள் புதுமைப்பித்தனைக் கலைஞனாகவும் ஜெயகாந்தனை கலைத்தன்மை இல்லாதவர் என்றும் காட்டுகிறார்கள். கம்யூனிசம் தோற்றுப் போய் மார்க்சியம் காலாவதியாகி விட்டது என்றும், பெரியாரியம், பெண்ணியம், தலித்தியம், எல்லாம் செயலுக்கு வந்துவிட்டது என்றும், எனவே ஜெயகாந்தனின் சமூக - யதார்த்தவாதம் பொருத்தம் இழந்து போயிற்று என்றும் தமிழகப் பின் நவீனத்துவம் குரல் எழுப்புகிறது.

இதே நோக்கத்துடன் 60களில் வந்த விமர்சனங்களுக்கு ஜெயகாந்தன் பதில் அளித்தார். *"அர்த்த, உருவப் பிரக்ஞையோடு எழுதப்படும் எனது கதைகளை, எந்தப் பிரக்ஞையும் இல்லாத இன்னொரு விமர்சக நண்பர் நான் கதையை விட அதிகமாகத் தத்துவ விளக்கங்களும் இதோபதேசமும் செய்வதாகக் கருதுகிறார். வாழ்க்கையில் ஒவ்வொரு மனிதனும் இன்னொரு மனிதனுக்கு எதையோ உபதேசம் செய்து கொண்டிருக்கிறான் என்பது புலனாகும். ஏன் இந்த நண்பர் எனக்குச் செய்ய முயல்வதும் அதுதான். சமூக வாழ்க்கையில் தனி மனிதனின் நடைமுறையும் இதுதான். சமூக ஜீவிகளின் கூட்டான லட்சியமும் இதுதான்."*

"ஆனால் கதையில் மட்டும் அது கூடாது என்ற கூற்று, இந்த நண்பரின் எதேச்சையான கருத்து அல்ல, அதற்கு ஒரு கொடி உண்டு; அதுவே ஒரு கோஷம், உண்மை என்ன தெரியுமா, எனது இதோபதேசம் அவருக்கு உடன் பாடல்ல ; அதைப் பகிரங்கமாகவும் சொல்ல முடியாது."

பிற்காலத்தில் வரவிருக்கும் பின் நவீனத்துவவாதிகளுக்காகவும் முன் கூட்டியே 32 வருஷத்துக்கு முன் சொன்ன அந்தப் பழைய பதில்தான் - எவ்வளவு புதிதாய் இருக்கிறது. ஜெயகாந்தனின் யதார்த்தவாதம் தொடாத எந்த சமூகப் பகுதியை சமூகப் பிரச்சனையை பின் நவீனத்துவவாதிகள் தொடுகிறார்கள் அல்லது தொடப் போகிறார்கள்? 'விளிம்பு நிலை' மாந்தர்களா? விபச்சாரிகளா? குழந்தைகளா? பெண்களின் சுதந்தரமா? சாதியமா? சாதி பேதமா? சமுதாய மாற்றமா? புரட்சி பற்றிய கற்பனை களா? இவை எல்லாம் பழைய கதைகளே; ஜெயகாந்தன் தொட்டவை தான்.

எனவே, பின் நவீனத்துவவாதிகள் ஜெயகாந்தனின் யதார்த்த வாதத்தை முக்கியமற்றதாகச் சித்தரிப்பதன் நோக்கம் மார்க்சிய எதிர்ப்பு என்னும் அரசியல் நோக்கமே அன்றி, சமுதாய அல்லது கலை நோக்கினால் அல்ல.

புதுமைப்பித்தன் தமது கதை ஒன்றில் சொன்னதைப் போல, பிறந்த உடனேயே தேசியக் கொடியையும் கம்யூனிஸ்ட் கொடியையும் தமது நஞ்சுக் கொடியாகத் தோளில் தூக்கிப் போட்டுக் கொண்டு தெருவில் கோஷமிட்டுக் கொண்டு ஓடத் துவங்கி, இன்று வரையிலும் அறை நூற்றாண்டுக்கு மேல் கம்யூனிச மேடையை விட்டு இறங்காத ஜெய காந்தனின் அற்புதமான கதைகளில், கம்யூனிசம் பிரச்சாரம் செய்யப் படவே இல்லை. கட்சிகளின் வழியாக இல்லாமல் தமது சொந்த வழியி லேயே கதைகளுக்குள் இல்லாமல் கதைகளுக்கு வெளியே ஜெயகாந்தன் நேரடியாகப் பேசி வரும் கம்யூனிச லட்சியத்தின் நேர்மையையும், வேகத்தையும் அவரது இலக்கியப் படைப்புகளின் உள்ளார்ந்த பொரு ளாக, அழகாக, ஒளியாக அவரது வாசகர்கள் இருபதாம் நூற்றாண்டில் இணைத்தே வாசித்திருக்கிறார்கள் என்பது மிகையல்ல.

ஜெயகாந்தனின் கதைகளை ஆய்வு செய்த டாக்டர் சு. வேங்கடராமன் சொல்வதுபோல், "ஜெயகாந்தன் படைத்துள்ள சிறுகதைகள் ஒவ்வொன்றி லும் ஒவ்வொரு கருப்பொருளைக் காணலாம். ஆயினும் அவருடைய சிறுகதைகள் அனைத்திலும் அடிப்படையாக இழை ஓடுவது மனிதாபி மானம் என்பதுதான். வாழ்க்கையை அவர் கூர்ந்து நோக்கி, தான் கண்ட வற்றை அனுபவக் கூறுகளுடன் குழைத்துச் சின்னஞ்சிறு கலை வடிவங் களாக இழைக்கிறார். இச்சின்னஞ்சிறு கதைகளுக்குள் வாழ்க்கை பற்றிய அவரது பரந்துபட்ட கண்ணோட்டமும் மனித நேயத்தை வலியுறுத்தும் மனிதகுலம் தழுவிய தொலைநோக்கும் பென்னம் பெரிய படைப்பு உண்மையாக நிலை நிறைக் காட்சி தருகின்றன."

புதிய நூற்றாண்டை வரவேற்று ஓசூர் முற்போக்கு எழுத்தாளர்கள் சங்கக் கூட்டத்தில் விண்ணிலிருந்து நட்சத்திரங்கள் வழிகாட்ட மாட்டுக் கொட்டிலில் குழந்தையாக இயேசு கிறிஸ்து அவதரித்த நாளில், டிசம்பர் 1999-ல் ஜெயகாந்தன் உரையாற்றினார்.

"இலக்கியத்தை நம்முடைய சொத்தாக, மக்களின் சொத்தாக வரித்துக் கொள்கிற ஒரு புதிய நூற்றாண்டாக, இந்த முடியப் போகிற நூற்றாண்டு பிறந்தது; அவ்வண்ணமே அது திகழ்ந்தது; அதற்காகப் போராடியது. 1934ல் முற்போக்கு எழுத்தாளர்கள் சங்கம் மாஸ்கோவில் மாக்சிம் கார்க்கியின் தலைமையில் துவங்கப்பட்டது. அதே சமயத்தில் இங்கே பிரேம்சந்தால் தொடங்கப்பட்டது. அதன் பிறகு 1950களிலே இந்த முற்போக்கு எழுத்தாளர் சங்கத்தை உருவாக்குவதற்குப் பெரும்பாடுபட்டிருக்

கிறார்கள். இதற்கு ஒரு வரலாறு இருக்கிறது; இந்திய தேசிய விடுதலைப் போராட்ட வழி வளர்ந்த ஒரு பின்னணி அதற்கு உண்டு.”

கம்யூனிஸ்ட் கட்சியில் நான் கற்றதெல்லாம் நன்று; அவற்றை நான் தேர்ந்தேன். எனது வளர்ச்சிக்கோ, என்னுடைய சிந்தனைக்கோ என்னுடைய படைப்புக்கோ, அது தடையாக இருந்ததே இல்லை. மாறாக, ஊட்டமாக, ஊக்கமாக, உற்ற துணையாக, இன்று வரை இருக்கிறது. எனக்குச் சுதந்திரம் என்பதை வழங்கியதே அந்த இயக்கம் தான். அந்தக் கட்சிதான். அந்தச் சித்தாந்தம் தான். எனவே அதிலே இருந்து தேர்ந்த நல்ல பண்புகளை எல்லாம் மக்களுக்கு எடுத்துச் சொல்கிற பணி எனது. ஏனென்றால் எழுதுவதற்கு எல்லோருக்கும் எவ்வளவோ காரணங்கள் இருக்கின்றன. அவர்களுக்கு உள் - உந்துதல் இருக்கிறது; அவர்களது அனுபவம் இருக்கிறது; அவர்கள் கற்ற கல்வி இருக்கிறது; எனக்கு ஒன்றும் இருந்ததில்லை; கல்வியும் கற்றதில்லை. பள்ளிக்கூடமும் போனதில்லை. அப்படியே இயற்கை வனப்பு மிகுந்த பிரதேசத்தில் வாழ்ந்ததுமில்லை; அந்தச் சென்னை நகரம் தான்! அந்த பிளாட்பாரம்தான்! எனவே பரவசம் தருகிற மாதிரியான சூழ்நிலை எல்லாம் இருந்ததில்லை. கட்சி எழுதுவதை எனக்கு ஒரு பணியாக இட்டது பெரிய விஷயம். யார்? ஏற்கனவே தேர்ந்து படித்த பண்டிதர்கள் ‘‘நீ எழுது’’ என்று சொல்வதும், அப்படி எழுத வேண்டும் என்று அந்த இயக்கம் எதிர்பார்த்ததும் எனது இயல்பாகியது; இயற்கையானது.

‘வித்தை நன்கு கல்லாத என்னுள்ளே வேத நுட்பம் விளங்கும்’ என்று நம்பியவர்கள் அவர்கள். கட்சிக்குள்ளே ஒரு பொறுப்பை ஏற்றுக் கொண்டிருக்கிறபொழுது என்னுடைய சுதந்திரம் என்று பேசுவது சரியாக இருக்காது; பேசக் கூடாது என்று சொல்லவில்லை அவர்கள். எனக்கும் சுதந்தரம் தருகிறார்கள். ‘அடடே, நீ இதிலே வந்து மாட்டிக் கொள்ளாதே, நீ இலக்கியத் துறைக்குப் போ’ என்று எனக்கு வழிகாட்டி, அதற்கு வழியும் செய்து தந்தது கம்யூனிஸ்ட் கட்சிதான்.

“பெண்களின் பிரச்சனையை என்னதான் பாரதியாரும் நானும் இன்ன பிற பெண் விடுதலை விரும்பிகளும் சொல்லியிருந்த போதிலும், பெண்கள் தாமே வந்து அவற்றைச் சொல்லுவது எவ்வளவு சிறப்பாக இருக்கும் என்று அவர்கள் சொல்கிற வாதத்திலே பசை இருக்கிறது; இல்லை என்று மறுக்க முடியாது.

“தலித் இலக்கியம் - தலித்தாக இல்லாத ஒருவன் எழுதுகிற இலக்கியம் எப்படி அது மாதிரி இருக்கும் என்று கேட்பதிலே பசை இருக்கிறது;

கேட்கிற நிலை வந்திருக்கிறது. அவர்களுக்குரிய கோரிக்கைகளை அவர்களே பேசுவதுதான் பிறர் பேசுவதை - அட்வகேட் பண்ணுவதை விடவும் சிறப்பாக இருக்கும் என்று அவர்கள் சொல்வதிலே நியாயம் இல்லை என்று சொல்ல முடியாது.

"பெண்கள் மத்தியிலே இருந்து, தலித்துகள் மத்தியிலே இருந்து மகாகவி பாரதியைப் போன்றவர்கள் வருதல் வேண்டும். வர முடியும். வருவார்கள்.

"2000ஆவது ஆண்டுக்கு இதுவரையிலும் விதைத்திருப்பது நற்பலன் களை தரும். காந்தி வாழ்ந்தது உண்மை என்றால், எதிர்காலத்தில் எண்ணற்ற மகாத்மா காந்திகள் தோன்றுவார்கள். நம்முடைய, நாம் நேசிக்கிற மார்க்ஸ் வாழ்ந்தது, லெனின் வாழ்ந்தது, சேகுவேரா வாழ்ந்தது, பகத்சிங் வாழ்ந்தது எல்லாம் உண்மை என்றால்.... உண்மை தானே! பொய்யா? எல்லாம் புனை கதையா? வரலாறு! நாம் பார்த்தது! இந்த நூற்றாண்டில் நிகழ்ந்தது! எனவே இவை யாவும் மண்மூடிப் போயிருந் தாலும் கூட மறுபடி முளைக்கும் தன்மை வாய்ந்தவை. எனவே வருகிற 2000 ஆண்டில் இதுவரையிலும் சென்றதெல்லாம் மீளாது; ஆனால் சென்று மறைந்த நற்பண்புகள் எல்லாம் மீண்டும் முளைக்கும். அதைக் காப்பாற்று வது இலக்கியம், கவிதை ; அதன் வடிவம் காலந்தோறும் புதுப்பிக்கப்படும். அதன் உள்ளடக்கம், எல்லாக் காலத்திலும் ஒன்றாகத்தான் இருக்கும்."

ஜெயகாந்தனின் அரை நூற்றாண்டு கம்யூனிஸ்டு வாழ்க்கையின் படைப்பு இலக்கியத்தின் அர்த்தம் முழுவதையும் தாங்கியுள்ள அவரது ஒசூர் உரையின் இந்தச் சில பகுதிகளே ஜெயகாந்தனின் பிரம் மாண்டத்தைக் காட்டப் போதும். ஜெயகாந்தனின் முதல் கதைத் தொகுதிக்கு *1959*ல் முன்னுரை தந்து அவரை மகிழ்வோடு வாழ்த்திய திரு.தி.ஜ. ரங்கநாதன் அவர்களின் வாழ்த்து மெய்யாகி, தமிழகமும் உலகமும் கொண்டாடுமாறு ஜெயகாந்தன் என்ற படைப்பிலக்கிய சாதனையாளர் உயர்ந்து நிற்கிறார்.

"பருவம் நிரம்பாமே பாரெல்லாம் உய்ய... மண்ணும் மலையும் கடலும்
உலகு ஏழு உண்ணும் திறத்து மகிழ்ந்துண்ணும் பிள்ளை...
வண்ணமெழில் கொள்... திண்ண மிருந்தவா காணீரே!"

என்று கிருஷ்ணனின் பிரம்மாண்டத்தைக் கண்டு மகிழ்ந்த யசோதயைப் போல மானுடம் முழுவதையும் பேதமின்றி நேசிக்கின்ற ஒரு மகா தரிசனத்தை ஜெயகாந்தன் கதைகளில் இருபத்தோராம் நூற்றாண்டு வாசகர்களும் காண்பார்கள்.

11

கதை பிறந்த கதை

ஜெயகாந்தனிடம் ஒருமுறை நிருபர் கேட்ட கேள்வி.

"நீங்கள் எழுதும் கதைகளை எங்கிருந்து தேடிப் பிடிக்கிறீர்கள்?" என்பது.

அப்போது சொன்னார் : "காலாற நடந்துச் செல்லும்போது, எங்கேயாவது பயணிக்கும்போது, நண்பர்கள் சிலரைப் பற்றி சொல்லும்போது கதை பிறந்து விடும்" என்றார்.

அவர் படைத்த 300க்கும் மேற்பட்ட சிறுகதைகள் அவ்வாறே பிறந்தன என்பது உண்மைதான். இது குறித்து 'பாக்யா' இதழில் 'கதை பிறந்த கதை' என்ற தொடரை எழுதும்போது அவரது பதிவை சில கதைகளின் கருவை இங்கே உங்களுக்கு தருகிறோம். இங்கே உள்ளவை சில கதைகளே. அதன் கரு - காலம் - கருத்தியல் இதில் முழுக்கக் காணலாம்.

முதல் கதை 'ஒரு பிடி சோறு' - இந்தக் கதையை படித்த வாசகர்கள் நெக்குறுகி போவார்கள் என்பது

அனைவரும் அறிந்ததே. இக்கதை குறித்து தோழர் ஜீவா, மாஸ்கோவில் சிகிச்சைக்காக சென்றபோது அங்கே படித்திருக்கிறார். நாட்குறிப்பேட்டில் எழுதுகிறார். அதிலிருந்து,

'பல்வலி - நடுக்கம், ஜெயகாந்தனின் 'ஒரு பிடி சோறு' முழுதும் படித்து முடித்தேன். மன உணர்ச்சிகளை - குறிப்பாக உணர்ச்சி ஒழுக்கம் ஆகியவற்றில் பெண்ணின் பெருமையை வெளியிடும் பாணி, தி.ஜா.ரா. கூறுவதுபோல் தனித்தன்மை கொண்டதுதான். மனச்சலனத்தின் மெல்லிய இழைகளையும் காணும் காட்சியும், மெய்ப்பாடுகளை நயமாகவும் தெளிவாகவும் கூர்மையாகவும் வெளியிடும் தரமும், எழுத்தில் நெறியும் சமுதாய நல்லுணர்வும் பிரமாதம். இந்தக் கலைஞனின் எழுத்துகள் முழுவதையும் முறையாகப் படித்து எனது எதிரொளியைத் தமிழ் மக்களுக்கு கூற வேண்டியது, அவன் தமிழுக்குச் செய்யும் அரும்பணிக்கு நான் செய்ய வேண்டிய முதல் கைமாறு' என்று குறித்திருக்கிறார்.

இந்த நாட்குறிப்பு ஜீவாவின் மகன் வழியே தோழர், ஆய்வாளர் ஜீவபாரதி கையில் கிடைக்க உடனே அவர் எனக்கு தகவல் தந்து ஜெராக்ஸ் எடுக்கச் சொல்லி அதில் நானும் அவரும் கையெழுத்திட்டு பிரேம் செய்து பிறந்த நாள் பரிசாக கொடுத்தோம்.

அப்போது ஜே.கே. "இதுபற்றி ஜீவா என்னிடம் சொன்னார். அப்போது நான் சொன்னேன், மாஸ்கோ போனால்தான் என் அருமை உங்களுக்குத் தெரிகிறதா? என்றேன். ஜீவா, போப்பா இதான் உன் குறும்பு என்றாராம், எனக்குக் கிடைத்த அரிய பொக்கிஷம் இது" என்றார்.

ஜெயகாந்தன் எழுத்துப் பணியில் ஈடுபட்டு எத்தனையோ பாராட்டுகளையும், விருதுகளையும், பரிசுகளையும் பெற்றிருக்கிறார். நாங்கள் கொடுத்த இந்த அரிய குறிப்பேடு கம்பீரமாக இன்றும் அவர் வீட்டில் மிளிர்கிறது.

அந்த 'ஒரு பிடி சோறு' பிறந்த கதையைப் பற்றி அவர் குறிப்பிடுவது :

"தாயும் பிள்ளையும் என்றாலும் வாயும் வயிறும் வேறு வேறுதான் என்றொரு பழமொழி உண்டு. வறுமையும் பஞ்சமும் வந்த காலத்தில் இது ஒரு கண்கூடான உண்மையாகி விடும். இன்று நம் சமூகத்தில் வறுமை இருக்கிறதுதான். இதற்கும் அக்காலத்தில் நிலவிய வறுமைக்கும் ஏக வித்தியாசம் உண்டு.

ஒரு கவளம் சோறு என்பது ரொம்பப் பேருக்கு ஒரு கனவாக இருந்த காலம் அது. இன்று உழைப்பவர்கள் ஊதியமும் உணவும் ஏதோ

ஓரளவுக்கேனும் பெற முடிகிறது. அக்காலத்தில் உணவு தானியங்களே பற்றாக்குறையாக இருந்ததால் பணம் இருந்தாலும் அரிசி கிடைக்காது.

“சென்னை நகரில் கூவம் என்றொரு நாற்றம் சாக்கடைக் கால்வாய் ஓடுகிறதே. அதில் ஒரு காலத்தில் ஒரு நதிபோல் நீரோட்டம் இருந்ததும், அதில் படகு போக்குவரத்தும், அதன் மூலம் சரக்கு ஏற்றுமதி இறக்குமதியும் இருந்தது என்றால் யார் நம்புவார்கள்.

“இன்று சென்னை நகரில் கெயிட்டி டாக்கீசுக்கும், சித்ரா டாக்கீசுக்கும் இடையே வெறும் சாக்கடையாக காட்சி தரும் இருமருங்கிலும் குடிசை கள் நிறைந்த அந்தப் பிரதேசத்தில் ஒரு காலத்தில் சவுக்குக் கட்டைகளை ஏற்றிக் கொண்டு படகுகள் வரிசையாக வந்து நிற்கும் அவற்றை ஏற்றி இறக்குவதற்காகச் சில கூலிக்கார குடும்பங்கள் அந்தக் கரையோரங்களில் தற்காலிகமான குடிசைகள் அமைத்து வாழ்க்கை நடத்துவர்.

“அங்கே கல்யாணம், காதல், குழந்தை பிறப்பு, இழவு, திருவிழா எல்லாம் நடக்கும். இந்தக் கதை முதலில் பிரசுரமான ‘சரஸ்வதி’ பத்திரிகை அலுவலகம் அந்தத் தெருவில்தான் இருந்தது. அப்போது பார்த்த பல சம்பவங்கள் இந்தக் கதை உருவாக கருவாகவும் எருவாகவும் அமைந்தன” என்கிறார்.

ஒரு பகல் நேர பாசஞ்சர் வண்டியில் ....

“ஒரு பெரிய நாவலை எழுத வேண்டும் என்ற எண்ணத்தை தற்செயலாக நான் படிக்க நேர்ந்தது. The Pariah என்ற ஸர் ஆல்காட் எழுதிய நூல் என்னை அக்காலத்தில் தூண்டியது.”

ஸர்.ஆல்காட் என்பவர் தற்போது சென்னை அடையாறு தியாசாபிகல் சொசைட்டியின் அருகே உள்ள ஸர்.ஆல்காட் பள்ளியின் நிறுவனர் ஆவார்.

அந்த கதையின் நாயகன் சிறுவயதில் எனக்கு மிகவும் அந்தரங்கமான நண்பனாக விளங்கிய செங்கேணித் தாத்தா என்கிற ஒரு மாஜி ராணுவ சிப்பாய்! மகாபாரத கதை, விக்ரமாதித்தன் கதை, பறவைகள், தாவரங்கள் பற்றிய அறிவு - காம சாஸ்திரம், பொருளாதார சாஸ்திரம் போன்ற எல்லா விஷயங்களிலும் அடிப்படை வித்துக்களை என் மனத்தில் ஊன்றிய ஒரு பாமர ஆசான் அந்தச் செங்கேணி தாத்தா தானோ? என பல சமயங்களில் அவரை நான் நினைத்துப் பார்ப்பதுண்டு.

அவர் பெயர் என்னவோ? அவர் ஒரு அழகான பேத்தியை - அவள்தான் என் முதல் சிநேகதி - வளர்த்துக் கொண்டிருந்தார். அவள் பெயர்

செங்கழுநீர் என்பது. அதன் 'மரூஉ' தான் செங்கேணி. அதனால் அவரும் செங்கேணி தாத்தா ஆகி விட்டார். அவர் பெயர் அம்மாசி. அவர் ஓர் ஹரிஜன். அவர் கல்யாணமே செய்துக் கொள்ளாதவர். அவரது பேத்தியான இந்தப் பெண் எங்கோ அநாதையாகக் கிடைத்தது என்றெல்லாம் பேசிக் கொள்வார்கள்.

அந்தத் தாத்தாவும் பேத்தியும் கதாநாயகனாகவும், நாயகியாகவும் இடம் பெறும் ஒரு நாவலை நான் மனத்தில் அசை போட்டுக் கொண்டிருந்த சமயத்தில் ஒரு நல்ல சிறுகதை எழுதலாமே என்ற ஆசையில் ஒரு அத்தியாயத்தை ஒரு சிறு கதையாக எழுதிப் பார்த்தேன். அதன் விளைவே 'ஒரு பகல் நேர பாசஞ்சர் வண்டியில்'.

பின்னால் பிரளயம் என்று எழுதப்பட்ட ஒரு நாவலின் கரு. இந்தச் சிறுகதை எனலாம்.

இந்த அம்மாசி கிழவன் ஜெ.கே. யின் பல கதைகளில் பல பாத்திரங் களில் வருவது குறிப்பிடத்தக்கது.

தோத்தோ :

''செல்லப் பிராணிகள் வளர்ப்பதில் என்னளவில் விருப்பமில்லாத காரியம். ஒரு அழகான பஞ்சவர்ணக் கிளியைக் கூட தூரத்திலிருந்து பார்த்து ரசிக்கத்தான் இயலுமே தவிர என் தோளின் மீது அது வந்து தொற்றிக் கொள்வது என்னால் சகிக்க முடியாது. இதற்குப் பொருள் உயிர்களிடத்தில் எனக்கு அன்பு இல்லை என்பதல்ல.

நாய் ஒரு நல்ல பிராணிதான். அதனால் மனிதனுக்குத் தோழமையும் பாதுகாப்பும் கிட்டுகிறது. அந்த நாய்களை தெருவில் திரிந்து சொறி பிடித்து வெறி பிடித்து அலையவிட்டு பின்னர் அவற்றை வேட்டையாடிப் பிடித்துக் கொண்டு கொள்ளுகிற மனிதர்களின் செயல் சரியோ தப்போ அதைக் கண்டு சீறுவதில் தான் மிகவும் மனம் கலங்கிப் போயிருக்கிறேன்.

கசாப்புக்கு போகிற ஆடுகள், தூக்குத் தண்டனை விதிக்கப்பட்ட கொலைக்காரர்கள், முனிசிலிபாலிடிக்காரர்கள் பிடித்து கூண்டு வண்டியில் அடைக்கப்பட்டுக் கொலை களத்துக்குக் கொண்டுச் செல்லப்படும் நாய்கள் இவையெல்லாம், இளம் வயதில் என்னை வெகுவாகப் பாதித்தன. அறிவு வளர, வளர அத்தகைய 'சித்தார்த்த உள்ளம்' மனிதனுக்கு நியாய வாத ஞானத்தால் மரத்துப் போய் விடுகிறது. ஆ! அது எத்தகைய நஷ்டம்.

'அத்தகு உயர் மனத்தை எப்போதும் குழந்தைகளிடம் காண முடிகிறது. வழக்கமாக வேடிக்கைப் பார்த்துக் கொண்டு இருக்கும் ஒரு நாள் வராததற்காக எங்கள் வீட்டுக் குழந்தையொன்று ஒரு நாள் முழுதும் அழுதது. அதன் அழுகையைப் போக்க இன்னொரு நாய்க்குட்டியினால் தான் முடிந்தது.

'வாலைக் குழைத்து வரும் நாய்தான், அது மனிதர்க்குத் தோழனடி பாப்பா' என்று குழந்தைகளுக்கு சொல்லி வைத்தார் பாரதியார்.

மனிதன் நாய்க்கு அவ்வளவு தோழன் அல்ல என்று தோன்றியதால் எழுதப்பட்ட சித்திரம் இது. "ஜெ.கே. வீட்டில் ஒரு சமயம் அவரது குழந்தைகள் நாய் வளர்த்தனர். அன்போடு அந்த நாய், அவர் மீது பாய்ந்த போது தன் காலால் எட்டி உதைத்திருக்கிறார். பின்னர் தன் செயல் குறித்து வருந்தி எழுதப்பட்டக் கதை.

இது என்ன பெரிய விஷயம் :

"50 ஆண்டுகளுக்கு முன் நடந்த சம்பவம்.

"அவர்கள் இருவரும் சகோதரர்கள். இருவருக்கும் இடையே நான்கைந்து வயது வித்தியாசம் இருக்கும். தம்பி படித்தவர். ஓர் அலுவலகத்தில் நல்ல சம்பாத்தியத்தில் பணியாற்றுகிறவர். அண்ணன் படிப்பு வாசனை இல்லாதவர். தம்பியின்மீது அளவற்ற பாசம். அந்தப் பாசத்தின் விளைவாகத் தன்னையே மறந்து தம்பியையே நமது வாழ்வின் துணையாகக் கருதியவர். திருமணம் கூட வேண்டாம் என்று தீர்மானித்து விட்டவர்.

ஆனால், வசதியும் சம்பாத்தியமும் ஏற்பட்ட பிறகு தம்பி திருமணம் செய்து கொண்டார். அண்ணன்தான் முன் நின்று திருமணத்தை நடத்தி வைத்தார். தம்பியின் தாம்பத்ய வாழ்க்கைக்கு வீட்டோடு ஒரு பெரிய மனிதத் துணையாக வாழ்வது என்று மகிழ்ச்சியுடன் தான் இருந்தார்.

நாளடைவில் பிரச்சனைகள் முளைத்தன. தாம் ஒரு வேலையற்ற வீண் சுமையாகத் தம்பியின் வீட்டில் முடங்கிக் கிடப்பதாக உணர ஆரம்பித்தார் அண்ணன். வாழ்க்கை அவ்வாறு அவருக்கு உணர்த்தியது.

ஏதாவது வேலை பார்த்து வைத்தால் தானும் தனியாகப் போய் விடலாம் என்று எண்ணினான் அண்ணன். தமது எண்ணத்தைத் தம்பி யிடம் கூறினார். "படிப்பு வாசனை ஏதும் இல்லாத உனக்கு ஏதாவது பியூன் வேலைதான் கிடைக்கும். என் அண்ணனான உனக்கு அப்படிப்பட்ட

வேலை கிடைத்தால் எனது கௌரவத்துக்கு இழுக்காகிவிடும். நீ பேசாமல் எப்போதும் போல் வீட்டோடு இரு. உனக்கு வேலையும் சம்பளமும் வேண்டுமானால், நான் ஏதாவது சம்பளம் போட்டுத் தருகிறேன்" என்று சாதாரணமாகக் கூறினார் தம்பி.

அந்த யோசனை அண்ணனுக்கு ஓர் அவமதிப்பாகி விட்டது. தம்பி அலுவகத்துக்குப் போன பின் அது விஷயமாக தம்பியின் மனைவிக்கும் அவருக்கும் வாக்குவாதம் ஏற்பட்டது. இனி இந்த வீட்டில் இருக்க முடியாது என்ற முடிவுக்கு வந்து விட்டார் அண்ணன்.

தனது முடிவை தம்பியிடம் தெரிவித்துவிட்டு எங்கேயாவது போய் விடுவது என்ற தீர்மானத்துடன் தம்பியைப் பார்க்க அலுவலகத்துக்குப் போனார்.

அந்தச் சமயத்தில் தம்பி மிகவும் மும்முரமாக முதலாளிகளின் முக்கியக் கூட்டத்தில் பங்கேற்றிருந்தார். அண்ணன் வெகுநேரம் தம்பியின் தரிசனத்துக்காக அவனது அலுவலக வாசலிலே காத்துக் கிடக்கிறார்.

தம்பியை நிரந்தரமாகப் பிரிந்து விடப் போகிறோம் என்ற விரக்தியும் நெஞ்சில் அடைக்க, அருமைத் தம்பியின் முகத்தை ஒரு தடவை பார்த்து விடைபெற்றுக் கொள்ள வந்த அவருக்குத் தம்பியின் அலட்சியம் மேலும் வெறுமை உணர்ச்சியை ஏற்படுத்தியிருக்கிறது.

ஏதோ ஒரு சமயம் தம்பி வெளியில் வந்த சந்தர்ப்பத்தை பயன்படுத்திக் கொண்டு தனது முடிவை அடக்கிக் கொண்டு விஷயத்தைச் சொல்ல முயன்றிருக்கிறார்.

"இதென்ன பெரிய விஷயம்னு எடுத்துக் கொண்டு ஆபிசுக்கு ஓடி வந்திருக்கிறாய்? எனக்கு இதைவிட பெரிய வேலைகள் நிறைய இருக்கு.. வீட்டிலே பேசிக்கலாம் போ.." என்று தம்பி சற்று கண்டிப்புடன் சொல்லிவிட்டு முதலாளிகளிடம் சென்று விட்டார். அவருக்கு அதுதான் அப்போது பெரிய விஷயம். அவ்வளவுதான், அண்ணன் முற்றிலும் நொறுங்கித் தகர்ந்து போனார்.

"பெரிய விஷயமா வேணும்? சாயங்காலத்துக்குள்ளே பெரிய விஷயம் ஒண்ணு சேதியா வரும்..." என்று அங்கிருந்த பியூனின் செவியில் உரக்கக் கூவி விட்டு வேகமாகப் போய்விட்டார்.

சாயங்காலத்துக்குள் பேரிடி போல் அந்தப் பெரிய விஷயம் செய்தியாகத் தம்பிக்கு வந்தது. அந்த அண்ணன் மனமொடிந்து நஞ்சு அருந்தி தம்மை மாய்த்துக் கொண்ட செய்திதான் அது.

'இது என்ன பெரிய விஷயம்னு' கேட்டதற்காக என் அண்ணன் இப்படிச் செய்து விட்டான்' என்று அந்த அருமைத் தம்பி கண் கலங்க என்னிடம் சொன்ன கதைதான் இது.''

அண்ணனை தான் பால்ய கால சிநேகிதராகச் சித்தரித்து புனையப் பட்ட சிறுகதை இது.

ஆலமரம் :

''எனக்கு நெருங்கிய உறவுக்காரக் குடும்பத் தலைவி இறந்து போன செய்தி வந்து எங்கள் வீட்டில் உள்ளவர்கள் சோகத்தில் ஆழ்ந்து கிடந்தார்கள்.

அந்த மாமாவின் மீதும், அந்த மாமியின் மீதும் எனக்கு அபிமானம் நிறைய உண்டு. அவர்களைப் பார்க்கும்போது உலகில் ஒவ்வொரு தம்பதி யும் இவர்களைப் போல் இருந்தால் மானுட வாழ்வே அர்த்தமுடையதாக விளங்குமே என்று நான் எண்ணினேன்.

அந்தத் தம்பதிகளுக்கு டஜனுக்கு மேற்பட்ட குழந்தைகள். சில குழந்தைகள் வாலிப வயதில் நன்கு படித்துக் கொண்டிருந்த நம்பிக்கையை வளர்த்துக் கொண்டிருந்த பருவத்தில் திடீரென சற்று விழுந்ததுபோல் இறந்து போன துயரங்களையெல்லாம் தாங்கிக் கொண்டு இல்லற தர்மம் வழுவாமல் வாழ்ந்த அந்த இருவரில் ஒருவர் பிரிந்து தனியாய் நிற்கும் அந்த மாமாவும் விரைவில் செத்து விடுவாரோ என்ற வருத்தம் என்னை ஆட்கொண்டது.

வீட்டிலிருந்து சிலர் அந்த நிகழ்ச்சிக்குப் போனார்கள். வேலையு மில்லாமல் படிப்பையும் விட்டு விட்டு வீட்டில் சும்மா இருந்து பொழுது கழித்துக் கொண்டிருந்த என்னை வீட்டுக்குக் காவலுக்கு விட்டுப் போயினர்.

நான் மெய்யாகவே வருந்திய போதிலும் - இதெல்லாம் தவிர்க்க முடியாதது. பல முறை யோசித்து தேர்ந்தெடுத்திருந்த காரணத்தால் என் வயதொத்த அவர்களின் புத்திரர்களுக்கு அனுதாபக் கடிதங்கள் எழுதி ஆறுதல் கூறியிருக்கலாம். அந்தக் குடும்பத்து மனிதர்கள் ஒவ்வொருவரும் என் கண்முன் தோன்றினர்.

அந்த நாளும், நேரமும், அவர்களின் துயரங்களும் சஞ்சயனின் திருஷ்டியில் தெரிந்த குருசேத்திரக் காட்சிகள் போல் விரியலாயின.

ஒரு ஆலமரம் மூலவேர் இற்றுச் சாய்வதுபோல் தோன்றியது. ஆலமரம் என்ற தலைப்பில் அந்த அனுபவம் எனது இருபது வயதில் ஒரு சிறுகதை யாய் வடிவம் பெற்றது.

யந்திரம் :

"'சின்ன வயதில் எனக்கு இளைய குழந்தைகள் பலர் மரணமடைந்து என்னை வெகுவாகப் பாதித்திருக்கிறது. அந்த அளவு என் தாயாரைப் பாதித்திருக்குமா என்பது கூட சந்தேகம்தான்.

பெரும்பாலான தாய்மார்கள் தாயாக ஆக்கப்பட்டவர்கள்தாமே? ஆம்; அவர்கள் தாய்களான வயதை எண்ணிப் பாருங்கள். பதினான்கு வயதில் கல்யாணம்.. பதினாறு வயதில் பிள்ளைப்பேறு என்று வாழ்ந்த அந்தக் காலத் தலைமுறை தாய்மார்கள் யந்திரம் போல் குடும்ப வாழ்வில் ஈடுபடுத்தப்பட்டார்கள். குழந்தைப் பெறச் செய்யப்பட்டார்கள். கையி லிருந்த பொம்மை உடைந்த மாதிரி புத்திரசோகத்துக்கும் ஆட்பட்டார் கள். அந்தக் குழந்தைகளை இழந்தபோது அவர்கள் சோக வயப்படுவது ஒரு தொடர் நிகழ்ச்சியாகவே சம்பவிக்கிற வாழ்வைப் பார்க்கும்போது தாய்மார்கள் ஒருவகை யந்திரங்களே என்று தோன்றியிருக்கிறது. அதற்காக நான் வருந்தியிருக்கிறேன்.

என் தாயாருக்கு அந்தக் காலத்தில் ஒரு ஏழைக் கிழவி சினேகிதியாக இருந்தார். அவள் பெயர் என்னவோ? நான் வைத்த பெயர் முத்தாயி. அவர் அந்தப் பகுதியில் உள்ள பச்சைக் குழந்தைகளை - கதையில் நான் விவரித்த விதமாகவே யந்திர கதியில் பள்ளிக்கு அழைத்துப் போவாள். எனக்கு அவளைக் கண்டாலே எரிச்சல் வரும். *"ஏ! கிழச் சனியனே! குழந்தைகளை இப்படியா வாரி இழுத்துக் கொண்டு போவது?"* என்று அவளிடம் கூச்சலிட்டிருக்கிறேன்.

அவளுக்கு அதெல்லாம் காதில் விழாது. பள்ளிக்கூட மணி அடிக்கும் முன்பாக அங்கே கொண்டு சேர்ப்பது ஒன்றே குறியாக இருப்பாள். அவளை நான் யந்திரம் - அதாவது 'மெஷின் கிழவி' என்று அழைப்பது வழக்கம். அப்புறம் ஒரு நாள் அவரும் என் தாயாரும் என்னத்தான் பேசிக் கொள்வார்கள் என்று ஒரு நாள் மத்தியானம் கவனித்த போதுதான் தெரிந்தது. என் தாயாரும் அந்தக் கிழவியும் மலை மலையாக அள்ளி மரணத்துக்குக் கொடுத்து விட்ட அந்தக் குழந்தைகளை எண்ணி எண்ணி வகை வகையான ஒப்பாரிகளை பாடி அழுது கண்ணீர் சிந்தி ஓய்வதை ஒரு பொழுதுபோக்காகக் கொண்டிருக்கிறார்கள் என்று.

என்னதான் யந்திரங்களாக ஆக்கப்பட்ட போதிலும் தாய்மார்கள் யந்திரங்கள் அல்ல என்று.''

64 ஆண்டுகளுக்கு முன்னால்...

பிராட்வேயில் என்னை வழிமறித்த தோழர் ஜீவானந்தம் ''என்ன, 'தாமரை'க்கு கதை எழுதாமல் ஏமாற்றிக் கொண்டிருக்கிறாய்? வா என்னோடு'' என்று ஜனசக்தி அலுவலகத்துக்கு இழுத்துச் சென்று, தோழர்களிடம் எனக்கு பேக்கட் சிகரெட் வாங்கிக் கொடுத்து ஒரு அறையில் அடைத்து வைத்து ஒரு பொழுதில் எழுதி வாங்கிக் கொண்ட கதை இது.

''கதைக்கு என்னப்பா தலைப்பு?'' என்று கேட்டுக் கொண்டு மாலை பொழுதில் கதவைத் திறந்தவாறு உள்ளே வந்தார் ஜீவா.

''யந்திரம்'' என்றேன் கடுகடுப்புடன். அதுதான் இக்கதை.''

புதிய வார்ப்புகள் :

''காதல் ஒரு உல்லாசம் என்று எல்லோரும் கருதுகிறார்கள். நடைமுறையில் அது ஒரு பிரச்சனை; ஒரு சிக்கல்; ஒரு சோதனை ; ஒரு போராட்டம் - போராட்டம் வெற்றியிலும் முடியும்; தோல்வியிலும் முடியலாம். ஆனாலும் மனிதர்கள் காதலிப்பார்கள், கஷ்டப்படுவார்கள். தற்கொலை கூடப் புரிந்து கொள்வார்கள்.

உயர்வு, தாழ்வும், சாதிப் பாகுபாடும் நிலவுகிற சமூகத்தில் காதல் ஒரு தண்டனைக்குரிய குற்றமாகவே கருதப்படுகிறது. அந்தத் தண்டனைக்கும் தயாராகிக் காதலிக்கிற குழந்தைகளைப் பார்க்கிறபோது எனக்கு எப்போதும் அவர்கள்பால் பரிதாபமும் அனுதாபமும் ஏற்படுகின்றது. குழந்தைப் பருவத்திலேயே இந்தச் சிக்கலில் மாட்டிக் கொண்டு அல்லலுறுகிறார்கள். அதனால் ஏற்படும் தங்கள் குடும்பத்தினரின் உணர்வுகளைப் பிறகுதான் அறிகிறார்கள். அந்தப் பாதிப்பில் தங்களது காதல் முறிந்து அவர்களைப் பிரித்து விடுவதனால் பெற்றோர் மேலும் ஒரு பிரச்சனைக்கு ஆளாவதல்லாமல் அந்தக் குழந்தைகளின் வாழ்வையும் முடமாக்கி விடுகிறார்கள்.

நான் பெரிதும் மதிக்கிற ஒரு குடும்பத்தைச் சேர்ந்த பெண் அந்த வீட்டுக் கார் டிரைவரைக் காதலித்து அவனுடன் ஓடிப் போய்விட்டது. மிகவும் உணர்ச்சி வசப்பட்ட அந்தப் பெண்ணின் தந்தை அவமானத்தால் தற்கொலை செய்து கொள்ள முடிவு செய்து விட்டார். அதைத் தவிர்ப்பதற்காக அவரது நண்பர்கள் போலீசின் உதவியை நாடி அந்தக் குழந்தைகளைக்

குற்றவாளிகளாக்கி, அந்த பெண் மைனர் என்பதால்... அந்தப் பையனை மட்டும் தண்டித்து ஜெயிலுக்கு அனுப்பி விட்டார்கள்.

என்ன அநியாயம்! பயந்து போன அந்தப் பெண் குழந்தை பெற்றோரின், போலீசின் நிர்பந்தத்துக்கு ஆளாகி தனது காதலனுக்கு எதிராக சாட்சியும் சொல்ல நேர்ந்தது. எல்லாம் ஆயிற்று. என்ன பயன்? அந்தப் பறவைகள் இரண்டும் பிரிந்து தனித்தனியாக ஆளுக்கொரு சிறையில் காலம் கழித்தனர். பெண்ணைப் பற்றி வதந்தி பரவியதால் வேறு கல்யாணம் பண்ணி வைக்கவும் வழி இல்லாது போயிற்று.

கடைசியில் அவனே சில ஆண்டுகளுக்குப் பிறகு உரிய வயதும் பக்குவமும் பெற்று விடுதலையாகி வந்து அந்தப் பெண்ணை அழைத்துக் கொண்டு போய் விட்டான். அப்பாவைத் தவிர அந்தக் குடும்பத்தைச் சேர்ந்தவர்கள் அதற்குத் துணை நின்றனர். அது தெரிய வந்தபோது அப்பாவுக்கு தனது குடும்பமே தனக்கு துரோகம் செய்து விட்டது போன்ற உணர்ச்சி ஏற்பட்டது. புத்தி பேதலித்தது.

ஆமாம்; வாழ்க்கையில் கிடைக்கிற விபரீத அடிகளுக்கு எல்லோராலும் வளைந்து கொடுக்க முடியவில்லை. அவர்கள் நொறுங்கிப் போகிறார்கள். யார் வளைந்தாலும், யார் நொறுங்கினாலும் கருணையும் இரக்கமும் இல்லாமல், காதல் மட்டும் வெற்றி பெற்று விடுகிறது.

காதல் என்கிற படுகுழியில் தன் குழந்தை வீழ்ந்து விபத்துக்கு ஆளாகி விட்டது என்றுதான் அந்தத் தந்தை கடைசி வரை வருத்தப்பட்டுக் கொண்டிருந்தார். பாசம் மிகுந்த ஒரு பழமைவாதியான அவர் மீது ஏற்பட்ட பரிதாப உணர்ச்சியை விட அர்த்தமுடையது. ஏனெனில் இத்தகைய புதிய வார்ப்புகள் எதிர்காலத்தில் நிறையவே தோன்றுவார்கள். ஆனால், அந்த அப்பாவைப் போன்ற பழைய மனிதர்கள் வருங்காலத்தில் அருகிப் போவார்கள் என்ற அனுதாப உணர்வில் எனக்கு தெரிந்த ஒரு சம்பவத்தைக் குறித்து சம்பந்தப்பட்டவர்களுக்கு உணர்த்தும் நோக்கில் எழுதப்பட்ட கதை இது."

இக்கதை இறுதி இரண்டு பாராக்கள் ஜெயகாந்தன் வாசகர்களால் மிக மிக நேசிக்கப்படுபவையாகும். அவை :

"மனிதனே ரொம்பப் பழமையான உலோகம்தான் காலம்தான் அவனை புதிது புதிதாக வளர்க்கிறது. வாழ்க்கையின் அந்த நிர்ப்பந்தத்துக்கு முடிந்தவர்கள் வளைகிறார்கள். வளைய முடியாதவர்கள் உடைந்து நொறுங்குகிறார்கள்.

வளைந்தாலும் சரி, உடைத்தாலும் சரி, காலம் புதிது புதிதாய் மனிதனை வார்த்துச் செல்கிறது" என்று வரிகள் பலராலும் சிலேகிக்கப்படுவதில் வியப்பென்ன?

விளக்கு எரிகிறது :

"எனது முந்தைய தலைமுறையைச் சேர்ந்த எழுத்தாளர்கள் பலர் சினிமாவோடு தொடர்பு கொண்டு, சிலர் சாதனைகள் புரிந்தும், சிலர் சாதிக்காமலும் தரி கெட்டு அலைந்து துன்புறுவதை நான் அனுபவத்தில் கண்டிருக்கிறேன்.

அவர்களில் பலர் எனது மதிப்புக்கும் நட்புக்கும் உரியவர்களாய் விளங்கியவர்கள். அவர்களது படைப்புகளினால் நான் ஈர்க்கப்பட்ட போதிலும் அவர்களது வாழ்க்கையை நோக்கினால் பாதிக்கப்படா மலிருக்க என்னளவில் அக்காலத்திலேயே மனக் கவசங்களை அணிந்து கொள்ள நேர்ந்தது. அவர்களில் சிலர்தம் வாழ்க்கை எழுத்தாளர்களுக்கு ஒரு எச்சரிக்கை என்றே சொல்லலாம்.

ஆனால் ஓர் எழுத்தாளன் - அறிவு ஜீவி - சமுதாய விஞ்ஞானி - மனித ஆத்மாக்களை செப்பணிடும் பொறியியல் நிபுணன் - திரிகாலமும் உணர்ந்த தீர்க்கதரிசி தனது சொந்த வாழ்வில் ஏற்படும் பொருளாதார மாற்றத்தால் புத்தியும் லட்சியமும் தடுமாறிப் போய் விட முடியாது; கூடாது என்று நான் உறுதியாகக் கருதினேன்; கருதுகிறேன்.

நான் வாழ்க்கையின் சாரத்தை எல்லாத் தரத்திலும் எல்லாக் களத்திலும் காண்கிறேன்; அனுபவிக்கிறேன். குறிப்பிட்ட உயர்த்தரத்தாரின் வாழ்க்கை முறைதான் லட்சிய வாழ்க்கை என்று நான் கருதியதில்லை. வாழ்க்கை எனும் வண்டித் தொடரில் எந்த வகுப்பிலும் நான் பிராயணம் செய்யத் தயார். வண்டியோட்டமும் இலக்கும் மாறாமல் இருக்கிற வரை அது குறித்து கவலை ஏன்?

நான் காரில் ஏறியதும், அல்லது சொந்தமாக ஒரு கார் வாங்கியதும் எனது விருப்பத்தினாலோ, ஏக்கத்தினாலோ ஏற்பட்டதல்ல. தலையில் ஒரு துண்டைக் கட்டிக் கொண்டு நகர் முழுதும் எனக்குச் சொந்தமென்று கர்வத்துடன் எப்போதும் நான் காலாற நடந்துச் செல்லத் தயார்.

காரும், காரில் போகிற கனவான்களும் பூமிக்கு வந்தே ஆக வேண்டும் என்கிற புத்தியையே இழந்து விடும் அளவுக்கு இந்தப் பொருளாதாரப் புழுதிப் புகழ் என் கண்ணையோ கருத்தையோ கவிந்து மறைக்க முடியாது.

எழுத்தாளருக்கு வீழ்ச்சி, தோல்வி என்பதெல்லாம் பொய்ப் புலம்பல் - அவன் மெய்யாகவே எழுத்தாளனாக இருக்கும்பட்சத்தில்.

என்றெல்லாம் நான் அந்த எழுத்தாளர்களிடம் பேசி அவர்கள் மீது எனக்குள்ள மதிப்பை புதுப்பித்துக் கொண்டதுண்டு.

ஏற்றம், இறக்கம் இயல்பேயான சூதாட்டப் பொருளாதாரச் சமூகத்தில் சில நேரம் மலையுச்சியில் ஏறி நிற்பதும், சில நேரம் அதனை அதல பாதாளத்தில் இறங்கி நிற்பதும் ஒரு கலைஞனுக்கு ஏற்றமோ வீழ்ச்சியோ ஆகி விடாது. இதிலிருந்து ஒரு சமூகத்தின் நிலையை அவனே நன்கு அறியும் அனுபவத்தைப் பெறலாம்; பெற்றதைப் பிறருக்குத் தரலாம். அத்தகைய வள்ளலுக்கு வறுமை ஏது! வறுமையில் செம்மை - எனும் பண்பை வாழ்ந்து காட்ட நம்மைத் தவிர வேறு யாரால் முடியும்? எனும் கருத்தை கருவாகக் கொண்டு என்னையே ஒரு வயது முதிர்ந்த எழுத்தாளனாய்க் கற்பிதம் செய்ததால் உருவான கதை.''

போர்வை :

"நான் சிறுவனாக இருந்தபோது எங்கள் பக்கத்து வீட்டு மாடியில் ஒரு அண்ணன் காலேஜில் படிப்பதற்காக வாடகைக்கு ரூம் எடுத்துத் தங்கியிருந்தான். அந்த அண்ணனுக்கும் எனக்கும் ஏழெட்டு வயது வித்தியாசம் இருக்கும். அவன் புகை பிடிப்பான்; எனக்கும் தருவான். என்னை விடப் பெரியவனான அவன் என்னைத் தனக்குச் சமமாக கருதி புகை பிடிக்கத் தன்னோடு சேர்த்துக் கொள்வது எனக்குப் பிடித்திருந்தது.

ஆனாலும் பெண்கள் விஷயத்தில் அவன் காட்டுகிற அக்கறை, சில பெண்களைப் பற்றி அவன் கேட்கிற கேள்விகள் எல்லாம் எனக்குச் சங்கட மாக இருந்தன.

அவன் அறையில் கவர்ச்சிகரமான பெண்களின் காலண்டர் படங்கள் மாட்டப்பட்டிருக்கும். அந்த வயதில் எனக்கு அவை அவ்வளவாக ரசிக்காதது மட்டும் அல்ல; 'ஐய்யய்யே அம்மணமா இருக்காளே!' என்று அருவருப்புக் கூட ஏற்பட்டது உண்டு.

எங்கள் தெருவில் ஒரு சித்த சுவாதீனமில்லாத ஆந்திரப் பெண் ஒருத்தி அரை நிர்வாணமாகத் திரிந்து கொண்டிருப்பாள். அவள் அழகாகவும் இளமையாகவும் இருந்ததால் கடைத்தெருவில் உள்ளவர்கள் அவளை ஆடச் சொல்லியும் பாடச் சொல்லியும் ரசிப்பார்கள்; ஏதேனும் பிச்சை தருவார்கள்.

ஒரு நாள் திடீரென எல்லாரும் அதிர்ச்சியடையத்தக்க விதமாக அந்த அரை நிர்வாண பைத்தியக்காரி முழு நிர்வாணமாக தெருவுக்கு வந்து விட்டாள். தெருவில் போகிறவர்களையெல்லாம் நிறுத்தி, ‘எனக்கு ஒரு சேலை வாங்கிக் குடு’ என்று குழந்தை மாதிரி அவள் கெஞ்சினாள்.

ஆண்களும் பெண்களும் அவளது நிர்வாணக் கோலத்தைக் கண்டு, ‘சீ’ என்று விரட்டி விலகிச் சென்றனர். இந்த மாதிரி விஷயத்தில் ரகசியமான ஈடுபாடுடைய ‘காலிப்பயல்’ என்று நினைத்துக் கொண்டிருந்த அந்தக் கல்லூரி மாணவன் இவளைப் பார்த்து மனம் பொறுக்காமல் தான் கட்டியிருந்த இடுப்பு வேட்டியை அவிழ்த்து அவளுக்குத் தந்து அவள் மானத்தை காப்பாற்றி விட்டுப் போய் வேறு வேட்டி அணிந்து கொண்டு சென்றதைக் கண்டு நான் வியப்படைந்தேன்.

பன்னிரண்டு வயதில் கண்ட ஒரு காட்சி, ஓர் அனுபவம், மனிதர்களைப் பற்றி உள்ளே ஒன்றாகவும், வெளியே ஒன்றாகவும் இருப்பது வேஷதாரிகள் மட்டுமல்ல; நாகரிகம் கலாச்சாரம் என்பனவற்றை காப்பாற்றுவதற்காகவும் அவ்விதம் இருக்க நேர்கிறது என்ற உண்மையை உணர்த்திற்று.

ஒரு மனிதனுக்குள்ளேயே துகிலுரிக்கிற துச்சாதனனும், துயில் அளித்த மானம் காக்கிற கண்ண பரமாத்மாவும் உறைவதை உணர முடிந்தது.

அந்த பால்ய கால அனுபவம் எனது வாலிப பருவத்தில் போர்வை என்னும் பெயரில் ஒரு சிறுகதையாய் வடிவம் பெற்றது.

வாய்ச் சொற்கள் :

ஆனந்த விகடன் ஆசிரியர் குழுவைச் சேர்ந்த நாலைந்து நண்பர்கள் கூடிப் பேசும்போது, உரையாடல் காதலைப் பற்றி திரும்பியது.

ஒரு நண்பர் சொன்னார், “காதலுக்கு கண் இல்லை என்கிறார்கள். கண்கள் இல்லாமல் காதல் பிறப்பதே இல்லை. கண்கள்தான் இதயத்தின் வாசல், வாய்ச் சொற்களுக்கு இல்லாத வலிமை கண்களின் பேச்சுக்கு உண்டு. பார்ப்பதற்கு ஒருவரின் இரண்டு கண்கள் போதும். காதல் பார்வைக்கு நான்கு விழிகள் வேண்டும். உடலின் பிற அங்கங்களுக்கு இல்லாத ஓட்டமும் வீச்சும் கண்களுக்கே உண்டு. அதனால் அன்றே வள்ளுவரும்,

> **“கண்ணின் அணிகலன் கண்ணோட்டம் அஃதின்றேல்**
> **புண்ணென்று உணரப்படும்”**

என்று விழி வீச்சின் அருமையை விளக்குகிறார்” என்று தாமறிந்த கண்ணின்

பெருமைகளைப் பலரும் கேட்டுப் பாராட்டுமாறு பேசிக் கொண்டிருந்தார்.

“கண்ணில்லாதவர்களுக்கு காதல் கிடையாதா?” என்று சாதாரணமாக நான் ஒரு கேள்வி கேட்டு வைத்தேன். சராமரியாகப் பேசிக் கொண்டிருந்த நண்பர் திடீரென வாயடைத்துச் சில வினாடிகள் மௌனத்தில் ஆழ்ந்து விட்டார்.

“நல்ல கேள்வி கேட்டீர்” என்று என்னைப் பாராட்டினார்.

“கண்ணில்லாத ஒருவனின் காதல் எப்படி வெளிப்படும்? என்று யோசிக்கிறேன்” என்றார் நண்பர்.

“கண்கள் இல்லாத ஒருவனும், ஒருத்தியும் எப்படி தமது காதலை வெளிப்படுத்திக் கொள்வர்? என்று யோசித்தால் இன்னும் அற்புதமாக இருக்கும்” என்றேன்.

“அதற்கு யோசனை மட்டும் போதாது, கொஞ்சம் கற்பனையும் வேண்டும். அது உமக்கே சாத்தியம். இதை வைத்து நீர் ஒரு கதை எழுத லாமே” என்றார் நண்பர்.

கண்கள் இல்லாத எனது நண்பர்கள் பலர் கைவிடப்பட்ட அநாதை களாகவே இருந்தனர். அக்காலத்தில் நானும் ஒரு அநாதைப் போல் திரிந்தலைந்த காலங்களில் அவர்களோடு நட்பு கொண்டிருந்தேன். இப்போது அவர்கள் எங்கெங்கோ இருப்பார்கள் என்ற நினைவில் ஒருவரை ஒருவர் சந்தித்தறியாத இருவரை நான் ஓரிரவு தங்கியிருந்த ஒரு பாழடைந்த சத்திரத்தில் சந்திக்க வைத்தேன்.

வாய்ச் சொற்களும், மெய்யுணர்வுக்கும் அல்லாமல் அவர்கள் காதலுக்கு வடிவம் தரும் இன்னொரு புலன் எது?

கதையின் தலைப்பு “வாய்ச் சொற்கள்” என்று சொல்லிவிட்டு வந்தேன்.

அடுத்த சில இதழ்களுக்குப் பிறகு “வாய்ச் சொற்கள்” என்ற சிறுகதை ஆனந்த விகடனில் வெளிவந்தது.”

அபாயம் :

“கால் - அரை நூற்றாண்டுக்கு முன் எழுதப்பட்ட சிறுகதைகளை புதிய தலைமுறை அறிய “கதையின் கரு” என்ற ஒரு தலைப்பில் மறுபிரசுரம் செய்து ஒரு எழுத்தாளனை அவனது வாழ்நாளிலேயே கௌரவம் செய்துள்ள ‘பாக்யா’வை தமிழ் வாசகர்களின் சார்பில் வாழ்த்துகிறேன்; பாராட்டுகிறேன்.

மேற்கண்ட கதைகளை ஜெயகாந்தனே தேர்ந்தெடுத்து கொடுத்து, அதற்கான ஒரு முன்னுரை போல் தனித்தனியாகத் தந்த குறிப்புகளே 'கதையின் கரு!' இந்த அபாயம் கதையை மட்டும் பாக்யாவே தேர்ந்தெடுத்துத் தந்திருக்கிறது. இக்கதையின் சிறப்பு - கதையிலேயே ஒரு கதை உருவாவதற்குக் காரணியான கருவும் கலந்திருப்பதே ஆகும்.

ஒரு பத்திரிகை, பல புதிய முயற்சிகளை அடிக்கடி மேற்கொள்ள வேண்டும். அத்தகு முயற்சிகளில் ஒன்றுதான் எட்டு வாரங்களாகத் தொடர்ந்து வந்த கதையின் கருவும், அதற்கான கதைகளின் மறு பிரசுரமாகும்.

செய்கிற காரியம் சிறப்பானதுதானா? என்று செய்கிறவரே தெரிந்து கொள்வதற்கு, அந்த காரியத்தை இடையில் நிறுத்தி, அதன் பயன்களை அறிந்து, பின்னர் மேலும் சிறப்பாகத் தொடர வேண்டும் என்பது எனக்கு அனுபவம் தந்த அறிவு.

அப்படிப்பட்ட ஒரு நிலையில் ஓராண்டு காலத்துக்கு மேல் பத்திரிகை களுக்கு கதைகள் எழுதுவதை நிறுத்தியிருந்தேன். எனினும் 'பாக்யா' என்னை எழுதத் தூண்டியது. அந்தத் தூண்டுதலின் விளைவோ என்னவோ, இந்த ஆண்டு நான் மீண்டும் பத்திரிகைகளில் கதை எழுத நேர்ந்துள்ளது - என, தான் வடித்த கதைகளின் கருவைத் தந்தார். இதுபோன்ற ஒரு முயற்சி வேறு அவருக்கு முன்னும் பின்னும் எழுதியிருக்கிறார்களா என்ற முயற்சியில் ஈடுபட்டபோது முன்னொருவரும் இலர்? பின்னொருவரும் இலர் என்பதே நிதர்சனம்.

இத்தொடர் குறித்து நடிகர், கலைஞர், பத்திரிகையாளர் திரு. பாக்ய ராஜ் குறிப்பிடுவது, "உலகத்தைப் படிப்பது என்பது மனிதர்களைப் படிப்பது; மனிதர்களைப் படிப்பது என்பது என்னைப் பொறுத்தவரையில் உயர்திரு. ஜெயகாந்தன் போன்றவர்களின் கதைகளைப் படிப்பது. அப்படி என் மரியாதைக்கும் போற்றுதலுக்கும் உரியவராகத் திகழும் அவர் எனக்கும் வணக்கம் சொல்லி எழுதியிருப்பதை நான் அவர் பாக்யாவுக்கு அளித்த வாழ்த்துரைகளாக ஏற்று மகிழ்கிறேன்" என்கிறார்.

பின்னர் அவர் மறைவுக்குப் பின் இதனை நூல் வடிவம் கொண்டு முயற்சியில் இறங்கினேன். அவரது திருமகன் ஜெயசிம்மன் முன் முயற்சி யில் தொகுப்பாசிரியராகக் கொண்டு 'கதையின் கரு' என்ற நூல் வடிவம் பெற்றது. அதற்கு முன்னோட்டமாக அவர் தந்தவை.

"ஒரு பகல் நேர பாசஞ்சர் வண்டியில் என்ற கதையை ஒரே மூச்சில் எழுதி முடித்ததாக அப்பா சொல்லக் கேட்டிருக்கிறேன்." "தோத்தோ" என்ற ஜீவராசி முப்பது ஆண்டுகளுக்கு முன்பு எங்கள் வீட்டில் கொண்டு வந்த விடப்பட்டு பராமரிக்கப்படுவதைக் கண்டிருக்கிறேன். 'இது என்ன பெரிய விஷயம்' பற்றி கதையை என்னுகையில் பிறரது துன்பத்தை முழுமையாக உள் வாங்கி எழுதப்பட்டது என்று தோன்றுகிறது. 'ஆலமரம்' கதை வித்தியாச மானது. பண்டைய தமிழ் இலக்கியங்களில் துறை பற்றி இலக்கணம் வகுத்து எழுதியுள்ளனர்.

உதாரணமாக, 'தேர் தட்டின் மீது அரசன் - தளபதியுடன் ஆடும் கூத்துக்கு 'ஒள்வாள் அமலை' என்று பெயரிட்டு உள்ளனர். அதைப் போல் பிரிவை காட்டும் துறை, அதுபோன்று ஆணும் பெண்ணும் காதலித்துப் பின்னர் பிரிவதை போற்றுதலாகச் சொல்லும் அதன் அவசியத்தையும் சுட்டுக் காட்டுவதையும் பழந்தமிழ் நூல்களில் உள்ளது. அப்படி முக்கிய மான பலவுக்கு மதிப்புக் கொடுத்து அக்கதையை எண்ணுகையில் வியப்பு மேலிடுகிறது.

'யந்திரம்' ஒரு பெண்ணின் தாய்மை உணர்ச்சிக்கு யந்திரத்தில் இடம் இல்லை என்று சொல்லும் உண்மை.

'புதிய வார்ப்புகள்' - இவ்வுலக போக்கு ஒரு சாட்சி. 350 சி.சி. உடன் புல்லட், கடந்த காலத்தில் வந்தன. இப்பொழுது அதன் என்ஜின் வார்ப்படத்தை முழுதுமாக மாற்றி 'தட.... தட....' என்ற சத்தமின்றி இன்னும் அதிகத் திறத்துடன் இமாலயன் 420 சி.சி. சந்தைக்கு வந்துள்ளது என்ற உண்மையை அக்கதையில் வாழப் போகும் இளம் தம்பதியினர் உலகத்துக்கு நம்பிக்கை ஒளி கூட்ட முனைந்திருப்பது நல்ல திருப்பமாகும்.

'போர்வை' - தலைவலியும் பல்வலியும் தனக்கு வந்தால்தான் தெரியும் என்பார்கள். மானப் பிரச்சனை தனிநபர் பிரச்சனை அல்ல என்று ஒரு வாலிபன் அன்று நிருபித்துக் காட்டுவதை நினைவுபடுத்தி எழுதப்பட்டது. ஒரு எழுத்தாளனின் தனிச்சிறப்பு என்று கூறலாம்.

'வாய்ச்சொற்கள்' - எச்சொற்களையும் அது குறித்து எழுத முடியாதபடி என்னைக் கட்டிப் போட்டது.

'அபாயம்' - என்ற சொல் எனக்கு புறநானூற்றிலோ, அகநானூற்றிலோ எச்சரிக்கை சொல்லாக சொல்லப்பட்டதாகவோ எழுதப்பட்டதாகவோ தெரியவில்லை. ஆனால், மின்மாற்றிகள் டிரான்ஸ்பார்மர் என்ற ஆங்கில சொல்லுக்கு இணையாக மின் மாற்றிகளில் டிரான்ஸ்பார்மரில் இடம் பெற்றிருப்பதைக் கண்டிருப்பீர்கள்.

19-ஆம் நூற்றாண்டில் எழுதப்பட்ட 'அருட்பெருஞ்சோதி அகவல்' என்ற இராமலிங்கரின் கவின் தமிழில் 'ஆபத்தெனும் பொய் பயலே' என்ற பாடல் இடம் பெறுவதையும், வீரபாண்டியன் கட்டபொம்மன் திரைப்படத்தில் ஆங்கிலேயர் வரவை ஆபத்து என்று எச்சரிக்கும் கட்டபொம்மன் கதை வடிவத்தையும் எண்ணிப் பார்க்கையில் இப்பொழுது இவை இடைக்காலச் சொற்கள் என்பதையும் அறிந்தேன். அதுபோல் அபாயம் என்றழைக்கப்பட்ட கதை புதிய முறையில் புதிய சொல் என்று புரிந்து கொண்டேன்" என ஒரு தலைமுறை பார்வையாக முன் வைக்கிறார்.

12

வாசகர் பரப்பில் பாமரர் முதல் பண்டிதர் வரை

ஜெயகாந்தனை எழுது... எழுது... என தூண்டியவர்களில் இருவர் குறிப்பிடத்தக்கவர். ஒருவர் தமிழ் ஒளி. பாரதிதாசனின் தலை மாணாக்கர். மற்றொருவர் எஸ்.ராமகிருஷ்ணன். அக்கால கம்யூனிஸ்ட் தலைவர்களுள் ஒருவர்.

தமிழ் ஒளி, அவரைத் தமிழில் பிழையற எழுதக் கற்றுக் கொள் என்று சொல்லவே புலவர் சொக்கலிங்கம் அவர்களிடம் தமிழ்க் கற்றார். மேலும் “கவிதை வேண்டாம். கவிதை எழுத பல பேர் இருக்கிறார்கள். கதை எழுது'' எனத் தூண்டினார். தோழர் எஸ். இராமகிருஷ்ணன் அவரிடம் கதை கேட்டு, கேட்டு பிறரிடமும் தோழர்களிடமும் ''அவன் நல்லா வருவான்பா” என்று பாராட்டுபவர்.

ஆரம்ப காலத்தில் சிறு இலக்கிய பத்திரிகைகள் இவரது கவிப்புலமை யைக் கண்டுணர்ந்து எழுதத் தூண்டினர். 15 வயதில் எழுத ஆரம்பித்த இவரின் சிறுகதைகள் அக்கால 'சீரியஸ்' வாசகத் தளத்தில் பெருத்த வரவேற்பை பெற்றது.

ஜெயகாந்தனின் வாசகர் வட்டம் மிகப்பெரிது. ஆரம்பகால படைப்புகள், அவருக்கு முன் எழுதிய ஜாம்பவான்கள் அவரது எழுத்தை வியந்தோதிப் பாராட்டினர். மற்றும் அக்கால இலக்கியப் பத்திரிகையை வாசிக்கும் வாசகர்கள் கூடினர். அவரது இலக்கிய நட்பு வட்டம் பெருகியது.

'ஆனந்த விகடனில்' எழுதத் தொடங்கியப் பின் அடிதட்டு மக்கள் முதல் மேல்தட்டு மக்கள் வரை பரந்து விரிந்து வாசகத் தளம் கடல்போல் ஆனது. அவரைச் சந்திக்கவும் அவரது கருத்துக்களை கேட்க வும் கூடினர். அவர்கள் ரிக்ஷா தொழிலாளி, ஆட்டோ ஒட்டுநர், தையற்கலைஞர், முடி திருத்துவோர், பூ வேலை, டையிங் தொழில் செய்வோர், கடைநிலை அரசு ஊழியர், அலுவலர்கள், அதிகாரிகள், கலை உலக பிரமுகர்கள், மருத்துவர்கள், நீதிமாண்கள், காவல் துறையினர், அரசியல் பிரமுகர்கள் என அவரைச் சந்தித்து அளாவளாவதில் பெருமை கொண்டனர்.

இவர்களின் அன்புக்குப் பாத்திரமானார். பலரது குடும்பத்தினரோடும் நட்பு கொண்டார். அவருடன் பழகியவர்கள், அவர்கள் எத்தரத்தாறும் இருந்தாலும் அவர்கள் குடும்ப நிகழ்வுகளில் கலந்து கொள்வதும், சந்தோசிப்பதும் கலந்துரையாடுவதும் ஓர் இனிய அனுபவமாய் உணர்ந் தார். அடித்தட்டு மக்கள் முதல் மேல்தட்டு மக்கள் வரை அவரை உபசரித்து அழகு பார்ப்பதிலும் அந்த அழகில் அவர் லயித்து ஒருமை காண்பதிலும் மகிழ்ச்சி அடைபவர். அந்த அடித்தட்டு வாசகர் பெருமக்கள் முதலில் அறிவோம்.

நித்தியானந்தம் :

வங்கி கடைநிலை ஊழியர். இளம் வயதிலேயே போலியோ நோயால் ஒரு கால் சும்பிப் போனவர். தனக்காக லெட்டர் ஹேட்டில் 'நித்தியானந்த பறையர்' என்றே தன் முகவரியை வைத்திருப்பவர். தொழிற்சங்கத்தில் ஈடுபாடுடையவர். அதைவிட தேர்ந்த வாசகர். ஜெயகாந்தன் கதைகளை வாசித்து பின் பிறரது படைப்புகளை தவிர்த்தவர். ஜெ.கே.யின் கதைகளை ஆரம்பம் முதல் இறுதி வார்த்தைவரை அப்படியே சொல்லுவார். ஜெயகாந்தன் சபையில் ஒருவரானார்.

அவரது அலுவலகம் ஆழ்வார்ப்பேட்டை, கேட்க வேண்டுமா மாலை ஆனால் சபையில் சங்கமாகி விடுவார். ஜெ.கே. சபையில் இல்லாத பட்சத்தில் யார் அங்கு இருக்கிறார்களோ அவர்களிடத்தில் தாம் படித்த ஜெ.கே.யின் கதையை ஒப்புவித்து விடுவார்.

தாய் - தந்தையருடன் மயிலை பல்லக்கு மான்யத்தில் ஒரு குடிசை வீட்டில் வசித்து வருபவர். திருமணம் ஆகவில்லை, செய்து கொள்ளவும் அப்போது விரும்பவில்லை.

ஜெ.கே.யின் எழுத்தின் தாக்கத்தால் ஒரு விலை மாதுவை திருமணம் செய்து கொள்வதாக முடிவு செய்திருந்தார். இதனை ஜெ.கே. சபையில் ஜெ.கே.விடம் தெரிவித்தார். ஜெ.கே., "இதோ பாரப்பா கல்யாணம் செய்து கொள்வது பெரிதில்லை. இனியாவது ஒழுக்க நெறியில் இருவரும் கருத்தால், செயலால் ஒன்றிணைந்து வாழ்தலே சிறந்தது. நன்கு யோசித்து செய். மேலும் தாய் தந்தையரின் ஒப்புதலோடு திருமணம் செய்வதே உசிதம்" என்றார்.

நித்தியானந்தமும்,"உங்கள் எழுத்தை என் ஜீவனாக கருதுபவன். நீங்கள் சொல்லிய வண்ணமே திருமண வாழ்வை அமைத்துக் கொள்வேன்" என்ற உறுதியும் அளித்தார்.

திருமண நிகழ்வை ஜெயகாந்தன் தலைமை ஏற்று நடத்தியதோடு சபை அங்கத்தினர்கள் பலரும் கலந்து கொண்டு அவருக்கு வாழ்த்துகளை தெரிவித்தனர். இதில் பாரதியார் என்று சபையினரால் அன்போடு அழைக்கப்படுகிற எழுத்தாளர் தேவபாரதி, தோழர் சி.ஏ. பாலன், பத்திரிகையாளர் ம.சே. பரதன் என பலரும் கலந்து கொண்டனர்.

சில மாதங்களில் தம்பதிகள் இருவருக்கும் பிணங்கு ஏற்பட்டது. சபையில் முன்மொழிந்தார். ஜெ.கே. விசாரிக்க அந்தப் பெண் சொன்னபடி குடும்பப் பெண்ணாக மாற்றிக்கொண்டு இருக்க, இவர் குடும்பஸ்தனாக இருக்கவில்லை.

ஜெ.கே. கண்டித்தார் - "இது தொடர்கதையாகும், பிரிந்து வாழப் பார்" என்று கூறினார்.

அவரும் அதனை மேற்கொண்டார். பின்னர் வேறு திருமணம் நோக்கம் இல்லாமல், விரும்பாமல் தாய் தந்தை போஷித்து வருகிறார். தாய் இறந்ததும் தற்போது தந்தை போஷித்து வருகிறார். இன்றும் நண்பர்கள் யாராவது கிடைத்து விட்டால் ஜெ.கே. கதையை சிலாகித்து உரைப்பார்.

சிவதாஸ் :

அடிப்படையில் எம்பிராய்டரி எனும் நுண்கலையில் தேர்ந்தவர். பெரிய குடும்பம், 17 வயதிலேயே திருமணமாகி குடும்பஸ்தன் ஆனவர். நெடிய உருவம், அகன்ற நெற்றி. காங்கிரஸ் இயக்கத்தில் ஈடுபாடிருந்தாலும்

பெரியாரிஸ்டாக வளர்ந்தவர். தேர்ந்த வாசகர். ஜெ.கே.வை வாசித்த தில்லை.

அவரது நண்பர் முன்னர் பார்த்த வங்கி கடை நிலை ஊழியர் நித்யானந்தம் ஜெயகாந்தனின் 'ஒரு இலக்கியவாதியின் அரசியல் அனுபவங்கள்' என்ற நூலைப் படிக்கக் கொடுத்தார். அதில் பெரியார் கலந்து கொண்ட கூட்டத்தில் ஜெயகாந்தன் பெரியாரை விமர்சித்து பேசிய செய்தி கருத்து அவருள் கடுகடுப்பாகி நண்பர் நித்தியானந்தத்திடம் கடுமையாக ஜெயகாந்தனைக் குறித்து விமர்சித்துள்ளார்.

நித்தியானந்தமோ, "இதோ பார் அவரது எழுத்துக்கள் முழுதும் படித்து பார்" என இன்னும் சில நூல்களைப் படிக்கக் கொடுத்தார். சொக்கிப் போனார். நித்தியானந்தத்துடன் ஆழ்வார்ப்பேட்டை சபைக்கு வந்தார். ஜெ.கே. அறிமுகப்பட்டார்; அறிமுகமானார்; சங்கமம் ஆனார்.

அதன் பிறகு அவரது வாசிப்புத்தளம் உயர்ந்தது. "ஜெ.கே.வால் அடையாளம் காட்டிய பாரதி, புதுமைப்பித்தன், விந்தன், கு. அழகிரிசாமி, தமிழ் ஒளி என தமிழ் படைப்புகளை வாசிக்கத் தூண்டியது. மேலும், லியோ டால்ஸ்டாய், தாஸ்தஸ்வ்ஸ்கி, கார்க்கி என ரஷ்ய இலக்கியங்களை படிக்கத் துவங்கினேன்.

எனது பொருளாதார நிலைக்கு இதையெல்லாம் வாங்கிப் படிக்கும் நிலையில் இல்லை. அப்போதுதான் நூலகத்தை நாடினேன். எனது தமிழ் வாத்தியார் எனக்கு அறிமுகப்படுத்தி விவேகானந்தரின் 'ஞான தீபம்' சுட்டேன்.

வேலை முடிந்தவுடன் நூலகம் சென்று விடுவேன் ஜெ.கே. அறிமுகப்படுத்தும் எழுத்தாளர்கள், அவர் தம் படைப்புகளை நூலகத்தில் 'சுட்டு'க் கொண்டு வந்து படித்தும் அதேபோல் இருந்த இடத்தில் சேர்ப்பதும் இல்லையேல் அவைகள் நூலகமாக என் வீடு மாறியது.

எனது வாசிப்பு பழக்கத்தை அறிமுகப்படுத்தியது அவர்தான். அது இன்றுவரை நீடிக்கிறது. ஒருமுறை சபையில் என்னை நோக்கி, "உன்னைப் போல் ஒருவன், நாயகன் சிறுவன் சிட்டி நிலையில் நீர் இருந்தால் தாயை வெறுத்து ஒதுக்கித்தான் இருப்பீரா?" என்றார்.

அப்போது நான் சொன்னேன், "சிட்டியின் நிலையில் நான் இருந்தால் தாயின் தவறை ஏற்றுக் கொள்ள மாட்டேன். சாதாரண மனிதனாக பார்த்தால் அப்படித்தான்" என்றேன்.

'சபாஷ்' என்று பாராட்டினார்.

ஒரு சமயம் ஜெர்மன் நூலாசிரியரின் ஒரு பெரும் (பெரிய) நாவலை நூலகத்திலிருந்து சுட்டு, "இதைப் படித்திருக்கிறீர்களா" என்று ஜெ.கே.விடம் கொடுத்திருக்கிறார். ஜெ.கே.யும் புரட்டிப் பார்த்து படிக்கிறேன் என்றதோடு இவ்வளவு பெரிய புத்தகத்தை எப்படி 'சுடுகிறீர்' என்று வியப்போடு கேட்டாராம். எப்படி என்று செய்தும் காட்டினேன். ஜெ.கே. அவருக்கே உரிய குலுங்கி குலுங்கி சிரித்து மகிழ்ந்தார்.

சில நாட்களில் ஜெ.கே. அந்நாவலை "படித்து விட்டேன், அருமையான நாவல்" என்று புகழ்ந்து கதை குறித்து வியந்தோதினார்.

மோகன் :

இவர் ஓர் ஆட்டோ தொழிலாளி. இன்றைக்கு பாரதிதாசன் சாலை எனும் வழங்கப்படும் பகுதியில் குடிசை மாற்று வாரியத்தின் குடியிருப்பில் குடும்பம். ஐந்து குழந்தைகள். எழுதப் படிக்கத் தெரியாது. மனைவியின் பேரில் கொண்ட ஊடலால் ஒருநாள் நன்கு 'தண்ணீ' ஏற்றிக்கொண்டு கையில் ப்ளோடால் கீறிக் கொண்டும் அந்த ஜெயகாந்தன் சபையின் மாடியின் மேல் வந்து, தற்கொலை செய்து கொள்வதாக மிரட்டல். அது ஒரு நல்ல பகல் நேரம். சபையின் நிர்வாகி பாரதியார் அருகில் உள்ள தம் வீட்டுச் சென்றுள்ளார்.

அவரது கூச்சலை அடக்க சக ஆட்டோ தோழர்கள் கடும் போராட்டம். ஒரு ஆட்டோ தொழிலாளி பாரதியார் வீட்டுக்குச் சென்று அவரை அழைத்து வந்தார். மாடி மேல் வேகமாக வந்த பாரதியார், மோகனை கீழே தள்ளி, கன்னத்தில் 'ப்ளார் ப்ளார்' என அறைந்தார். சப்த நாடியும் ஒடுங்கி அமர்ந்தான் மோகன்.

கடுமையான வார்த்தைகளில் அர்ச்சனை தொடங்கிய பாரதியார், மெல்ல ஆறுதல் சொல்லி அமர வைத்தார்.

மாலை ஜெ.கே. வந்தார். சபை கூடியது. மோகன் குறித்த சம்பவம் பேசப்பட்டது. அவரும் உரத்தக் குரலில் அவனை அதிர வைத்து பின்னர் ஆசுவாசப்படுத்தினர்.

பிறகு சபையின் அவனும் ஒரு அங்கத்தினர் ஆனான். குடிப்பதை நிறுத்தி விட்டார். ஒழுங்காக ஆட்டோ ஓட்டி குடும்பத்தை பாதுகாத்தான். இறுதிநாள் வரை தாயையும் உடன் வைத்து குடும்பஸ்தனாக மாறினான்.

மனைவியின் மீது உள்ள பிணக்கின் காரணமாய், தாயை அழைத்துக் கொண்டு அப்பகுதியிலே குடிபுகுந்தான். தாயை இறுதிவரை பாதுகாத்தான்.

ஜே.கே. அவனுக்கு தமிழ்க் கற்பித்தார். தமிழ் அரிச்சுவடி அனைத்தையும் ஒவ்வொரு நாள் மாலையும் நேரம் ஒதுக்கி கற்றுத் தேறச் செய்தார்.

ஒரு நாள் தினத்தந்தி பேப்பரை சபையில் படித்தான் மோகன்.

இன்று அவர் 'பாவா' மோகன். ஆட்டோவின் உள்ளே அனைத்து கடவுளர் படங்கள், சாமியார்களின் படங்கள், இரண்டு பக்கமும் ஜெ.கே. படம், காவி வேட்டி - வெள்ளச் சட்டை தாடி படர்ந்து ஒரு சாமியார் தோற்றம்.

"அவர் எங்க தெய்வம்" - என்றே நம்மிடம் விளிப்பார்.

நாகூரான் :

சென்னை அடித்தட்டு மக்கள் வாழும் புளியந்தோப்பு குடிசை மாற்று வாரியத்தில் வாழ்விடம். அவங்க அப்பா மாரிமுத்து ராணுவத்திலே டிரைவராக பணியாற்றி போர்ட் டிரஸ்டிலே கூலி ஆளா வேலை செஞ்சார். அம்மா காங்கிரஸ் தொண்டி (தொண்டர்). சத்தியமூர்த்தி பவன் வாசலில் காங்கிரஸ் கொடியைப் பிரம்பில் கட்டிப் பிடிச்சு நிப்பாங்க. எந்தப் போராட்டாமானாலும் அவர்களை முன்னாடி பார்க்கலாம். அவங்க பேரு பச்சையம்மா. கருத்த மேனி, சராசரி உயரம், இரு கண்களும் பாதித்து பூ விழுந்த கண்கள்; அதற்காக கூலிங்கிளாஸ் அணிவார்.

"சரி.. நம்ம கதைக்கு வருவோம்.

சின்ன வயசிலிருந்தே பொறுக்கி, திருடு, ராபரி, குடிதான். இப்படித் தான் தறுதலையாக திரிஞ்சேன். வெட்டு குத்துன்னு ஜெயிலுக்கு போயிட்டு வர்றதுதான் பொழப்பு. என்னென்ன காரியம் பண்ணக் கூடாதோ அத்தனையும் பண்ணியாச்சு. இதல கல்யாணம், குழந்தை குட்டி எல்லாம் இருக்கு.

ஆனாலும், நல்லா பாடுவேன். அதான் சென்னையின் கூலித் தொழிலாளியின் கான இசை. கானாப் பாட்டு பாடுவேன் . 'திருவாசகம்' பழக்கம். அதுவும் இல்லாம, அத விக்கறது.

ஒரு கோயில் திருவிழாவுல கானப்பாட்டு பாடும்போது பழக்கமானார் ஆறுமுகம். ஜெ.கே. ரிக்ஷா தோழர். ஒரு முறை அவராண்ட கூட்டிக்கிட்டுப் போனார். அவரைப் பற்றி “எங்களுக்கெல்லாம் தெய்வம்; உலகத்துக்கே வழிகாட்டி. இவர் சொன்ன வேத வாக்கு” அப்படி இப்படின்னு ஒரே புகழாரம்.

பெரிய ஐயாவைப் பார்க்கப் போற சந்தோஷத்துல்ல ‘திருவாசகம்’ எடுத்துக்கொண்டு ஆறுமுகத்தோடா போனேன்.

“வாய்யா...” என்று அன்புடன் அழைக்க, என்னையறியாமல் அவர் காலைத்தொட்டு வணங்கினேன்.”

புகையும் சம்பாஷனைகளும் நடந்தன. வேடிக்கைப் பார்த்தேன். இதுவரை பார்த்திராத கனவு உலகம், எவ்வளவு பெரிய மனிதர்கள். எல்லோரும் சரிநிகர் சமானமாக அமர்ந்து பேசுவது.

ஒருமுறை ஆறுமுகம் “கானா பாட்டெல்லாம் பாடுவாரு” எனச் சொல்ல.

“பாடும்” என்றார்.

என்னேட பேவரைட் பாட்டான,

“இன்னும் வேணுமடா
இதுவும் வேண்டுமடா”

என்று தொடங்கி நிறுத்தினேன்.

“பாடும்... பாடும்” என்றார் ஜே.கே.

“சின்ன வயசுலே - நான்
அம்மா சொல்ல கேட்கல
‘அ’ என்ற எழுத்துக்கூட
பள்ளியிலே படிக்கல ? என்
வாழ்க்கை ஒன்றுகூட
உருப்படியா முடிக்கல...
இன்னும் கூட சுதந்திரம்
எனக்கு மட்டும் கிடைக்கல...”

என்ற அடிகளைக் கேட்டு சிலாகித்து, ரசித்து, அந்த அடியை மீண்டும் பாடும்படி கேட்டார். அவர் கேட்டதும் மீண்டும் கானா தொடர்ந்தது.

அவருடைய "ஆலமரம் .... ஆலமரம்" என்ற பாடலை கானா மெட்டில் பாடி காட்ட மிகவும் ரசித்து, மேஜையில் தக்க தாளம் போட்டார்.

ஒரு நாள் போலீஸ் தேடுவதாக தகவல்; கையில் பொருள். எங்கு செல்வது எப்படி மறைவது என்ற எண்ண ஓட்டம்.

நேராக ஜே. வீட்டு மாடியின் கொட்டகையில் தஞ்சமானேன்.

அமைதியாய் அமர்ந்து கொண்டேன்.

"என்னய்யா... பதட்டமா இருக்கிறீர். என்ன ஆச்சு" என வினவினார்.

தகவலைச் சொன்னேன்.

"சரியே இங்கே இரும்" என்ற கொண்டு வந்த திருவாசகத்தினை 15 நாட்கள் அங்கேயே தங்கியிருந்து சந்தோஷித்தோம்.

ஒரு நாள் ஜெ.கே. "இப்படி எத்தனை நாளைக்கு போலீசுக்கு பயந்து கொண்டு ஓடி ஒளியப் போற. நான் சொல்ற மாறி செய். நீ நிறைய கானாப் பாட்டு பாடறவனுங்கள கூடவா கூட்டிட்டு வர, இவர்களை ஒண்ணா சேர்த்து ஒரு சங்கத்தை ஆரம்பி. எவ்வளவு பேர் இருகாங்களோ அவங்களையெல்லாம் ஒண்ணா சேர். உங்களுக்கு தேவையானதை அரசாங்கத்திடம் கேளுங்க; முறையிடுங்கோ. இந்தக் காரியத்தைப் பண்ணு; போலீசுக்கு பயந்து பயந்து வாழும் உன்னை போலீஸ் பாதுகாப்போடு மேடை ஏற்றுகிறேன் பார்" என மீசையை முறுக்கியபடியே சவால் விட்டார்.

அடுத்த ஆண்டே சென்னையில் கலைஞர் ஆட்சியில், இப்போதைய எம்.பி. கனிமொழி தலைமையில் அமைந்த "தமிழ்ச் சங்கமம்" நிகழ்ச்சியில் நானும் சக கானா கலைஞர்களும் போலீஸ் பாதுகாப்போடு மேடையேறி பாடினோம். பின்னர் தொடர்ந்து ஊடகத்திலும் கானா பாட்டு களை கட்டியது இன்றும் களை கட்டி வருகிறது.

இன்று அந்தக் கானா கலைஞர்கள் திரை உலக நட்சத்திரங்களாகவும் உலா வருவது ஜெ.கே. போட்ட வித்தே எனக் கூறலாம்.

எல். பழநி :

சென்னை துறைமுகத்தில், தனியார் ஏற்றுமதி இறக்குமதி நிறுவனத்தில் பணியாற்றியவர். தேர்ந்த வாசகர்; ஆங்கிலம், தமிழ் இலக்கியங்களை படிப்பதில் ஆர்வம் கொண்டவர். தன் பள்ளிப் பருவத்திலே ஜெ.கே.வின் எழுத்தில், வாசிப்பில் மூழ்கியவர். உயரமானவர். சுருட்டு முடி. எப்போதும்

இன்செய்து டீஸன்டான உடை. ஜெயகாந்தனின் வங்கிக் கணக்கு, தணிக்கை கணக்கு, ரயில் பயண டிக்கெட், அவரோடு பயணிப்பது என அவரோடு பயணப்படுகிறவர்.

'அவரின் பார்வை... அவரின் அரிய எழுத்தை தேடிப் படிக்க ஆரம்பித்து, அவரை நேரில் சந்தித்தே தீர வேண்டும் என்ற உந்துதலினால் ஏற்பட்ட சந்திப்பு, பழகும் வாய்ப்பு எளிதாக எனக்கு வாய்த்தது பெரும் பாக்கியம்.'

சமூகத்தின் மேம்பட்ட அரசியல், கலை, இலக்கிய, ஆன்மிக அமைப்புகள், கல்வி நிறுவனங்கள், பல்கலைக்கழகங்கள் என்று அவரைப் போற்றி, பாராட்டி, புகழ் பாடி என்றும் அவரை ஒரு அங்கம் ஆக்கி, சதா நேரமும் அவரோடு சொந்தம் கொண்டு ஜீவித்து, புகழ் கொண்டு, அவை வாழ்வாங்கு வாழ்வது ஓர் எதார்த்தம்; நிதர்சனம் இதை அவருடன் நேரில் பழகி காண்பது அறிவது எங்களின் பாக்கியம்.

ஈழத்தில் நடந்த போராளிகளின் போராட்டத்துக்கு தீர்வு காண மத்திய அரசின் உயர்மட்ட குழுவின் சமாதான முயற்சிக்கு நடத்த உயர் அதிகாரிகளின் பேச்சு வார்த்தைக்கு ஜெ.கே.வை அழைத்து, அவரது கருத்துக்கு முக்கியத்துவம் தந்து புலிகளுடன் பேச்சு வார்த்தையில் ஈடுபட்டதை, நான் அவருடன் பயணித்து அறிந்தவன்.

அவரோடு ஊர் பயணம் செய்வது ஓர் அலாதி, ஒரு புதுமை, சிரமமற்ற பயணம். பயணம் முழுவதும் அறிவுக்கும் மனத்திற்கும் இதமான வார்த்தைகள், பேச்சுகள், நடத்தைகள். பின்பு மேடைப் பேச்சுகள், தலைவர்களோடும் நண்பர்களோடும் சந்திப்பு. அவர்களுடனான அரசியல், கலை, இலக்கிய, உரையாடல்கள், விவாதங்கள் என்று தன்னை ஈடுபடுத்திக் கொள்ளும் நேரங்கள் அவருடன் இருந்து பார்த்து கேட்கும் எங்களுக்கு ஒரு புதிய உலகம் தோன்றி விடும்.

இதுபோன்ற அடித்தட்டு மக்களிடம் சமரசம் கொண்டு அன்பு, மனித நேயத்துடன் உறவாடும் மக்கள் பலர். அவர்கள் பன்றி மேய்ப்பவர் கொண்டு வந்து அன்புடன் அவரை மகிழ்விக்கும் "சொண்டி சோறு, மீன் குழம்பு", அதனை சுவைத்து சுவைத்து அனுபவித்து அதற்கு 'சோற்றமுது' என பெயர் சூட்டி மகிழ்வார் ஜெ.கே.

சு.குணசேகரன் :

சு.குணசேகரன் எனும் அரிஜன். இவர் எலெக்ட்ரிஷியன், மத்திய அரசு ஊழியர். சமயங்களில் தரமணியில் உள்ள அலுவலகத்துக்கே ஜெ.கே.வை அழைத்துச் சென்றுவிடுவார். சக ஊழியர்களுடன் அறிமுகம், பாடல். மர

நிழலில் சம்பாஷனைகள்.

'குமுதம்' பத்திரிகை இதழ் தயாரிப்பில் அவரை ஜெ.கே. பேட்டி கண்டார்.

'நீங்க போதை மருந்துக்கு அடிமையானவரா?'

"நான் எதற்கும் அடிமையாகல. அருமருந்து சுகிக்கும் பழக்கம் உண்டு."

"எவ்வளவு காலமாக?"

"என் வயது 38. சுமார் 15 வருஷங்களாக இந்தப் பழக்கம்."

"திருமணம் ஆகிவிட்டதா?"

"திருமணமாகி இப்போது என் பெண்ணுக்கும் திருமணமாகி பேரக் குழந்தையும் பிறந்திருக்கிறது."

"கஞ்சா தடை செய்யப்பட்ட பொருளா?"

"அப்படித்தான் நினைக்கிறேங்க. ஆனால் கிடைக்குது. முன்னே ஒரு பேக்கட் நான்கணாவுக்கு கிடைச்சது. இப்போ 5 ரூபாய், 10 ரூபாய் ஆயிடுச்சி. (இப்போது ரூ.300 முதல் 1000 வரையாம்) போதை மருந்து எதிர்ப்பாளர்கள் செய்த புண்ணியம் இது" - என்றார்.

ஆட்டோ தொழிலாளி செல்வராஜ்

மற்றொரு ஆட்டோ தொழிலாளி செல்வராஜ், சபைக்கு வந்து விட்டால் போதும், ஜெ.கே.விடம் கேள்வி மேல் கேள்வி கேட்டுத் துளைப்பார். சில சமயம் அசட்டுத்தனமாகவும் இருக்கும். அமைதியாகக் கேட்டுக் கொண்டிருப்பார். அவரது வாயில் 'ஜொல்' ஊற அவர் தலைமுடி ஸ்டைலை ரசித்தவாறு பதில் சொல்வார். அவரை ஆட்டோவில் அழைத்துச் சென்றால் ஜெ.கே. "எவ்வளய்யா வேணும்?" என்பார். அதற்கு செல்வராஜ் "கொடுக்கிறத கொடுங்க அப்பா" என்று மகன் ஸ்தானத்தில் பதில் தருவார்.

அவர் தயாரித்த பத்திரிகை இதழில் இவரையும் ஜே.கே. பேட்டிக் கண்டார். அது இதோ :

"போலீஸுக்குப் பயந்துதானே வாங்கறீங்க, விக்கறாங்க?"

"பயமே கிடையாது, மாமுல் தானே. கெடுபிடி இருக்கிறதானலேதான் விலை அதிகமாகுது."

"ரொம்பப் புடிச்சா, உடம்புக்கு கேடு இல்லையா?"

“ரொம்ப புடிக்க முடியாதுங்க. உப்பு மாதிரி. உப்பு ரொம்ப போட்டுக்க முடியாது. ஒரு அளவோடு கணக்கா இருந்தால் நல்லதாங்க இருக்குது.”

இவர்கள் அனைவரும், பாமர மக்கள் ஜெ.கே. விடம் அன்பு பாராட்டினர். நல்ல குடும்பஸ்தர்களாக இன்றும் வாழ்வியலை நடத்தி வருகிறார்கள். அதற்குக் காரணம் ஜெ.கே.யிடம் கொண்ட நட்புறவுதான் என்பதை பதிவு செய்கிறார்கள்.

இப்பழக்கம் ஜெ.கே.வுக்கு உண்டு என்பதை அனைவரும் அறிவார். இளம்பிராயத்திலே சுகித்தார். இது குறித்து அவர் குறிப்பிடுகையில் :

“இது ஒரு கெமிக்கல் அல்ல. இது ஒரு தாவரம். மூலிகை ‘ஹெர்ப்’ என்னும் வகையைச் சார்ந்தது.”

ஷீரடி சாய் பாபா, ராமகிருஷ்ண பரமஹம்சர், விவேகானந்தர், மகாகவி பாரதியார் போன்றோர் இதைத் துய்க்கும் பழக்கம் உடையவர்கள் என்பதற்கு பல சான்றுகள் உள்ளன. ஒன்றைத் தடுப்பதற்கும், மறப்பதற்கும் முன்னால் பின்னணியும் மரபும் தெரிந்திருக்க வேண்டும்.

பொறுப்பில்லாமல், பல கெமிக்கல் ட்ரக்குகளில் பெயர்களை அடுக்கி, இறுதியில் கஞ்சாவையும், புகையிலையையும் சேர்த்து விடுகிற சமார்த்தியம் கயமைத் தனமானது.

இதற்குப் பொருள் கஞ்சாவும் புகையிலையும் ரொம்ப நல்ல விசயங்கள் என்று நான் சொல்வதாகக் கொள்ளலாகாது. எல்லாவற்றிலும் தீமை உண்டு. லாகரி பழக்கம் இல்லாமல் இருப்பது ஒரு நல்லொழுக்கம். ஆயினும் பயமற்று வாழ்வது ஒரு சீரிய ஒழுக்கம்.

“எனது நெருக்கமான நண்பர்கள் அனைவரும் எப்போதும் அல்லது என்னைப் போல தொடர்ச்சியாக இந்த போதையை உபயோகிப்பவர்கள் தான். அவர்களில் டாக்டர்கள், துறவிகள், ஆசிரியர்கள், உழைத்துப் பிழைக்கும் தொழிலாளிகள், குடும்பத்தார்கள், சமூக பொறுப்பு மிக்கவர்கள் இருக்கிறார்கள். கதைகளிலும் பத்திரிகைகளிலும் பிரபலமான மற்ற நவீன போதை மருந்துகளை பார்த்தறியாதவர்கள்.”

“இந்தப் பழக்கத்தை விட இது குறித்து பய உணர்ச்சியை கிளப்புவது சமூகத்துக்கு மிக ஆழமான கேடுகளை உண்டாக்கும் என்று நான் அஞ்சுகிறேன். மாஸ் மீடியாக்களில் இது குறித்த பிரச்சாரம், இதை பரப்புவதற்காகச் செய்யும் விளம்பரம் என்று நான் சொல்லுகிறேன்.”

அவர் சொன்ன இது குறித்து பய உணர்ச்சியை கிளப்புவது சமூகத்துக்கு மிக ஆழமான கேடுகளை உண்டாக்கும் என்று அவர் அஞ்சியது இன்று அதன் பேரால் செவ்வனே நடப்பதை இன்று கண்கூடாக பார்க்கிறோம்.

மேலும் இது குறித்து, 'புகை நடுவினிலே', 'இதுவும் நடக்கும்' என்று இரு சிறுகதைகள் இது குறித்து அலசுகிறது.

பாரதியார் :

பாரதியார் - சுப்ரமணியம் என்கிற தேவபாரதி. அடிப்படையில் இவர் ரயில்வே தொழிலாளி. தேர்ந்த வாசகர், ஏன் படைப்பாளியும் கூட. அக்காலத்தில் வெளிவந்த முன்னணி இதழ்களில் சிறுகதைகள் படைத்தார். சோவியத் இலக்கியங்களின் வாசகர். தன் பள்ளி நாட்களிலேயே முத்து ராமலிங்கத் தேவர், ஜீவா, மா.பொ.சி. பள்ளி இலக்கிய விழாக்களுக்கு அழைத்து வந்த மாணவர் தலைவர். தமிழ் ஒளி மூலம் ஜெயகாந்தன் நட்பு ஏற்பட்டபின் அரசு வேலையை விட்டு அவரது உதவியாளராக 50 ஆண்டுகள் பணியாற்றியவர். ஜெயகாந்தனால் அன்புடன் 'பாரதியார்' என அழைக்கப்பட்ட இவர் அவரது சக்குருதியர் களாலும் பாரதியார் என்றே அழைக்கப்பட்டார்.

முத்தாய்ப்பாக ஜெயகாந்தன் ஓர் இயக்கமாக களம் கண்ட ஆழ்வார்ப் பேட்டை அலுவலகம், பாரதியார் கதையான 'இனி ஒரு ஜென்மம் தரு' என்ற மலையாளத் திரைப்படத்துக்காக எடுக்கப்பட்ட இடம். இதன் கதை, வசனம் எழுதுவதற்காகவும், படவேலைகளுக்காகவும் அந்த இடம் வாடகைக்கு எடுக்கப்பட்டது. அறை எடுத்த சில நாட்களிலேயே ஜெ.கே.யை தமிழ்ஒளி மூலம் அறிமுகமாகி, அவரிடம் தன் முகவரி கொடுத்து அலுவலகம் வரச் சொல்ல, மறுநாளே வந்துவிட்டார் ஜெ.கே.

அப்போது பாரதியார் தன் கையிலிருந்த மூன்று சாவிகளில் ஒன்றை ஜெ.கே.விடம் தந்து, "நீங்கள் எப்போதும் வரலாம்; இருக்கலாம்" என சாவியை ஒப்படைத்தார். சில காலங்களில் அந்த இடம் ஜெ.கே. வசம் ஆனது. பாரதியாரும் அவரது உதவியாளராக மாறினார். இங்குதான் நண்பர்கள் சந்திப்பு, இந்திய சோவியத் கலாச்சாரக் கழகம், அரபு - தமிழ் இலக்கியச் சங்கம், இஸ்கஸ், மோதிப் பிரசுரம், ஜெயகாந்தனின் திரைப்பட உருவாக்கங்கள், ஜெ.கே. பிறந்த நாள் நண்பர்கள் சந்திப்பு என ஜெயகாந்தன் ஒரு இயக்கமாகத் திகழ்ந்து, ஜெ.கே. வலதுகரமாக திகழ்ந்து, பல நற்காரியங்கள் நடைபெற்றன.

பாரதியார் பின்னாளில் 'நானும் ஜெயகாந்தனும்' - நூல் ஜெய காந்தனின் பல்வேறு பரிமாணங்களை, நிகழ்வுகளை படம் பிடித்துக் காட்டும் நூலினை வடித்தார்.

பாரதியார் குறித்து ஜெ.கே.வின் எழுத்து வடிவம் :

'இந்த இடத்தில் இருந்து' என்ற சிறுகதையில் இந்த அலுவலகம் குறித்து ஜெ.கே. வர்ணிப்பு.

பிள்ளையார் கோயிலுக்குப் பின்னாலுள்ள, இந்த மாடிக்குப் பல மாதிரியான அடையாளங்கள் சொல்லுகிறார்கள். ஒவ்வொரு அடையாளமும் இன்னொன்றோடு முரண்படாத அளவுக்கு அதனதன் அளவில் சரியானதே....

இது ஓர் ஆபீஸ். கல்யாபணமாகாத கல்யாணச் சமையற் காரர், தலை நரைத்த பிறகும் சான்ஸுக்காக அலைகிற ஒரு சினிமா அசிஸ்டெண்ட் டைரக்டர் (தெலுங்குக்காரர்). ஒரு பெரிய வீட்டில் சமையல் செய்வதால் காலையில் போய் இரவில் திரும்பி வருகிற ஒரு பெண்ணும் அவளது கணவனும் (பாரதி யார் குடும்பம்) மூன்று குழந்தைகளுமாகக் குடித்தனம் நடத்துகிற இன்னொரு பகுதியும் மாடியில் சேர்ந்திருப்பதால் இந்த இடத்திற்கு ஒரு குடும்பம் என்ற பெயரும் உண்டு."

அவரின் நாட்குறிப்பிலிருந்து :

"மத்தியானம் ஜெ.கே. வந்தார். ஜெ.கே. வந்ததும் புகையுடன் எங்கள் சம்பாஷனை ஆரம்பமாகியது.

அவர் மறுநாள் காரைக்குடி கம்பன் விழாவுக்குச் செல்ல இருந்ததால் அவரது பேச்சு கம்பனை பற்றியதாக இருந்தது. அவருக்குப் பழந்தமிழ்ப் பாடல்களில் மிகுந்த ஈடுபாடும் பயிற்சியும் உண்டு. கம்பராமாயணத்தி லிருந்து அநேக பாடல்களை அவர் பாடினார்.

கடைசியில் அவர் சொன்னார். "இடையறாது வந்து கொண்டிருக்கும் சக்தியின் வெளிப்பாடே கம்பன். கம்பன் ஒரு Eternal Truth."

'நமது சம்பாஷனை நேற்றிரவின் தொடர்ச்சியாக இருக்கிறது' என்றேன் நான்.

நேற்றிரவு சபை முடியும்போது பாரதியாரின் பாடல்களில் கம்பனைப் பற்றி வருகிற எல்லாப் பாடல்களையும் நாங்கள் நினைவு கூர்ந்திருந்தோம்.

வெய்யிலில் ஆரம்பித்த இந்தப் பேச்சு ஒருவாறாக விளக்கைக் கொண்டு வந்தது. இப்போது சபை நிறைந்திருந்தது. நண்பர்கள் சி.ஏ.பாலன், கலைஞன் பதிப்பகம் மாசிலாமணி, புலவர் கோவேந்தன், கோயம்புத்தூர் மணி, மோகன் 'பண்டாரம்' ஆட்டோ தொழிலாளர்கள்.

... இப்போது அவரது பேச்சு, தான் எழுதிக் கொண்டிருக்கும். 'எங்கெங்கு காணினும்' என்ற நாவல் பற்றித் திரும்பியது. ஜெ.கே. கதையை விவரித்துக் கொண்டிருந்தபோது, அதில் வரும் புரட்சி நடவடிக்கைகளைச் சித்தரித்துக் கூறிக் கொண்டிருந்ததைக் குறுக்கிட்டு ஒரு புன்னகையுடன் சி.ஏ.பாலன் சொன்னார் : "Imagination Revolation தானே? கற்பனை புரட்சிதானே."

ஜெ.கே. அவரைப் பார்த்துச் சொன்னார், "Revolutionary Imagination இதற்கும் அதற்கும் ரொம்ப வித்தியாசம் உண்டு.

ஒரு பகற்பொழுதில் நான் ஜெ.கே.வைச் சந்திக்கச் சென்ற போது அவருடன் ஒருவர் பேசிக் கொண்டிருந்தார்.

சிவந்த மேனி, நல்ல உயரம், நடுக்கோடிட்டு வாரிய சுருள் சுருளான முடி, அகன்ற நெற்றி, கண்ணாடிக்குள் மிளிரும் கூரிய விழிகள், கம்பீரமான த்வனி; பார்த்த மாத்திரத்தில் இவர் யார் என்று அறிய விரும்பும் தனித்துவம்.

ஜெ.கே. நான் பார்த்த காலத்திலிருந்து எத்தனை பேருக்கு மத்தியில் அவர் இருந்தபோதும் என்னைப் பார்த்தவுடன் 'என்னப்பா வா' என்று அன்புடன் அழைத்து அவர்களுக்கு என்னை அறிமுகப்படுத்தி அருகில் இருத்திக் கொள்வார். அன்றும் அப்படியே என்னை வந்திருப்பவருக்கு அறிமுகப்படுத்தி, அவர் பெயரை எனக்கு அறிமுகம் செய்தார்.

எனது கண்கள் ஆர்வத்தால் அவரை விழுங்கிற்று. அவர், அப்போதுதான் ஆயுள் தண்டனைக் கைதியாக இருந்து விடுதலையாகி இருந்தார். அந்தத் தோழர் கம்யூனிஸ்ட் தலைவர் கே. பாலதண்டாயுதம்.

என் மனத்திரையில் திருவொற்றியூர் நெடுஞ்சாலையில் தோழர் பாலதண்டாயுதத்தை விடுதலை செய்! 'தோழர் சி.ஏ. பாலனை விடுதலை செய்! தோழர் மீனாட்சிநாதனை விடுதலை செய்!' என்று தொண்டை வரள முஷ்டி உயர்த்தி கோஷமிட்டது ஒரு கணம். மின்னலாய் ஓடிற்று.

தோழர் பாலதண்டாயுதத்திடம் ஜெ.கே.வுக்கு அளவு கடந்த அன்பும் மரியாதையும் உண்டு. சிறையிலிருந்து வெளிவந்த நாட்களில் அநேகமாக அவர்கள் நாள்தோறும் சந்தித்துக் கொள்வார்கள்.

பாலனுக்கு உதவ ஜெ.கே. ஆசைப்பட்டார். அக்காலத்தில் 'ஆனந்த விகடன்' ஒரு அற்புத பத்திரிகையாக விளங்கியது. ஜெ.கே.வின் எழுத்துக் களால் ஆனந்த விகடன் புகழ்க் கொடியும், ஜெ.கே. கீர்த்திப் பதாகையும் ஒரு சேர பட்டொளி வீசிப் பறந்த காலம். அக்காலத்தில் ஆனந்த விகடன் ஒரு அற்புத பத்திரிகையாக விளங்கியது.

ஜெ.கே. தோழர் பாலதண்டாயுதத்தின் சிறை அனுபவங்களைத் தானே எழுதிப் பிரசுரிக்கச் செய்து ஒரு குறிப்பிட்ட தொகையை வழங்கி அவருக்கு உதவவும் செய்தார். 'பாலன், ஃபேன் இல்லாமல் கஷ்டப்படுகிறாரப்பா' என்று அங்கலாய்த்து சொந்தப் பணத்தில் அவருக்குப் ஃபேனும் தனது கட்டிலையும் அனுப்பி வைத்தார்... பாலனுக்குத் தேவைப்படும் போதெல் லாம் மனஞ்சுளிக்காமல் உவப்புடன் அவருக்கு உதவிகளையும் செய்தார்.

சிரத்தை, முயற்சி, கடும் உழைப்பு, தொண்டுள்ளம், மேன்மை எய்த வேண்டுமென்கிற உண்மையான வேட்கை, நேர்மை, உலகளாவிய பார்வை முதலிய நற்குணங்களால் உயர்ந்து நம்மிடையே வாழ்ந்து கொண்டிருக்கும் நல்ல தோழர்."

கே.எஸ். சுப்பிரமணியன் :

சிறந்த கல்விமான். இராமகிருஷ்ண மிஷனில் படித்து வளர்ந்தவர். இந்திய அரசுப்பணியில் (IRAS) 15 ஆண்டுகளும், ஆசிய வளர்ச்சி வங்கியில் 22 ஆண்டுகளும் பணிபுரிந்து ஒரு இயக்குநராக பணி ஓய்வு பெற்றார். ஜெயகாந்தனின் தீவிர வாசகர். ஜெயகாந்தனுடன் 50 ஆண்டுகளுக்கு மேலாக சபை சந்திப்புகளில் பங்கேற்று கலந்துரையாடி யவர். ஜெ.கே.யின் 20க்கும் மேற்பட்ட சிறுகதைகள், நாவல்கள், குறுநாவல்கள், கட்டுரை களை ஆங்கிலத்தில் மொழி பெயர்த்தவர். மேலும் தமிழ் படைப்புலகின் வாழ்க்கை வரலாறுகள் தழுவிய 40 தமிழ் இலக்கியப் படைப்புகளையும் ஆங்கிலத்தில் தந்தவர்.

தமிழ்மொழி பண்பாட்டு ஆய்வு மையமான செம்மொழி நிறுவனத்தில் ஓர் அறங்காவலர். சாகித்ய அகதெமியின் தமிழ் ஆலோசனை குழுவிலும் பங்காற்றியவர். கடந்த ஆண்டில் இவர் காலமானார்.

அவர் ஜெ.கே. குறித்து குறிப்பிடுகையில்,

"எழுத்தாளர் ஜெயகாந்தனை நான் முதலில் சந்தித்தது 1958-ம் ஆண்டில். மறைந்த இசை மேதை எம்.பி. சீனிவாசன் வீட்டில். சில ஆண்டுகளுக்குப் பிறகு ஜெயகாந்தன் என்னிடம் கேட்டார். 'சந்திச்சது ஞாபகமிருக்கா? எம்.பி.எஸ். வீட்டில் வாசப்படியில் உக்காந்து பேசிக்

கொண்டிருந்தோம். அந்த வீட்டு காம்பவுன்ட்ல ரெண்டு தென்னை மரம் உண்டு. 'தென்னங்கீற்று ஊஞ்சலிலே தென்றலில் நீந்திடும் சோலையிலே' என்ற பாடலுக்கு தென்னை மரங்கள்தான் வித்து'' என்று நினைவு கூர்ந்தார்.

அன்று தொடங்கி மறையும் வரை எங்கள் நட்பு நீடித்து நிலைத் திருந்தது. 55 ஆண்டுகளுக்கு மேலான நட்பு, இந்தக் காலப் பரப்பில் நூற்றுக்கணக்கான சபை சந்திப்புக்களில் சம்பாஷனை சுகத்தில் திளைத்திருக்கிறேன். அவருடைய 20 படைப்புகளை ஆங்கிலத்தில் மொழி பெயர்த்து அந்தப் பிரதிகளை வரி வரியாக, கணுக்கணுவாக அவருடன் பகிர்ந்து கொண்டுள்ளேன். இந்த அனுபவங்களினூடாக அவரது படைப்பாளுமை குறித்தும், தனிமனித ஆளுமையின் பல அம்சங்கள் குறித்தும் எனக்கு பல அரிய தரிசனங்கள் கிட்டியுள்ளன. இது எனக்கு வாய்த்த பெரும்பாக்கியம்.

ஜெ.கே.யின் ஆளுமையின் பல பரிமாணங்களின் அடிப்படை இதுதான். இவர் மனித நேயமுள்ள, சித்தர் போன்ற ஆன்மிகப் பிறப்புள்ள, படைப்பு வீரியம் துடிக்கும் ஒரு பெருந்தன்மையாளர்.

நான் அறிந்த வரையில் தனது வாழ்க்கை பற்றியும் படைப்பாளுமை யின் உந்து சக்தி பற்றியும், கதை மாந்தரின் பாத்திர தர்மம் பற்றியும், தனது சுயத்தைப் பற்றியும் தத்துவத் தாக்கங்களின் ஊடாட்டம், பரிணாமம் பற்றியும், பாரம்பரிய நவீனத்துவ சங்கமம், உரசல் பற்றியும் ஜெயகாந்தன் அளவு துல்லியமாக, தெளிவாக, துணிவாகப் பதிவு செய்த படைப்பாளிகள் உள்ளனரா என்பது கேள்விக்குரியது. இந்தப் பதிவுகள் அவரது முன்னுரை களிலும், கட்டுரைகளிலும், சுயசரிதைப் படைப்புகளிலும் நேர்த்தியாக பிசிறில்லாமல் வெளியிடப்பட்டுள்ளது. இந்தப் பின்புலத்தில் ஜெ.கே.யின் சொற்களும், குரலும் ஒலிக்கின்றன.

இதற்கு ஜெ.கே.யின் வாக்குமூலமே சான்று :

"எழுத்து எனது ஜீவன். ஜீவிதம் அல்ல. ஓர் எழுத்தாளன் ஆத்ம சுத்தியோடு எழுதுகிறானே. அது கேவலம், பிழைப்போ அல்லது ஒரு தொழிலோ அல்ல. அது ஒரு தவம். நீங்கள் கதை என்று நினைத்துக் கொண்டிருக்கிறீர்களே. அது ஒரு காலத்தின் ஒரு வாழ்க்கையின் சாசனம். இந்தப் பிரகடனங்களே ஜெ.கே. படைப்பாளுமையின் உயிர்நாடி."

பி.ச. குப்புசாமி :

ஜெ.கே. வாசக சபையில் திருப்பத்தூரைச் சேர்ந்த பஞ்ச பாண்டவர்களை குறிப்பிட வேண்டும். இந்தப் பாண்டவர்கள் அனைவருமே ஆசிரியர்கள். ஓராசிரியர் பள்ளி - நடுநிலைப்பள்ளி - மேல்நிலைப்பள்ளி என பணியாற்றியவர்கள். 'சரஸ்வதி' காலத்திலேயே அவரது தேர்ந்த வாசகர்களாக மிளிர்ந்தனர். அவர்களே, பி.ச. குப்புசாமி, வெங்கடாசலம், வையவன், வெள்ளக்குட்டை ஆறுமுகம், தண்டபாணி. இவர்கள் அவரோடு எழுத்து - சங்கம் - இலக்கிய உரையாடல் அவரது காலம் தொட்டும் பயணித்தனர். இவர்களிடத்தில் ஜெ.கே.வுக்கு விசேஷமான அன்பு உண்டு.

இவர்களில் **பி.ச. குப்புசாமி** ஓராசிரியர் பள்ளியில் மலை கிராமத்தில் பணியாற்றியவர். இந்தியா முழுக்க சிறந்த மாணவர்களை உருவாக்கிய ஆசிரியர். இவரைப் பற்றி ஜெ.கே.யின் வாசகங்களே கோடி அட்சரம் பெறும்.

"நண்பர் பி.ச. குப்புசாமி மீசை முளைக்காத பருவத்தில் என்னை நாடி ஓடி வந்து ஒட்டிக் கொண்டவர். இந்த முப்பது வருஷத்தில் அவர் கால் நூற்றாண்டு காலத்துக்கு மேல் கிராமப்புற ஏழை மக்களிடையே எழுத்தறிவிக்கும் பணியாற்றி வருகிறார். இவர் எந்த மலையிலோ, குகையிலோ எந்தக் காரியத்தைச் செய்து கொண்டிருந்தாலும் நான் அடிக்கடி அவர் இடம் தேடிப் போவேன்.

இவர் ஓர் நல்லாசிரியர், "உமக்கு ஏன் அந்த விருதை தரக்கூடாது, இந்த அரசாங்கம்" என்று கேட்டேன். அதற்கு "அப்ளிகேஷன் போட வேண்டும். அது நம்மால் ஆகாது" என்று சொன்னார் நண்பர். இது என்ன அநியாயம் என்று எனக்கு தோன்றியது. அப்ளிகேஷன் போட்டால் அப்புறம் ஆள் பிடிக்க வேண்டும். சிபாரிசு தேட வேண்டும். பெருமைக்குரிய ஆசிரியருக்கு இவ்வளவு சிறுமை செய்வதா? என்று புலம்பிக் கொண்டிருந்தோம்.

★ "உமது கதை ஒன்று வேண்டும்" என்று கேட்டதற்கு தனது கதையையே எழுதியிருக்கிறார். A story with a purpose நிறைவேறட்டும் பார்ப்போம்.

★ குமுதம் இதழ் – ஜெயகாந்தன் தயாரிப்பு.

குப்புசாமியின் ஜெ.கே. குறித்து கருத்து:

"எங்கள் சந்திப்புக்கு இப்படி ஒரு சித்திரம் போடலாம்; பாரதி பிறந்த பூமி என்றும், புதுமைப்பித்தன் பிறந்த பூமி என்றும் ஏதும் பெருமைகள் இல்லாத வடார்க்காடு ஜில்லாவிலிருந்து வந்தவர்கள் - சென்னையின் இலக்கியச் சந்தடியில் அடிப்பட்டுக் காப்பேறிப் போகாதவர்கள். கண் விழித்த குழந்தை உலகை எவ்வளவு வியப்பு உவகையோடு பார்க்கிறதோ, அவ்வாறு கலை இலக்கியம் பூராவையும் பார்க்கிற தன்மை உடையவராய் இருந்ததன்றி வேறு சிறந்த அருகதை ஏதும் இல்லாதவர்கள். பாரதி மாதிரியான ஓர் இலக்கிய புருஷன் காணக்கிடைக்கவில்லையே என்று அருந்தவம் ஆற்றியவர்களாக இளைஞர்கள். மீசை கூட இப்போதுதான் முளைக்கிற கன்னிப் பருவத் தூய்மையினர். இவரின் சரஸ்வதியின் கதைகள் என்கிற அலைவரிசையால் ஏற்கனவே ஆகர்ஷிக்கப்பட்டு வழியில் இடைப்பட்ட மனிதரெல்லாம் எச்சரித்துப் பயமுறுத்தியும் ஒரு நல்விதி யால் பிறழாது சென்று தங்கள் கலை இலக்கியத் தாபங்களுக்குக் கேற்ற இலக்கை அடைந்த சித்தரம் அந்தச் சந்திப்பு.

அந்தச் சந்திப்பு! அந்த க்ஷணம் முதல் வாழ்வில் பல விஷயங்கள் தெளிவடையத் தொடங்கின. அந்தச் சந்திப்பே பின்னாளில் எங்கள் சகல மார்க்கங்களையும் வகுத்தளித்தது. வரலாற்றில் கிறிஸ்து பிறந்த எவ்வளவு முக்கியமாயிற்றோ அவ்வளவு எங்கள் தனிப்பட்ட வாழ்வில் அந்தச் சந்திப்பு பிறந்தது, முன்னென்றும் பின்னென்றும் சொல்ல முக்கியமாயிற்று.

காலம் என்கிற பெருங்கூறு அதனால், எங்கள் இரண்டே இரண்டு பேரும் பிளவுகளாகப் பிளக்கப்பட்டது என்று நாங்கள் இன்றளவும் இறும்பூதெய்துகிறோம். எல்லாமே அவரைச் சந்திப்பதற்கு முன்பு சந்திப்பதற்கு பின்பு என்று இரண்டாயின.

நாங்கள் அவரை அறிந்த காலத்தை உள்ளடக்கிய அவரது 50 ஆண்டுகால எழுத்து, கூட்டம், கூட்டமென்று இத்தமிழ் நாட்டில் வானமெல்லாம் அவர் வரைந்த லட்சியங்கள், உற்ற நிலங்களில் எல்லாம் அவர் இட்ட விதைகள், ஒரு மாபெரும் கலைஞனின் கம்பீரமும் பேரெழில்களும் துலங்க அவர் வாழ்க்கையை நடத்தியவிதம் - என்னும் யதார்த்த வேலைகளில் இருந்துதான் அந்த பாவனைகளின் மத்தாப்பு சிதறல்கள் வெளிபடுகின்றன.

... சத்திய தரிசனம் காணும் எழுத்து என்பதைச் சரியாகப் புரிந்து கொண்ட சமகால நண்பர்களை எல்லாம் அவரது கோஷ்டி என்று சரித்திரம் நாளை அடையாளம் காட்டும்.

வி.எஸ்.வி. தண்டபாணி :

ஜெ.கே.யின் பஞ்ச பாண்டவர்கள் வரிசையில் வாழும் ஆசிரியர் வி.எஸ்.வி.தண்டபாணி. 48 ஆண்டு ஜெ.கேயின் நட்பில் முரண்கள் இல்லாத நண்பர்களில் ஒருவர். தேர்ந்த நூல்களை படிப்பதிலும் குறிப் பெடுத்து பத்திரப்படுத்துவதிலும் சமர்த்தர். நல்ல குடும்பஸ்தர். அவரின் சொற்சித்திரம்.

"அவர் அரசியல், இலக்கிய கூட்டங்களும் கலந்து கொள்ள வெளியூர் களுக்குச் செல்லுவார். நாங்களும் அவருடன் காரில் பயணம் செய்வோம். காரில் பாரதி பாடல்களையோ, குனங்குடி மஸ்தான் பாடல்களையோ அல்லது நாட்டுப்புற பாடல்களையோ பாடிக் கொண்டே கார் ஓட்டுவார். நாங்களும் சேர்ந்து பாடுவோம். தனது கைச்சரக்கான புதிய பாடல்களை பாடுவார். குப்புசாமி நினைவில் வைத்து பதிவு செய்வார்.

கம்பராமாயணத்திலிருந்து சில வகைகளை கூறுவார். "கும்பா, மேற்கொண்டு சொல்லு" என்பார். குப்புசாமி பின் வரிகளைத் தடங்கலின்றி சொல்வார். வெண்பாவின் கடைசி வரியை ஜெ.கே.வோ குப்புசாமியோ கூற மற்ற வரிகளைச் சொல்லி வெண்பாவை இயற்று வார்கள்.

ஜெ.கே. ஒரு சந்திப்பில் சொன்னது : "என்னை விட வயது அதிகம் உள்ளவர்கள் தான் எனக்கு நண்பர்களாக இருக்கிறார்கள். என்னை விட வயது குறைந்தவர்களான நீங்கள் நண்பர்களாக கிடைத்திருக்கிறீர்கள், முதல் செட் திருப்பத்தூர் நண்பர்கள்தான்" என்று கூறினார்.

வ.சீ. வேங்கடாசலம் :

"பழைய வடஆர்க்காடு மாவட்டம், குடியாத்தம் டாக்டர் மு.வரத ராசனார் பிறந்து வளர்ந்து பள்ளியில் படித்து அதே உயர்நிலைப் பள்ளியில் சில காலம் தமிழாசிரியராக பணியாற்றியும், பின்னர் இந்தி மொழி பயின்று, அதே உயர்நிலைப் பள்ளியில் சில காலம் இந்தி ஆசிரியராகவும் பணியாற்றியவர்."

6,7,8 ஆம் வகுப்பு படிக்கும் காலத்திலேயே சுதந்திர - குடியரசு போன்ற நாட்களில் பங்கு கொண்டும் ஊர்வலங்களில் நண்பர்களுடன் சேர்ந்து பாரதிப் பாடல்களை பாடிச் சென்றவர்.

பள்ளிப்படிப்பு முடிந்ததும் தாய்நாட்டுப் பற்று, தாய்த் தமிழ்மொழிப் பற்றும் கொண்டு காங்கிரஸ், மா.பொ.சி.யின் தமிழகக் கட்சிகளில்

பணியாற்றினார். கம்யூனிச தோழர்கள் நட்பு வட்டமும் பெருக, படிப்பு - விவாதம் என சமூகச் சூழலைப் பற்றியெல்லாம் பேசுபவர்.

என் நண்பர்கள் குப்புசாமியும், வையவனும் சென்னையில் ஜெ.கே.யின் சந்தித்தது பேசியது குறித்துப் பேச அதில் திளைத்தேன். சிறிது காலத்திலேயே ஜெ.கே. வையவன் வீட்டுக்கு வந்திருக்கிறார். அது முதல் அவர் திருப்பத்தூர் வருவதும் இவர்கள் சென்னை செல்லும்போது சந்திப்பதும் தொடர்ந்தது.

"தேவிகுளம், பீர்மேடு தமிழ்நாட்டைச் சேர வேண்டும் என்ற போராட்டத்தில் திருப்பத்தூர் சர்வகட்சிக் குழுவின் இரு செயலாளர்களில் நானும் ஒருவன். அப்போது என் வயது 20. ஒரு பொதுத் தேர்தலில் (1972 என்று நினைவு) நான் திருப்பத்தூரிலிருந்து சென்னையிலுள்ள ஜெய காந்தன் வீட்டுக்குச் சென்றேன்."

தொடர்ந்து அவருடன் பயணித்த அனுபவங்கள் பல.

"கதை, சிறுகதைகளை நான் அவ்வளவாக ஈடுபாட்டுடன் படிப்பதில்லை. ஜெயகாந்தனின் நட்புக்குப் பிறகு ஈடுபட்டு படித்து வருகிறேன். தமிழில், 'சிறுகதை மன்னன்' என்ற பெயர் ஓங்கிவிட்டது. நாவல் உலகிலும் சாதனை செய்துள்ளார். 'ஓர் இலக்கியவாதியின் அரசியல் அனுபவங்கள்' அவருடைய சாதனைகளின் பதிவேடு அல்லவா?

பிரிவினை கேட்டவர்களும் அரசியல் முதிர்ச்சி பெற்று, இன்று இந்திய ஒருமைப்பாட்டுக்கும் இறையாண்மையைக் காப்பதற்கும் குரல் கொடுக்கிறார்கள். அதற்கு அடித்தளம் இட்டது அவரது எழுத்து.

பாரதியார் வாழ்ந்த காலத்தில் தாம் வாழவில்லை. ஜெயகாந்தன் வாழும் காலத்தில் வாழ்கிறேம் என்பதே பெருமை. மேலும், அவருக்கு நண்பர்களாய் வாழ்கிறோம் என்பது பெரும் பெருமையல்லவோ?

உ. ராஜாஜி :

துணுக்கு எழுத்தாளர்; கார்ட்டூன்களுக்கு நகைச்சுவை எழுத்தாளர்; தேர்ந்த வாசகர். ஜெ.கே.யின் ஒவ்வொரு கதையும் படித்து விட்டு ஜெ.கே.வுக்கு நீண்ட கடிதங்கள் எழுதியவர். ஒல்லியான உருவம்; ஒரு அசட்டுச் சிரிப்பு; கண்ணை வழித்துக் காட்டும் கண்ணாடிப் பார்வை, வேட்டிச் சட்டை, எப்போதும் முகத்தில் ஓர் புன்னகை. இதுதான் அவர் தோற்றம்.

ஜெயகாந்தனை எனது ஆசான் என்று விளித்தவர்களில் முதலாவர் வரிசையில் உள்ளவர்.

அவர் சொல்கிறார், "ஜெயகாந்னை கண்டனம் செய்பவர்களையும், முறைகேடாக விமர்சிப்பவர்களையும் அவரது கட்டுரைத் தொகுதிகளான 1. நினைத்துப் பார்க்கிறேன், 2. முன்னோட்டம், 3. ஒரு பிரஜையின் குரல், 4. சுதந்திரச் சிந்தனை, 5. யோசிக்கும் வேளையில், 6. சிந்தையில் ஆயிரம், 7. ஓர் இலக்கியவாதியின் அரசியல் அனுபவங்கள், 8. ஒரு இலக்கிய வாதியின் கலையுலக அனுபவங்கள் ஆகிய அனுபவத் தொடர்களையும் படித்திராதவர்களாகவே என்னால் புரிந்து கொள்ள முடிகிறது.

"ஜெயகாந்தனை தெரிந்திருக்கிற என் அன்புக்குரியவர்களே! மேலே என்னால் சுட்டிக் காட்டப்பட்டுள்ள எட்டு கட்டுரைத் தொடர்களையும் படித்துவிட்டு உங்கள் விமர்சனங்களையும், கண்டனங்களையும் அப்புறம் தெரிவியுங்கள்... அதற்குப் பின்னும் அப்படி ஏதேனும் இருக்குமானால்!"

எனக்கு அவரது ஒவ்வொரு எழுத்துடனும் பரிச்சயம் உண்டு. திரும்பத் திரும்பத் திரும்ப -

பதினேழு வயது வரை ஒரு சினிமா நடிகருக்கு தீவிர விசிறியாக இருந்து விசிலடித்துக் கொண்டிருந்த சினிமா ரசிகனான என்னைத் தனது அற்புதமான சிறுகதையில் மூலம் இலக்கியத்துக்கு ரசிகனாக்கியது அவர்தான்.

டி.சி. ராஜசபை :

சிவகாசியில் அச்சக முதலாளி. 'காரனேஷன் லித்தோ பிரஸ்' என்றால் தமிழகம் அறியும் உலகம் அறியும். பெரும் நிறுவனம். சென்னையிலும் கிளை உண்டு. அதன் அதிபர் ராஜ்யசபை. நல்ல உயரம். உருண்டு திரண்ட முகம். நேர்த்தியான ஆடை அலங்காரம். அடர்த்தியான முறுக்கிய மீசை. புன்சிரிப்பு உடன் பிறந்ததுபோல. இசையின் நுட்பம் அறிந்தவர்.

வேட்டையும் ஆடுவார். இவர் வீட்டில் ஜெ.கே.வுடன் சென்று மான் கறி கூட சாப்பிட்டதுண்டு. எப்போதும் ஒரே டிரேட் மார்க் மது அருந்து பவர். எங்களிடத்தும் அன்புடன் எல்லாரையும் 'முதலாளி' என்றும் அழைக்கும் முதலாளி.

ஆரம்பத்தில் இவருக்கு கண்ணதாசன் அவர்களுடனே நட்பு உருவாயிற்று. அவர் மூலம் ஜெ.கே. அறிமுகமானார். இது குறித்து அவர் குறிப்பிடுகையில் கண்ணதாசனிடம் நட்பு கொள்ள இரண்டு ஆண்டுகள்

ஆயின. அப்படி ஒரு சினிமாத்தனம். ஜெ.கே. சந்தித்த 20 நிமிடங்களில் நட்பு பற்றிக் கொண்டது என்று ஒரு சந்திப்பின்போது கூறினார்.

"அப்போது ஜெயகாந்தன் என்ற பெயரை நான் ஏற்கனவே கேள்விப்பட்டிருக்கிறேன். பத்திரிகைகளில் சுவரொட்டிகளில் அந்தப் பெயர் என் கண்களில் சுவரொட்டிகளில் அந்தப் பெயர் என் கண்களில் நிறையவே பட்டிருக்கிறது. ஆனாலும் நான் அவரது வாசகன் அல்ல ; அவரைச் சந்தித்தப் பிறகு அவரது எழுத்துக்களை ரசித்து வாசித்திருக் கிறேன் என்றாலும் கூட நான் அவரது வாசகர்களில ஒருவன் என்று சொல்லிக் கொள்ள முடியாது. அவரது நண்பன் என்ற உரிமையோடு உணர்கிறவன் நான். கால் நூற்றாண்டுக்கு மேலாகியும் அன்றுபோல் இன்றும் பசுமை மாறாமல் நிலவுகிற நட்புக்கு நாங்கள் சொந்தக்காரர்கள்.

"அவர் கதைகளைப் படிக்கிறபோது இவரால் எப்படி கூடு விட்டுக் கூடு பாய்வது போல் இவ்வளவு பாத்திரங்களுக்குள்ளும் நின்று அதனதன் தன்மைக்கேற்ப ஆட்டிப் படைக்க முடிகிறது என்று வியப்பேன். ஜெ.கே. முதலாளியை சித்தர் ஜெயகாந்தன் என்று அழைப்பதுண்டு, விளையாட்டு என்றாலும் சித்து என்றாலும் ஒன்றுதானே! வாழ்க்கையை மகிழ்ச்சியோடு விளையாடிக் கழித்துப் பயனடைவதும் ஒரு சித்துதானே!"

தி.க.சி. :

ஜெயகாந்தனின் சமகால எழுத்தாளர். மொழி பெயர்ப்பாளர்; விமர்சகர்; தேர்ந்த வாசகர். இவரது விமர்சன தாக்குதலுக்கு தப்பாதவர் யாருமிலர். பெரும்பாலும் இலக்கிய விமர்சனங்களில் ஜெ.கே.வை தவிர்ப் பவரும் கூட. ஆயினும் தேர்ந்த வாசகர். இவரும் ஜெ.கே.வும் 50 ஆண்டு களாக சிற்சில கருத்து வேற்றுமைகளை கடந்து அவர்களது நட்புறவு உயிரோட்டத்துடன் பூத்து குலுங்குகிறது.

அவர் குறிப்பிடுகிறார் : "ஒருமுறை அந்த நாட்களை நினைவு கூர்ந்து, இஸ்மத் பாட்ஷாவை நினைவிருக்கிறதா?" என்று என்னிடம் சிந்தனை நோக்கிய முகத்துடன் கேட்டார் ஜெயகாந்தன்.

கட்சி தடை செய்யப்பட்ட 1948 - 1952ஆம் ஆண்டு காலக்கட்டத்தில் ஒரு மழை நாள் மாலையில் கும்பகோணத்தில் இஸ்மத் பாட்ஷாவை நான் சந்தித்தது பற்றிக் கூறினேன். அடுத்தாற்போல் எஸ். ஆர். கே. என்னும் எஸ். இராமகிருஷ்ணன் பற்றிய நினைவுகள் எனக்கு வந்தன. ஜெயகாந்தனை செதுக்கியச் சிற்பிகளில் இவரும் ஒருவர். விஜயபாஸ்கரனின் சரஸ்வதி ஆசிரியர் குழுவில் ஆர்.கே. கண்ணன், தொ.மு.சி. ரகுநாதன், அந்த ராம

சாமி ஆகியோரும் இவரும் அங்கம் வகித்தார்.

எங்களுடைய உரையாடலில் நான் முக்கியமாக வலியுறுத்தியது ஆர்.கே. கண்ணன் பற்றிய நினைவலைகளை ஜெயகாந்தன் உடனடியாகப் பதிவு செய்ய வேண்டும் என்பதுதான். ஏனெனில் மேற்கூறிய இருவரையும் விட ஜெயகாந்தனின் படைப்பாற்றல் மற்றும் ஆளுமையின் வளர்ச்சிக்கு ஆர்.கே. கண்ணன் அரும்பணியாற்றியவர். அத்துடன் இதழ் சிறப்பாக நடைபெறுவதற்கு விஜயபாஸ்கரனுக்குப் பலவிதத்திலும் இவர் உறுதுணை புரிந்தார்.

“தோழர் ஜீவா தொடங்கிய தமிழ்நாடு - கலை இலக்கிய பெரு மன்றத்தின் முக்கியத் தலைவர்களில் ஒருவராக ஜெயகாந்தன் விளங்கினார். நச்சு இலக்கியத்தை ஒழித்தல், மக்கள் நலம் பேணும் நல்ல இலக்கியத்தை வளர்த்தல் என்னும் கொள்கையைத் தமிழ்நாடு எங்கும் பரப்பினார். போர் எதிர்ப்பு, உலக சமாதானம் என்னும் இலட்சியத்திற்காக தம் வாழ்நாளை அர்ப்பணித்திருக்கும் தமிழ்ப் படைப்பாளிகளில் அவரும் ஒருவர் என்பதில் சந்தேகமில்லை.”

கோ.வி. மணிசேகரன் :

ஜெயகாந்தனை விட ஒரு சில வயது மூத்தவர். தமிழகம் அறிந்த எழுத்தாளர். பல விருதுகளுக்குச் சொந்தக்காரர். சரித்திர சமூக நாவல், சிறுகதைகள் என எழுதிக் குவித்தவர். தேர்ந்த சங்க இலக்கியம் முதல் தற்கால இலக்கியம் வரை பயின்று ஆழ்ந்த புலமை உடை யவர். இலக்கியக் கூட்டத்திலோ, சபையிலோ இணைந்து விட்டால் அங்கே கலகலப்புதான்.

அவரது மொழியில், “எங்களுக்குள் அடிக்கடி பார்த்து உள்ளும் புறமுமாகப் பேசிக் கொள்ளக் கூடிய ஒப்பில்லாவிட்டாலும் இதயத்தோடு, தொலைபேசியோடு கடவுள்கள் பேசிக் கொள்வது போன்ற சாகாத் தொடர்பு; வேகா நட்பு; ஆகாயம் போல் விரிந்த அன்பு.

கடைசியாக நாங்கள் சந்தித்துக் கொண்டது அவர் கலைஞர் விருது பெற்றபோது.

அது... ஜெயகாந்தனுக்கும் பெருத்த மகிழ்ச்சி தந்தது. சுமோ காரில் ஏறியபோது அவர் கேட்டார்.

நான் ஆற்றிய சொற்பொழிவில் ஏதேனும் முரண்பட்டுட்டேனா?

நான் சொன்னேன், ‘ஜெயகாந்தனுக்குப் பெயர் வரன் - முரணல்ல!’ அவருக்கே உரிய கலகலத்த சிரிப்பு.”

கவிஞர் ந. காமராசன் :

மரபு - புது கவிதை உலகில் அனைவராலும் அரியப்பட்டவர். திரைப்பட பாடலாசிரியர்; எம்.ஜி.ஆரின் தொண்டர். இவரது கவிதைகளில் சொற்போர் விளையாடும் ஜெ.கே.யின் வாசகர்.

“அவர் சிறுகதைகளில் சாதனை புரிந்து கொண்டிருந்த காலம். மதுரை கடை ஒன்றில், ஆனந்த விகடனில் ‘பூ உதிரும்’ எழுதிய சிறுகதையைப் படித்தேன். என்னில் மிகவும் ஆழமான பாதிப்பை ஏற்படுத்தியது. வேகமும் விவேகமும் அவருடைய மேடைப் பேச்சில் இருந்ததைப் போலவே அவருடைய இலக்கியத்திலும் இருப்பதைக் கண்டு நான் மிகவும் மகிழ்ந்தேன். அவருடைய புத்தகங்களைத் தேடி தேடிப் படித்தேன்.

அந்த நாட்களில் புதுமைப்பித்தனின் கதைகளைப் படித்த போது இவ்வளவு சிறந்த எழுத்தாளர் ஏன் தி.மு.க.வில் இல்லை என்று நினைத் தேன். அதைப் போலவே ஜெ.கே.யின் எழுத்துக்களைப் படித்துவிட்டு அதே உணர்ச்சிக்கு ஆளானேன். ஜெயகாந்தனுடைய மொத்த படைப்பு களையும் ஓரளவுக்கு அவர் எழுதிய சில கவிதைகளையும்,

பத்தினிக் கதைகள் படிப்போரே – உன்
மச்சினி கிடைத்தால் விடுவீரோ!

என்று படைத்த வரிகளையும் நான் முழுமையாகப் படித்தவன்.

ஒற்றை வரியில் சொன்னால் ஜெயகாந்தன் உள்ளூர் மக்களைப் புரிந்து கொண்ட உலக மனிதர். பொதுவுடைமை கொள்கையை இலக்கியத்தில் பதிவு செய்தவர்.

கதை சொல்ல வந்தவன்
காலத்தை வென்றவன்
காவியமானவன் அறிவீர் – ஜெய
காந்தன் இவன் என்றே அறிவீர்!

சா. கந்தசாமி :

மத்திய அரசு ஊழியர். கப்பல் போக்குவரத்துத் துறை யில் பணியாற்றியவர். எழுத்தாளரும் கூட. ‘சாயாவனம்’, ‘தலைமுறை’ இவரது புகழ்பெற்ற நாவல்கள். ஜெயகாந்தனின் தீவிர வாசகர் மட்டுமல்ல, ஜெ.கே.யின் ஆத்மார்த்த நண்பர். இலக்கிய உலகில், பத்திரிக்கை உலகில் நன்கு அறியப்பட்டவர்.

இவரது ஜெ.கே. குறித்த பார்வை : "ஜெயகாந்தன் அடிக்கடி என்னை பத்திரிகைகள் தான் எழுத்தாளனாக்கின என்று குறிப்பிடுகிறார். ஆனால் அவர் பத்திரிகை எழுத்தாளர் அல்ல. எந்தப் பத்திரிகையின் கோட்பாட் டோடும் அவர் சேர்ந்து போனது இல்லை. அவர் எதுவாக எழுதினாரோ அதையே தமிழ்ப் பத்திரிகைகள் வெளியிட்டன. தமிழ்ப் பத்திரிகைகளுக்கு அவர் ஓர் இலக்கிய முகத்தைக் கொடுத்தார். அது முரண்பாடு இல்லாமல் நிகழ்ந்தது. அதனால் உலகறிவுள்ள தமிழ் வாசகர்களுக்குப் பல அபூர்வ மான கதைகளைப் படிக்க வாய்ப்பு கிடைத்தது. இதனையும் ஜெயகாந்தன் இலக்கியச் சாதனை என்று குறிப்பிட வேண்டும்.

ஜெயகாந்தன் எழுத்தின் இலட்சியம் மனிதநேயம். பெண் - ஆண் என்ற பேதம் ஒழிந்து மனிதர்கள் - மனிதர்களாக வாழ வேண்டும் என்ற கருத்தைச் சொல்வதுதான். அதனை பெண்களும், ஆண்களும் வாழ்க்கையின் போக்கில் எதிர்கொள்வதை அதில் இருந்து விடுபடுவதை நெருடல் இல்லாமல் வாசிக்கிறவர்கள் கதை போலவே நியாயம் வழங்கச் செய்தார்."

டாக்டர் எஸ். கிருஷ்ணசாமி :

தமிழ்த் திரையுலகில் சுதந்திரப் போராட்டக் காலத்தில் இந்தியச் சுதந்திரத்துக்கு குரல் கொடுத்து வெளிச்சம் போட்டுக் காட்டிய 'தியாக பூமி' இயக்குநர் கே.சுப்ரமணியம் அவர்களின் புதல்வர். தந்தையைப் போலவே சுதந்திரத்துக்கு பின் தமிழ்த் திரையுலகில் தனக்கென தனி முத்திரை பதித்தவர். டாக்குமெண்டரி மூலம் வளரும் இந்தியாவை அடையாளம் காட்டியவர். தேர்ந்த வாசகர், படைப்பாளி, கல்லூரி பருவத்தில் நியூயார்க்கில் கொலம்பிய பல்கலைக் கழகத்தில் பட்டம் பெற்று சென்னை வந்ததும் அமெரிக்கப் பேராசிரியர் எரிக் பர்நாவ்வுடன் இணைந்து ஒரு புத்தகம் எழுதினார். இதனை அக்கால 'இல்லஸ்டிரேட் வீக்லி' ஆங்கில இதழ் பாராட்டியதோடு, ஆசிரியர் கேட்டுக் கொண்டதற் கிணங்க தொடர் கட்டுரைகள் எழுதினார். அதுவே ஜெயகாந்தனோடு அவரைப் பிணைத்தது.

ஜெயகாந்தன் சிறுகதைகள், பாரிசுக்குப் போ - நெடுந்தொடர் Indus Valley to Indra Gandhi எனும் 'சிந்து சமயம் முதல் இந்திராகாந்தி வரை' என்ற தொடரைத் தயாரித்து இயக்கியவர். டி.வி. உலகில் தெரியாதவர் இல்லை. இவர்களது ஒட்டுமொத்தக் குடும்பமும் ஜெயகாந்தனின் வாசகர்கள், கலைக்குடும்பம்.

"ஜெயகாந்தனின் 20 சிறுகதைகளைத் தேர்ந்தெடுத்து இந்தியிலும், 13 கதைகளைத் தமிழிலுமாக சிறுகதைகளைத் தொடர்களாக எங்களது

கிருஷ்ணசாமி அசோசியேட்ஸ் நிறுவனம் தயாரித்து வெளியிட்டது. அந்த இந்தித் தொடரிலும் மூலக்கதை வசனத்தின் ஆழம் குறையாது. இந்தி மொழி பெயர்ப்பை மேற்பார்வையிட்டு, இவை அகில இந்திய அளவில் மிகுந்த வெற்றியோடு துர்தர்ஷன் மூலமாக வெளியாகிப் பிரபலமானதற்கு எனது துணைவியார் டாக்டர் மோகனா முக்கிய காரணமானார். இந்தி இலக்கியத்தில் மிகுந்த ஈடுபாடு கொண்ட அவர் கதைகளையும், வசனங் களையும் ரசித்து, ஆசிரியரின் எண்ணக் கோர்வை தமிழில் இருந்தபடியே இந்தியிலும் பிரதிபலிக்கச் செய்தார்.

ஜெயகாந்தனின் ஒரு சில கதைகள் இதற்கு முன் இந்தியில் அச்சிட்டு வெளியானாலும், இந்த இந்தி டி.வி. தொடர் அகில இந்தியாவிலும் சாதாரண மக்களுக்கு அவருடைய எழுத்து ஆளுமையை அறிமுகம் செய்து வைத்தது என்பது குறித்து நாங்கள் பெருமிதம் கொள்கிறோம்.

ஜெயகாந்தனுக்கு மனதில் ஒரு பொருள் நல்லது என்று தோன்றி விட்டால் அதை வெளிப்படுத்தாமல் இருக்க மாட்டார். எனது சிந்து சமவெளி முதல் இந்திராகாந்தி வரை என்ற டாக்குமெண்டரியைப் பார்த்து விட்டு, இது உலகுக்குத் தெரிய வேண்டும். குறிப்பாக தமிழர்களுக்கு தெரிய வேண்டும் என்று கூறி குமுதம் இதழில் இதுபற்றி ஒரு கவர் ப்யூச்சர் செய்ய வேண்டும் என்று கூறினார். அவர்களும் அதை ஏற்றுக் கொண்டு ஜெயகாந்தனையே அந்த விமர்சனத்தை எழுதப் பணித்தனர். அவரும் தம் எண்ண ஓட்டங்களை சிறப்பாகப் பதிவு செய்தார்'' என கிருஷ்ணசாமி குறிப்பிடுகிறார்.

எஸ்.ஜி. கீதானந்தன் :

இடதுசாரி சிந்தனையாளர்; கோவையைச் சேர்ந்தவர். கம்யூனிஸ்ட் கட்சியில் முக்கியப் பொறுப்புகளில் இருந்தவர். கட்டுரையாளர், விமர்சகர், மொழி பெயர்ப்பாளர். ஜெயகாந்தனை சென்னை வரும் போதெல்லாம் சந்திக்காமல் இருக்க மாட்டார். தேர்ந்த வாசகர். அவரது பார்வை :

"ஓர் உலகப் பார்வையும், உலக சமாதான நாட்டமும், உழைப்பாளர் களைப் போற்றும் பண்பும் அவரிடம் மிகுந்திருந்தன. வெறும் மானுட உணர்ச்சிகளுக்கு மட்டும் மதிப்பளிக்காமல் அறிவு சார்ந்த படைப்புகளை வழங்கினார். மனித வாழ்வுக்கு உத்தரவாதமற்ற இந்தச் சமூக அமைப்பு மாற வேண்டும் என்று கருதினார். பாலியல் சிக்கல்களை சமூகப் பொருளா தார வளர்ச்சியோடு ஆராய்ந்து எழுதினார். அதனால்தான் அவரை மனவியல் மருத்துவர் என பலரும் போற்றினர்.

"ஒத்த கருத்துடையவராயினும் நெருங்கிய நண்பர்களாயினும் எனது கருத்துகளை முழுமையாக அப்படியே ஏற்றுக் கொள்ள முடியாது என்பது எனக்குத் தெரியும். மாறுபட்ட கருத்துக்களை மதிப்பவன் நான்" என்று பிரகடனப்படுத்தினார்.

அந்த வீட்டின் மீது அமைக்கப்பட்டிருந்த சிறு குடிலில் நண்பர்கள் சந்திப்பு நிகழும். அதில் பெரிய மனிதர்கள் முதல் ரிக்ஷா தொழிலாளர்கள் வரை கலந்து கொள்வர். அதை மடம் என்றும், சபை என்றும் போற்றி வந்தனர். மாலையில் தொடங்கும் இந்த சபை நள்ளிரவைத் தாண்டியும் நடக்கும். அதில் ஜெயகாந்தன் பல கருத்துகளை முழங்கிக் கொண்டே இருப்பார். குருகுல கல்வி போல எல்லோரும் செவி மடுத்துக் கேட்டுக் கொண்டிருப்பார்கள். அவருடைய பேச்சின் மூலம் கருத்துத் தெளிவு பிறக்கும்.

ஜெயகாந்தன் வாசகர் பரப்பில் அரசியல்வாணர்கள் பலர் உண்டு. இந்தியா முழுதும் பல மொழி பேசும் அரசியல் முன்னணியில் அவரது வாசகராகவே இருந்தனர் என்பது கண்கூடு.

து. ராஜா :

இன்றைக்கு வலது கம்யூனிஸ்ட் கட்சியின் அகில இந்திய செயலாளர் து.ராஜாவும் ஒருவர். அவரது எழுத்தில் பதிவில் ஜெ.கே.வைக் காண்போம்.

"ஜெயகாந்தன் அவர்களுடைய படைப்புகளை ஏற்கெனவே படித் திருந்தவன் என்ற முறையில் அவருடைய ஆளுமையை மேலும் அறிந்து கொள்ள ஆர்.கே.கண்ணன் அவர்களுடைய உறவு எனக்குப் பெரிதும் உதவியது.

ஜெயகாந்தன் வெறும் எழுத்தாளர் மட்டுமல்ல, எழுத்து - சொல் இரண்டினையும் மனித நேயத்தை முன் கொண்டு செல்வதற்கும் மானுட விடுதலைக்காகவும் போராயுதங்களாகப் பயன்படுத்தினார். அவர் ஒரு போராளி என்பதையும் ஓர் ஒப்பற்ற தோழர் என்பதையும் நான் நேரடியாக அறிய முடிந்தது.

1980களின் இறுதியில் டெல்லி மாநகரத்தில் பஸ் நிலையத்தில் இருந்தபோது ஒரு தமிழ் இளைஞர் 'சில நேரங்களில் சில மனிதர்கள்' நூலினைக் கையில் பிடித்துக் கொண்டு நடந்தது தெரிந்தது. அது ஜெயகாந்தனின் தாக்கம் எந்த அளவுக்கு தமிழ் மக்களின் மீது விரவி நிற்கிறது என்பதைக் காட்டியது.

அவர் கம்யூனிஸ்ட் இயக்கத்தைச் சார்ந்தவர்; கம்யூனிஸ்ட் கட்சியின் அடையாளமாக திகழ்கின்ற ஓர் இலக்கியவாதி; அவர் கம்யூனிஸ்ட் இயக்கத்தின் உறுப்பினர் இல்லாவிடினும் கம்யூனிஸ்ட் இயக்கத்துக்கு உள்ளார்ந்து செயலாற்றிக் கொண்டிருப்பவர்.

இந்தக் கம்பீரம்தான் வரலாற்றில் அவருக்கு இன்று தனி இடத்தைத் தந்திருக்கிறது. இது எனக்கு மட்டுமல்ல, மற்றவர் மீதும் தொடர்ந்து தாக்கத்தை ஏற்படுத்திக் கொண்டிருக்கும் என்பதே நிதர்சனம்.”

சந்தரகாந்தன் :

சகா என தோழமைகளால் கொண்டாடப்பட்ட **சந்தரகாந்தன்** இவர். இன்று நம்மிடையே இல்லை. நல்ல உயரமான ஆகிருதியான அவர் ஜெயகாந்தன் சபையின் சக்ருதையர். தமிழ்நாடு கலை இலக்கிய பெருமன்ற வானில் ஒரு துருவ நடசத்திரம். எட்டாம் வகுப்பு படிக்கும் காலத்திலேயே வாசிப்புப் பழக்கத்தில் தன்னை ஈடுபடுத்திக் கொண்டவர். அனைத்திந்திய மாணவர் பெருமன்றம், அனைத்திந்திய இளைஞர் பெருமன்ற போன்ற அமைப்புகளில் அறிமுகமாகி அவற்றில் அங்கம் வகித்தார்.

1980களில் கல்பனா இதழின் தொடர்பும் என்.சி.பி.எச். நிறுவனத் தொடர்பும் அமைகிறது. மகாநதி எனும் இலக்கிய காலாண்டிதழ் மலர அதில் எழுதத் தொடங்குகிறார். பெருமன்ற செயல்பாடுகளில் ஈடுபடு கிறார். ஒரு மாவட்ட மாநாட்டில் குன்றக்குடி அடிகளார், ஜெயகாந்தன், முகவை இராஜமாணிக்கம் பேச்சில் கவரப்பட்டு இயக்க உணர்வில் தீவிரமாகிறது. சந்திரன் எனத் தன்னை அழைத்த வீட்டுப் பெயருடன் ஜெயகாந்தன் எழுத்துக்களால் ஈர்க்கப்பட்டு சந்திரகாந்தன் ஆகிறார்.

இவர் ஜெ.கே. அவர்களை குருதேவா என்றே அழைப்பார். ஜெ.கே. யைப் பற்றி கூறுகையில் :

“என் கிராமத்து நூலகத்தில் போய் ஜெ.கே. எழுதிய ஏதாவது ஒரு புத்தகம் வேண்டும் என்று கேட்டால் அரை டிராயர் போட்ட நூலகர் மேலும் கீழும் ஆச்சர்யம் பொங்கப் பார்க்கிறார். அவரையா நீ படிக்கப் போகிறாய் என்று ஏதோ குருவி தலையில் பனங்காய் வைக்கிற பாவத்துக்கு ஆளானவர் போல் விசாரிக்கிறார். என் பிடிவாதத்தைப் பார்த்துவிட்டு ‘உண்மைச் சுடும்’ என்கிற சிறுகதை தொகுதியை எடுத்துத் தருகிறார்.

மிளகாய்க் கொல்லை காவலுக்குப் போய், அங்கிருந்த பரணில் இருந்து அந்தக் கதைகளை ஒரே மூச்சில் நான் படித்து முடித்தேன். இதுவரை நான்

படித்திருந்த கதைகளில் இம்மாதிரியான மனிதர்களை நான் சந்தித்ததே இல்லை. அந்தக் கதைகளில் அதிர்ச்சியூட்டும் திருப்பங்கள் இல்லை, அன்றாட வாழ்வின் கூறுகள் இருந்தன. கடைசி வரியில் அல்லது பத்தியில் மர்மத்தை அவிழ்த்து மயிர்க் கூச்செறியச் செய்யும் ஜாலம் இல்லை. ஆனால், மனதை என்னவோ செய்கிற ஒரு சொல் அல்லது ஒரு வாக்கியம் அல்லது ஒரு உணர்ச்சிக் கீற்று இருந்தது. அப்போது அந்தக் கதைகளின் வீரியத்தை முற்றிலுமாக உணர்ந்தேன் என்றால் அது சுத்தப் பொய். ஆனாலும், அவை அன்று என்னை ஒருவித அவஸ்தைக்கு ஆளாக்கின என்பதும் முன்னோக்கி என்னைச் சற்றே உந்தின என்பது சத்தியம்.

அவரது நினைவாற்றலுக்கும் உயரிய பண்புக்கும் சான்றுகள் பல. எனக்கு ஆண் குழந்தை பிறந்ததை தொலைபேசி மூலம் சொன்னபோது என்ன பெயர் வைத்துள்ளீர்கள் என்று கேட்டார். நான் அரவிந்தன் என்றேன்.

ஏறத்தாழ ஒரு மாதம் கழித்து, ஒரு கூட்டத்திற்கான ஒப்புதல் கடிதம் எழுதும்போது, ஜெ.கே. 'தோழர் அரவிந்தன் எப்படி உள்ளார்?' என்று ஒரு வரி எழுதியிருந்தார். உண்மையில் அது யாரைக் குறிக்கிறது என்பது ஒரு கணம் புரியவில்லை. பின்னர் தேடித் தெளிந்தேன். அவர் குறிப்பிட்டி ருந்தது பிறந்து ஒரு மாதமேயான எனது மகனை.

ம. ராஜேந்திரன் :

ஜெ.கே.வின் வாசகர் தளத்தில் முரண்பட்டு மோதிக் கொண்டே சண்டை போட்டுக் கொண்டே இருந்தவர், பின்னாளில் அவர் அன்பில் முகிழ்ந்து தோய்ந்தவர் முன்னாள் பல்கலைக் கழக **துணை வேந்தர் ம.ராஜேந்திரன்.** அவரைச் சந்தித்த அனுபவம் குறித்து :

“சென்னை தொலைகாட்சி நிலையம் ஜெ.கே.வை பேட்டி காண சொன்னது. நானும் சுதா சேஷய்யனும் அவரது வீட்டுக்குப் போனோம். பேட்டிக்கு முன்பாக பேசிக் கொண்டிருந்தார்.

சமஸ்கிருத எதிர்ப்பு, திராவிட முழக்கம் பற்றியெல்லாம் கடுமையான கருத்துகளைச் சொல்லிக் கொண்டிருந்தார்.

மொழி, அரசியல் குறித்த அவரது கருத்துகள் தொடக்கத்திலிருந்தே என்னுள் மாற்றுத் கருத்துகளைப் பலமாக்கிக் கொண்டிருந்ததை நான் உணர்ந்து வந்திருக்கிறேன்.

என்னால் அமைதியாக இருக்க முடியவில்லை. ஏனெனில், ஜெ.கே. தனது கூட்டங்களில் எழுத்துகளில் திராவிட இயக்கத்தைப் போலவே கேள்விகளை உருவாக்கிக் கொண்டிருப்பதாக உணர்ந்திருக்கிறேன்.

வடமொழி எதிர்ப்பு திராவிட இயக்கத்திற்கு ஏன் வந்தது என்றால், தமிழை நீச மொழி என்றும், 'ஐந்து எழுத்தால் ஒரு பாடையும் உண்டென்று அவை யாவும் நாணுவர் அறிவிலிகள்' என்றும் தமிழையும், தமிழர்களையும் சிறுமைப்படுத்தியவர்கள் மீது பகைமையும் வெளிப் படுத்துதல் சுயமரியாதை சார்ந்ததல்லவா?" என்று சொன்னேன்.

ஜெ.கே. கோபப்பட்டார் : I think you are not a competent person to discuss this with me என்றார்.

"இவ்வளவு குறுகிய காலத்தில் என்னைப் பற்றி நீங்கள் கணித்திருப்பது சரியாக இருக்கும் என்று நினைக்கிறீர்களா?" என்றேன்.

உடனே, "Ok. I think I am not a competent person to discuss this with you" என்றார்.

இல்லை, இதிலும் உண்மையில்லை என்று நான் சொல்லிக் கொண்டிருக்கும்போதே நிலைமையை இயல்புக்கு கொண்டு வர எண்ணிய சுதா சேஷைய்யன், "சரி சார் விடுங்க.... இன்றைய வாழ்க்கை யில் குப்பை கொட்டறதுக்கு சமஸ்கிருதம் எதுக்கு சார்" என்றார்.

ஜெ.கே. மீண்டும் கோபப்பட்டார். "குப்பை கொட்டறதுக்கு ஒரு முறம் போதும்; ஒரு துடைப்பக் கட்டை போதுமே. சமஸ்கிருதம் எதற்கு?" என்றார். அப்புறம் கொஞ்ச நேரத்தில் இயல்பு நிலைமை எங்களுக்குக் கிடைத்தது.

பேட்டி முடிந்தது. அதன் பின்னர் வந்த ஏப்ரல் 24 ஜெ.கே. பிறந்த நாள். நண்பர் ராஜகமல் கண்ணன் அழைத்துக் கொண்டு போனார். தொடர்ந்து புத்தகத் திருநாள்போல் ஜெ.கே.வுடன் சந்திப்புகள்.

சித்தராக, கம்பராக, திருவள்ளுவராக, பாரதியாக, ஓங்கூர் சாமியாராக, ஜெ.கே.வாக ஜெ.கே. இருந்தார்.

சாவித்திரி கண்ணன் :

புகைப்படக் கலைஞர். வாசிப்பை சுவாசிப்பாகக் கொண்டவர். 'ஜனசக்தி'யில் தொடங்கி துக்ளக் வரை புகைப்படக் கலைஞராக, படைப்பாளராக வலம் வந்தவர். தீவிர இடது சாரி சிந்தனையாளர். தம்

எண்ணத்தில பட்டதை சமரசத்துக்கு இடமின்றி தனது கருத்துகளை முன் வைத்தவர். துக்ளக் ‘சோ’வால் ‘காம்ரேட்’ என்று அழைக்கப்படுகிறவர். தற்போது அறம் எனும் நெட் இதழின் ஆசிரியர்

அவரது ஜெயகாந்தன் வாசிப்பு அனுபவத்தைப் பதிவு செய்கையில்...

“அவருடைய எழுத்துக்களின பாதிப்பால் ப்ளஸ் டூவிற்கு மேல் கல்லூரி சென்று படிக்க வேண்டிய அவசியமில்லை என முடிவுக்கு வந்தேன். கற்க வேண்டியதையும் சமூகத்திலிருந்தும் மனிதர்களிடமிருந்தும் தானே யன்றி கல்லூரி சென்று கற்க வேண்டியது என்ன? என்ற சிந்தனையோட்டத்தை ஜெயகாந்தன் எழுத்துக்களிலிருந்து ஏற்படுத்திக் கொண்டேன்.

அவருடைய ஒவ்வொரு படைப்பையும் ஒரு தவம்போல் அனுபவித்து உள் வாங்கினேன். அவர் எவ்வளவு அனுபவித்து எழுதியிருப்பாரோ அதற்கு இணையான அனுபவத்தை நான் வாசித்தலில் வசப்படுத்திக் கொண்டேன். இதனால் எனக்கேற்பட்ட இக்கட்டான தருணங்களை பின் விளைவுகளை காலம் கடந்தே உணர்ந்தேன். எட்டாண்டுகள் இடை வெளிக்குப் பிறகு லயோலா சென்று இளங்கலைப் பட்டத்திற்குப் படித்தேன்.

ஜெயகாந்தனாக ஜெயகாந்தனால் மட்டுமே வாழ முடியும். அந்தக் கர்வமும், ஆணவமும், அறிவுத் திமிரும் அவருக்கு மட்டுமே சாத்தியமாகக் கூடியவை சாதகமானவையும்கூட.

சேலம் ஜெயராமன் :

சேலம் ஜெயராமன் என்று அனைவராலும் அழைக்கப்படும் ஜெயராமன் ஜெ.கே.யின் ஆத்மார்த்தமான நண்பர். இவர்களுக்கிடையே வயது வித்தியாசம் 4 நாட்களே. ‘வாய்யா, போய்யா’ என்றே ஒருவரை ஒருவர் அழைத்துப் பேசிக் கொள்வர். காங்கிரஸ்காரர் ஆனாலும் பெரியாரின் எழுத்து, பேச்சுகளை ரசித்து சுவைப்பார். அதேபோல் ஈ.வே.கே.சம்பத் அவர்களின் பேச்சையும் அடுத்த அண்ணன் ஜெயகாந்தன் இடியோசை போன்ற கருத்துப் பிரவாகமாகப் பிடிக்குமாம்.

“ஒருநாள் கவிஞர் கண்ணதாசன் அவர்கள் சேலம் வந்திருந்தார். அவருக்கு காங்கிரஸ் தலைவர்களில் ஒருவரான ராமசாமி உடையார் சிறப்பு விருந்து தந்தார். நான், வாழப்பாடி ராமமூர்த்தி, ஆர்.எஸ். பாண்டியன் மற்றும் சிலர் இருந்தனர். அப்போது கவிஞர் சொன்னார் :

ஜெயகாந்தன் ஒரு கூட்டத்தில் பேசினார். அப்போது அவர் 'நான் இப்போதெல்லாம் கூட்டங்களுக்குப் பேச வருவதில்லை. ஏனென்றால் உங்களையெல்லாம் பெரியோர்களே, அறிஞர்களே என்று அழைத்துப் பேச வேண்டும். அதுவா நீங்கள்? அதனால்தான் பேச வருவதில்லை. அப்புறம் இப்ப ஏன் வந்தாய் என்று கேட்கிறீர்களா? இதைச் சொல்லி விட்டுப் போகத்தான் வந்தேன்.' இப்படிப் பேசியதாகச் சொல்லிவிட்டு கவிஞர் சிரித்தார் பாருங்கள், அவர் உருவமும் அவர் வயிறும் குலுங்கு வதைப் பார்த்து எல்லாரும் சிரியாய் சிரித்தோம்.

சிரிப்பதற்கான விஷயங்கள் மட்டுமல்ல, சில சங்கடமான விஷயங் களும் உண்டு. ஆழ்வார்ப்பேட்டை சபைக்குச் சென்றேன். வழக்கம்போல் அண்ணன் ஜெயகாந்தன் பேசிக் கொண்டிருந்தார்.

பேச்சுவாக்கில் ராமாயணத்திலிருந்து ஒரு நிகழ்ச்சியை உதாரணமாகச் சொல்லி அதைப்போல் என்ற ஒரு கருத்தை மெய்ப்பிக்க முயன்றார். இடையில் பேசிய நான், "சபையில் நீங்கள் சொன்ன நிகழ்ச்சி தவறு. எனவே, தவறான உதாரணமாக இன்னொரு கருத்தை அதை மெய்ப்பிக்காது. அதுவும் தவறாகத்தான் இருக்கும்" என்றேன்.

அங்கிருந்த தேவபாரதி, அவர் சொல்வதற்கு மறு பேச்சில்லை என்கிற மாதிரி பேசினார். நான் அவரை 'ஜால்ரா போடும் வேலையை விடு. நல்ல கருத்தைச் சரியாகச் சொல்பவர்கள் என்று நமக்கு ஊருக்குள் பெயர். அவர்கள் தவறான ஒன்றைச் சொல்லிவிட்டு அதனாலென்ன என்று நினைப்பதை, சிந்திப்பதை ஏற்க இயலாது' என்று சொன்னேன்.

கொஞ்ச நேரம் அமைதி நிலவியது. எல்லோரும் கப்சிப். அண்ணன் ஜெயகாந்தனே பேசினார். என்னையும், சபையையும் பார்த்துச் சொன்னார் : "ஏம்பா நான் தப்பாக ஒன்று சொல்லிவிடக் கூடாதா?" என்று. அவ்வளவுதான் சபை உயிர் பெற்றது. அனைவர் கண்களிலும் கண்ணீர். நானும் உணர்ச்சி வசப்பட்டேன். எல்லோரையும் அவரே சமாதானப்படுத்தினார். அதிலிருந்து அவரைப் பற்றிய ஒரு கணிப்பை வாசகர்களுக்கு விட்டு விடுகிறேன்.

தமிழகத்தின் தலைசிறந்த இலக்கியவாதி, சுயநலமற்ற தேசியவாதி, தமிழகத்தின் பெருமைக்குரிய சிந்தனைவாதி. இதற்கு மேல் என்ன சொல்ல?

பிரின்ஸ்நீல் :

எட்டயபுரம், பாரதியார் பிறந்த மண். அதனருகே உள்ள விளாத்திக் குளம் என்ற கிராமத்தில் பிறந்து வளர்ந்தவர் **பிரின்ஸ்நீல்**. பள்ளிப் படிப்பை முடித்து ஆசிரியராகப் பணியாற்றியவர். 1965ல் எட்டயபுரத்தில் பாரதி விழாவில் ஜெயகாந்தன் சொற்பொழிவைக் கேட்டு அவர் மீது பற்று கொண்டார்.

1970களில் வடார்க்காடு மாவட்டம் திருப்பத்தூர் அருகில் உள்ள ஜவ்வாது மலையில் உள்ள உயர்நிலைப்பள்ளியில் தலைமை ஆசிரியராக பணியாற்றியபோது, 'இந்திய முற்போக்கு எழுத்தாளர் தேசிய சம்மேளனம்' சார்பில் ஒரு கூட்டம் நடந்தது. அவரது ஆசிரியர் நண்பர்கள் வையவன் பி.ச.குப்புசாமி ஆகியோர் மூலம் அறிமுகமானார். அங்குள்ள விருந்தினர் மாளிகையில் 50க்கும் மேற்பட்ட தோழர்களுக்கு நல்போஜன விருந்து வைத்துக் கொண்டாடினார். அதன் மூலம் ஜெயகாந்தன் சபையில் ஒருவரானார்.

பின் சென்னை வரும்போதெல்லாம் சபையில் உண்டு உறங்கி ஜெ.கே. 'ஆலமரம்... ஆலமரம்... பாலுத்தும் ஆலமரம் காலத்தின் கோலமெல்லாம் கண்டுணர்ந்து நிற்கும் மரம்' என்ற பாடலை நெக்குருக பாடிக் காட்டுவார். ஜெ.கே.யின் பிற பாடல்களையும் இசையமைத்துப் பாடிக் களிப்பார். அவருக்கு மூன்று மகன்கள். ஒரு பிள்ளை ஊனமுற்றவர். அவரை அவர் அரவணைத்து வளர்க்கும் பாங்கு ஆச்சர்யத்தையும், பெருமையையும் தரும். ஜெ.கே.வை சந்திக்கும்போதெல்லாம் முதலில் ஸ்பென்சர் எப்படி இருக்கிறார் என்று விசாரிப்பார். அவரது மூன்று பெண்களின் திருமண நிகழ்விலும் ஜெ.கே. கலந்து கொண்டு சிறப்பு செய்தார்.

ஒரு முறை ஆழ்வார்ப்பேட்டையில் ஜெயகாந்தனைப் பார்த்துவிட்டு, பாரிஸ் பஸ் நிலையத்தில் வேலூர் பேருந்துக்காகக் காத்திருந்தார். ஓர் இளைஞன், சார் வேலூர் போகணும், பஸ் டிக்கெட்டுக்கு ஐந்து ரூபாய் குறைகிறது என்று கேட்டிருக்கிறார். பிரின்ஸ்நீல் அவனிடம், அவரது கைப் பையைக் கொடுத்து, சீட் பிடி, நான் டிக்கெட் எடுக்கிறேன் என்று சொல்லி பையைக் கொடுத்துவிட்டு டிக்கெட் எடுக்கச் சென்ற கண் இமைக்கும் நேரத்தில் அங்கு நிற்கும் பஸ்களின் நடுவே புகுந்து மாயமாக மறைந்து விட்டான். பையில் ஐயாயிரம் ரூபாய் பணம் போயிற்று. பாரிஸ் காவல் நிலையத்தில் புகார் கொடுத்துவிட்டு, வெறுங்கையோடு ஆழ்வார் பேட்டை சபைக்கு திரும்பி வந்து ஜெ.கே.விடம் நடந்தவைகளைச் சொன்னார்.

ஜெ.கே. அமைதியாகச் சொன்னார் : 'அவன் ஐந்து ரூபாய் கேட்டால் அதைத் தூக்கி எரிந்துவிட வேண்டியதுதானே... நீ போலீஸ்காரன் மாதிரி மீசை வச்சிருந்தாலும், மெட்ராஸ்காரர்களுக்கு நீ அது இல்லை என்பது தெரியும். உமக்கு நிறைய பேர் எடுப்புகள்... சீட் போட்றதுக்குக்கூட எடுபிடி. அவனுக்கு லாட்டரி அடிச்சிருச்சி. சரி விட்டுத் தள்ளு... நடந்தது நடந்து போச்சு. இதைப்போய் சொர்ணத்திடம் (மனைவி) உடனே சொல்லி விடாதே.... பெண்கள் சிட்டுக்குருவி மாதிரி சிறுக சிறுக சேமிப்பவர்கள். இந்த மாதிரி இழப்பையெல்லாம் தாங்கிக்க மாட்டாங்கள்' என்று அறிவுரை கூறினாராம். ஊருக்குத் திரும்பப் பணமும் கொடுத்தனுப் பினார் ஜெ.கே.

இந்த நிகழ்ச்சியைக் கருவாகக் கொண்டு 'பால் வடியும் முகம்' என்ற சிறுகதையை வடித்தார். உடல்நிலை சரியில்லாதபோது பிரின்ஸ் நீலுக்குப் போன் செய்தவர். 'நீ எப்படியிருக்க... நான் கொஞ்சம் சீக்காகி ஆஸ்பிட்டல்ல இருக்கேன். இப்ப நல்லாயிருக்கேன்... எங்கே ஆலமரம் பாடும்' என்றார். நான் பாடினேன். அதன்பின் அவரே இரண்டு பாடல் களைப் பாடினார்.

ஆலமரம் பாடும்போது 'அழுதீரா' என்றார். 'இல்லை' என்றார். 'ஆலமரம் பாடும்போது அழக்கூடாது' என்று கூறினாராம்.

ஜெகாதா :

பந்நூல் ஆசிரியர். இவர் கதை, கவிதை, நாவல், கட்டுரை, வாழ்வியல் இலக்கியம் என தொடாத பொருள் இல்லை. கூட்டுறவுத் துறை தணிக்கைத் துறையில் பணியாற்றி ஓய்வு பெற்றவர். இவர் தன் பெயர்க் காரணத்தை யும், ஜெயகாந்தன் வாசிப்பு அனுபவத்தின் கீர்த்தியைக் குறிப்பிடுகிறார்.

'கள்ளப்புலவன் வழியே சூர்யப்புணர்ச்சிக்குக் கருவியிடம் தந்த குந்தியைப்போல ஜெயகாந்தன் பெயரை உள்ளார்ந்த அர்த்தமுடன் உச்சரிக்கும் எவரும் கவச குண்டலத்துடன் கர்ண இலக்கியத்தைக் கர்ப்பந் தரிப்பது நிச்சயம்.

1994ல் ஜெ.கே.வின் மணிவிழாவின்போது அவர் வெளியிட்ட எனது கவிதைத் தொகுதி நரசிம்ம வதம் நூல்குறித்து அறைக்கு வந்தபிறகு நான் கருத்து கேட்டபோது, 'ஜெகாதா கவிதை எல்லாம் இனிமேல் எழுதாதீங்க' என்று ஒரே வார்த்தையில் முடித்துக் கொண்டார்.

ஜெ.கே. மேடையில் பேசும் அழகை ஒரு காதலியைப்போல் இன்று வரை சலிப்பில்லாமல் ரசித்து வருகிறேன். சீறுவது, சினங்கொண்டு

பார்ப்பது, முஷ்டியை உயர்த்தி கர்ஜிப்பது, சொல்லுக்குச் சொல் சிலம்பம் போல் திசைமாறி நின்று பேசும் ஸ்டைல், கைக்குட்டையால் முகம் துடைத்துக் கொண்டு, சட்டென முறுவலோடு முகம் மாறி தோழமை யோடு அருகில் இருப்பவனை நோக்கி கேள்விக்குறியோடு பேச்சை நிறுத்துவது எல்லாமே அலுக்காத மேடை பாணி.

அவரது எண்ணத்திற்கு ஏற்பவே அவரது பேனா முனையும் கூர்மையாக இருக்கும். 'நான் ஏன் எழுதுகிறேன்' என்ற தலைப்பில் வானொலியில் ஒரு பேச்சு.

"இவன் இன்ன குற்றம் செய்தவன்; இவனுக்கு இத்தனை வருடம் தண்டனை வழங்குகிறேன் என்று தீர்ப்பு எழுதும் சாதாரண நீதிபதிகளின் பேனாவைப் போன்றதல்ல எனது பேனா. குற்றமே இல்லாத சமூகம் காணவும் அல்லவோ எனது பேனா எழுதுகிறது" என்றார்.

ஜெயகாந்தன் என்ற நாமாவளி என் மீது தீயாய் விழுந்து உதிர்ந்தது. 'உடப்பாச்சல்' என்று சொல்வார்களே அது நிகழ்ந்தது. என் எழுத்தின் சத்தியமாக இதனை நம்புங்கள். இந்த சமூகத்துக்கு நான் ஒரு அர்த்தமாக வேண்டும் என்று என்னுள் ஒரு கதறல்.

நீ என்ன ஜெயகாந்த தாசனா?

சட்டென படுக்கையில் எழுந்து அந்த இரவுக்குப் பதில் சொன்னேன்.

ஆம்... நான் ஜெயகாந்த தாசன். இனி ஜெகாதா என்ற புனைப் பெயரிலேயே எழுதுவேன். பத்திரிகைகளுக்கு எனது பெயர் மாற்றத்தை அறிவித்தேன்.

தன்னுடன் பழகிய நண்பர்களைப் பற்றியோ மற்ற எழுத்தாளர்களைப் பற்றியோ ஒருபோதும் புறங்கூறிப் பேசவோ, குறை கூறி பேசவோ மாட்டார். நசிவு இலக்கியங்களின் நாற்றங்களாக சுஜாதா, புஷ்பா தங்கதுரை, ராஜேந்திரகுமார் போன்றவர்களின் சிறுதை நாவல்களைக் குறித்து கல்பனா கருத்தரங்க மேடையில் நான் கடுமையாகப் பேசியபோது ஜெ.கே. முகத்தில் லேசான மாற்றத்தை உணர்ந்தேன்.

ஜெயகாந்தன் தன்னுடைய சிறப்புரையில் எடுத்தவுடனே, 'எனது கருத்துக்கு மறுப்பு தெரிவிக்கும் முகமாக, கல்பனாவில் இனி சுஜாதாவும் எழுதுவார். அவரையும் உயர்ந்த இலக்கியம் படைக்கச் செய்வதே நமது நோக்கம். அதனை கல்பனா செயயும்' என்று சிம்மம் போல் கர்ஜித்தார். மறுதிங்கள், கல்பனாவில் சுஜாதாவின் அற்புதமான நாவல் வெளிவந்தது.

சுஜாதா குறித்து எங்களது பார்வை அதுமுதல் மாறத் தொடங்கியது.

மாயவரம் கண்ணன் :

மாயவரம் கண்ணன் என்றால் ராஜ்கண்ணனையே குறிக்கும். பத்திரிகையாளர், பழந்தமிழ் இலக்கியத்தில் தோய்ந்தவர். திரையுலகின் உதவி இயக்குநர், இன்றும் தினமணி நாளேட்டின் இலக்கிய மலரின் பொறுப்பாசிரியர். ஜெயகாந்தன் ஆத்மார்த்தமான நண்பர்களில் ஒருவர். அவரது பார்வை:

ஒருமுறை அவரிடம், "நீங்கள் ஏன் வரலாற்று நாவல்கள் எழுதவில்லை?" என்று கேட்டேன். அதற்கு, "தமிழில் வெளிவந்த வரலாற்று நாவல்களைப் படித்ததன் விளைவு? அவற்றில் வரலாறும் இல்லை; நாவலும் இல்லை" என்று கூறினார். அவரது கர்நாடக இசை ஈடுபாடு பற்றி பேச்சு வந்தபோது, ''எனக்கு கர்நாடக இசையில் ஈடுபாடு மேற்கத்திய இசையின் மூலம் வந்தது. I tasted toddy through, whishkey" என்றார்.

தமிழில் உள்ள நாடகங்கள் பற்றி பேசும்போது, "எனக்கு நாடகம் என்பதன் மீது நம்பிக்கையுமில்லை, ரசனையுமில்லை. தமிழில் படிக்கத் தகுந்த நாடகம் இல்லை; வராது. தமிழின் இயல்புக்கு அது வராது. ஆனால், நாடகத் தன்மை இல்லாத படைப்புகளே தமிழில் இல்லை'' என்று கூறினார்.

இலக்கியம் பற்றி பேசும்போது, "முரண்பட்டவர்களிடையே இசைவை ஏற்படுத்துவதே இலக்கிய தர்மம். மதம் ஒரு அபின் என்ற கார்ல் மார்க்ஸ் கூறியது எல்லோருக்கும் தெரியும். ஆனால், அவர் மற்றொன்று கூறினார் The heart of the Hearless Society. "இதயமற்ற சமூகத்தின் இதயம் மதம்" என்று கூறினார். எங்கே? அது எங்கே... இங்கே அது இலக்கியம். இதயமற்ற சடுமூகத்தின் இதயம் எது? இலக்கியம்! சமூகத்துக்கு இதயம் இருக்கிறது என்று கண்டு ஆராய்ந்து தெளிந்து சொல்வது எது? இலக்கியம்! எனவே, தமிழர் மதம் இலக்கியம்!

ஆர். துரைக்கண்ணன் :

குத்தூசியின் மாணக்கர். தேர்ந்த பத்திரிகையாளர். ஜெயகாந்தன் ஆசிரியராக கொண்டு வெளிவந்த நவசக்தி நாளேட்டின் செய்தி ஆசிரியர். ஆங்கிலப் புலமையும் செஸ் விளையாட்டிலும் தேர்ந்தவர். ஜெயகாந்தன் மதிக்கத் தக்க பத்திரிகையாளர்களில் குறிப்பிடத்தக்கவர். செஸ் விளையாட்டில் இருவரும் போட்டிப் போட்டுக் கொண்டு விளையாடுவார்கள்.

ஜெ.கே. குறித்த அவர்தம் சிந்தனைகள் :

"பெரியார் ஒருமுறை எழுத்தாளர் மாநாட்டைத் திறந்து வைத்து தமக்கே உரிய பாணியில் மகாபாரத - இராமாயண - புராண குப்பைகளை கொளுத்தாமல் தமிழ்நாட்டிலுள்ள எழுத்தாளர்கள் என்னத்த எழுதி சாதிச்சி விட முடியும்? அஞ்சு பேருக்கு ஒரு பொண்டாட்டி இருந்தாள் என்று சொல்லுகிற ஒரு கதையை இந்தக் காலத்தில் வைத்திருக்கலாமா? என அவருக்கே உரிய பாணியில் பேச, அந்த மாநாட்டில் ஜெ.கே. தந்த பதில் :

"மகாபாரதம் என்பது ஒருத்திக்கு ஐந்து கணவர்கள் என்கிற ஒரு விஷயத்தை மட்டும் எனக்கு சொல்லவில்லை. மேலும், அது மகாபாரதம் என்கிற கலாச்சார பொக்கிஷத்தின் ஒரு விஷயமாகவோ சிபாரிசாகவோ எனக்குப் படவே இல்லை. அந்த விஷயத்தைப் பார்த்துப் புரிந்து கொள்கிற பக்குவம் திரௌபதி அம்மன் கோயிலின் முன்னால் சாமியாடுகிற ஒரு பாமரனுக்கு இருக்கிற அளவுக்குக்கூட நமது பகுத்தறிவுச் சிங்கங்களுக்கு இல்லாது போனது நமது துரதிர்ஷ்டமே" என கர்ஜிக்க பெரியாரின் தொண்டர்கள் தங்கள் மனம் புண்பட்டு விட்டதாகக் கொதித்தெழ, அதற்குப் பெரியார், "நாம எவ்வளவு பேரைக் கேள்வி கேட்டிருக்கோம். அவங்க மனசு புண்படுமேன்னு யோசிச்சோமா" என்று சமாதானப்படுத்த, அதற்கு ஜெ.கே. :

"அக்காலத்திலெல்லாம் நான் யாரையும் காலில் விழுந்து வணங்குவதில்லை. ஆனால், அப்படி ஓர் உணர்வு, பெரியார் காலில் விழுந்து வணங்க வேண்டும் என்று எனக்கு அப்போது தோன்றியது" என்று சொல்லும் அளவுக்கு திக்குமுக்காடிப் போனார்.

இன்னொரு சம்பவம் :

ஒருசமயம் ஜெயேந்திர சரஸ்வதி சுவாமிகளிடம் ஒரு பெண் கேட்டார்: "காலம் எவ்வளவோ மாறிக் கொண்டு வருகிறது. அதற்கேற்ப நாம் சில மாறுதல்கள் செய்து கொண்டால் என்ன? ஒன்பது கெஜ மடிசார் புடவை கட்டிக் கொள்ள வேண்டியது அவசியமா? அதைவிட்டு விடலாமா?"

இதோ சுவாமிகள் அருளிய பதில் :

"வேலைக்குத் தகுந்த வேஷம் போட்டுத்தான் ஆக வேண்டும். உதாரணமாக, ஆபீசுக்குப் போகும்போது ஓர் உடை, வீட்டில் இருக்கும் போது ஓர் உடை, இப்படி அணிகிறோம் அல்லவா? அந்தந்த உடையை அணியும்போது, மனத்திலும் அதற்கேற்ற பக்குவம் வந்து விடுகிறது.

அதேபோல் பூஜை செய்யும் நேரத்தில் அதற்கேற்ற உடையை அணிகிறோம். மனத்திலும் அந்தச் சமயத்தில் அதற்கேற்ற பக்குவம் வந்துவிடும்.

அவ்வளவுதான் எகிறினார் ஜெ.கே.

"அந்த உடை அணிந்து கொண்டால் மனசுக்கு ஒரு பக்குவம் வந்து விடும் என்றால், வேறு உடைகளினால் வேறு பண்புகள் வந்துவிடாதோ? வேஷத்துக்கொப்ப மனமும் மாறினால் அப்புறம் மனுஷ மனமே கந்தர கோலம் தான்... மடிசார் சமாசாரம் சுவாரசியமானது. அதை தினசரி உடுத்திப் பழகாமல் எப்போதாவது என்றாவது கட்டிக் கொள்கிறவர்களின் மானத்தை வாங்கி விடுகிறது. அந்த மடிசார் கட்டு, அந்தக் கட்டுக் கட்டி வழக்கம் இல்லாததால் கச்சம் உறுத்துகிறது. அதனால் பகீரங்கமாகவே அவர்கள் அடிக்கடி பின் தொடையில் கையை நுழைத்து அதைச் சரி செய்து கொள்ள வேண்டியிருக்கிறது. எல்லாம் செய்தும் கொசுவம் ஒரு பக்கம் வால் மாதிரி தொங்க, அடித்தொடை வரை வழித்துக்கொண்டு அந்தச் சுமங்கலி வேஷ சுந்தரிகள் ஆலயம் செல்லும் அழகை ரசிப்பதற்கு மார்க்கம் சொல்லித் தருகிறாரா சுவாமிகள்?"

இப்படி பழுத்த நாத்திகவாதியானாலும் சரி, பழுத்த ஆத்திகவாதியானாலும் சரி, தமக்கு ஒவ்வாத கருத்துகளை யார் கூறினாலும் நரசிம்ம அவதாரம் எடுத்து நார் நாராக கிழித்தெறிந்தவர்தான் ஜெயகாந்தன். கருத்துக்களுக்குத்தான் எதிரியே தவிர, அவற்றை உதிர்த்தவர்களுக்கு அல்ல.

ஜெயக்குமார் :

ஜெ.கே. சபையின் ஓவியக் கலைஞர் ஜெ.கே. என்று அழைக்கப் படுகிறவர். திரையில் ஆர்ட் டைரக்டர். ஜெ.கே.வை சிற்பமாக வடித்தவர். ஜெ.கே. ஆழ்வார்ப்பேட்டை மடத்தில் அவருக்குப் பின்னால் ஒரு பெரிய புகைப்படம் பைப் சுகித்தபடி இருக்கும். அதுவும் இவரின் கலை வண்ணம். இவரின் குடும்பமே ஜெ.கே. வாசகர்கள். அவர்தம் பதிவு இது.

"அப்போது நான் ஓவியத் துறையில் மேல் படிப்புக்காக இங்கிலாந்து சென்றிருந்தேன். அங்கு என் கல்லூரித் தோழர்களுக்கு ஜெ.கே.வின் எழுத்துக்களின் மொழி பெயர்ப்பைத் தந்திருந்தேன். அவற்றைப் படித்து ரசித்த அவர்கள், கலைஞர்களுக்கு கலையைப் பற்றிய இவரது மெசேஜ் என்ன என்பதை அறிய ஆவலாய் இருந்தார்கள்.

அதற்கு பதில் போல எனக்கு அவர் எழுதி கடிதத்தில் :

"Art should not be artful : கலை என்கிற நாமகரணமற்ற அது எங்கோ எளிமையாய் எல்லார் கண்ணுக்கும் படாமல், பத்தினியின் காதல் பார்வை

போன்ற இருப்பதல்லவா கலை. அதைத் தாயைப்போல் அனைவருக்கும் பொதுவாக்குதல் கலைஞர் பணி" என்று குறிப்பிட்டிருந்தார்.

சிந்தனைச் செறிவுமிக்க அவரது சம்பாஷணையின் இடையிடையே கொப்பளித்து வரும் அவரது நகைச்சுவையைக் கேட்டுக் குதூகலிக்காதவர் எவருமிலர்.

ஒருமுறை, மது ஒழிப்புக் கூட்டத்தில் பேசிவிட்டு வந்த நண்பர் மற்றொரு வெளிநாட்டு தூதரகம் அளித்த விருந்தில் சபை நாகரிகத்திற்காக மது அருந்தத் தொடங்கியபோது, சிலர் சங்கடப்படுவதைக் கண்டு,

"இவர்களே சொன்னதை செய்கிற செயல் வீரர்கள். இதுவரை காய்ச்சி வைத்து விட்ட மதுவை இப்படி குடித்துத்தானே ஒழிக்க முடியும்" என்று விளையாட்டாய்ப் பேசி சங்கடத்தைத் திசை திருப்பினார்.

இன்னொரு சமயம், ஜெ.கே.வைக் காண நெடுநாள் கழித்து அவரது இல்லத்திற்கும் சென்றிருந்தேன். வெளி வாயிற் கதவைத் திறக்க முயன்ற என்னை அவர் வீட்டு நாய் - எனக்கு பரிச்சயமானதே எனினும், கட்டிய சங்கிலி கழுத்தில் விறைக்க எம்பித் திமிறிக் குரைத்தது. அதைக் கண்டு சற்றுப் பதட்டத்துடன் தூரமாகவே நின்றிருந்த என்னைக் கலகலவென்று சிரித்தவாறே உள்ளே அழைத்து ஜெ.கே., "நீங்கள் முன்பே பழகியிருக்கிற அந்தத் தோழன் குரைப்பது கண்டு ஏன் பயப்படுகிறீர்கள்? அந்த ஜீவன் உங்களைப் பார்த்து குரைப்பது என்பது உங்களுடன் பேசுவது என்று புரியவில்லையா" என்றார்.

இப்படித்தான், சற்று நோய்வாய்ப்பட்ட நண்பர் ஒருவர் தம் உடல் நிலை பற்றிய சலிப்புடனும், வருத்தத்துடனும் அவரை சந்திக்க வந்திருந் தார். அவரை நலன் விசாரித்த ஜெ.கே. வழி அனுப்புகையில் சொன்னார் :

"இந்த 60 வருட காலம் நாம் சொன்னபடி எல்லாம் இந்த உடல் கேட்டு நடந்திருக்கிறதே, சில காலம் இந்த உடல் சொன்னபடி நாம் கேட்டு நடந்து கொண்டால் நமக்கு நல்லதுதானே?"

எந்த மனத்தை விரும்பி நுகர்ந்தாலும், அந்த வாசம் காட்டுகிற மனோரஞ்சிதப் பூவைப்போல அவருடன் பழகுகிறவர்களின், மனோ பாவத்திற்கும், அறிவு முதிர்ச்சிக்கும், கண்ணோட்டத்திற்கும் ஏற்ப ஜெய காந்தனின் குணநலன்களும் மேதா விலாசமும், ஞான மேன்மையும் பிரசன்னமாகும்.

சமுதாயத்தின் மனசாட்சிக் காவலர் ஜெயகாந்தன்!

ஆ.ப.ஜெ.அப்துல்கலாம், முன்னாள் குடியரசுத்தலைவர்

தமிழ்நடை உரைநடை இலக்கியத்தில் ஜெயகாந்தன் தனிச்சிறப்பான இடம்பெற்றவர். கடந்த ஐம்பதாண்டுகளாகத் தம் சிறுகதைகளாலும், குறுநாவல்களாலும், நாவல்களாலும், கட்டுரைகளாலும் மிகச்சிறப்பாகத் தமிழ்மொழியின் வளத்தைப் பெருக்கி வருபவர். 2002-ஆம் ஆண்டுக்குரிய ஞானபீட விருது அறிவிக்கப்பட்டதும் உருவாகிய ஒருமனதான பாராட்டு ஒன்றே போதும். தமிழ் இலக்கிய உலகில் திரு. ஜெயகாந்தன் பெற்றிருக்கும் நிகரற்ற உயர்வை எடுத்துக்காட்ட! இன்று உங்களிடையே சிந்தனையாளர்களும் சமுதாய இயக்கமும் குறித்துச் சில சிந்தனைகளைப் பகிர்ந்து கொள்ள விழைகிறேன்.

ஜெயகாந்தனுடைய 'ஒரு மனிதன், ஒரு வீடு, ஒரு உலகம்' என்ற நாவலை நான் படிக்கும் வாய்ப்பு பெற்றிருக்கிறேன். இந்த நூலை நான் முழுமையாகப் படித்திருக்கிறேன். எத்தனை பாத்திரங்கள்... எத்தனை நிகழ்வுகள்... சில இடங்களில் துயரத்தில் கண்ணீர்... சில இடங்களில் இனிமை. அந்த நாவலில் வரும் முக்கிய பாத்திரங்களான ஹென்றி, துரைக்கண்ணு ஆகியோரின் உன்னதமான பண்புகள் இன்னும் என் நினைவில் உள்ளன. கடல்களும், நதிகளும் மட்டுமல்ல, ஒவ்வொரு துளிநீரும் தன்னளவில் முழுமையானது என்று ஜெயகாந்தன் அந்நாவலின் முன்னுரையில் குறிப்பிட்டுள்ளார். கண்டங்களும், நாடுகளும் மட்டுமே உலகமாகிவிடுவதில்லை. ஒவ்வொரு மனிதனும் தன்னளவில் ஒரு உலகம்தான். உலகம் முழுவதும் நம் ஒவ்வொருவருக்குள்ளும் வெவ்வேறு அணுக்களின் அமைப்பாக நிலவுகிறது என்பதும், அதனால் ஒவ்வொரு அணுவும் முழு உலகத்தையும் பிரநிதித்துவப்படுத்துகிறது என்பதும் இதன் பொருள். இந்த இடத்தில் பாஞ்சாலி சபதத்தில் மகாகவி பாரதியார் எழுதிய சரஸ்வதி வணக்கப் பாடல் என் நினைவுக்கு வருகிறது. அந்தக் கவிதை இது:

"இடையின்றி அணுக்களெல்லாம் சுழலுமென
இயல்நூலார் இசைத்தல் கேட்டோம்
இடையின்றிக் கதிர்களலாம் சுழலுமென
வானூலார் இயம்புகின்றனர்
இடையின்றித் தொழில்புரிதல் உலகினிடைப்
பொருட்கெல்லாம் இயற்கையாயின்
இடையின்றிக் கலைமகளே நினதருளில்,
எனதுள்ளம் இயங்கொணாதோ?"

இதன் பொருள் : இயற்பியலாளர் அணுக்கள் ஓயாது இயங்கும் என்கின்றனர். வானியலார் ஒவ்வொரு கிரகமும், அவற்றின் நட்சத்திரங் களும், பால்வீதியும் நிரந்தரச் சுழற்சியில் உள்ளன என்கின்றனர். நிரந்தர இயக்கமே உலகனைத்துமுள்ள பொருட்களின் தன்மையெனில், அன்னை சரசுவதியே! என் மனமும் சுறுசுறுப்பாய் என்றும் இயங்க அருள் தா!

ஜெயகாந்தன் பாரதியைத் தன் குருவாக ஏற்றுக் கொண்டவர்.

ஒரு தனிமனிதனின் என்ற அணுத்திரளில் ஜெயகாந்தன் உலகத்தைக் காண்கிறார். மகாகவியோ அணுவுக்குள் தொடரும் நிரந்தரப் பரிணாமத்தைத் தனிமனிதன் பிரதிபலிக்க வேண்டும் என்கிறார். அதாவது ஒரு கணத்திலிருந்து மறு கணத்துக்கு வளர்ச்சி, வளர்ச்சி, வளர்ச்சி என்பது பொருள்.

'ஒரு இலக்கியவாதியின் அரசியல் அனுபவங்கள்' என்ற கட்டுரைத் தொகுதியின் முன்னுரையில் பேசப்பட்டுள்ள ஜெயகாந்தனின் வாழ்க்கை பற்றிய கண்ணோட்டம் என் இதயம் கவர்ந்தது.

'தியாகமும் ஞானமும் படைத்த நமது சுதந்திரப் போராட்ட வீரர்களும், சோஷலிஸச் சித்தாந்திகளும் ஒன்றுபட்டு ஒரு புதிய உலகத்தை வார்க்க வேண்டிய தருணம் இன்னும் வாய்க்கவில்லையா என்றெல்லாம் ஏங்கித் தவிப்பதே ஓர் இலக்கிய இதயம். இந்த ஏக்கத்தின் பரிபாஷைப் புலம்பலே எனது கதைகள். எனவேதான், எந்தத் துறையில் என்னைப் பிரஷ்டனாகக் கருதினாலும், இலக்கியச் சந்நிதானத்தில், ஆதிசங்கரருக்கு வாய்த்த சண்டாளன் மாதிரி நானே குருவாகி நிற்பேன். இது என் விருப்பமன்று; விதி.

எத்தனை அழகான, உருக்கமான அறிவிப்பு. இதனைப் படித்தபோது என் கண்களில் கண்ணீர் பொங்கியது. ஏனெனில், எங்கும் நம்பிக்கை வறட்சியையும், விதி வலிது என்ற மனப்பாங்கும் நிரம்பி இருப்பதைக் காண்கிறேன். ஆனால், நம்பிக்கை அவற்றை அறைகூவலிட்டு எதிர் கொள்கிறது. இப்படித்தான் இலக்கியம் நம்மை மேன்மைப்படுத்துகிறது. ஜெயகாந்தன் இவ்வகையில், 'சமுதாயத்தின் மனசாட்சிக் காவலர்' என்ற தகுதிக்குரியவர் என்பதில் ஐயமில்லை.

1968-இல் நான் விடுமுறையில் ஊருக்குப் போனபோது கடலைப் பார்த்து அமைந்த என் வீட்டுத் திண்ணையில் ஆனந்த விகடன் தீபாவளி மலரை நான் படித்தேன். அப்போது படித்த 'அக்ரஹாரத்தில் பூனை' என்ற கதை என் ஞாபகத்தில் உள்ளது. இரட்டைப் பண்பு கொண்ட ஒரு

இளைஞனைப் பற்றியது அந்தக் கதை. வெளியே அமைதியானவன்போல் தோற்றமளித்தாலும், உள்ளே குறும்புக் குணமும், பயங்கர இயல்பும் அவனிடம் இருந்தன. பூச்சிகளையும், விலங்குகளையும் துன்புறுத்தும் வெறி அவனுக்கு இருந்தது. அந்த அக்ரஹாரத்தில் வீடுகளுக்குள் புகுந்து ஒரு பூனை தொல்லை கொடுத்து வந்தது. அந்தப் பூனையை ஒழிக்க அந்தச் சிறுவன் பொறுப்பேற்றுக் கொண்டான். அதனைத் துன்புறுத்தும் பொருட்டு, ஒரு சாக்குப் பையில் தூக்கிப் போட்டுக் கொண்டான். ஆனால் அவன் மனம் மாறுகிறது. பூனையைத் துன்புறுத்த வேண்டாமென்று ஒரு கசாப்புக் கடைக்காரர் சொன்னதைக் கேட்டுக் கொள்கிறான். அவர் அறிவுரை அவனுக்குப் புதிய வெளிச்சமாகிறது. அவன் சிந்தனைப் போக்கில் மாறுதல் ஏற்படுகிறது. எத்தனை அழகான மாறுதல்! அந்த மாறுதல் நம் மனங்களிலும் வந்து நுழைந்து விடுகிறது.

ஜெயகாந்தன் கவிதையும் எழுதுகிறார். அவருடைய திரைப்படங்களுக்கு அவரே பாடல்கள் எழுதியுள்ளதாகவும் அறிகிறேன். அண்மையில் அவருடைய வெண்பா ஒன்றைப் படிக்க நேர்ந்தது. அவர் கூறுகிறார் :

"பட்டேன் பல துயரம் பாரிலுள்ளோரால் வெறுக்கப்பட்டேன்,
படுகின்றேன்; பட்டிடுவேன் - பட்டாலும்
நாட்டுக் குழைக்கும் எனை நாடே வெறுத்திட
நான் வீட்டுக்கும் வேண்டாதவன்"

ஜெயகாந்தனின் இன்னொரு பரிமாணத்தை இப்பாடல் காட்டுகிறது. பெரும்பான்மையோர் என்ன நினைக்கிறார்கள் என்பது குறித்து அவர் கவலைப்படவில்லை அல்லது தன் வாசகர்கள் அவர் என்ன கூற வேண்டுமென்று எதிர்பார்க்கிறார்களோ அதுகுறித்தும் கவலைப்படவில்லை. எழுத்தாளனுக்கு அவனுக்கே உரிய பணி இருக்கிறது. இது அவருடைய சிந்தனைச் சுதந்திரத்தைக் காட்டுகிறது. கவி மனத்தின் அகத்தைப் புலப்படுத்துகிறது. சமுதயா மாற்றம் இனி உருவாக வேண்டுமே என்ற எண்ணத்தை முன்வைக்கிறது.

புகழ் பெற்ற அவருடைய முன்னுரைகளில் ஒன்றில் இந்திய மனத்தின் நாடி பிடித்துப் பார்க்கிறார். பொதுவாக, நம் மனம் மென்மையானது. வாழ்வில் நல்ல செய்திகளை நாம் பெரிதும் கேட்க விரும்புகிறோம். அதனால்தான் போலும், நாம் இராமாயணக் கதை சொல்லும்போது, சீதா கல்யாணம் அல்லது பட்டாபிஷேகத்தில் அதனை முடித்து வைக்கின்றோம். இராமன் சரயு நதியில் மூழ்கி இறந்தது குறித்தோ சீதையைப் பூமி விழுங்கியது குறித்தோ மக்கள் கேட்க விரும்புவதில்லை. ஆனால்,

வாழ்க்கையோ நன்மையும் தீமையும், இன்பமும், துன்பமும், ஏற்றமும், இறக்கமும் கொண்டதாகவே இருக்கிறது. ஒன்றின் மதிப்பு மற்றொன்று இல்லாமல் தெளிவாவதில்லை.

ஒரு படைப்பாளன் கூரிய பார்வையால் பாத்திரங்களின் பண்புகளை ஈவிரக்கமின்றி ஆராய வேண்டுமென்றும், இதுகுறித்து உணர்ச்சி வசப்படலாகாது என்றும் ஜெயகாந்தன் கூறுகிறார். எனவே, வாசகர்கள் ஒரு நாவல் அல்லது நாடகத்தில் வரும் பாத்திரத்தின் மீது அதீதப் பரிவோ, வெறுப்போ கொள்வது இலக்கியத்தில் புலப்படுத்தப்படும் வாழ்க்கையை அவர்கள் புரிந்து கொள்ள மறுப்பதன் அடையாளமே ஆகும்.

வாசகர்களின் மனங்களில் ஒரு பொறியைப் பற்ற வைப்பதே திறமை யான படைப்பாளன் சமுதாயத்துக்கு அளிக்கும் கொடை. ஏறத்தாழ இரண்டாயிரம் பக்கங்கள் அமைந்த சிறுகதைத் தொகுதிகளை, நாவல்களை ‘கவிதா பப்ளிகேஷன்ஸ்’ வெளிக்கொணர்ந்திருக்கிறது. குறுநாவல்கள் மீனாட்சி பதிப்பகத்தால் மூன்று தொகுதிகளாக வெளி யிடப்பட்டுள்ளன. இவையனைத்தும் வாசகர்களுக்கு நல்ல துணைவர் களாக இருக்கும். நல்ல நூல்களின் மதிப்பைக் குறித்து இங்கே சிறிது சொல்ல விரும்புகிறேன்.

ஒரு நல்ல புத்தகத்தை அறிந்து கொள்வதும், உரிமை கொள்வதும் வாழ்வின் இனிய வரமாகும். புத்தகம் உங்கள் நிரந்தர நணபனாகி விடுகிறது. சிலசமயம் நமக்கு முன்னே பிறந்த புத்தகங்கள், நம் காலத்திலும் நமக்கு வழிகாட்டி. நமக்கு அடுத்த தலைமுறைகளையும் வாழ்விக்க வல்லவை.

1950களில் சென்னை மூர் மார்க்கெட் பழைய புத்தகக் கடையில் 'The Light from Many Lamps' என்ற புத்தகத்தை நான் வாங்கினேன். ஒரு கட்டுரைப் போட்டியில் பரிசாக மு.வரதராசரின் திருக்குறள் தெளிவுரை எனக்குக் கிடைத்தது. இந்த இரண்டு நூல்களும் என் நெருங்கிய நண்பர்கள் ஆகிவிட்டன. ஐம்பதாண்டுகளுக்கும் மேலாக அவை என் தோழர்கள். பழைய கட்டமைப்புச் செய்யும் அளவுக்கு அவை படித்துப் படித்துப் பழையதாகிவிட்டன. எப்பொழுதாவது எனக்குச் சிக்கல்கள் வந்தால், இந்த நூல்கள் தந்த மகத்தான மனங்களின் அனுபவங்களால் என் கண்ணீர் துடைக்கப்படுகிறது. மகிழ்ச்சி நம்மை இன்பத்தில் மூழ்கடிக்கிற போதோ அவை நம் மனதை மெலிதாய் வருடி நம்மைச் சமநிலைக்குக் கொண்டு வருகின்றன. அடிப்படையில் புத்தகங்கள் அமரத்துவம் வாய்ந்தவை.

நிச்சயமாக ஜெயகாந்தனைப் போன்ற இந்திய எழுத்தாளர்களின் நூல்கள் உலகின் கவனத்தைக் கவரவல்லவை.

நம் இந்திய நாகரிகம் பண்பாட்டுப் பன்முகத் தன்மையைச் சீரிய மாற்றங்களோடு காத்து வந்திருக்கிறது. இதனால்தான் பண்பாட்டுப் பன்மை, மொழிப் பன்மை, சமயப் பன்மை கொண்ட ஒருமைப்பாட்டையும், கோடிக்கணக்கான மக்களையும் கொண்டதாக நம் சமூகம் வளர்ந்திருக்கிறது. நமது மாபெரும் தீர்க்கதரிசிகளால் மகாபாரதம் போன்ற இதிகாசங்களையும், திருக்குறள், கபீர்வாணி, நாராயணீயம் போன்ற செவ்வியல் படைப்புகளையும் நம்நாடு நீண்ட மரபுச் செல்வமாகப் பெற்றிருக்கிறது. அத்தகைய மரபின் தகுதி மிக்க புதிய படைப்பாளிகளைப் பல மொழிகளிலும் அடையாளம் கண்டு ஞானபீடம் அந்த இலக்கிய மேன்மைகளைக் கௌரவிக்கிறது. ஞானபீடம் தந்து கௌரவிக்கும் ஜெயகாந்தன் படைப்புகளையும், நம் நாட்டின் பிற படைப்புகளையுமே நான் போற்றுகிறேன். இலக்கிய வளம் பெருக அளிக்கப்படும் இப்பரிசு ஓர் உன்னத அடையாளமாக ஓங்கி நிற்கிறது.

சிந்தனையாளர்களும், எழுத்தாளர்களும் நிரம்பிய நம் நாட்டின் இலக்கிய வளம் நம் இளைஞர்களிடையே ஒளிமிகுந்த தலைவர்களை உருவாக்கும் என நான் நம்புகிறேன். விசால மனமும், மனிதகுலம் பற்றிய சிந்தனையும், எந்த அவநம்பிக்கையையும், பலவீனத்தையும் வெற்றி கொள்ளும் ஆன்ம பலத்தையும் இளம் தலைமுறைக்குத் தம் எழுத்துகளால் படைப்பாளிகள் வழங்க முடியும். இது படைப்பாளிகளின் கடமை மட்டுமல்ல, மனிதகுலத்தைச் சோதனைகளிலிருந்து வெற்றியை நோக்கி அழைத்துச் செல்லும் புனித வாய்ப்பாகும்.

திரு. த.ஜெயகாந்தன் அவர்களுக்கு 2002-ஆம் ஆண்டின் பாரதிய ஞானபீட விருதனை அளிப்பதில் பெருமிதம் கொள்கிறேன். தன் கூரிய பார்வையால் இன்று நம் சமுதாயம் சந்தித்துக் கொண்டிருக்கும் மாற்றங்ளை அடையாளம் காணவும், வளர்ச்சியை நோக்கிய நம் இளைஞர்களின் சிந்தனைப் போக்கில் ஒரு வேகத்தை உருவாக்கவும், அவர் பணி தொடருமாக! வளரும் பாரதத்துக்கு அது விலை மதிக்க முடியாத பங்களிப்பாக இருக்கும்.

பாலும் தண்ணீரும் கலப்பது இயற்கை!

- **கலைஞர் மு.கருணாநிதி,** முன்னாள் தமிழக முதல்வர்

இன்றைய விழா எவ்வளவு மகிழ்ச்சியை நமக்கு வாரி வாரி வழங்கி யிருக்கிறது என்பதை உணர்ந்து அதற்காக பெருமகிழ்ச்சியடைகின்ற நாள். இந்த நாள் இங்கே ஏதோ ஓர் ஆச்சர்யம் நடந்ததைப்போல நம்முடைய தமிழர் தலைவர் வீரமணியார் அவர்களும் அருமைச் சகோதரர் ஆர்.எம்.வீ. அவர்களும் இங்கே விருதுகளைப் பெற்ற சாதனையாளர்களும்கூட என்று அதை வெளியிட்டார்கள்.

பகைமை இருந்து, அந்தப் பகைமை இன்று ஓடி ஒளிந்து கொண்டது என்றெல்லாம் பேசப்பட்டது. அதிலும் குறிப்பாக இந்த விழாவிலே விருது பெற்ற நம்முடைய அன்புக்குரிய எழுத்துவேந்தர் ஜெயகாந்தன் அவர்கள் சொன்னார் - அவருடைய சொற்பொழிவை நீங்கள் சிந்தித்துப் பார்த்தால், எனக்கும் அவருக்கும் ஏதோ பகை இருந்தது என்றே கருதக்கூடும். அப்படித்தான் நாடுகூட எண்ணிக் கொண்டிருக்கின்றது. நண்பர்கள் எண்ணிக் கொண்டிருக்கிறார்கள். அவரே கூட எண்ணிக் கொண்டிருக் கிறாரோ என்னவோ எனக்குத் தெரியாது.

ஆனால், 1980ஆம் ஆண்டு என்னுடைய பிறந்தநாள் விழாவின்போது எனக்கு ஒரு புத்தகத்தை அவர் பரிசாக வழங்கியிருக்கிறார். 'வாக்குமூலம்' என்பது அந்தப் புத்தகத்தின் தலைப்பு ஏன் 'வாக்குமூலம்' என்று அந்தப் புத்தகத்தைத் தேர்ந்தெடுத்துக் கொடுத்தார் என்று எனக்குப் புரியவில்லை. எப்போதும் நீதிமன்றங்களிலேதான், நீதி கூறுகின்ற இடத்திலேதான் வாக்குமூலங்கள் வழங்கப்படுவது வழக்கம். அந்த வாக்குமூலம் என்ற புத்தகத்தில் முதல் பக்கத்தில் சாட்சியாக இங்கேயுள்ள வீரமணியாரை வைத்துக் கொண்டு படிக்கிறேன்.

"அருமை நண்பரும், தமிழர் தலைவருமான கலைஞர் மு.கருணாநிதி அவர்களுக்கு அன்புடன் த.ஜெயகாந்தன், கலைஞர் பிறந்தநாள் - 80" என்று எழுதியிருக்கிறார்.

எண்பதுகளிலேயே நானும் ஜெயகாந்தனும் நல்ல நண்பர்கள்!

80லேயே நாங்கள் நல்ல நண்பர்களாக இருந்திருக்கும்போது அவர் ஆச்சரியப்பட வேண்டியது 80-ல் கொடுத்ததைப் பத்திரமாக வைத்திருக் கிறானே என்ற அந்தச் செய்திக்காத்தானே தவிர வேறல்ல.

அவரைப்பற்றி இங்கே பல விமர்சனங்கள். அவர் இப்படிப்பட்டவர் என்றெல்லாம் பேசப்பட்டது. நான் எப்போதுமே சிலரைப் பாராட்டுகின்ற விழா, நூல்கள் வெளியீட்டு விழா என்பதைப் போன்ற விழாக்களுக்கு வரும்போது, மேடைக்குப் போய் முன்னால் பேசுகின்றவர்கள் பேசுவதை வைத்துப் பேசிவிடலாம் என்று எண்ணி வருபவன் அல்ல. நானும் தயாராகத்தான் வருவேன். தயார் நிலையிலே இல்லாவிட்டால் ஈராக் நிலைமை ஏற்பட்டுவிடும். அந்தத் தயார் நிலையிலே வரும்போது அவர் எழுதிய புத்தகங்கள் எல்லாவற்றையும் சேகரித்து எடுத்து வர இயலா விட்டாலும்கூட, ஒன்றிரண்டைப் படித்துவிட்டுத்தான் வந்தேன்.

இன்னும் சொல்லப்போனால் இன்று காலையிலேயிருந்து இங்கே வருகிற வரையில் ஏற்கெனவே அந்தப் புத்தகங்களை எல்லாம் படித்து நான் அவருடைய எழுத்துக்களில் விருப்பம் கொண்டவன். இந்த நிலையிலும் அவரை நேசிப்பவன். அவருடைய எழுத்துக்களை - நான் புரியும்படி சொல்ல வேண்டுமேயானால், காதலிப்பவன் என்ற அந்த வகையில் 'நினைத்துப் பார்க்கிறேன்' என்று ஒரு நூல். அந்த நூலிலே அவர் சொல்கிறார் :

"எனது சுயமரியாதை எனக்கு முக்கியமென்பதால் மற்றவரின் சுதந்திரத்தில் நான் தலையிடுவதற்கில்லை. (இன்னொன்றும் சொல்கிறார், இன்றைய நிலைக்கு எவ்வளவு ஏற்படைய வாதம் என்பதை நீங்கள் எண்ணிப் பார்க்க வேண்டும்.)

நான் இப்போதெல்லாம் பெட்டிப் பாம்பாக அடங்கி விட்டதாகப் பலர் பேசுகிறார்கள். நல்லதுதானே? பாம்பு, பல்லை இழக்காமல் இருந்தால் சரி. (அப்போதும் அவர் ஒத்துக்கொள்ளவில்லை). பெட்டிக்குள் இருப்பதால் பாம்பு புழுவாகிவிடாது. (உண்மை, அதை இங்கேயே பார்த்தோம். புழுவாக இல்லை. அதைவிட ஒரு பொன்மொழி அவருடைய அந்த வாசகத்திலேயே இடம் பெற்றிருக்கின்றது அது) துள்ளித் துள்ளிக் குதிப்பதால் புழுக்கள் பாம்பாவதில்லை.

இது நினைத்துப் பார்க்கிறேன் என்ற புத்தகத்தில் 143ஆம் பக்கத்தில் இருக்கின்ற ஜெயகாந்தன் அவர்களுடைய பொன்னான மொழிகள்.

அவருடைய புத்தகங்களை ஆய்வு செய்கிறார்களே அதைப் பற்றிச் சொல்கிறார். எவ்வளவு கம்பீரமாகச் சொல்கிறார் என்பதை நான் படித்து வியந்து போனேன்.

“எந்தத் தவளையும்... இந்தப் பூமியில் பிறக்கும்பொழுது யாரோ சில விலங்கியல் மாணவர்கள் அறுத்துப் பார்க்கட்டும் என்பதற்காகப் பிறப்பதில்லை. அவை பிறப்பது இந்த உலகில் உண்டு. வளர்ந்து இன்புற்று இனப்பெருக்கம் செய்து வாழ்வதற்காக... எனது கதைகளை நான் படைத்தது... இவர்களின் ஆராய்ச்சிக்காக அல்ல; (அதாவது தவளையை அறுத்துப் பார்ப்பதைப்போல) இவர்கள் ஆராய்ச்சி செய்து ஜெயகாந்தன் யார் என்பதைச் சொல்லி விடுவார்களா? முடியாது! நீங்கள் ஆராய்ச்சி பண்ணிக் கொண்டு வாருங்கள்! நீங்கள் யார் என்பதை நான் சொல்லி விடுகிறேன்.”

இதுதான் ஜெயகாந்தன். ஏதோ தமிழைப் பற்றி அவர் வெறுத்துப் பேசினார்; இழித்துப் பேசினார் அல்லது தமிழ்ப் பற்றுக் கொண்டிருப்ப வர்களைப் பற்றி அவர் கேவலமாகப் பேசினார் என்றெல்லாம்கூட சில நேரங்களில், சில மனிதர்களால் பிரச்சாரம் செய்யப்பட்டதுண்டு.

‘வாக்குமூலம்’ என்ற அவருடைய புத்தகத்தில் சொல்கிறார் :

“ஒரு காலத்துப் பெரியவாளை (பெரியவாள் என்றால் சங்கராச் சாரியாரை) வடலூரைச் சேர்ந்த வள்ளலார் ராமலிங்க அடிகள் சென்று தரிசித்தாராம். (ஜெயகாந்தனின் எழுத்து இது.) வள்ளலார் இறைவனைத் தமிழ்ப்பாடல் வடிவில் கண்டவர்; தமிழ் மொழியின் வடிவில் உணர்ந்தவர். ஓதாது உலகுணர்ந்த உத்தமஞானி அவர். அவரது பாடல்களில், அவரது பாஷையிலேயே சொல்வதென்றால், வடமொழிப்பாகும் தமிழ்க் கற்கண்டு மாய்க் கலந்து இழைந்து - இனிப்புத் தரும்; உவட்டாமல் உவக்கும்.

அந்தக் காலத்துப் பெரியவாள், எந்தக் காலத்துப் பெரியவாளையும் போலவே ஸம்ஸ்கிருத சாகரம். அதுவும் எந்த அளவுக்கு? ‘ஸம்ஸ்கிருதமே நமது தாய்மொழி’ என்ற வள்ளலாரிடம் குறிப்பிட்டாராம் பெரியவாள். வள்ளலார் மென்னகை பூத்து, ‘அங்ஙனமாயின் தமிழ் நம் தந்தை மொழி’ என்றாராம்.

இது வதந்தியோ, வரலாறோ அறியேன். ஆனால், இது ஒரு தமிழனின் வாக்குமூலமேயாகும். (இதை உறுதிப்படுத்துகிறார்) தமிழ் தந்தை மொழி, வடமொழிதான் தாய்மொழி என்று யாராவது வாதிட்டால், அப்படியானால் தமிழ் தந்தை மொழி என்ற சொல் என்று தைரியத்தை ஊட்டுகிறார். இதை ஏற்பவர் யாரும் இல்லையெனில் நான் எனது வாக்கு, சம்ஸ்கிருதம் இந்தியாவின் எல்லா மொழிகளுக்கும் தாய் போன்றது; ஆனால் தமிழுக்கு அல்ல. எல்லா மொழிகளுக்கும் வடமொழி தாய்மொழி யாய் இருக்கலாம். ஆனால், தமிழுக்கு அல்ல என்கிறார். ஏனென்றால்

தமிழ்மொழி அல்லவா, எனவே தமிழுக்கு அல்ல என்று வாதிடுகிறார்.

அவர் வேகமாக எழுதுகிறார். அவர் அக்னி எழுத்துக்களிலே இணைத்துத் தருகிறார். இதற்கெல்லாம் மாறாக யதார்த்த நிலை அவருடைய புத்தகங்களிலே பலவற்றில் இருப்பதை நான் காணுகிறேன்.

தன்னந்தனியாக மரங்களடர்ந்த சாலையிலே கார் ஓட்டிக் கொண்டு போவது மனசுக்கு இதம் தருகிறது. நான் நகரங்களில் போவது மாதிரி அல்லாமல் புறச் சாலைகளில் மிக நிதானமாகப் போகிறேன். விபத்துக்களைப் பற்றிய சஞ்சலமும் மரணம் பற்றிய பயமும் கார் ஓட்டுகின்ற எனது வலது காலில் கனத்து நிற்கிறது. சில சமயங்களில் சைக்கிள் ஓட்டிகூட என்னை ஓவர்டேக் செய்து விடுகிறான். (இதை எந்த எழுத்தாளரை எண்ணிக் கொண்டு எழுதினாரோ, எனக்குத் தெரியாது) தண்ணீர் கண்ட இடமெல்லாம் உயிருள்ள குதிரை மாதிரி கார் நின்று விடும். நான் குளித்துக் கொண்டோ அல்லது சும்மா கரையோரத்தில் குந்திக் கொண்டோ இருந்துவிட்டு எவ்வளவு நாழி கழித்து வந்தாலும் அது பொறுமையாகக் காத்துக் கொண்டிருக்கும். (எது? கார்) நான் அதற்குச் சமாதானம் கூறுவேன். என் கார் என்னோட பேசும்! (இங்கேதான் ஜெய காந்தன் வரப்போகிறார், பாருங்கள்) என் மனைவியை நான் காதலிப்பதாக கற்பனை செய்து கொள்வது எவ்வளவு மெய்யோ அவ்வளவு மெய் இது!

இதிலே எது மெய், எது பொய் என்று எனக்கே தெரியவில்லை. அடுத்து ஒரு நிகழ்ச்சி. கோபண்ணா அவர்கள் எழுதிய கட்டுரையிலே வருகின்ற நிகழ்ச்சி. அவரின் சாட்சியோடு அதைப் படிக்கிறேன்.

“முதலமைச்சர் கருணாநிதிக்கு டாக்டர் பட்டம் கொடுக்கப் பல்கலைக் கழகம் முடிவு செய்தது. அதை மாணவர் காங்கிரஸ் கடுமையாக எதிர்த்தது. சிதம்பரம் டவுன் ஹாலில் பிரம்மாண்டமான கூட்டம். மறுநாள் டாக்டர் பட்டம் கொடுக்க ஏற்பாட. ஆயிரக்கணக்கான மாணவர்களும், பொது மக்களும், காங்கிரஸ் செயல்வீரர்களும் திரண்டிருந்தனர். அக்கூட்டத்தில் திரு. ஜெயகாந்தன் இரண்டு மணி நேரம் முழக்கம் செய்தார். (கருணா நிதிக்கு டாக்டர் பட்டமா என்று கேட்டு) கூட்டத்தைக் கேட்ட என்னைப் போன்ற ஆயிரக்கணக்கான மாணவர்களுக்கு எதிர்ப்பு உணர்வு பீறிட்டுக் கிளம்பியது. பல்கலைக் கழகத்தில் மறுநாள் கருப்புக் கொடி போராட்டம் - தடியடி - துப்பாக்கிப் பிரயோகம்!”

இதெல்லாம் அண்ணாமலைப் பல்கலைக் கழகத்திலே எனக்கு டாக்டர் கொடுத்தபோது, நம்முடைய ஜெயகாந்தன் அவர்கள் நடத்திய

போராட்டம்! எப்படி நாடு மாறியிருக்கிறது. காலம் மாறியிருக்கிறது. அதனால் பழி உணர்ச்சி இல்லை; அவருக்கும் அந்தப் பகை உணர்ச்சி மறந்து போய்விட்டது. இரண்டிற்கும் ஒரே காரணம் தமிழ் உணர்ச்சிதான்.

இதையெல்லாம்விட அவருடைய புத்தகத்திலே என்னை மிகவும் கவர்ந்த ஒரு பகுதி - நேற்று நம்முடைய சட்டப்பேரவையில் தமிழக ஆளுநர் அவர்களுடைய உரையில் மிக முக்கியமான ஒரு பகுதியைக் குறிப்பிட்டிருந்தோம், இந்திய அரசியல் சட்டத்தைப் பற்றி. இதைப் பற்றி ஜெயகாந்தன் அவர்கள் வாக்குமூலம் என்ற அந்தப் புத்தகத்தில் ஏறத்தாழ அந்தப் புத்தகமே வாக்குமூலம் என்ற தலைப்பிலேதான் அமைந்தது. அதிலே பக்கம் 62ல் சொல்கிறார் :

"இந்தியாவின் அரசியல் சட்டம், யாருடைய நலன்களை அடிப்படையாகவும், முழுமையாகவும் பாதுகாக்கிறது என்பதை நான் யோசிக்க வேண்டும். அதற்கும் மேல் நம்மை ஆட்டிப் படைக்கிற, சர்வ வல்லமை படைத்த மத்திய அரசு என்பது உண்மையில் யாருடைய பிரதிநிதி? என்ற கேள்வியையும் நாம் எழுப்பியாக வேண்டும். ஒவ்வொரு மாநிலத்திற்கும் சுய நிர்ணய உரிமை வழங்காத அரசியல் சட்டத்தை ஓர் அடிமைச் சாசனம் என்றே சுதந்திர இந்தியர்கள் கருதுதல் வேண்டும்."

மாநிலங்களுக்கு சுய உரிமை இல்லாவிட்டால் உண்மையான சுதந்திரத்தை நாம் அனுபவிக்க முடியாது என்பதை பக்கத்திற்குப் பக்கம், வரிக்கு வரி அந்தப் புத்தகத்திலே ஜெயகாந்தன் அவர்கள் எழுதி யிருப்பதைப் படித்துப் பார்க்கும்போது நாம் கவர்னர் உரையிலே இணைத்திருக்கின்ற அரசியல் சட்டம் முழுமையாகத் திருத்தப்பட வேண்டும் அல்லது புதிதாக இயற்றப்பட வேண்டும் என்று சொல்லியிருக் கின்ற அந்த வாசகத்திற்கும், அந்தக் கருத்துக்கும் அன்றைக்கே ஜெய காந்தன் அவர்கள் எழுதியிருப்பதற்கும் எவ்வளவு பொருத்தம் இருக்கிறது என்பதைப் பார்த்தால் அரசியல் ரீதியாகவும் நாங்கள் எதிர்காலத்தில் ஒன்றுபடக் கூடிய சூழ்நிலை இந்தப் புத்தகத்தின் மூலமாக அமைந்திருக் கிறது என்று சொன்னால் அது மிகையாகாது. எனவே, எழுத்து, கருத்து, அரசியல், உலகியல் எல்லாவற்றிலும் ஆங்காங்கு அவ்வப்போது சிறுசிறு வேறுபாடுகள் எங்களிடையே தோன்றியுள்ளதே தவிர, முரண்பாடுகள் தோன்றவில்லை; தோன்றாது. தோன்றாத காரணத்தினால் இன்றைக்கு நாங்கள் ஒரே மேடையில் அமர்ந்து நான் அவருக்கு மகிழ்ச்சியோடு விருது வழங்கவும், அவர் பெற்றுக் கொள்ளவுமான சூழ்நிலை உருவாகியிருக்

கின்றது.

முரண்பாடு வேறு; வேறுபாடு வேறு. முரண்பாடு என்பது எண்ணெயும் தண்ணீரும் போன்றது. வேறுபாடு என்பது பாலும் தண்ணீரும் போன்றது. எண்ணெயும் தண்ணீரும் கலந்தால் தனித்தனியாகத்தான் இருக்கும். பாலும் தண்ணீரும் தனித்தனியாக இருக்காது. இரண்டும் ஒன்றாகக் கலக்கும்.

ஆகவே, நாங்கள் பாலும் தண்ணீரும் போலத்தான். இதுநாள் வரையிலே இருந்தோம். இன்றைக்கு அந்தப் பாலும் தண்ணீரும் அதிகமாக தண்ணீர் கலக்காமல் பருக வேண்டிய ஒன்றாக இருக்கும். இதிலே பால், யார் தண்ணீர் என்பதல்ல.

ஸ்ரீகிருஷ்ணன் :

ஸ்ரீகிருஷ்ணன் தேர்ந்த வாசகர், மதுரையில் 'அறிவொளி' - இயக்கத்தின் ஒருங்கிணைப்பாளராகச் செயலாற்றியவர். தொழிற் சங்கத்திலும் ஈடுபாடு கொண்டவர். ஆங்கிலப் புலமை கொண்டவர். மதுரை மன்னர் திருமலை நாயக்கர் கல்லூரி, சென்னை புதுக் கல்லூரியில் ஆங்கிலப் பேராசிரியராகப் பணியாற்றியவர். ஜெ.கே.யின் தீவிர வாசகர். ஜெ.கே.யின் நண்பர் பி.சா.குப்புசாமி 'இந்து' தமிழ் நாளிதழில் 'பல்லாண்டு, பல்லாண்டு' தொடரினை ஆங்கிலத்தில் மொழியாக்கம் செய்தவர். அவரின் கவிதை இதோ :

"Here he is -so calm with his eyes
partly closed,
that I sit beside to address
meetings I never dreamt.
He is Jayakanthan, a famous writer
thinker, orator
well known in India,awarded
Jnanpith, the highest
for his contribution to literature by the
govt of India,
got innumerable awards,"Awards
have made themselves worthy by being accorded to me", he

would say,so blunt.

What makes him a celebrity we all know-it is his writing

In Tamil , short stories equal to any world class writers

but why he is so popular I came to know after I met him-his sense of humour ,outspoken blunt expressions,courage are his traits that we must like -he is unbending-a quality we love with intellectuals,his love for the poor , destitute people and reverence for Gandhi made me his fan- I read , enjoyed discussed literature, politics, art, psychology, love, death, what not?

I value him for his fine memory, tender heart, love for English, depth in Tamil,English,Russian,Indian Literatures, epics like Shaw, his introductions are classics, like Lawrence he is frank, he is now eighty-one-quiet and calm, may JK live in good health!

13

மொழிப் பகைமை வேண்டாம்

இந்தியா பல்வேறு மொழி பேசும் மக்கள் கொண்ட நாடு. இந்தியாவின் சிறப்பே இதுதான். வேற்றுமையில் ஒற்றுமை என்பது நம் தேசத்தின் அடையாளம்.

இந்தியாவைப் பொறுத்தவரை மொழிப் பகைமை என்பது இருந்ததே கிடையாது. குறுநில மன்னர்களும், நிலம் பிடிக்கும் ஆசை கொண்ட மண்ணாசை கொண்டவர்கள் எக்காலத்தும் எத்தேசத்திலும் இருந்தது. அது நமது இந்தியாவிலும் இருந்தது.

தாழ்வுற்று வறுமை மிஞ்சி விடுதலைத் தவறி கெட்டும், அச்சமும் பேடிமையும் அடிமைச் சிறுமதி யும் உச்சத்தில் கொண்ட மக்களால் நமது தேசம் பல்லோரால் ஆளப்பட்டு வந்தது.

இதனை அனுபவித்த அறிவு ஜீவிகள் மக்களிடம் கொண்டு செல்லும் வகையில் 18ஆம், 19ஆம் நூற்றாண்டில் தலையெடுத்து இறுதியில் வெள்ளையர் களிடமிருந்து நம் தேசத்தை மீட்டனர். அதுவரை

மொழிச் சர்ச்சை நம் தேசத்தில் நடந்ததில்லை. சுதந்திரத்துக்குப் பின் மொழிவழி மாநிலம் பிரிந்தபோதே மொழிப் பகைமையை சில புத்தி ஜீவிகள் வளர்த்தெடுத்தனர்.

குறிப்பாக தமிழ்மொழி என்பது பன்னெடுங்கால, பல்லாயிரம் பிறை கண்ட மொழி, அதேபோல் தமிழோடு, தமிழனால் உருவாக்கப்பட்ட மொழி சமஸ்கிருதம். இலக்கியம் படைக்க தமிழ் மொழி என்றால் மந்திர உச்சாடனத்துக்கு கிளைந்த மொழியே சமஸ்கிருதம். இதனையும் தமிழனே உருவாக்கினான். ஆனால் இது உச்சரிக்கும் மொழியாகவே வளர்ந்தது செழித்தது. எனவே இவை இரண்டிலும் வேர்ச் சொற்கள் தமிழோடு சேர்ந்தே வளர்ந்தது.

தமிழ்ச் சொல்லிலிருந்து பிறந்த மொழிகள், வார்த்தைகள் உலகம் மொழிகளில் பலவும் பிறந்து செழித்து, வழக்கத்தில் இன்று வரை வளர்ந்தோங்கியுள்ளது. தென்னிந்திய மொழிகளிலும் பரவி இன்றும் வேரூன்றி நிற்கிறது.

அதேபோல் சமஸ்கிருதம் இந்தியா வடபகுதியில் ஊடுருவி வட இந்திய மொழிகள் பிறக்க காரணமாயின. இதனை மேற்கத்திய அறிஞர்கள் பின்னாளில் ஆய்வு செய்து ஒப்பிலக்கணங்கள் படைத்தனர் என்பதற்கான சான்றுகள் பல.

அதனாலேயே தமிழில் வளமான இலக்கியம் படைத்த தொல்காப்பியம் முதல் திருக்குறள் வரை இயற்றிய சான்றோர்கள் இருமொழிக் கற்றோராய் திகழ்ந்து தமிழுக்கு அருட்கொடைகளை தந்தனர். பின்னர் வந்தவர்களும் அதன் வழியே இலக்கிய ஆளுமை கொண்டவர்களாய் திகழ்ந்து என்றும் அழியாத, சாகாவரம் பெற்ற படைப்புகளை தந்தனர், தந்து வருகின்றனர் என்பது நிதர்சனம்.

ஒரு மொழி என்பது தணிந்து இயங்குதல்ல ; இயங்கவும் முடியாது. இது உலகின் எந்த மொழியாயினும் சரி. இதனை மொழியியல் ஆய்வாளர்களின் கூற்றும் உண்மையும் கூட. ஒவ்வொரு மொழியும் பிறிதொரு மொழியுடன் கலந்து சிறப்புப் பெறும்; பெற்றுள்ளது.

எப்படி ஒரு ஆணும் - பெண்ணும் இணைந்து ஒரு புதிய ஜனனத்தை ஈன்றெடுக்கிறார்களோ, அதேபோல் மொழிகள் கலந்துறவாடி அடுத்த தலைமுறைக்கு மேன்மை தரும்; தந்தது; தந்து கொண்டிருக்கிறது.

இதனையே பாரதியார்,

"எந்தையும் தாயும் மகிழ்ந்து குலாவி
இருந்ததும் இந்நாடே – அதன்
முந்தையர் ஆயிரம் ஆயிரம் ஆண்டுகள் வாழ்ந்து
முடிந்ததும் இந்நாடே – அவர்
சிந்தையில் ஆயிரம் எண்ணம் வளர்ந்து
சிறந்ததும் இந்நாடே"

என வழிவழியாய் கலந்துறவாடி பன்னிரு சாத்திரங்கள், புராணங்கள், காவியங்கள், வேதங்கள், உபநிடதங்கள் என சிந்தையில் வளர்த்து சிறந்து விளங்கினர் என்பது இன்றும் கண்கூடாகக் கண்டு வருகிறோம்.

இதில் ஏன் பகைமை உருவாயிற்று? எப்போது உருவாயிற்று? எப்படி உருவாயிற்று? இது சரியா? என்பதே விவாதப் பொருளாக்கி பேதங்கள் வளர்த்து, பகைமையும் பூசலும் உருவானது கடந்த இரு நூற்றாண்டுகள் மட்டுமே என புரிதல் வேண்டும்.

இந்தியா சுதந்திரத்துக்குப்பின் குடியரசு ஆனபின் மொழிவழி மாநிலம் உருவானது. அதன் தோற்றுவாயிலிருந்தே இதனை வளர்த்தெடுத்தவர் பிரிவினை பேசிய திராவிடக் கழகத்தினர். அவர்கள்கூட மொழியை பகைமையோடு பார்க்காவிடினும், ஆளாவிடினும் தனித்தமிழ், தெளி தமிழ், தனித்தமிழ்நாடு என்ற பிரிவினைப் போக்கை தம் சித்தத்துள் கொண்டு ஒருசிலர் முயல அது பலர் ஆனது என்பதே யதார்த்தம்.

இது குறித்து எச்சரிக்கையை அப்போதே தெரிவித்தும், இதன் பேரால் தங்கள் தன்னல அரசியலுக்கு பயன்படுத்தி, இன்றளவும் பயன்படுத்தியும் தங்கள் தன்னல வளர்ச்சியை மேம்படுத்தி வருகிறார்கள். மேலும் அதற்கு பிராமணர், பிராமணர் அல்லாதார்; ஆரியர், வடவர், வந்தேறிகள் என்ற முத்திரை குத்தி தங்களின் தன்னல அரசியலுக்கு வித்துன்றி மரமாய் செழிக்க பகைமை எனும் தண்ணீர் ஊற்றி வளர்த்தெடுத்தனர்.

இதனை உணர்த்தும் வண்ணம் ஜெயகாந்தன், "பிராமணரல்லாத தமிழர்கள் என்றும், பிராமணர்கள் தமிழர்கள் அல்லவென்றும் பேசப்படு கிற வாதங்கள் மிக மிகப் பாமரத்தனமானவை என்று நான் உணர்ந்தேன். இந்தி பேசும் பிராமணர்களை இந்திக்காரர்கள் அந்நியராக நினைப்ப தில்லை. தமிழைத் தவிர வேறுமொழி அறியாத இவர்களைத் தமிழர்கள் அல்ல என்று மறுப்பது, அவர்களை அந்நியர்களாக நினைத்து ஒதுக்குவது அவர்களை ஆரியர்களே வெளியேறுங்கள் என்று விரட்டுவது எல்லாம் நியாயமற்றதும் பகுத்தறிவுக்கும் ஒவ்வாதது எனப்பட்டது."

'பார்ப்பன ஆதிக்கம்' என்பது ஓர் உண்மை என்பதனை நான் மறுத்ததில்லை. அந்த ஆதிக்கம் நமது சமூகத்தால் அனுமதிக்கப்பட்ட ஒன்று. அதை ஏற்றுக் கொள்பவர்கள், அது சரி என்று கருதுகிறவர்கள், அதனைத் தங்கள் மத நம்பிக்கையில் ஒரு பகுதியாகக் கொண்டிருக்கிறார் கள். கோயிலும் மதச் சடங்குகளிலும் பிராமணர்களுக்கு முதலிடம் தரப்படுவது அவற்றின் மீது நம்பிக்கைக் கொண்டவர்களின் பிரச்சனையே தவிர, அதில் தலையிட பகுத்தறிவாளர்களுக்கும் நாத்திகர்களுக்கும் அதிகாரம் இல்லை' என்ற நிதர்சனத்தை முன் வைக்கிறார்.

இதனை முன் நிறுத்திய திராவிடக் கழகத்தினரிடமிருந்து பிரிந்து அவர்களால் 'கண்ணீர் துளிகள்' என்று அழைக்கப்பட்ட தி.மு.க. பிராமணர், பிராமணர் அல்லாதார் என்ற வித்தை தமிழ்நாட்டில் பகுத்தறிவுக்கும் நாத்திகப் போக்கும் சரிபட்டு வராது என்றதால் மொழியைக் கையிலெடுத்து தங்களின் தன்னல அரசியலுக்கு நீர் பாய்ச்சி னார். இதனை அக்கால கம்யூனிஸ்டுகளும் அதில் தோய்ந்த ஜெயகாந்தனும் உணர்ந்தனர்.

இவர்களின் பிராமண துவேஷமும், சமஸ்கிருத மொழி எதிர்ப்பும் குறித்து திருச்சியில் நடைபெற்ற தமிழ் எழுத்தாளர் மாநாட்டில், பெரியார் தலைமையில் நடந்த நிகழ்வில், பேசிய ஜெயகாந்தன், "சமஸ்கிருதம் என்பது இந்தியாவின் பொதுச் செல்வமே தவிர, அது எந்தப் பிரிவின ருக்கும் இனமோ, ஒரு குறிப்பிட்ட நிலப்பரப்போ இந்தியாவில் தனியாக ஒன்றுமில்லை. அது ஓர் ஆதிக்க மொழி அன்று. அந்நியர்கள் இங்கு வருவதற்கு முன்னால் ஓர் இந்தியக் கல்விமான் என்பவன் தனது தாய் மொழி, அதற்கு இணையாக சமஸ்கிருதம் ஆகிய இருமொழிகளிலும் புலமை மிக்கவனாய் இருந்தான். இந்த இருமொழிப் புலமை எந்தத் திணிப்பும் இல்லாமலேயே இந்திய மொழிகளுக்கு உரிய அறிஞர்களின் இயல்பாய் வளர்ந்திருந்தது. அதிலும் தமிழர்கள் சமஸ்கிருத மொழியில் பெரும்புலமை பெற்று இந்தியாவுக்கே வழிகாட்டியிருக்கிறார்கள்."

மேலும், "சமஸ்கிருதக் கலைச் செல்வங்களுள் தமிழர்கள் அருளியது ஆனந்தம். தமிழர் நாகரிகத்தின் பொற்காலங்களில் சமஸ்கிருதம் அருமையான வளத்தைப் பெற்றிருக்கிறது. நாளாந்தாவுக்கு இணையான காஞ்சி சர்வகலா சாலைகள் (பல்கலைக்கழகங்கள்) பேரறிஞர்களான தமிழர்கள் ஆசான்களாய் இருந்திருக்கிறார்கள். தர்க்க சாஸ்திரத்தின் பிதா மகனாகக் கருதப்படுகிற திங்கநாதன் ஒரு தமிழனே ஆவான். இந்தியாவின் எட்டுத் திக்குகளிலும் இந்து சனாதனத்தின் பெருமையைக் கொடி நாட்டி,

பௌத்தர்களையும் நாத்திகர்களையும் தனது ஞான வண்மையினால் வென்று உபநிடத்து செல்வங்களை உலகுக்கு அளித்த ஆதிசங்கரன் தமிழனே ஆவான்.

நாம் காட்டுமிராண்டிகளானது இந்த இரு நூற்றாண்டு கால அடிமை வாழ்க்கையில்தான். அதற்கு முன்னால் சுரண்டலற்ற, வர்க்க மோதல்கள் இல்லாத ஊனமொன்றறிய ஞானமெய்ப் பூமியாய் இந்தியா திகழ்ந்தது. பிராமணர்கள் நமது அறிவுக்கும் ஞானத்துக்கும் தலைமை ஏற்று நடத்திய சமூகத்தில் உயர்வு - தாழ்வு இருந்தது இல்லை. மனுதர்ம சாஸ்திரத்தில் சமூக நியாயங்கள் பேதப்படுகின்றனவே என்று கேட்கலாம். மனுதர்மம் ஒரு சட்டம் காலத்தின் தேவையால், நிர்பந்தத்தால் உருவான சட்டம் அது. அதனை இக்கால அறிவும் அனுபவமும் கொண்டு பார்த்தல் தகாது. இந்த சமூகத்தில் ஏற்பட்ட குறைகளை நான் மறைக்க முயலவில்லை. ஆனால், அந்தக் குறைகளுக்கும் இந்துமத மகான்கள் அனைவரும் தீண்டாமையை எதிர்த்தே வந்திருக்கிறார்கள். மொழியின் பெயரால் மட்டுமல்லாது இதன் ஊடே சாதி துவேஷத்தையும் வளர்த்தெடுத்திருக்கிறோம் என்பது நிதர்சனம்.''

அவர்களில் குறிப்பிடத்தக்கவர் ஸ்ரீராமானுஜர் முதல் வைத்தியநாத அய்யர் வரை பட்டியல் போடலாம். ஜாதி என்பது அதில் பிரிவினை பேதம் என்பதும் ஒரு சிலரால் திட்டமிட்டே வளர்த்தெடுக்கப்பட்டது. இது குறித்து மகாத்மா காந்தி கூட, 'ஜாதிப் பிரிவினை மக்கள் மத்தியில் பிரிவினையை வளர்த்தெடுக்கும். பகைமையை வளர்த்தெடுக்கும். எனவே, மக்களின் அரசு பொருளாதார கண் கொண்டு அவர்களை வளர்த்தெடுக்க வேண்டும். இது எல்லாம் ஜாதியின் பெயரால் மக்களை உயர்நிலைக்கு கொண்டு செல்வது மக்களுக்கிடையில் பிரிவினையை உண்டாக்கும்' என்று எச்சரித்தார். இது குறித்து சட்டமேதை அம்பேத்கருக்கும் மகாத்மாவுக்கும் நீண்ட விவாதமே நடந்தது. அது இன்றைய சமூகத்தில் செவ்வனே நடந்தேறி வருகிறது என்றே சொல்ல வேண்டும்.

இது குறித்து ஜெயகாந்தன் பார்வையை நாம் கணிக்கத்தக்கது. "நான் ஜாதியை எதிர்பவனல்ல; எந்த ஜாதியும் எனக்கு பகை அல்ல; நான் ஜாதிகளை பழிப்பவன் அல்ல. ஒவ்வொரு ஜாதியும் இன்னொரு ஜாதியை பகுத்தறிவின் பெயராலும் சீர்திருத்தத்தின் பெயராலும் பழிப்பதனாலும் பகைப்பதனாலும் நம் சமூகத்தில் எந்த ஜாதிக் கொடுமை ஒழிந்தது? ஒரு ஜாதியின் கொடுமை ஒழிந்து இன்னொரு ஜாதியின் கொடுமை வளர்கிறது. ஏன் ஜாதிக் கொடுமைகளே இவ்விதம் தான் வடிவம் பெற்று வருகின்றன.''

மொழி பகைமையின் இன்னொரு வடிவமே ஜாதிப் பிரிவினை. இதனை மேல் தட்டு வர்க்கம் ஒழுகினாலும் இதனை எதிர்ப்பது நம் கடமை. ஆனால் இதன் பேரில் அரசியல் நடக்கிறது என்பதே இன்றைய நடைமுறையாக கையாளப்படுகிறது.''

மேலும் சமஸ்கிருதத்தை செத்த மொழி என்றும், இந்தியா என்ற ஒரு தேசம் இல்லை என்றும் நம்மில் யாருமே இந்தியர்கள் அல்ல என்றும் வாதம் செய்கிற கூட்டம் எக்காலத்திலும் உண்டு; இன்றும் அதன் பேரில் தன்னல அரசியல் நடந்தேறுகிறது. அதன் பேரில் மக்களுக்கிடையே பிரிதாளும் சூழ்ச்சி அரங்கேறுகிறது.

வேத சாத்திரங்கள் மத சம்மந்தப்பட்டவை மட்டுமே அல்ல, அதனினும் அது மொழி சம்பந்தப்பட்டதும், கலாச்சாரம் சம்பந்தப்பட்ட தும், நமது வரலாறு சம்பந்தப்பட்டதும் ஆகும்.

தமிழில் ஆகட்டும் வடமொழியில் ஆகட்டும், மொழியியல் என்று வந்தாலே அது சமய சம்பந்தப்பட்டதாகத் தானிருக்கும். ஆனால் அவை சமய முரண்பாட்டுக்கு ஒரு போதும் வழி அமைப்பதில்லை'' என்றும் வலியுறுத்துகிறார்.

இன்றைய அரசியல் வடமொழிக்கு மத்திய அரசு பல கோடிகள் ஒதுக்கு வதாகவும் பிற மொழிகளுக்கு சிறிதளவே ஒதுக்குகிறது என்று குரல்கள் ஒலிக்கிறது. மறைந்தொழிந்து போகிற மொழியை காப்பாற்றுகிற பொறுப்பு ஓர் அரசுக்கு உண்டு. அதனின் அருட்கொடைகள் ஏராளம். எப்படி தமிழ்மொழிக்கு உள்ளதுபோல் பல இலக்கியச் செல்வங்கள், வேத, உபநிடதங்கள் என படைப்புகள் இருக்கின்றது. அதனை வெளி கொணர்வதில் என்ன பிழை?

பிறமொழிகள் இந்தியாவின் வளர்ந்து செழித்தே இருக்கின்றன. அவைகளை அந்தந்த மொழி பேசுகிற அரசுகள் அதன் பேராலேயே செல்வாக்கால், பணபலத்தால் தங்களை வளர்த்துக் கொண்டவர்கள், தங்கள் பொருளாதார வளத்தையும் குவித்தவர்கள் தங்கள் தாய்மொழிக்கு அதில் ஒரு சிறு பகுதியை செலவிட்டாலே தமிழ்மொழி மற்றும் பிற மொழிகளின் இலக்கிய வளங்களை படைப்புகளை உலக முழுக்க பரப்பி கொண்டு சேர்த்து தங்கள் மொழியை வளமைப்படுத்தலாம்; வளமைப் படுத்த வேண்டும்.

14

அரசியல்
உள்ளூர் முதல் உலகம் வரை

உலக அரசியலில் :

ஆரம்பக் காலம் தொட்டே, அதாவது தனது பன்னிரெண்டாம் வயதிலேயே பூமி உருண்டை சுழற்றிப் பார்த்து அரசியல் கற்றவர் ஜெயகாந்தன். பின்னர் கம்யூனிஸ்ட் கட்சியில் இணைந்து உலக அரசியலை கற்றார். அத்தேசங்களின் அரசியலில் எதிர்வினை ஆற்றினார். குறிப்பாக சோவியத் ருஷ்யாவை அதன் முதல் இரண்டாம் உலகப் போரின் பங்களிப்பை அதிலிருந்து மீண்டு, தம் தேசத்தை வளர்த்தெடுப்பதும் பிற நாடுகளின் பங்களிப்பில்லா மல் தானே சுயமாய் மக்களை ஒன்று திரட்டி புதிய சமூகத்தை உருவாக்கியது.

சோவியத் புரட்சிக்கு முன்பு ருஷ்யா இந்தியா வுடன் எந்தவிதமான நேரடியான அரசுகளுக்கிடையே யான தொடர்பினைக் கொண்டிருக்கவில்லை. ப்ரான்ஸ், போர்ச்சுக்கல், இங்கிலாந்து, அமெரிக்கா போன்ற நாடுகள் குறித்து அறிந்திருந்ததை விட

குறைவாகவே அறிந்திருந்தார்கள்.

புரட்சிக்கு முன் ஜாரின் கொடுங்கோண்மை அரசை பாரதி வழியே நாம் அறிந்திருந்தோம். அதனை பாரதியை அறிந்தவர்களே அறிந்தார்கள்.

'மாகாளி கடைக்கண் வைத்தாள் அங்கே, ஆஹா என்று எழுந்தது பார் யுக புரட்சி' என்றும், 'மத்தாளத்துக்கோ இரண்டு பக்கம் இடி, ஸ்ரீமான் லெனினுக்கே திரும்புகிற பக்கம் எல்லாம் இடி' என தம் பாடலிலும், கட்டுரைகளிலும் அடையாளம் காட்டினார். மேலும் ஜார் காலத்தில் அங்கு உள்ள மக்களின் வாழ்க்கை முன்னேற்றம் மிகவும் பின்தங்கியே இருந்தது. ஆட்சியாளர்களின் கொடுமை, வேறு எந்த தேசக் கொடுமைக்கும் குறையாததாக அங்கு நிலவியது.

இதுகுறித்து ஜெயகாந்தன் வரைகிறார் :

"புரட்சிக்கு முன்னர் தோன்றிய சோவியத் யூனியனை முழுமையாகப் புரிந்து கொள்ள வேண்டுமானால் புரட்சிக்கு முன்னால் வாழ்ந்த ருஷ்ய மனிதர்களை அந்த வீரம் செறிந்த போராட்டங்களையும் ருஷ்யாவின் வாழ்க்கையை ஒருவர் அறிந்திருக்க வேண்டும்'' என்றார்.

"அக்காலத்தில் நாம் படித்த சரித்திரங்களெல்லாம் ஆங்கிலேயர்களால் எழுதப்பட்டவை. அவை யாவும் பிரிட்டிஷ்காரர்கள் எழுதியவையே. அவைகள் ருஷ்யச் சரித்திரத்தை முழுமையாக படம்பிடித்துக் காட்ட வில்லை என்பதே நிதர்சனம். ஆயினும் சோவியத் இலக்கியங்கள் குறிப்பாக டால்ஸ்டாய் படைப்புகள் சென்ற நூற்றாண்டுகள் வாழ்ந்த மக்களை, அவர்களின் வாழ்வியலை படம்பிடித்துக் காட்டின. மேலும் சோவியத் படைப்புகளான படைப்பாளர்கள் செக்கோவையும், குப்ரினையும், புஷ்கினையும், அலெக்சி டால்ஸ்டாய், லியோ டால்ஸ்டாய், கார்க்கி போன்றவர்களின் படைப்புகள் துல்லியமாக காட்டியுள்ளது.

குறிப்பாக ருஷ்ய இலக்கியம் பிற தேச இலக்கியங்களை விட பின்னாளில் தோன்றியவையே. அதன் இலக்கிய பிதாமகர் கோகோல்தான். எனவே, கோகோலின் மேலங்கியிலிருந்து நாங்களெல்லாம் வெளி வந்தவர்கள் என்பார்கள். அதேபோல் நமது தமிழ் படைப்பாளிகள் பாரதியின் முண்டாசிலிருந்து வெளி வந்தவர்கள் என ஜெயகாந்தன் குறிப்பிடுவார்.

'மேலங்கி' என்பது கோகோலின் சிறுகதை.

நம் இலக்கிய வாசிப்புக்கு ஆங்கிலம் வசீகரித்ததோ அது போல் ருஷ்ய மேல்தட்டு வர்க்கத்தினரை பிரஞ்சு மொழி ஆட் கொண்டிருந்தது. அதற்கு நிகராக பதினெட்டாம் நூற்றாண்டைச் சேர்ந்த ருஷ்ய எழுத்தாளர்கள், ருஷ்யாவின் தேசிய எழுத்தாளர்கள் மட்டும் அல்ல; உலகுக்கே பொதுவான எழுத்தாளர்களாக விளங்கினார்கள். இலக்கியத் துறையில் மட்டுமல்லாது இசை, ஓவியம், அறிவியல் என உலகப் பொதுச் செல்வங்களை வழங்கியது.

சோவியத் புரட்சிக்குப் பின் அது ஒரு இரும்புத் திரை நாடானது. ஆனால் புரட்சிக்குப் பின் எழுந்த புதிய ருஷ்யாவிற்கு எந்த அந்நிய நாடும் உதவ முன் வரவில்லை. அது எந்த நாட்டினிடமும் கையேந்தி நின்றதில்லை. உலக வல்லரசு நாடுகள் அனைத்தும் ருஷ்யாவை ஒதுக்கியே வைத்தன. அவர்களோடு எந்தவித அரசு - வியாபார உறவுகளும் வைத்துக் கொள்வதில்லை என தீர்மானமும் நிறைவேற்றியது. இதற்கு எதிர்வினையாக அக்காலத்திலேயே நமது மகாகவி பாரதியார், "அவர்களை ஒதுக்கி வைக்கிற இவர்கள் அத்தனைப் பேரும் அவர்களுடைய சாதனைகளையும் வளர்ச்சியையும் பார்த்த பிறகு ருஷ்யாவிடம் பணியத்தான் போகிறார்கள்" என்று தீர்க்கத்தரிசனமாய் சொன்னார். அப்படியே நிகழ்ந்தது. பின்னர் உலக வல்லரசுகளில் ஒன்றாய் நின்றதோடு பல தேசங்களின் பாதுகாவலனாய், உதவும் கரங்களாய் நின்றதை நாம் அறிவோம்.

நம் தேசத்தின் மீது படையெடுத்த சீன உறவை இனங்கண்டு இந்தியாவின் சார்பில் சீனாவை கண்டித்தது அரசியல் உணர்ந்தோர் அறிவர். மேலும் நமது தேசத்தோடு நட்புறவு கொண்டு, நேருவின் சோசலிச சித்தாந்தத்துக்கு வலதுகரமாய் நின்று பல உதவிகளை செய்ததும் இன்று செய்து வருவதும் மறுக்க முடியாத ஒன்று.

இத்தகு சோவியத் ருஷ்யா பின்னாளில் அதாவது 1985-ல் சோவியத் யூனியன் தலைமைப் பதவியை ஏற்ற மிகையில் கோர்பச்சேவ் பதவி ஏற்ற பிறகு உலகில் புதிய வெளிச்சமும் சமாதான வழிக்கும் ஜனநாயக தன்மை கொண்டோர்க்கு நம்பிக்கையைத் தந்தது. பிறிதொரு வல்லரசு நாடான அமெரிக்காவுடன் நட்புறவு கரம் நீட்டியது. அதன் விளைவு உலக மிகச் சிறந்த மாமனிதராக, சமாதான வாதியாக கோர்பச்சேவ் உயர்த்தப்பட்டு நோபல் சமாதான பரிசும் அவருக்கு வழங்கப்பட்டது.

இந்தப் போக்கு குறித்து ஜெ.கே. தனது பார்வையில் பார்த்த பார்வைகள் குறிப்பிடத்தக்கன. அது இன்றைய உக்ரேன் போர் வரை நீடித்து வருவதை அப்போதே எச்சரித்து பிரகடனப்படுத்துகிறார்.

“மாபெரும் சாதனைகள் சோர்ப்பசேவ் தலைமையில் நிகழ்ந்த போதிலும் உள்நாட்டில் சோவியத் யூனியனில் இனக் கலவரமும் பொருளாதார நெருக்கடியும் ஒரு பக்கம் பெருகி நின்றது. மெய்யான சோவியத் நண்பர்களுக்குக் கவலை தந்தது. உலகின் பணக்கார நாடுகளோடு பொருளாதார ஒப்பந்தங்களும் உலக வங்கியிடம் கடன் பெறுவதற்கான முன்னேற்பாடுகளும் தருணத்தில் சோர்ப்பசேவ் தலைமை கவிழ்க்கப்பட்டது. அத்தேசத்தில் பெரும் விளைவுகளை ஏற்படுத்தியது. உதவி செய்ய முன்வந்த உலக நாடுகளும் உலக வங்கியும் தமது உதவித் திட்டங்களை ரத்து செய்தன. சோவியத் யூனியனுக்கு எதிராக உருவாக்கப் பட்டு செயலிழந்து போன ‘நாட்டோ’ அமைப்பு மறுபடியும் கூடிற்று. நாட்டோவுக்கு எதிரான வார்ஸா ஒப்பந்தக்கூட்டு ஏற்கனவே கலைக்கப் பட்டது. இந்நிலையில் புதிதாக தலையெடுக்கும் நாட்டோவின் முயற்சிக்கு எதிராக வார்ஸா ஒப்பந்த நாடுகள் மறுபடியும் ஒன்றிணைகிறபோது ஆபத்து உருவாகி விடுமோ என்ற அச்சம் சூழ்ந்தது. அப்படியாகும் எனில் சரித்திரத்தின் சக்கரம் பின்னோக்கிச் சுழலும் விபரீதம் ஏற்பட்டு விடும் - என எச்சரிக்கை மணியை அடித்தார். அது இன்று உக்ரேனியன் போராக உருவெடுத்துள்ளது என்பதை தீர்க்கதரிசனமாய் சொன்னவர் ஜெய காந்தன்.

இதன் பின்னணியில்தான் ஒன்று ருஷ்யதேசம். “பிரிந்து போகும் அரசு பிரிந்து போகலாம்” என்ற அவர்களது அரசுரிமை சட்டத்தின்படி பிரித்தனர். அதில் உக்ரைனும் ஒன்று. அது பின்னர் காலதேச வர்த்த மானத்தில் நேட்டோடு இணைந்து இன்றைய சோவியத் அதிபர் புடினின் எச்சரிக்கையை மீறி பாதுகாப்பு என்ற பெயரில் நோட்டோடு இணைந்து பொருளாதார, ஆயுதப் பலத்தைக் கொண்டு புதினுக்கு எதிராகச் செயல்பட வேறு வழியில்லாமல் புதின் இன்று உக்ரைன் மீது போர்த் தொடுத்திருக்கிறார் என்பதே உண்மை.

கோர்ப்பசேவ் - க்கு பிறகு இன்றைய புதின் வரை சோவியத் யூனியனில் அரசியல் மாற்றங்கள் நிகழ்ந்தாலும் இது குறித்து ஜெயகாந்தன், “இவர்களின் பகைமை ஸ்டாலினோடு நிற்காமல், லெனின், மார்க்ஸ், கம்யூனிஸம், உலக தொழிலாளர்கள், செங்கொடி அனைத்தின் ஒட்டு மொத்த பகைமையாக உருவெடுத்துள்ளது. இதை உலகம் அனுமதிக்காது; கூடாது” என்ற அப்போதே எச்சரிக்கை விடுத்தார்.

அரசியல் பார்வையும் தீர்க்க தரிசனமும்

● தண்ணீர் தாவாக்கள் நிரந்தரமாக தீர வேண்டுமென்றால், இந்தியாவில் உள்ள பெருநதிகளையெல்லாம் தேசிய மயமாக்குதல் என்ற கொள்கையினால்தான் முடியும். மத்திய அரசு அந்தத் திட்டத்தை ஆராய்ந்து நிறைவேற்ற ஆவண செய்தல் அவசியம். நதிகளின் இணைப் பினால் புதிய நாகரிகம் உருவாகும்.

● நல்லுறவும் நட்பும் வலுப்படுவதற்கு அதற்கு எதிர்மறையான பழைய சம்பவங்களை இழுத்து வைத்துப் பேசுவது, குழிப்பிணத்தை எடுத்து வைத்து மாரடிப்பதற்கு ஒப்பாகும். அத்தகு பண்பு கெட்ட வழிகளைக் கைவிட்டு, புதிய சூழ்நிலையில், புதிய நோக்கில், பரஸ்பர மரியாதை உணர்வோடு பேசுவதன் மூலமே உலகப் பிரச்சனைகளை யெல்லாம் தீர்த்துக் கொள்ள முடியும் என்ற நம்பிக்கை உருவாகியுள்ள ஒரு புதிய நாகரிக காலத்தில் நாம் வாழ்கிறோம்.

● வார்த்தைக்கு வார்த்தை 'அமெரிக்க ஏகாதிபத்தியம்' என்ற வெறுப்பை உமிழ்ந்து கொண்டிருந்த கம்யூனிஸ நாடுகளெல்லாம் தங்கள் தொனியை மாற்றிக் கொண்டு அமெரிக்க அரசு என்று மரியாதையோடு அழைத்துக் கை குலுக்கி அமர்ந்து பேசுகிற காலம் இது.

● ஒரு கட்சியைச் சேர்ந்த கோஷ்டியினரும், தோழமைக் கட்சி யினரும் தமது கருத்துகளையும் கோரிக்கைகளையும் கூடிப் பேசி தீர்த்துக் கொண்டு நாட்டை வழிநடத்தும் பெரும் பொறுப்பை நிறைவேற்ற வேண்டிய தருணத்தில் மக்கள் பிரதிநிதிகளும் அரசியல் தலைவர்களும் மக்களுக்கு முன் மாதிரியாக நடந்து கொள்ள வேண்டும். ஜனநாயக உரிமைகளின் பேரால் அத்துமீறிய செயல் அதிகரிக்கும் என்றால், அந்த ஜனநாயகம் நிரந்தரமாகக் காப்பாற்றிக் கொள்ள முடியாத சூழ்நிலை ஏற்பட்டு விடும்.

● கம்யூனிசம், மார்க்ஸிசம், லெனினிசம் என்பதெல்லாம் ஏதோ சோவியத் யூனியனுக்கு மட்டும் சொந்தமான தேசிய விஷயங்கள் அல்ல. அவை உலக மானுடர் அனைவருக்கும் பொதுவான சித்தாந்தம், தத்துவம் நடைமுறை ஆகிய வாழ்வியல் ஆகும்.

● மார்க்சிசம் மனிதனின் பூ மண்டல வாழ்வியல் குறித்த விஞ்ஞான பூர்வ வேதம். அதை நம்பிப் பயின்று தேர்ந்து நடைமுறைப்படுத்துவது மானுட விதியாகும். அது எல்லா தேசங்களுக்கும் பொது.

- சமஸ்கிருதத்தை 'செத்த மொழி' என்றும் 'இந்தியா என்ற ஒரு தேசமே இல்லை' என்றும் 'நம்மில் யாருமே இந்தியர்கள்' என்றும் வாதம் செய்கிற கூட்டம் எக்காலத்திலும் உண்டு. வடமொழியில் இந்தியா வாழ்கிறது என்று கண்டு கொண்டால் வடமொழியை விரும்புபவர்கள் கற்பதன் மூலம், அதைப் பயில்வதற்கு பல துறைகளிலும் வழிவகைகள் காண்பதன் மூலம் அவர்கள் இந்தியாவின் எந்தப் பகுதியினராயினும் மாபெரும் தேசியப் பணி ஆற்றுகிறார்கள் என்று இந்தியா கண்டு கொள்ளும். இந்தியாவை ஒன்றாகக் காணத் தெரியாத கருத்துக் குருடர்களுக்கு வடமொழியின் மகத்துவம் தெரியாதுதான்.

- தமிழர்களான சங்கரரும், ராமானுஜரும் இந்தியா முழுமையும் தங்கள் ஆளுகைக்குள் கொண்டு வந்ததற்கு சமஸ்கிருதமே காரணமாக இருந்தது. மனிதர்கள் சாவதுண்டு; பொருட்கள் பழமையாக விடுவதுண்டு; மொழிகள் சாவதுமில்லை ; காலத்தால் பழமையுறுவதும் இல்லை. அவை புதுமை பெறுகின்றன. வேத சாத்திரங்கள் மத சம்பந்தப்பட்டவை மட்டுமல்ல. அதனினும் அது மொழி சம்பந்தப்பட்டதும், கலாச்சார சம்பந்தப்பட்டதும் நமது வரலாறு சம்பந்தப்பட்டதும் ஆகும்.

- காங்கிரசும் காந்தியும் நேருவும் வகுத்த இந்திய அரசியலில் பதவிக்கு முதலிடம் இல்லை. கோடானுகோடி மக்களை நோயிலிருந்தும் அறியாமையிலிருந்தும் மீட்கிற அதே பொழுதில் நோய்க்கும் அங்கஹீனத் திற்கும் முதுமைக்கும் ஆதரவற்ற நிலைமைக்கும் இரையாகிக் கிடக்கும் மானுடர்க்கு தேசம், இமை என்கிற எல்லை கடந்து ரட்சிப்பு நல்குவதே இந்திய அரசியலின் அடிப்படையாகும்.

- ராமர் ஓர் மானுட புருஷர் என்று அறிந்த பாபர் அவரது பெருமை களை ஒரு இந்துவுக்கு நிகராக உணர்ந்திருக்க வேண்டும். பெரியோர் பிறந்த ஸ்தலங்களாகக் கருதுவது இஸ்லாமிய மரபு. அல்லாவைத் தொழ பாபருக்கு அதை விடவும் புனித இடம் வேறொன்று இருந்திருக்காது. எனினும் அந்தப் பெரியோர் தம் உருவங்களை வணங்குவது இஸ்லாமிய மரபுக்கு முரண்.

இந்நிலையில் இந்துக்களான நமக்கு உருவ வழிபாடே மிகவும் முக்கியமானது என்பதால், பாபர் மீது அபிமானம் கொண்டிருந்த இந்துப் பெருமக்கள் பாபரின் மரபுப்படி, ராமர் பிறந்த இடமான புனித ஸ்தலத்தைத் தொழுகிற உரிமையை அவருக்கு அளித்து, அந்த மசூதிக்குப் பக்கத்திலேயே ஆகம விதிகளின்படி ராமரின் உருவத்தை பிரதிஷ்டை செய்து கோயில் அமைந்திருக்க வேண்டும்.

இவ்வண்ணம் இரண்டு கலாச்சாரத்தின் கலப்புக்கும் ஒற்றுமைக்கும் நிலைக்கலனாய் இருந்த அந்த அயோத்தி இன்று, ஒவ்வொரு தேர்தலுக்கு முன்னாலும் மத வேற்றுமையை வளர்த்து, அரசியல் லாபம் தேடும் விபரீதக் களமாக மாறியிருக்கிறது.

- இந்து மதத்தைப் பிற மதங்களோடு ஒப்பிட முடியாது. பிற மதங்கள் ஸ்தாபிக்கப்பட்டவை ; இந்த மதம் இவரால் ஸ்தாபிக்கப்பட்டது என்பது போல் இந்து மதத்தை ஸ்தாபிதம் செய்தவர் எவரும் இலர். அது தன்னாலே தான் உருவாக்கிக் கொண்ட ஒரு சுயம்பு.

- கார்ல் மார்க்கையும், எங்கெல்லையும் லெனினையும், ஸ்டாலினையும் சேகுவேரையும், பிடல் காஸ்ட்ரோலையும், ஹோசிமின்னையும் வெறும் படங்களாக வரைந்து காட்டி விட்டால் மட்டும் போதுமா? அந்த மார்க்ஸிய லெனினிய சித்தாந்தங்களுக்கும் குறிப்பாக, இந்த மார்க்ஸிஸ்ட்கள் உச்சி மீது வைத்துப் போற்றும் ஸ்டாலினுக்கு ஏற்பட்டிருக்கிற அவக்கேடுகளுக்கும் ஆப்பு அமைந்தாற்போல் தக்க ஆதாரங்களோடு விளக்கமும் பதிலும் இவர் தந்திருக்க வேண்டாமா? ஸ்டாலின் செய்தது சரியென்றால், அது எப்படி சரி என்று உலகறிய எடுத்துச் சொல்லியிருக்க வேண்டாமா?

ஹோசிமின்னும், ஃபிடல் காஸ்ட்ரோவும் எத்தகு வழிமுறைகளால் புதுயுகக் கம்யூனிஸ சித்தாந்தத்துக்கு வெளிச்சம் தந்திருக்கிறார்கள். என்றெல்லாம் விளக்கியிருக்க வேண்டாமா? உலகிலும் இந்தியாவிலும் உள்ள சகல கம்யூனிஸ்டுகளும் அடிப்படையில் கம்யூனிஸத்தையும் மார்க்ஸிஸ லெனினிஸ அடிப்படைகளையும் ஏற்றுக் கொண்டோர் அனைவரும் தற்காலிக நடைமுறை அரசியலில் தத்தமது தனி வழிகளைக் கொண்டிருப்பினும் உலகெங்கும் ஆர்ப்பரித்து நிற்கும் கம்யூனிஸ சித்தாந்த எதிரிகளை எதிர்த்து ஒன்றுபடுவோம் என்று அறை கூவி அழைத்திருக்க வேண்டாமா? குறிப்பாக இந்தியாவில் உள்ள கம்யூனிஸ்ட்கள் அனைவருமாவது ஒன்றுபட வேண்டுமென்று உணர்த்தியிருக்க வேண்டாமா? அதற்கான ஆதங்கம்கூட இல்லையே!

- பயங்கர வாதத்துக்கு கோரிக்கைகளோ, கொள்கைகளோ எதுவும் கிடையாது. அது தேசத் துரோகிகளாலும் அந்நிய எதிரிகளாலும் ஜன நாயகப் பகைமை கொண்ட மத - இன அடிப்படை வாத வெறியர்களாலும் உருவாக்கப்பட்டுள்ள மக்கள் விரோதக் கொலைவெறிக் கூலிப் பட்டாளமே ஆகும்.

• வன்முறையை வன்முறையினால் சில காலத்துக்கோ நிரந்தர மாகவோ நாம் சந்தித்து கொண்டிருக்க முடியும். ஆனால் பாரதம் வன்முறையை வன்முறையினாலேயே தீர்த்துவிட முடியும் என்று நம்புகிற நாடு அல்ல. வன்முறைக்குத் தீர்வு பரந்துபட்ட ஜனநாயக வழிமுறையே ஆகும்.

• காஷ்மீரில் நிலவும் பிரிவினை வாதத்துக்கும் பயங்கரவாதத்துக்கும் இறுதி காண வேண்டுமெனில் அங்கு யாரோ சிலர் போல், நமது தேசியக் கொடியை நாட்டி விட்டு வந்து விடுவது மட்டும் போதாது; தேர்தலும் ஜனநாயகமும் நிலை பெறுவதுதான் அந்தக் கொடி அங்கு பறப்பதற்கான அர்த்தத்தையும் பெருமையும் தரும்.

• இந்தியா போன்ற ஒரு நாட்டில் ஜனநாயக நாகரிகம் இல்லாமல் நமது சமூகங்கள் ஜீவித்திருக்கவே முடியாது. ஜனப்பெருக்கம் மிகுந்த நம் நாட்டில் கூட்டம் கூடும் உரிமையை எந்த சர்வாதிகாரத்தாலும் பறித்துவிட முடிந்ததில்லை. ஆனால் கூட்டம் என்பது கும்பலாகி விடுகிற அவலம் இந்த நாட்டில் எப்போது நேர்ந்தது? என்று நாம் ஆராய வேண்டியது அவசியம்.

• இந்தியா சுதந்திரத்துக்குப் பிறகு மக்கட்தொகை பெருக்கத்தில் வேறு எந்த தேசத்தையும் விட மிஞ்சி நிற்கிறது. வேலையில்லாத இளைஞர்களும் சுதந்திர இந்தியாவில் வேறு எந்த தேசத்தையும் விடப் பெருகி உள்ளனர். ஒரு காலத்தில் ஆரோக்கியமான அரசியல் போராட்டத் தில் உத்யோகமும், கல்விக்கூடமும், இதந்தரு மனையான குடும்பமும் கூடத் தடங்கல் என்று எண்ணி அவற்றை உதறி எறிந்தனரே அதைவிடப் பன்மடங்கு அதிக அளவில் உத்தியோகம் இல்லாத கல்விக்கூடத்துக்குள் அனுமதிக்கத்தகாத, குடும்பத்திலிருந்து விரட்டப்பட்ட நாலாந்தர இளைஞர்களே இக்கால அரசியலுக்கு வருவதை யாரும் தடுக்க முடியாது. அதாவது சுதந்திரத்துக்கு முன்பெல்லாம் அரசியல்வாதிகளுக்கு மக்களின் பிரச்சனையே பிரதானமாக இருந்தது. தற்போது சுதந்திரத்துக்குப் பிறகு - மக்களுக்கு அரசியல் கட்சிகள் தீராத பிரச்சனையாகி விட்டன என்பதே யதார்த்த நிலை.

• பொருளாதாரத்தைப் பொறுத்தவரை ஆதரவு ஆரவாரிப்பு களாலோ, எதிர்ப்புக் கூச்சல்களாலோ எத்தகைய விளைவும் ஏற்படுவ தில்லை. மாறாக உலகப் பொருளாதார நிலைகளில் ஏற்படும் மாற்றங்களை உன்னிப்பாக கவனித்து அதன் அடிப்படையில் தேசியப் பொருளா தாரத்தைத் திட்டமிடுவதும், திட்டமிட்ட வண்ணம் செயற்படுத்துவதும்,

அந்தச் செயற்பாட்டினை விளைவுகளின் மூலம் புதிய வளர்ச்சிக்கு ஏற்ப மாறுவதும்தான் பொருளாதாரத்துக்கு சம்மதமுடையதாகும்.

- இன்றைய உலகில் முதலாளித்துவம் பொருளாதாரமும் சோசலிசப் பொருளாதாரமும் தொடர்ந்து பல்லாண்டுக் காலம் செய்த நடைமுறை தவறுகளினால் வியக்கத்தக்க சாதனைகளை ஒருபுறம் படைத்திருந்தாலும் விபரீதமான சோதனைகளுக்கு இலக்காகியிருக்கின்றன. இந்தச் சோதனை களை வென்று மீள நாளாகும்; எனினும் இது ஒரு இடைநிலையேடு; இறுதிநிலை அல்ல. சுதந்திர இந்தியாவின் பொருளாதாரக் கொள்கை - முதலாளித்துவக் கொள்கையும் அல்ல ; முற்றிலும் சோசலிச கொள்கையும் அல்ல. நமது கொள்கை ஒரு புதிய சூழ்நிலையில் உருவான கலப்புப் பொரு ளாதார கொள்கை ஆகும். பொதுத் துறைக்கும் தனியார்த் துறைக்கும் வெளிநாட்டவர்க்கும் உள்நாட்டவர்க்கும் நவீன சர்வதேச நிலைக்கும் புராதன இந்திய கிராம நிலைக்கும் பொருந்தி, 130 கோடி மக்களின் எதிர்கால வாழ்க்கைக்கும் உயிர்ப்பாய் இயங்கி மேலும் வளர்ச்சிக்கு இடம் தருகிற பொருளாதாரம் ஆகும்.

- தொடர்ந்து ஐந்தாண்டு காலங்களில் தமிழகத்தில் தாமே முன் வந்து இந்தி பயிலுகிறவர்களின் எண்ணிக்கை கணிசமாக உயர்ந்துள்ளது. 'இந்தி எதிர்ப்பு' என்பது இன்று தமிழகத்தில் இல்லாது ஒழித்து விட்ட மாயை! ஆம்! இந்தி எதிர்ப்பாளர்களின் மக்கள் - அடுத்தத் தலைமுறையினர் இந்தி பயிலுவதை தடுத்து நிறுத்த முடியவில்லை. அவர்களில் பலர் கண்மூடித் தனமாக எதிர்ப்பு உணர்ச்சியில் இந்தி படிக்காமல் விட்டு விட்டோமே என்று வருந்துவதையும் நாம் காண முடிந்தது. சிலர் காலம் கடந்தாலும் இந்தியாவின் அவசியத்தை உணர்ந்து தமது மக்களை இந்திப் படிக்க அனுமதித்தனர். தாமும் கூட பயின்றனர்.

ஜெயகாந்தனின் அரசியல் என்பது பன்னிரெண்டு வயதில் தொடங்குகிறது. அவர்தம் குடும்பமே அரசியல் பின்னணி கொண்டது. அவரது தாத்தா (தாய்வழி) பெரியார் பற்றாளர். மாமன்மார்கள் காங்கிரஸ் - கம்யூனிஸ்ட் தோழர்கள். அவரது தாய் பாரதியின் பக்தை; தொட்டில் குழந்தையாய் இருக்கும்போதே பாரதி பாடலைப் பாடி வளர்த்தவர். அதனால், 'காலில் நகம் பதித்த நாள் முதலாய் பாரதியை நான் அறிவேன்' என்பார்.

இளம் பிராயத்தில் சுதந்திரமாய் வளர்ந்த இவர் யாருக்கும் அடங்காதவர் என்று பேரெடுத்தவர். பள்ளிப்படிப்பில் நாட்டம் இல்லாமல் பேருக்கு பள்ளிக்கூடம் சென்றவர். 5ஆம் வகுப்பு படித்து

அதற்குமேல் பள்ளிக் கல்வியை தொடர விரும்பாமல் ஊர்ச் சுற்றுவதில் விருப்பம் கொண்டார்.

13 வயதில் கம்யூனிஸ்ட அலுவலகத்தில் நுழைந்த இவர் அக்காலத்தில் கம்யூனிஸ்ட் இயக்கத்தில் பெரும் தலைவர்கள், தோழர்களுடன் அரசியல் பாடமே கல்விச் சாலையாய் அமைந்தது. தோழர் ஜீவானந்தம், பாலதண்டாயுதம், எஸ். ராமகிருஷ்ணன், இஸ்மத் பாட்ஷா, ஆர்.கே. கண்ணன், பி.ஜி.ஜோஷி, எம்.என்.சாய், ஜோதிபாசு போன்ற தோழர் களால் youg commrade என்று செல்லமாக அழைத்து அவருக்கு தமிழ், ஆங்கில கலை, இலக்கிய அரசியல் பாடங்களைக் கற்றுத் தந்தனர்.

அவர்களோடு காரசாரமாக விவாதம் செய்தும், சண்டை போட்டும் அவரது அரசியல் ஆர்வத்தையும், அறிவையும் வளர்த்துக் கொண்டார்.

அவரது சிந்தனையெல்லாம் அகிம்சை வழியிலும் சத்யா கிரகத்தின் மூலமும் இந்த பிரிட்டிஷ் அரசாங்கத்தை மகாத்மாவால் வெல்ல முடியுமா? பிரிட்டிஷ்காரன் காந்தியைப் பிடித்து ஜெயிலில் வைக்கிற மாதிரி தேசத்தையே விட்டு வேறெங்காவது கொண்டு போய் விட்டால் தேசம் எனவாகும்? - என்று தேசத்தைக் குறித்து கவலையும் சிந்தனையும் முகிழ்ந்தது.

முஸ்லீம் வேறு பாகிஸ்தான் கேட்கிறார்களே அப்படியானால் இங்கு இருக்கிற முஸ்லீம்கள் நிலை என்ன? இந்தப் பிரச்சனைகள் எப்படித் தீரும் - சுதந்திரம் எப்போது வரும்? அப்போதைய இந்தியக் கம்யூனிஸ்ட் கட்சியில் பொதுச் செயலாளர் பி.ஜி. ஜோசி எழுதிய 'காந்தி - ஜின்னா சந்திப்பு வேண்டும்' என்று சிறு பிரசுரத்தை படித்தும் அதற்கு காந்தி எழுதிய பதில் கடிதங்களை படித்தும் தனது அரசியல் பயணத்தைத் தொடங்கினார்.

ஊர் ஊராக சுற்றித் திரிந்த பருவத்திலேயே விழுப்புரம் ரயில்வே காலனி 'பாவலர் சங்கம்' என்ற சங்கத்தைத் தொடங்கி அதற்கு கேப்டனாகவும் இருந்தார்.

கம்யூனிஸ்ட் கட்சியினரின் மேடையிலேயே பாரதியார் பாடல்கள், ஜீவானந்தம், வே.நா. திருமூர்த்தி, கோவை ராமதாஸ் முதலியோர் எழுதிய அரசியல் பிரச்சார பாடல்களை கூட்டம் ஆரம்பிக்கும் முன்னர் மேடையில் நின்று மைக்கில் பாடுவது அரசியல் உலகில் பெருமையாக கருதினார்.

அவரது பதிமூன்றாம் வயதில் இந்தியா சுதந்திரம் அடைந்தது. தோழர் களுடன் பாரதி பாடல்களை முழங்கி கொண்டாடினார். அப்போது மாகாண கமிட்டி ஆபிஸில், ரிஸப்ஷனிஸ்டாக பதவி உயர்வு பெற்று

ஆங்கிலத்தையும் கற்றார். அப்போதே மோகன் குமாரமங்கலம், எஸ்.வி. காட்டே, டாங்கே, இ.எம்.எஸ், ஏ.கே. கோபாலன், கல்பனாதத், அஜாய் கோஷ், ஜோதி பாஸூம், பாலதண்டாயுதம், எஸ். ராம கிருஷ்ணன், ரொமேஷ் சந்திரா, கே.ஆர். கணேஷ் போன்ற தோழர் களோடு தோழமைக் கொண்டார்.

அக்காலத்தில் சுதந்திரத்துக்கு பிறகே திருமணம் செய்து கொள்வது என முடிவெடுத்த தோழர்கள் ஜீவானந்தம் - பத்மாவதி, சர்மா - தங்கம் முதலியோரின் திருமணமும் நடந்தது. இதைப் பற்றி விமர்சனங்களும் விவாதங்களும் தோழர்கள் மத்தியிலும் நடைபெற்றதும் உண்டு.

நாம் வெறும் தேசிய மயக்கத்தில் ஆழ்ந்து விட்டோம் என்று விவாதமும் எழுந்தது.

'எப்படி வர்க்க மோதல் நிகழாமல், உள்நாட்டு யுத்தம் நிகழாமல் சோஷலிசம் ஏற்பட முடியும்? என்ற கேள்வியும் கேட்டனர் சிலர். சுதந்திரம் வந்து விட்டது. ஏழைகளுக்கு ஒடுக்கப்பட்டவர்களுக்கு, உழைப்பாளி களுக்கு சமநீதி எங்கே? அது இல்லாவிட்டால் இதென்ன சுதந்திரம்? இந்தச் சுதந்திரம் யாருக்கு?' என்றும் சிலர் குரல் எழுப்பினர்.

சுதந்திரம் கிடைத்து இவ்வாறான விவாதங்கள் நடைபெற்ற வேலையில் காந்தி சுட்டுக் கொல்லப்பட்டார். நாடெங்கும் பதட்டம் நிலவியது. 'காந்திஜியை சுட்டுக் கொன்றவர் ஒரு பைத்தியக்காரன்' என்று நேருவின் பேச்சு அவருக்கு அவர விவேகத்தையும் விசால நெஞ்சையும் பாராட்டியது.

நேருவின் இடதுசாரிக் கொள்கைகளையும், சோஷலிஸ ஆதரவு கருத்துகளையும், மதச் சார்பற்ற போக்கினையும் எதிர்த்து அவரது தகர்ப்பதற்காக காங்கிரசுக்கு வெளியேயும், காங்கிரசுக்கு உள்ளேயும், இந்தியாவிலும் இந்தியாவுக்கு வெளியிலிருந்தும் ஒரு பெரிய சதியும், சக்தியும் உருவாகி வருவதையும் அதன் விளைவாகவே முதலடியாகக் காந்திஜி கொல்லப்பட்டார் என்றும் தோழர்கள் அவருக்கு விளக்கினர்.

இத்தகையப் போக்கைக் கண்டித்து, 'நேரு சர்க்காரை காப்பாற்ற வேண்டும்' என்று பி.ஸி. ஜோஷி எழுதினார்.

'நேரு சர்க்காருக்கு ஆபத்து' என்ற புத்தகம் கம்யூனிஸ்ட் கட்சி வெளியிட்டது. மேலும் நேரு சர்க்காரைக் காப்பாற்றுவோம் என்பதே கம்யூனிஸ்ட் கட்சியின் பிரதான கோஷமாய் விளங்கியது.

அப்போது காங்கிரஸுக்கு எதிராக இயங்கிய ஒரு கட்சி திராவிடக் கழகம்தான். சுதந்திரத் தினத்தை துக்க தினமாக கொண்டாட வேண்டும் என அதன் மூலவர் பெரியார் முழங்கினார். 'திராவிட நாடு பிரிவினைதான் நம்முடைய உண்மையான சுதந்திரம்' என எழுதினார்.

இதற்கு எதிராக ஜனசக்தியில் 'யாருக்கு வக்காலத்து' என்று கம்யூனிஸ்ட் தோழர்கள் எழுதிய கட்டுரைகளை ஆர்வமாகப் படித்தார். திராவிடர் கழகம் என்பது, வெள்ளைக்காரனுக்கு வால் பிடித்த ஜஸ்டிஸ் கட்சி, மக்களால் வெறுத்து ஒதுக்கப்பட்ட தன் விளைவாக அதிலிருந்து முளைத்த கட்சி என்று தோழர்கள் அவருக்கு விளக்கினார்கள்.

நேரு ஆதரவுக் கொள்கையும், திராவிடர் கழக எதிர்ப்பு மனோ பாவமும் ஒரே சமயத்தில் அவரிடத்தில் குடி கொண்டன. அப்போது கட்சியின் மாத இதமான 'ஜனநாயக'த்தில் ஜீவானந்தம் 'ஈரோட்டுப் பாதை' என்ற தலைப்பில் எழுதிய கட்டுரை அவருள் பிரிவினை எதிர்ப்பு உணர்ச்சியை மேலும் வளர்த்தது.

காந்திஜி மறைவுக்குப்பின் பிப்ரவரி 4ல் கம்யூனிஸ்ட் கட்சியின் அகில இந்திய மாநாடு கல்கத்தாவில் கூடியது. அம்மாநாட்டில் காங்கிரஸ் மீது நிலப்புரத்துவ - பூர்ஸுவா - ஏகாதிபத்திய ஆதரவு கட்சி என்றும் அமெரிக்க ஏகாதிபத்தியத்துக்கு வால் பிடிக்கிறது என்றும், 'நேரு சர்க்கார் ஒழிக!' என்ற கோஷமிட்டும், நேரு சர்க்காரை கவிழ்ப்போம் என்றும் கட்சி தீர்மானம் இயற்றியது. 'நேரு சர்க்காரைக் காப்பாற்றுவேன்' என்ற ஆயிரக்கணக்கான அச்சிடப்பட்ட விநியோகிக்கப்பட்ட பிரதிகள் அழிக்கப்பட்டன. நக்ஸலைட் இயக்கம் மாதிரி தோற்றம் கண்டது. பி. டி. ரணதிவே கம்யூனிஸ்ட் கட்சியின் பொதுச் செயலாளர் ஆனார்.

காங்கிரஸ் பிரதிநிதிகளாகச் சென்ற தோழர்கள் அத்தனை பேரும் அங்கேயே உருவமும் உள்ளமும் மாறி புரட்சிக்காரர்கள் ஆயினர். ஆயுதம் ஏந்தினர்; மாறுவேடங்கள் பூண்டனர்; ஆயுதம் ஏந்தினர்; தலைமறைவா யினர். நாளுக்கு நாள் நிலைமை மோசமாகி கட்சியின் நிதிகள் புரட்சிகர நடவடிக்கைகளுக்கு செலவிடப்பட்டன. கம்யூனிஸ்ட் கட்சி தடை செய்யப்பட்டது. தலைவர்கள் தலைமறைவாயினர். சில மாதங்கள் அண்டர்கிரவுண்டில் செயல்பட்டது.

பதினான்கே வயதான ஜெயகாந்தனை எப்படிப் பயன்படுத்திக் கொள்வது கம்யூனில் சிக்கல் ஏற்பட்டது. தலைமறைவான தோழர்களின் 'குரியர்' ஆக விரும்பினாலும் அவர்கள் அதற்கு இடம் தரவில்லை. மீண்டும்

ஊர் ஊராகத் திரிந்து பல்வேறு தொழில் செய்தார். அப்போதே தமிழகத்தில் திராவிடக் கழகத்திலிருந்து விலகி தி.மு.க. தோன்றியது.

திராவிட நாடு, தமிழ், தமிழர், பார்ப்பன எதிர்ப்பு, இந்தி எதிர்ப்பு, அரை வேக்காடு ஸூடோ சோசலிசவாதம் வறுமை வர்ணனை, காங்கிரஸ் எதிர்ப்பு, வடவர் - தென்னவர் பேதம் வேதம் சினிமா நாடக மோகம் போன்றவற்றை நம்பி இயக்கம் நடத்திய தி.மு.க.வினரின் பொதுக் கூட்டங்களுக்கு கும்பல் அதிகம் சேர்ந்தது.

தி.மு.க.வினர் தி.க.விலிருந்து பிரியும்போது 'நாங்கள் இரட்டைக் குழல் துப்பாக்கிகள்' என்று சொல்லிக் கொண்டபோதிலும் மக்களை பெரியாரைப் போலவோ, தி.க.வினரைப் போலவோ வரட்டுத்தனமாக இல்லாமல் நெளிவு சுளிவு தெரிந்தவர்களாகவும் மக்களைக் கவருவது ஒன்றையே நோக்கமாகக் கொண்டு எந்த வேஷத்துக்கும் தயாரானவர் களாகவும் இருந்தனர். அப்போதுதான் அண்ணாதுரையின் 'வேலைக்காரி' படத்துக்கு பாட்டுப் புத்தகத்தை மதுரை சென்ட்ரல் தியேட்டரில் விற்றார். அப்படத்தை ரசிக்க முடியாவிட்டாலும் பிழைப்புக்கு அது நேர்ந்தது.

மேலும் தி.மு.க.வினரின் பிராமண எதிர்ப்பு, 'ஆரியர்களே வெளி யேறுங்கள்' என்று பேசுவதும் அவருக்கு உடன்பாடானதல்ல. கோயிலிலும் மதச் சடங்குகளிலும் பிராமணர்களுக்கு முதலிடம் தரப்படுவது அவற்றின் மீது நம்பிக்கைக் கொண்டவர்களின் பிரச்சனையே தவிர, பகுத்தறிவாளர் களுக்கும் நாத்திகர்களுக்கும் அதில் தலையிட அதிகாரம் இல்லை' என்ற கருத்தினைக் கொண்டிருந்தார்.

மேலும் காங்கிரஸ் இயக்கத்துக்குள்ளும் சிலர் காங்கிரஸை கலைத்து விடுவது குறித்து விவாதங்கள் எழுந்தாலும் நேருவின் வாசகம் அவரைச் சிந்திக்கத் தோன்றியது.

"நான் லட்சியங்களைப் பற்றி கவலைப்படவில்லை. வழிமுறைகளைப் பற்றியே அதிகம் கவலைப்படுகிறேன். உங்களது வழிமுறைகள் வக்கரித்துப் போனால் உங்களது லட்சியம் மட்டும் எப்படி உன்னதமாக இருக்க முடியும்."

"உங்களது லட்சியங்கள் சரியானவையாக இருந்தாலும் அதை அடைவதற்காக நீங்கள் தவறான முறைகளைக் கை கொள்வீர்களானால் அந்தச் சரியான லட்சியங்களே சீர்குலைந்து போகும் என்று பண்டித ஜவஹர்லால் நேருவின் வாசகம் கம்யூனிஸ்ட் கட்சிகளின் கருத்துக்குப் பதிலடியாக இருந்தது.

இந்த அடிப்படையிலேயே தலைமறைவான தோழர்களை சந்திக்கும் போதெல்லாம் இது குறித்து விவாதித்தார். அவர்கள், "நேரு ஒரு பக்கம் முற்போக்கு சிந்தனையாளராகவும் இன்னொரு பக்கம் காந்தியத்தால் குழப்பியடிக்கப்பட்ட உருவமாக இருக்கிறார்" என்று ஜெயகாந்தனிடம் விவாதித்தனர். அப்போது ஜெ.கே.யின் சிந்தையில் தோன்றியவை :

"அகிம்சையும் தர்மத்தையும் ஒழுக்கத்தையும் பற்றி மிக அதிகமாகக் கவலைப்படுகின்ற இந்தப் பெரிய மனிதர்களே பலாத்காரத்தின் அடிப்படையிலேயே நம்மை ஆளுகிறார்கள். ஒரு கவளம் சோற்றுக்காகத் திருடுகிறவர்களைக் கூட இவர்கள் தண்டிக்கிறார்கள். இவர்களது தர்மங்களும் ஒழுக்கங்களும் ஒரு மனிதனைக் கூட மன்னித்ததில்லை. அதிகமாகத் திருடியவன் கௌரவிக்கப்படுகிறான். இந்தச் சமுதாயத்தின் அடிப்படையே சுரண்டல் முறை. ஒருவனை மற்றொருவன் சுரண்டாமல் இங்கே சமூக வாழ்க்கை இல்லை. அடிமைத்தனமென்பதும் சுரண்டல் என்பதும் இந்த நவீன சமுதாயத்தின் சகல மட்டத்திலும் ஆதிக்கம் செலுத்துகிறது" என்று வாசகம் இன்றளவும் நமது அரசியலில் நிகழ்கிறது என்பது யோசிக்கத்தக்கது.

"தர்மம் அல்ல ; அதர்மமே ஒவ்வொரு வீட்டிலிருந்து ஆரம்பமாகிறது. பெண் மக்களை ஆண்களும், பிள்ளைகளை பெற்றோரும், பெற்றோரைப் பிள்ளைகளும் பரஸ்பரம் சுரண்டுவதிலேயேதான் இந்தச் சமுதாய வாழ்க்கையே உருவாகி இருக்கிறது. இந்தச் சுரண்டல் சமுதாயத்தை காப்பாற்றுவதற்காகவே மதம், தர்மங்கள், ஒழுக்கங்கள் போன்ற பெரிய பெரிய மாயைகள் எழுப்பப்படுகின்றன" என்ற ஜெ.கே.யின் வாசகங்கள் இன்றளவும் நிலைத்து நீடித்து வருவதை நாம் காண்கிறோம்.

இந்தியா குடியரசு ஆயிற்று. அதே ஆண்டில் சர்தார் பட்டேல காலமானார். அவர் இறப்பு செய்தி கேட்டு கம்யூனிஸ்டுகள் இனிப்பு வெட்டி கொண்டாடினர். அந்த அளவுக்கு கம்யூனிஸ்டுகளை நிர்மூல மாக்குவதில் படேல் முனைந்திருந்தார்.

சில மாதங்களுக்கெல்லாம் கம்யூனிஸ்ட் கட்சி மீதிருந்த தடை நீக்கப் பட்டது. சிறையிலிருந்தவர்கள் விடுதலைச் செய்யப்பட்டனர். வெளியில் வந்த கம்யூனிஸ்டுகளை மக்கள் அனுதாபமாகப் பார்த்தனர். தடை நீக்கப்பட்ட செய்தி கேட்டவுடன் செருப்புக் கடையில் வேலை செய்து கொண்டிருந்த ஜெ.கே. மகிழ்ச்சி அடைந்தார். தஞ்சை வந்திருந்த மோகன் குமாரமங்கலம் கூட்டத்தில் பேச வந்தார். அவரைச் சந்தித்தார். அடையாளம் காண முடியாத அவர், அவரது உதவியாளர் கண்டு

கொண்டார். விரைவில் 'ஜனசக்தி' ஆரம்பிக்க உள்ளது. கமிட்டியில் தொடர்பு கொண்டு இணைய அந்தத் தோழர் கூறினார். முதலில் அடையாளம் காண முடியமல் தோழர்கள் பின்னர் அவரை அடையாளம் கண்டு, 'அடேய் எவ்வளவு பெரியவனாய் வளர்ந்து விட்டாய்' என ஆச்சர்யத்தோடு பார்த்து எஸ். ராமகிருஷ்ணன். உடனே சென்னைக்கு வரச் சொல்லி அழைத்தார். மீண்டும் கம்யூனிஸ்ட் கம்யூனில் அங்கமானார்.

ஜெயகாந்தன் கம்யூனிஸ்ட்டில் இணைந்து பணியாற்றினாலும் கம்யூனிஸ்டுகள், காங்கிரஸ் ஆட்சியை ஒழித்துக் கட்டி ஜனநாயக ஐக்கிய முன்னணியை ஆட்சிக்கு கொண்டு வர வேண்டுமென்று பாடுபட்டார்கள். ஜனநாயகத்துக்கு விரோதமான கட்சி என்று ஒதுக்கி வைத்தார்கள். கம்யூனிஸ்ட் கட்சியை தடை செய்ததற்கும் அதன்மீது அடக்குமுறையை ஏவி விட்டதற்கும் அந்த காங்கிரஸ் கட்சியைக் கம்யூனிஸ்ட் கட்சி பகைத்ததும் எதிர்த்ததும் இயல்புதான் என்று நினைத்தார். ஆயினும் இதனை தன்னளவில் அதனை ஏற்றுக் கொள்ள மறுத்தார். அது குறித்து குறிப்பிடுகையில்,

"இந்திய அரசியல் சட்டம் உருவான பிறகும், இந்தியா ஒரு குடியரசான பிறகும் - சர்தார் வல்லபாய் பட்டேலினால் அழித்தும் ஒழித்தும் அடக்கவும் பட்ட கம்யூனிஸ்ட் கட்சியின் மீதிருந்த தடை நீங்கிய பிறகும், கம்யூனிஸ்ட்டுகளையும் தேர்தலில் பங்கெடுத்துக் கொள்ள அனுமதித்துச் சிறைக் கதவுகளை திறந்து விட்ட பிறகும், இந்த ஜனநாயகத்தை உருவாக்கிய காங்கிரஸ் கட்சியை, அதன் தலைமையை, மக்கள் விரோத கட்சி என்றும், ஜனநாயக பகைவர்கள் என்றும் விமர்சிப்பது எனக்கு சரி என்று படவில்லை.

அதே சமயத்தில் காங்கிரஸ் கட்சியைப் பதவியிலிருந்து அகற்ற வேண்டுவது, அதற்காகப் போராடுவது கம்யூனிஸ்ட் கட்சியின் கடமைகளில் ஒன்று என்பதை என் மனம் ஒப்புக் கொண்டது. ஆனால், அதற்குச் சொல்லப்பட்ட காரணங்கள் மிக மிகத் தவறென்று பின்னால் புரிந்தது. காங்கிரசு எதிர்ப்பதற்காகவும் அழிப்பதற்காகவும் எல்லா சுயநலமிகளோடும் சந்தர்ப்பவாதிகளோடும் வகுப்புவாதிகளோடும் கைகோர்த்து கொள்கிற காரியம் எங்களில் பலருக்கு உடன்பாடு இல்லை.

இந்தக் கூட்டணி அரசியலை ஆரம்பித்து வைத்தது கம்யூனிஸ்ட் கட்சிதான்" என்று குறிப்பிடுகிறார்.

மறுபடியும் முழுநேர ஊழியராக இணைந்து மாகாண கமிட்டியில் செயல்பட்டு அவர்களின் மெஜாரிட்டியுடன் கொள்கை பூர்வமாகப் புரிந்து கொண்டு உறுதியாகச் செயல்பட்டாலும் பெரியாரையும், தினத்தந்தி ஆசிரியர் ஆதித்தன் அவர்களையும் பெரிய ஜனநாயக தலைவர்களாகப் புகழ்ந்து பேசிய ஜீவானந்தம், ஏ.எஸ்.கே. ஐயங்கார் முதலியவர்களின் பேச்சு அவருக்கு அருவருப்பைத் தந்தன. ஆயினும் உட்கட்சி அரசியல் விவாதங்களில் மிகவும் தீவிரமாக ஈடுபட்டார்.

ஆயினும், தி.மு.க. கம்யூனிஸ்ட் கூட்டணிக்கு கரம் நீட்டினாலும் அவர்களின் நிபந்தனைக்கு கட்சி உடன்பட மறுத்துவிட்டது. தேர்தலில் ஐக்கிய முன்னணி கணிசமான இடத்தில் வெற்றி பெறும் என்ற நம்பிக்கையுடன் இருந்தனர்.

ஆனால், கவர்னர் ஜெனரலாக இருந்து ஓய்வு பெற்ற ராஜாஜி மீண்டும் அரசியல் களத்தில் புகுந்தார். ஐக்கிய முன்னணி பலம் காங்கிரஸ் கட்சியால் மிக சாமர்த்தியமாக சமாளிக்கப்பட்டது. ஐக்கிய முன்னணியில் நின்று வெற்றி பெற்ற திரு. மாணிக்கவேல் காங்கிரஸுக்கு தாவி மந்திரி சபையில் அமைச்சரானார். இத்தகைய கட்சித்தாவல் இந்தியாவிலேயே தமிழகத்தில் நிகழ்ந்தது, தமிழகம் காட்டிய "அழகிய வழி" இதுதான் என்றும் குறிப்பிடுகிறார்.

இத்தகைய போக்குகள் பிடிக்காமல் என்றும் விவாதங்களிலும் ஆலோசனைகளிலும் கமிட்டி உறுப்பினராக இருந்து செயல்பட்டார்.

இந்த நடைமுறை அரசியலிலிருந்து ஒதுங்கி ஒரு கம்யூனிஸ்ட் ஆகத் தொடர்ந்து செயல்பட முடியும் - என்ற நண்பர்களின் யோசனையின் வெளிச்சம் அவரிடம் தோன்றியது.

தொடர்ந்து ஜெ.கே.யின் அரசியல் பார்வைகள் கட்சிக்குள் விவாதங்கள் தொடர்ந்தன. இதனால் கம்யூனில் இருந்தும், முழு நேர ஊழியர் பதவியிலிருந்து விலகி பகுதி நேர ஊழியராக தொடர முடிவு செய்தார்; தொடர்ந்தார்.

சுதந்திரத்துக்குப் பின் இந்தியாவின் வளர்ச்சிக்கு அந்நிய முதலீடுகள் குவிய, இதனை கம்யூனிஸ்ட் கட்சி அமெரிக்காவின் வெளிநாட்டு கொள்கைகளை தழுவியதை கடுமையாக விமர்சித்தது. சுதேசி பொருளாதாரத்தை உருவாக்க வேண்டு மென்பதில் முனைப்பு காட்ட வேண்டும் என்று வலியுறுத்தியது. இதனின் விளைவாய் 'அந்நிய மூலதனத்தை பறிமுதல் செய்', 'இந்திய கம்யூனிஸ்ட் கட்சி வாழ்க', 'புரட்சி

ஓங்குக' என்றெல்லாம் சென்னை பி. அண்டலி மில்லின் சுவர்களில் எழுதினார்.

அதே போல் அணு ஆயுத ரகசியங்களை சோவியத் யூனியனுக்கு தகவல் தந்ததாக குற்றம் சாட்டி அமெரிக்கா, ரோஸன்பர்க் தம்பதிக்கு மரண தண்டனை விதித்தது. இதனை எதிர்த்து நடத்திய போராட்டத்தில் ஜெ.கே. முன்னிலை வகித்து கையெழுத்து இயக்கப் போராட்டம். ஆர்ப்பாட்டத் தில் பங்கேற்று, அது கலவரமாக முடிய, 'இந்தக் குருட்டுத்தனம் எந்தக் கோயிலையும் இடிக்கும். இந்த வெறிக்கு விவஸ்தையே கிடையாது, இது வெறும் கும்பல். இது அழிக்கும்; அழியும்; எதையும் ஆக்காது இதனோடு சேருவது தனிமனிதச் சீரழிவு, கோஷம் போடுதல், போராட்டம் என்ற பெயரால் தெருக் கலவரம் செய்தல்' இதெல்லாம் சுயமரியாதை இல்லாதவர்கள் செய்கின்ற வேலை என்று அவருக்கு சிந்தையில் தோன்றியது.

இந்தக் கலவரத்துக்கு தானே காரணம் என்று கமிட்டித் தோழரால் ''கட்சியின் அனுமதியின்றி இப்படி ஒரு கலவரத்தை நீ ஆரம்பித்து வைக்கலாமா?'' என விசாரிக்க, அதற்கு அவர், 'எனக்குத் தானே கட்சி அனுமதிக்க வேண்டும். அங்கே கல்லால் அடித்தவர்கள் அனைவரும் கட்சி அங்கத்தினர் அல்லவே?

இது குறித்து அவர் குறிப்பிடுகையில் :

''அந்தக் கல்லெறி நிகழ்ச்சி எனும் அரசியல் வாழ்க்கையில் நிகழ்ந்த ஓர் அவலம் என்றே நான் கருதினேன். அதற்கு முன்போ பின்போ அப்படிப் பட்ட ஒரு காரியத்தில் நான் இறங்கியதும் இல்லை; அதற்கு உடன்பட்டது மில்லை'' என்று ஒதுங்கினாலும் கருத்தொற்றுமை மிகுந்த தோழர்களை சந்திப்பதும் உரையாடுவதும் மட்டுமே அரசியல் பணியாகக் கொண்டார்.

ஓராண்டு காலம் அரசியல் தொடர்புகளை அறவே துறந்து, சொந்த வாழ்க்கையின் நிர்பந்தங்களினால் இலக்கியத்தில் ஈடுபாடு கொண்டு சிறுகதைகள் படைத்தார். அங்கேயும் அவர் எதிரில் திராவிட முன்னேற்றக் கழகத்தின் அரசியல் வர்க்கத் தன்மை பற்றியும் அவர்களின் சமுதாய இடம் பற்றியும் அரசியலில் ஈடுபாடு கொண்டிருந்தாலும் இல்லாவிட்டாலும் எப்போதுமே தி.க., தி.மு.க.வில் நிரந்தர பகைவனாக இருந்து தோழர் இஸ்மத் பாட்ஷாவோடு 'சமரன்' இதழில் தொடர்ந்து பணி செய்தார்.

அதேசமயம் கம்யூனிஸ்ட் கட்சியும் சமரனுக்கும் ஜனசக்திக்கும் ஒட்டும் இல்லை உறவும் இல்லை என்றும் அறிவித்தது. சில காலம் உதவி

ஆசிரியராக சமரனில் பணியாற்றினார். ஆயினும் நீடிக்கவில்லை. பிறகு அரசியலை முற்றாகத் துறந்து 'சரஸ்வதி' இதழில் கதைக் களம் கண்டார். ஆயினும் தி.மு.க. எதிர்ப்பு உணர்ச்சி அவரிடத்தில் மேலோங்கியே இருந்தது.

இக்காலக்கட்டத்தில் தான் நிறைய சிறுகதைகள் படைத்தார். அவரது எழுத்துகளுக்கு ஒருபுறம் கண்டணங்களுக்கும் மறுதலிப்புகளுக்கும் இரையானாலும் வாசகர் தளம் விரிவடைந்தே இருந்தது. அவரது எழுத்துக் களில் மனிதாபிமானம் நிறைந்திருப்பதாக தீவிர வாசகப் பெருமக்களாலும் கம்யூனிஸ்ட், காங்கிரஸ் அனைவராலும் வரவேற்கப்பட்டது.

கம்யூனிஸ்ட் இயக்கத்தில் இலக்கிய நாட்டம் கொண்டவராக ஒரு கம்யூனிஸ்டின் பார்வையிலிருந்து வழிகாட்டக் கூடியவராக ஜீவானந்தம் திகழ்ந்தார். அவர் கம்யூனிஸ்ட் கட்சியோடு ஏதோ ஒரு வகையில் சம்பந்தப் பட்டு, எங்கெங்கோ தனித்து இயங்குகிற இலக்கியவாதிகளையும், கலைஞர் களையும் ஒன்றிணைத்து "தமிழ்நாடு கலை இலக்கிய பெரு மன்றம்" என்ற அமைப்பினை உருவாக்கி அதன் கிளைகள் தமிழ் நாடெங்கும் உருவாக்கி ஜெ.கே. அதன் செயற்குழுவில் ஒருவராகவும், பின்னர் செயலராக, தலைவராகவும் செயலாற்றினார்.

இதனூடே தமிழகத்தில் தி.மு.க.வின் வளர்ச்சி விரிவடைந்து பதினைந்து பேராகத் தொடங்கி ஆட்சிக் கட்டிலில் அமர வழி வகுத்தது. இதற்கு கம்யூனிஸ்ட் கட்சியும் துணை போனது. இதற்கு எதிராக காங்கிரஸ் பேரியக்கத்துக்கு ஆதரவாக செயல்பட்டு வந்தார்.

காங்கிரஸ் கட்சிக்கு அதிகாரம் இருந்தும் அது நாளுக்கு நாள் நிராதர வாகிக் கொண்டிருந்தது. எல்லா மக்களுக்கும் எல்லாக் கட்சிகளுக்கும் காங்கிரஸ் மீது கொண்ட விரோதத்தால் எவ்வளவு பெரிய ஆபத்தை கண்டும் காணாமல் இருக்கிறார்கள் என்று அவரது ஒத்தக் கருத்துடைய நண்பர்களைக் கண்டு அவரது எண்ணங்களை பகிர்ந்து கொள்வதைத் தவிர வேறு வழி ஏதும் தெரியவில்லை அவருக்கு.

இந்நிலையில் தி.மு.கழகத்தினிடையே பிரிவுகள் தோன்றியது. தி.மு.கழகத்தின் அப்போதைய முன்னணி தலைவர்களாகிய ஈ.வி.கே. சம்பவம், கவிஞர் கண்ணதாசனும் தி.மு.க.வைக் கடுமையாக விமர்ச்சித் தனர். அவர்கள் ஓரிரு நடிகர்களின் ஆதிக்கம் கழகத்துள் மேலோங்கி வருவதையும் ஒரு கட்டுக்குள் கொண்டு வர வேண்டும் என்று இவர்கள் போராடுவதாகவும் பேசிக் கொண்டார்கள். இதன் விளைவு அவர்கள் தி.மு.க. விலிருந்து நீங்கப்பட்டார்கள்; (அ) வெளியேறினார்கள்.

அவர்கள் "தமிழ் தேசியக் கட்சி" என இயக்கம் கண்டனர். மெல்ல மெல்ல அவர்கள் காங்கிரஸ் ஆதரவு நிலை எடுத்தனர்.

இந்நிலையில் பாலதண்டாயுதம் சிறையிலிருந்து விடுவிக்கப்பட்டார். அவருக்கு உற்சாக வரவேற்பு அளிக்கப்பட்டது. ஜெ.கே.வும் அவரைச் சந்தித்து நட்பினை வளர்த்துக் கொண்டார். அவரது சிங்க வடிவ கர்ஜனைப் பேச்சை கூட்டத்தில் ஒருவனாய் நின்று கேட்டு, 'இவன்தான் இனி நமக்குத் தலைவன்' என்று பூரித்த நெஞ்சோடு கேட்டுக் கொண்டிருந்தார். மீண்டும் கம்யூனிஸ்ட் இயக்கத்தில் இணைந்து பாலனோடு தி.மு.கழகம் என்கிற விஷ விருட்சத்தைப் பிளக்க, சாய்க்க இதோ ஒரு பெருவீரன் வந்திருக்கிறான், இத்தனை நாள் அரசியல் ஒழுக்கத்துக்காக வருந்தி மீண்டும் கம்யூனிஸ்ட் கட்சியின் அங்கத்தினர் ஆனார். ஆனாலும் முழுநேர ஊழியனாக விரும்பவில்லை. பாலனும் ஜெ.கே.யிடம், 'உனது இலக்கியத் துறையில் நீ செய்கிற பணியை தொடர்ந்து ஆற்றுவதற்குக் குந்தகமில்லாத வகையில் அரசியலில் ஈடுபடுவது நல்லதுதான்' என்று அறிவுறுத்தினர்; பாலதண்டாயுதம் கலந்து கொள்ளும் கூட்டங்களில் பங்கேற்று தி.மு.க.வுக்கு எதிராக மண்டயடி தாக்குதலாக ஈடுபட்டார். அவரது இறுதி காலம் வரை இவர்களின் நட்பு தோழமை நீடித்தது.

அப்போது அவரது கதைகளை விரும்பிப் படிக்கிற, பாராட்டுகிற வாசகர்கள் எல்லா கட்சிகளிலும் இருந்தார்கள். அரசியலில் நாட்டமில்லாத, அவரது எழுத்தின் மீது மட்டும் வாசகர்கள் பெருகினர். அவர்களில் பலர் அவரது அரசியல் கருத்துகளினாலும் ஈர்க்கப்பட்டனர்.

ஆயினும் அவரது காங்கிரஸ் ஆதரவு போக்கு காங்கிரசுக்கு வால் பிடிக்கும் போக்கு பாலதண்டாயுதத்தின் விடுதலைக்குப் பின் எடுத்து விட்டதாக தோழர்களால் பரவலாகப் பேசப்பட்டது. இத்தகைய பகைமை வளர்ப்பது, பொய்யாய் பழி சுமத்துவது எல்லாம் தி.மு. கழக பண்பாடு. அதுதான் பாசிசப் பண்பு. இது கம்யூனிஸ்ட் கட்சியில் தலைகாட்டியது.

அப்போதுதான் சீனா இந்தியா மீது படையெடுத்தது. சீன ஆக்ரமிப்பை கண்டித்து தீர்மானம் நிறைவேற்றி தேசப் பாதகாப்புப் பணியில் கம்யூனிஸ்டுகள் எல்லோருக்கும் முதலாக இறங்கி களப்பணி ஆற்றினர். ஆனாலும் சீனாவுக்கு ஆதரவான போக்குடையோர் கம்யூனிஸ்ட் கட்சியில் பெரிய தலைவர்களும் சாதாரண தொண்டர்களாகவும் கூட இருந்தார்கள்.

இந்த நெருக்கடி நிலையை பயன்படுத்திக் கொண்டு எந்த அரசியல் கட்சியாலும் அசைக்க முடியாத அளவுக்கு மக்களின் பேராதரவைப் பெற்றிருந்த நேருவை வீழ்த்தி விட வேண்டும் என்ற எழுந்த அரசியல்

அணியில் தி.மு.க. இருந்தது. அந்த நெருக்கடியை பயன்படுத்திக் கொண்டு நேரு ஒரு சர்வாதிகாரியாகவே மாறியிருக்கலாம். நேரு அடிப்படையில் ஓர் ஜனநாயகவாதி என்பதால் அவ்விதம் செய்யாதது மட்டுமல்ல அரசாங்கம் அப்படிச் செய்ய நேர்ந்திருக்கிறது குறித்து மிகவும் வருந்தியும் இருந்தார்.

ஆனால் பக்தவத்சலம், 'சீன ஆதரவாளர்கள்' என முத்திரைக் குத்தி அப்போதைய ''சமரன்'' பத்திரிகை ஆசிரியர் விஜயபாஸ்கரனையும் தோழர்களையும் சிறையில் அடைத்தார். இத்தகையப் போக்கைக் கண்டித்து தோழர் பாலதண்டாயுதம் காமராஜ் வீட்டுக்குப் போனார். ஜெயகாந்தனையும் அழைத்துச் சென்றார். இதுவே காமராஜருடனான அவரது முதல் சந்திப்பு.

அப்போது காமராஜ் காங்கிரஸ் கட்சிக்குள் புத்தெழுச்சியை மேற்கொள்ள முதல்வர் பதவியிலிருந்து விலகி 'காமராஜர் பிளான்' என்ற திட்டத்தின் அடிப்படையில் பதவிகளை துறந்து அதே போன்ற இந்தியா முழுவதிலும் பலரைத் துறக்கவும் செய்து காங்கிரஸின்அந்த நாகரிகத்துக்கு பெருமைப் பாராட்டினார்.

காமராஜரின் அந்நோன்யமாக வரவேற்ற விதம் ஜெ.கே.யை கவர்ந்தது. பாலன், சிறையிலிருக்கும் இரண்டாயிரத்துக்கும் மேற்பட்ட கம்யூனிஸ்டு கள் விஷயமாகப் பேசினார். பொறுமைாக கேட்ட காமராஜ், 'என்னத்தச் செய்யச் சொல்றீங்க, சென்ட்ரல் போலீஸ் இல்லே பண்றான்! நேரு கூட, இந்தத் தடவை நான் டெல்லிக்குப் போன உடனே, தமிழ்நாட்டிலே மட்டும் அதிகமான பேரைப் புடிச்சு ஜெயில்லே வெச்சிருங்களேன் - ஏன்? என்று கேட்டார். It is too much, It is too much னு நேரு வருத்தப்பட்டார்' என்பதைத் தெரிவித்தார்.

நீண்ட நேரம் இது குறித்து விவாதித்தனர். அவர்களது உரையாடலில் அவரது பெருந்தன்மையையும் தன்னடக்கத்தையும் அந்த முதல் சந்திப்பிலேயே உணர்ந்தனர்.

இந்நிலையில் பி. ராமமூர்த்தி தலைமறைவானார். அப்போது ஜனசக்தியில் தோழர் ஜீவா, ஓர் அறிக்கை வெளியிட்டார். அதில் அவர் 'எங்கிருந்தாலும் உடனடியாக பகிரங்கமாக வெளிவர வேண்டும். இந்த அவரது செயலுக்கும் கட்சிக்கும் ஒட்டுமில்லை உறவுமில்லை என வெளியிட்டார். இந்த அறிக்கையை கட்சியில் பல பேர் விமர்சித்தனர். ஆனால் ஜெ.கே. இந்த அறிக்கையை ஆதரித்துப் பேசினார். அதே சமயத்தில் தோழர் ஏ.கே. கோபாலனும், 'சீனா ஒரு சோசலிச நாடு, ஒரு சோசலிஸ்ட் நாடு இன்னொரு நாட்டை ஆக்ரமிக்காது' என்ற அறிக்கை விடுத்தார்.

அதற்கு ஜெ.கே. "தோழர் ஏ.கே.ஜி-யின் அறிக்கையும், தோழர் பி.ஆரின் செயலும் கம்யூனிஸ்ட் கட்சியின் எல்லா கூட்டங்களிலும் சீன ஆதரவு கோஷ்டியினர் இருப்பதற்கு அடையாளம்'' என்று சொன்னதும் சில தோழர்கள் எழுந்து உள்கட்சி விவகாரங்களைப் பேச வேண்டாம் எனத் தடுத்தனர்.

தோழர் ஜீவா, ஜெ.கே. கருத்தை ஆதரித்தாலும், "இங்கே சீன ஆதர வாளர்கள் இருக்கிறார்கள் என்று பேசுவது கட்சிக்குச் செய்கிற துரோகச் செயலாகாதா? கட்சிக் கொள்கைக்கு எதிராக இருந்தாலும் சரி, ஆதரவாளர்களாக இருந்தாலும் சரி, கட்சிக் கட்டுப்பாட்டை மீறுகிற போக்கை யாரிடத்திலும் நான் அனுமதிக்க முடியாது" என்றெல்லாம் அவர் சொன்ன வார்த்தைகள் ஜெ.கே.யை சிந்திக்க வைத்தன.

இதற்கு பதிலளிக்கும் விதமாக ஜெ.கே. அவரிடத்தில் ''எனக்குச் சரியென்று பட்டதை நான் எப்படி பேசாமல் இருப்பது, அப்படி நான் பேசுவது கட்சியின் கட்டுப்பாட்டைக் குலைக்கும் என்றால் நான் சுயக் கட்டுப்பாட்டுடன் கட்சிப் பணியிலிருந்து ஒதுங்கியிருக்கத்தான் வேண்டும். ஆனால் ஒன்று சொல்லுகிறேன், கம்யூனிஸ்ட் கட்சிக்குள் சீன ஆதரவு போக்கு என்பது இன்று ஓர் உண்மை. இதை மறைக்கவோ, பாதுகாக்கவோ முடியாது. இந்தக் கட்சி, இரண்டாக பிரிவது நிச்சயம். இதை நாம் எல்லோரும் உணர்ந்திருக்கிறோம். அப்படி இந்தக் கட்சி உடையாமலிருக்க நீங்கள் ஆசைப்படுகிறீர்கள் என்று எனக்குப் புரிகிறது. ஆனால் இது உடையும் அதன்பிறகு நான் சொல்லப்போவது சரியென்றால் அதை ஏன் நான் இப்போதே சொல்லக் கூடாது" என்று பதிலுரைத்தார் ஜெ.கே.

அங்ஙனமே ஆயிற்று. கட்சி வலது, இடது என்று பிரிந்தது. சில நாட்களில் தோழர் ஜீவா மரணமடைந்தார். இந்தச் செய்தி வந்தபோது ஜெ.கே. "மரணத்தை விடவும் கொடுமை மரணத்துக்காக புலம்புவது" அவரது மரணம் குறித்து 24.01.1963 அன்று ஒரு நீண்ட டையரி குறிப்பு எழுதியிருக்கிறார். அது அனைவரும் வாசிக்கத் தக்கது.

அக்காலத்தில் தி.மு.க. வளர்ந்தோங்கி சென்னை மாநகராட்சி கோட்டையாக கருதப்பட்டது. சமூக வாழ்க்கையில் எவ்வித நல்லொழுக்கத்தையும் இல்லாத, வெறும் சாதுரியத்தினால் சமூகத்தைச் சுரண்டும் மிகச் சாமான்யமான மனிதர்கள் எல்லாத் தரத்திலிருந்தும் தி.மு.கழகத்தை சேர்ந்தடைந்திருந்தார்கள். சில நல்ல மனிதர்களும் இருந்தார்கள். இப்போதும் கூட இருக்கிறார்கள். ஆயினும் அந்த நல்லவர் கள் எப்போதுமே அசடுகள்தான். அந்த நல்லியல்புகள் ஒரு பலகீனமே.

கார்ப்பரேஷனில் தி.மு.க. ஆளுங்கட்சியாக இருந்தாலும் தமிழகத்தில் எதிர் கட்சியாகவே இருந்தது. அவர்கள் காலத்திலேயே ஊழல் மலிந்து பெருகி ஆறாக ஓடியது. இதனை எதிர்க்கும் துணிவு காங்கிரஸ் கட்சிக்கு இல்லை. சிலர் இதற்கு உடன்பட்டும் இருந்தனர்.

இப்படி கார்ப்பரேஷனில் சுகாதார பணிக்காக லாரிகள் வாங்குகிற ஒரு பேரத்தில் நடந்த ஊழலை எதிர்த்து ஓர் ஆர்ப்பாட்டத்தை நடத்துவதற்காக நகரிலுள்ள எதிர்க்கட்சிகள் ஒன்றிணைந்தன.

அந்த ஆர்ப்பாட்டத்தில் ஜெ.கே. கலந்து கொண்டு லாரி பேர ஊழலை ஓர் ஆதாரமாக வைத்து தி.மு.க.வை சித்தாந்த ரீதியாக புதிய கோஷங்களை அவர்களுக்குத் தானும் முழங்கினார். அவருடைய இந்தச் செயல் அங்கு வந்திருந்த காங்கிரஸ் கட்சியினரையும் தமிழ் தேசிய கட்சியினரையும் வசீகரித்தது. இதன் விளைவாய் கம்யூனிஸ்ட் கட்சி, காங்கிரஸ், தமிழ் தேசியக் கட்சி, தமிழரசுக் கழகம் ஆகிய கட்சிகள் ஒன்றுபட்டு தி.மு.க. எதிர்ப்புப் பிரச்சாரத்தில் அப்போது நடைபெற்ற கார்ப்பரேஷன் தேர்தலில் ஒன்றிணைந்து ஒரு கொள்கையணியாக உருவானது.

இந்த மேடைகளில் சம்பத் - கண்ணதாசன், பாலதண்டாயுதம், ஜெயகாந்தன் என்ற நால்வரே பிரதான பேச்சாளர்களாகத் திகழ்ந்தனர். அதிலும் பிறர் நிறைய நிகழ்ச்சியிலும் கலந்தும் கொள்ளும் பொருட்டு ஜெ.கே.வே கடைசி பேச்சாளராய்த் திகழ்ந்தார். இக்காலத்தில்தான் ஜெ.கே.யின் பேச்சைக் கேட்க ஓர் இளைஞர் பட்டாளமே உருவானது எனலாம். இக்கூட்டங்களில் தன்னை ஓர் கம்யூனிஸ்ட் பிரசாரகராகவே தன்னை அடையாளப்படுத்திக் கொண்டார்.

இக்காலத்தில்தான் ஜெயகாந்தனுக்கு அவருள் ஒளிந்திருந்த ஆன்மிக வாதம் தலையெடுக்கலாயிற்று. இதுகுறித்து அவரது பார்வையை அவரது ஆன்மிக அனுபவங்கள் நூலில் விரிவாகக் காணலாம்.

இந்திய - சீன யுத்தம் ஓரளவு ஓய்ந்திருந்தது. கம்யூனிஸ்ட் கட்சி மீண்டும் ஒன்று சேர்வது இல்லை என்ற நிலை திரும்பியது. இது இந்தியாவில் மட்டுமல்ல, சர்வதேச அளவிலும் துண்டு துண்டானது.

தமிழகத்தில் தி.மு.க. ஆட்சிக் கட்டிலில் அமர்ந்தது. அரசியல் நிகழ்வு களைக் கூர்ந்து கவனித்துக் கொண்டிருந்த ஜெ.கே. காமராஜ் திட்டத்தை யும் 'காலத்துக்கு ஏற்றதல்ல' என்ற முடிவுக்கு வந்தார். ஆயினும், காங்கிரசை யும் நேருவையும் எதிர்க்கிற வேறு கட்சிகள் மீது துளிகூட நம்பிக்கை கொள்ளவில்லை.

அக்காலத்தில் சோவியத் ரஷ்யாவைப் பற்றி முழுமையான தகவல் ஏதும் இல்லை. அது இருப்புத் திரை நாடென்றும், ருஷ்யா என்பது ஒரு சர்வாதிகார நாடு என்றும், அதன் அதிபர் ஸ்டாலின் ஒரு சர்வாதிகாரி என்று மேற்கத்தி உலகம் படம் பிடித்துக் காட்டியது. இதுகுறித்தெல்லாம் சக தோழர்களிடம் விவாதம் செய்தார்; அவர்களின் தெளிவு அரசியல் ரீதியாக மட்டுமே பயன்படுத்தப்பட்டது.

ஜெ.கே. ருஷ்யாவை அறிந்து கொள்ள கம்யூனிஸ்ட் கட்சி பிரசுரங்களை விட கோகலையும், புஷ்கினையும், துர்கனேவையும், தாஸ்தாவ்ஸ்கியை யும், குப்லினையும், டால்ஸ்டாயையும், செகாவையும், கார்க்கியையும் நாடினார்.

ஒரு தேசம் தனது ஒவ்வொரு துறையிலும் உலகுக்குப் பொதுவானவர் களை உருவாக்கித் தருவதுதான் ஒரு நாகரிக வாழ்க்கையின் வளர்ச்சிக்கு அடையாளம். அதை ருஷ்யா புரட்சிக்கு முன்னாலேயே தொடங்கி விட்டது. இலக்கியத் துறையில் மட்டுமல்லாமல் இசையிலும், அறிவியலி லும் மிகச்சிறந்த உலகத்துக்கான தொழில்நுட்பங்களை உலகுக்கு வழங்கி யிருந்தது.

ஜெ.கே.வுக்கு ருஷ்யா மீது காதல் பாரதியாரின் புதிய ருஷ்யா என்ற பாடல் மூலமே மயக்கம் ஏற்பட்டது.

ருஷ்ய தேசம்தான் அங்கே ஓர் அரசியல் மாற்றம் ஏற்பட்டவுடன் தன் கதவுகளை இறுக மூடிக் கொண்டது. அதுகுறித்து உலக நாடுகள் கூச்சல் போட்டது. இரும்புத்திரை நாடு எனப் பேசப்பட்டது. ஆயினும், அத்தேசம் இதனைப் புறந்தள்ளி தம் தேசத்தின், மக்களின் வளர்ச்சிக்கு அர்ப்பணம் செய்து அத்தேசத்தை ஒரு வல்லரசாக உருமாற்றியது. சோவியத் ருஷ்யா, மிகப்பெரும் ஆசிய நாடான சீனாவை, இந்தியாவின் விஷயத்தில்தான் சரியாக இனங்கண்டு கொண்டது. சீனாவும் ரஷ்யாவும் கம்யூனிஸ்ட் சித்தாந்தத்தில் ஒன்றுபட்டிருந்தாலும் ஏற்கெனவே மூண்டிருந்த சித்தாந்த முரண்பாடுகளின் உரைகல்லாய் இந்திய - சீனப் பிரச்சினையை அணுகி இந்தியாவின் சார்பில் சீனாவைக் கண்டித்தது.

இத்தகு சூழலில் பிரதமர் நேருவும் காலமானார். நேருவுக்குப் பிறகு என்ன? என்ற கேள்வி அவர் காலத்திலேயே எழுந்தது. நேரு ஒரு லட்சிய புருஷர், லட்சிய வெறியன் அல்ல. தான் நம்புகிற லட்சியங்களின் அடிப்படையில் அவர் மிகவும் உத்தமமான மனிதராகச் செயல்பட்டார் என்பதே உண்மை. அடுத்த பிரதமராக காமராஜ் முன்மொழிய லால்பகதூர் சாஸ்திரி பிரதமர் ஆனார்.

இக்காலக் கட்டத்தில்தான் இந்தி எதிர்ப்பு போராட்டம் என்பதன் பெயரால் சமூகக் கலவரம் மூண்டது. இதனை கம்யூனிஸ்ட் கட்சியும் பயன் படுத்திக் கொண்டது கண்டு ஜெ.கே. அருவருத்தார்.

இதுகுறித்து குறிப்பிகையில், "ஒரு தேசத்தின் தொழிலாளி வர்க்கத்தை யும், சமூக நாகரிகத்தையும் காப்பாற்றுவதற்கு முன் கை எடுப்பதற்குத் தமிழகத்தில் ஒரு கட்சியும் இல்லை, ஒரு நாதியும் இல்லை. எல்லாக் கட்சிக்காரர்களும் பத்திரிகைகளிலும், மேடைகளிலும் மொழிப் பிரச்சினையை விவாதித்தார்களேயொழிய அதன் பேரால் பெறுகிற பாசிசத்தின் உயிர்ப்பைப் பற்றி கவலை கொள்ளவில்லை."

மேலும், பாசிசம் என்பது குறித்து குறிப்பிடுகையில், "ஐரோப்பாவை விழுங்க வந்த அந்தப் பாசிசத்தை அப்படியே இங்கே போட்டுக் குழப்பிக் கொள்ளக் கூடாது. மேலை நாட்டு ஏகாதிபத்திய வளர்ச்சியின் மிகச் சீரழிந்த உச்சமே பாசிஸம்" என்கிறார்.

இந்தக் கருத்தின் விரிவை, தெளிவை நேருவின் முதலாண்டு நினைவுக் கூட்டத்தில் விவரித்துப் பேசி, இந்த இந்தி எதிர்ப்புப் போராட்டம் இந்தியை எதிர்த்துமல்ல, தமிழை ஆதரித்துமல்ல என விளக்கினார்.

மேலும், "பாசிசம் என்பது இன, தேசிய, மொழி, மத உணர்ச்சிகளைப் பயன்படுத்தி முதலாளித்துவத்தின் பொருளாதாரச் சுரண்டல் கொடுமை களையும் நிறைவேற்றிக் கொள்கிற கொடிய இயக்கமாகும். அதனுடைய முதல் லட்சணம் பல்வேறுபட்ட மக்கள் மத்தியில் பகைமையும், பயமும் ஏற்படுத்தி அவர்களைச் சின்னா பின்னமாக்குதல், பழக்கவழக்க நலன் களை முன்னிறுத்தி மத்திய தர வர்க்கத்தினரின் பலவீனங்களைப் பயன் படுத்துதல், பாட்டாளி வர்க்க நலன்களைப் பின்னுக்குத் தள்ளி, சுரண்டல் வர்க்க நலன்களுக்கான ஆதரவாக இனம், தேசம், மொழி என்ற பொது வான உணர்ச்சிகளுக்குப் பாட்டாளி வர்க்கத்தை ஆளாக்கி பலியிடுதல் ஆகும்."

இந்த வாசகம், இன்றைய நாள் தொட்டு வளர்ந்து, செழித்து இன்னும் நம் தேசம் வளர்முக தேசமாகவே இருக்க வழிகோலி வருகிறது என்பதைக் கண்கூடாகப் பார்க்கிறோம். இந்த இந்தி எதிர்ப்புக்கான எந்த நியாயமும் புலப்படவில்லை. அவற்றுக்கும் மக்களுக்கும் சம்பந்தமில்லை என்பது இன்றைய நிதர்சனம்.

சேலத்தில் நடந்த நேரு இரங்கல் கூட்டம் தவிர்த்து பிற அரசியல் கூட்டங்களில் கலந்து கொள்வதைத் தவிர்த்தார். தனிப்பட்ட முறையில்

இதுகுறித்து அவர் மதிக்கிற கம்யூனிஸ்ட், காங்கிரஸ் நண்பர்களோடு அவரது சிந்தனை களைப் பகிர்ந்து கொணடார்.

இந்தியை எதிர்த்து தி.மு.க. நடத்திய ஆர்ப்பாட்டங்கள் மக்களையும் அரசியல் கட்சிகளையும் வெற்றிகரமாக குழப்பின. தட்டிக் கேட்க ஆளில்லாமல் ஆட்சியிலிருந்த காங்கிரசைத் தவிர யாரும் கவலைப்பட்ட தாகத் தெரியவில்லை. சமூகக் காலிகளை இங்குள்ள அரசியல்வாதிகள் சுதந்திரகால தியாகிகளை விடவும் பெரும் தியாகிகளாக்கினர். ஒன்று மறியாப் பாமரர்கள் இதன் பொருட்டு தி.மு.க.வின் மீது மயக்கம் கொண்டனர்.

இந்நிலையில் நான்காவது பொதுத்தேர்தல் நடந்தது. இந்திய அளவில் நேருவின் மறைவுக்குப் பின் காங்கிரஸ் பேரியக்கம் சிதைந்தது. அக்காலத்தில் காமராஜ் காங்கிரஸ் கட்சிக்குள் முற்போக்காளர் என்றும், சோசலிச லட்சியமுடையவர் என்றும் சோவியத் நாட்டின் நண்பர் என்றும் கம்யூனிஸ்டுகளாலும் இடதுசாரிகளாலும் பத்திரிகைகளாலும் மக்கள் தலைவர் காமராஜர் என்றே எழுதின.

ஆயினும், இத்தேர்தலில் தி.மு.க. ஆட்சியைப் பிடித்தது. அண்ணாதுரை முதல்வரானார்.

இதனிடையில் இந்தியா - பாகிஸ்தான் போர் மூண்டது. இதில் வெற்றி பெற்றாலும் பொருளாதார இழப்புக்களை இந்தியா சந்தித்தது. இதுவே நேருவின் நான்காவது ஐந்தாண்டு திட்டம் முடக்கத்துக்கு பெரிய காரணமாயிற்று. பாகிஸ்தான் ஆக்ரமிப்பாளர்களை விரட்டியடிக்க இந்தியாவின் வெற்றி நாயகனாய் லால் பகதூர் சாஸ்திரியின் பெருமையும் புகழும் பாகிஸ்தான் நடத்திய முறையில் அல்ல. அதனை முடித்த முறையிலேயே துள்ளியமாயிற்று. சிறிது காலத்தில் எதிர்பாராத முறையில் சாஸ்திரி மரணமடைந்தார்.

மீண்டும் இந்தியாவின் யார் பிரதமர் என்று கேள்வி இந்திய அரசியலில் நிகழ்ந்தது. மாளவியா, கிருஷ்ணமேனன், காமராஜ் ஆகிய முற்போக்காளர் பட்டியலில் இடம் பெற்றிருந்தாலும் காமராஜ், இந்திராவையே பரிந்துரைத்தார். இந்திராகாந்தி பிரதமரானார். இதனை கம்யூனிஸ்ட்டுகள் விரும்பவில்லை. அதற்கேற்றார்போல் சி.சுப்பிரமணியமும் பிரதமர் இந்திராகாந்தியும் அமெரிக்க சார்பாளராய் நடந்து கொண்டனர்.

இதன் விளைவு பி.எல். 480 திட்டத்தில் இந்தியா கையெழுத்திட்டது. நாணய மதிப்பு குறைப்புக்கு இந்தியா உடன்பட்டது. இவை இரண்டும்

அமெரிக்காவின் உதவியாகவும் ஊடுருவலாகவும் இந்தியாவில் தலையெடுக்கிற பிற்போக்கு அபாயங்கள் என்று கம்யூனிஸ்டுகள் எச்சரித்தார்கள்.

இதனை எதிர்த்து காமராஜ் அவருக்கே உரிய முறையில் விளக்கினார்: ''நம் தேசத்தில் உணவு பஞ்சம் இருக்கிறதென்பதற்காக நாம் நமது உரிமைகளை யாருக்கும் விட்டுக் கொடுக்க முடியாது. நமக்கு உதவி செய்கிறவர்ள் நிர்ப்பந்தமில்லாமல் உதவி செய்ய வேண்டும். அமெரிக்கா வின் பி.எல். 480 திட்டத்தில் கையெழுத்திடுவது நம்முடைய சுய மரியாதைக்கும் பாதகமானது.

"ஏதோ கொஞ்சம் கோதுமை கெடைக்கும், உணவுப் பஞ்சம் தீரும்னு இந்தத் திட்டத்திலே இந்தியா கையெழுத்துப் போடுமாண்ணே? ஒருநாளும் கையெழுத்துப் போடாது. பட்டினி கெடந்தாலும் நாம் மானத் தோட இருப்போம் இல்லையா?'' என்று கேட்டது பொய்யாய் போனது.

இந்திராவின் அமெரிக்கச் சார்பு எத்தகைய தவறுதல் என்பதை உணர்ந்த காமராஜ் தனக்குள்ள ஆதரவையும் நம்பிக்கையும் வைத்து சரிகட்டி விடலாம் என்று நம்பியிருந்தார். ஆனால், அரசியல் ரீதியான நம்பிக்கை களை செல்லாக் காசாக்கும் முயற்சிகளில் மிகக்கேவலமான முறையில் மக்கள் மத்தியில் அண்ணாதுரையின் தலைமையில் தி.மு.கழகம் வெறியோடு பரப்பிக் கொண்டிருந்தது.

காமராஜரையும் காங்கிரசையும் எதிர்த்து தமிழகத்தில் எல்லாக் கட்சிகளும் கூட்டணி அமைத்தன. இந்திய கம்யூனிஸ்டுகள் தவிர இதில் மார்க்சிஸ்ட் கம்யூனிஸ்டுகள் தி.மு.கழகத்தை ஒரு ஜனநாயக இயக்கம் என்றது ஜெ.கே. காதுகளில் நாராசமாய் ஒலித்ததாம்.

இந்நிலையில் 67 தேர்தலில் காங்கிரசை ஆதரிப்பது என்று தீர்மானித் தார். இந்திய கம்யூனிஸ்டுகள் காங்கிரசை ஆதரிக்கவில்லை, கூட்டணியில் சேரவுமில்லை.

பழைய தேசிய மேடையில் ஏற்பட்டிருந்த நட்பை நினைவில் கொண்டு சில காங்கிரஸ் தோழர்கள் அவரை பிரச்சாரத்துக்கு அழைத்தனர். இதனை மறுத்த ''ஜெ.கே. எனது ஓட்டு காங்கிரசுக்கே'' என்று தவிர்த்தார். அவர்களும் "இதனை நீங்கள் சொன்னால் போதும்'' என்று கூட்டத்துக்கு அழைத்தனர்.

ஒரு வாக்காளர் என்ற அறிமுகத்தோடு அந்தமேடைகளில் பேசினார் ஜெ.கே. அதில், "நான் ஓர் அரசியல்வாதியல்ல, தேர்தல் என்பது அரசியல்

வாதிகளாயில்லாத மக்களையே சம்பந்தப்படுத்தி நடப்பது. நான் கம்யூனிஸ்ட் கட்சியில் இருந்தவன். கம்யூனிஸ்ட் சித்தாந்தத்தை ஆதரிப்பவன். ஆயினும், எனது வாக்கைக் காங்கிரஸ் கட்சிக்கே தருவதாக தீர்மானித்து இருக்கிறேன். இதற்கான முதற் காரணம் எனது தொகுதியில் ஒரு கம்யூனிஸ்ட் வேட்பாளர் இல்லாதிருப்பதே" என விளக்கம் தந்ததோடு கம்யூனிஸ்டுகள் போட்டியிடாத தொகுதிகளுக்குச் சென்று காங்கிஸ் ஆதரவு பிரச்சாரத்தை மேற்கொண்டார். தமிழகம் முழுக்கப் பேசினார்.

என்ன பயன். தி.மு.க. ஆட்சியைப் பிடித்தது. அடித்தப் புயலில் காமராஜரும் அவரது கட்சியும் கற்பனைக்கு எட்டாத தோல்வியைச் சந்தித்தனர். அதுவரை தனியாக காமராஜரை சந்திக்காத ஜெ.கே. அவரைச் சந்திக்கச் சென்றார். சம்பத் உடனிருந்தார். அவரைப் பார்க்கக் கூட்டம் கூட்டமாக தொண்டர்கள் வந்திருந்தனர்.

அவர்களெல்லாம் சென்ற பிறகு சம்பத்துடன் ஜெ.கே.வுடன் காமராஜர் உரையாடினார்.

காமராஜர் ஜெ.கே.விடம் கேட்டார் : "நீங்கள் என்ன நினைக்கிறீர்கள்? இப்படி ஆகும்னு எதிர்பார்த்தீர்களா?" என்று. அதற்கு ஜெ.கே. "இல்லை, எனக்கு வருத்தமோ நஷ்டமோ இல்லை. ஆனால், பெருத்த ஏமாற்றம் இருக்கிறது" என்றார்.

"ஆமாம், ஜனநாயகத்தில் இதையெல்லாம் எதிர்பார்க்கணும். மிடில் கிளாஸ் சப்போர்ட் அவர்களுக்கு நெறைய போயிடுச்சு" என்றார் காமராஜர்.

பக்தவத்சலத்தின் ஆட்சி முறை கொள்கைகளே பெரும் பகுதி காரணம் என்றதும் காமராஜர், 'இந்த சந்தர்ப்பத்தில் காங்கிரஸ் கட்சி புதிய அணிகளைத் திரட்ட வேண்டும். நான் தமிழகம் முழுதும் போய் மக்களைச் சந்திக்கப் போகிறேன்' என்றார்.

ஜெ.கே. உணர்ச்சி வேகத்தில், "இன்னும் ஐந்து ஆண்டுக்கு கழக ஆட்சியை எதிர்ப்பதற்கு காங்கிரஸ் கட்சியில் சேர்ந்து விடலாமா என்று எனக்குத் தோன்றுகிறது" என்றார். அதற்கு காமராஜர் சிரித்துக் கொண்டே, "நீங்க இருக்கிற மாதிரியே இருந்து கொண்டு செய்கிற காரியத்தையே செய்யுங்கள்; அதற்கொன்றும் அவசரமில்லை" என்றார்.

ஈ.வி.கே.சம்பத் அப்போது காமராஜரின் நம்பிக்கைக்கு உரிய தொண்டராய், காங்கிரஸ் இளைஞர் பட்டாளத்தின் மிகுந்த செல்வாக்கு உடையவராய்த் திகழ்ந்தனர்.

'ஜெய பேரிகை' என்ற தினசரி *1967*, சுதந்திர தினத்தன்று ஜெய கோஷத்துடன் - ஒரு மகத்தான தேசியத் தோல்விக்குப் பிறகு பிறந்தது. அதன் ஆசிரியராய் இருந்து தி.மு.க.வின் எதிரான வாதங்களை முன் வைத்து எழுதினார். அதற்காகவே தி.மு.க.வின் இதழ்களைப் படித்து அதற்கு எதிர்வினை ஆற்றினார்.

சுதந்திரப் போராட்டக் காலத்தில் வெளிவருகிற ஒரு தேசிய பத்திரிகைக்கு உரிய கோபத்தோடும் நேர்மையோடும் உணர்ச்சியோடும் வெளிவந்தது ஜெயபேரிகை.

ஜெயபேரிகையின் வாசகங்கள் மிகக்கடுமையாக இருப்பது கண்டு, காங்கிரசிலுள்ள சில மேல்தட்டு அரசியல்வாதிகள் அப்போது முகம் சுளித்தனர். ஆனால், சாதாரண ஊழியர்கள் அனைவரும் அதன் காரண மாகவே ஜெயபேரிகையை அதிகம் விரும்பினர்.

எட்டு மாத காலத்தில் ஜெயபேரிகை நிர்வாக ரீதியாகவும், காங்கிரசுக்குள் இருக்கும் சித்தாந்த மோதலும், விளம்பர விவகாரங்களும் தலையெடுக்க சம்பத் அவர்களுக்கு ஒரு நீண்ட கடிதம் எழுதி அதிலிருந்து விலகினார். இதன் விவரத்தை 'ஓர் இலக்கியவாதியின் அரசியல் அனுபவ'த்தில் காணலாம்.

ஜெயகாந்தன் காங்கிரஸ் பேரியக்கத்தின் மீது கொண்ட நம்பிக்கையும், காமராஜரின் அப்பழுக்கற்ற நேர்மையும், நேருவின் சித்தாந்தமும் அதன் பால் ஈர்த்தது. எனவே, காங்கிரஸ் தோழர்களோடும் அவர்களின் மேடை யிலும் ஏறி காங்கிரசுக்கு குரல் கொடுத்தார். எனவே, அவரைக் காங்கிரஸ் காரர்கள் ஏன் மெம்பர் ஆகக்கூடாது என வலியுறுத்தினர். அதற்கு ஜெ.கே. பல விளக்கங்கள் தந்து, தான் ஒரு பிரஜை. ஒரு கட்சியில் அங்கத்தினர் ஆனால், அதன் கட்டுத் திட்டங்களுக்குள் முரண்படலாகாது என பல விவாதங்களை முன் வைத்தும் அப்போதைய காங்கிரஸ் தலைவர் எம்.கே.டி. சுப்பிரமணியமும், நீங்கள் காங்கிரஸ் கட்சியில் சேர வேண்டாம்; நாலணா மெம்பராக சேர்ந்து விடுங்கள். நாலணா மெம்பர் என்பவர் கட்சியில் இருக்கிற மற்ற எந்த அங்கத்தினர் போன்றவரும் அல்லர். அவருக்கு கட்யில் ஓட்டு அளிக்கி உரிமை கிடையாது. அவர் தார்மிகமாக காங்கிரஸ் கட்சியை ஆதரிக்கிறார் என்பதற்கு அது ஓர் அடையாளம் என வலியுறுத்த, இதுகுறித்து காமராஜரே கையெழுத்திட்டு நாலணா மெம்பர் ஆனார்.

சிறிது காலத்தில் மே தினத்தில் 'ஜெயக்கொடி' நாளேடு பிறந்தது. அதன் ஆசிரியராகப் பொறுப்பேற்றார். அதன்முதல் இதழ் தலையங்கத்தில்,

"1967 தேர்தல் புயலில் ஏற்பட்ட சமூக விபரீத விளைவுகளே என்னை அரசியல்பால் ஈர்த்தன. எனினும், எந்த ஒரு அரசியல் கட்சியிலும் அங்கத்தினன் ஆகாமல் - நான் ஒரு தேச பக்தன் என்ற முறையில், சமூக சித்தாந்த ரீதியில் சோசலிசத்தை ஏற்றுக் கொண்டவன் என்ற முறையில், நேருவின் லட்சியங்களால் ஆசீர்வதிக்கப்பட்ட புதிய தலைமுறையினரில் ஒருவன் என்ற முறையில், தற்போது களையெடுக்க வேண்டிய அளவுக்கு எல்லாத் துறைகளிலும் தலையெடுத்துவிட்ட சோசலிச எதிர்ப்புக் கும்பலையும் பிரிவினை சக்திகளையும், பிரதேச வெறிக் கும்பலையும் எதிர்த்துப் போராடுவது ஒரு சமூகக் கடமை என்ற முறையில் நான் அரசியல் பணியாற்ற வந்தேன்"

எனத் தொடங்கும் அவரது நீண்ட தலையங்கம் அவரது நேரிய அரசியல் பார்வையை நமக்கு வழங்குகிறது.

ஆயினும், அந்த சிறிய ஆயுளில் ஜெயக்கொடி மிகவும் அதிகமாகத்தான் சத்தம் போட்டு நின்று போனது. அதில் அண்ணாதுரைக்கு சிலை அமைத்தது குறித்த விமர்சனம், கடற்கரையில் வைக்கப்பட்டிருக்கிற சிலைகளெல்லாம் அந்தப் பெயருக்கு உரியவர்களை எவ்வளவு அவமானப் படுத்துகின்றன என்பது குறித்தும், மறைந்த கலைஞர் கருணாநிதிக்கு அப்போது சிலை வைப்பது, அதற்கு கலைஞர் மறுதலித்தது, மூடத்தனங்களை எதிர்ப்பதில் முனைந்து நிற்கிற ஈ.வெ.ரா. பெரியார் இந்த மானங்கெட்டத்தனத்துக்கு ஆதரவு அளித்தது போன்ற 1969 மார்ச் மாதம் தமிழகத்தில் நிலவி வரும் பற்றாக்குறை பஞ்சம் காரணமாக காங்கிரஸ் காரர்கள் ஆடம்பரமான விருந்துகளைத் தவிர்க்க வேண்டும் என்ற கட்டளையை மீறி அப்போதைய முன்னாள் எம்.எல்.ஏ. தொழிலதிபர் பொள்ளாச்சி நா.மகாலிங்கம் அளித்த விருந்தில் தி.மு.க., காங்கிரஸ் பிரமுகர் கலந்து கொண்டது போன்ற அரசியல் தகடுத்தத்தங்களை தோலுரித்து எழுதியும், பேசியும் வந்தார்.

பொருளாதார நெருக்கடியில் சிக்கித் தவித்து இறுதியில் முற்றாக மூழ்கியது ஜெயக்கொடி பத்திரிகை. எனினும், அக்காலத்தில் ஜனநாயக சோசலிசம் என்கிற ஓர் ஆதர்சனத்துக்குச் சரியான அடையாளமாக நின்று கொள்கை அளவில் காங்கிரஸ் தோழர்களுக்கு நேரிய வழியினைச் சிறப்பாகக் காட்டியது எனலாம்.

சிறிது காலத்தில் தமிழகத்தின் முதலமைச்சராய் இருந்த அண்ணா காலமானார். அவரது மரணம் சமூக அநாகரிகமாக மாறி காட்சியளித்தது ஜெ.கே.வுக்கு வருத்தத்தை அளித்தது. அனைத்துக் கட்சிக்கும் அவரது

மறைவுக்கு கடுமையாக வசைபாடியவர்களும் ஆட்பட்டனர்.

அப்போது சத்தியமூர்த்தி பவனில் கவிஞர் கண்ணதாசன் இரங்கல் கூட்டம் ஏற்பாடு செய்தார். அதற்கு ஜெ.கே.வையும் அழைத்தார். அப்போது ஜெ.கே., "நீங்கள் அழைக்கிற எந்தக் கூட்டத்துக்கும் வந்து பேசுவதில் ஆட்சேபணை இல்லை. அதேசமயத்தில் உங்கள் உணர்ச்சி களுக்குப் புறம்பான சில உண்மைகளை நான் சொல்ல நேரிடும். அண்ணா துரை மறைவு குறித்துப் பேசாமல் இன்றையச் சூழலில் இந்த மக்கள் மத்தியில் வேறு அரசியல் விவகாரம் பேசுவது அபத்தமான காரியமாக இருக்கும். உங்ளுக்குச் சம்மதம்தானா?" என்றார்.

கண்ணதாசனும், "உங்களுக்குப் பிறகுதான் நான் பேசப் போகிறேன். நீங்கள் சுதந்திரமாகப் பேசுங்கள்'' என்ற மிகுந்த நம்பிக்கையோடு சொன்னார். அதனால் ஜெ.கே.வும் ஒப்புக் கொண்டார்.

அக்கூட்டத்தில் பங்கேற்றோர் அண்ணாதுரையின் மேலான குணங் களைப் பேசினர். இறுதியில் ஜெயகாந்தன் பேசினார். அதன் ஆரம்பமே, "இங்கே வந்திருக்கிற நீங்கள் அண்ணாதுரையின் மரணத்துக்குக் கூடிய கும்பலை ஒத்தவர்கள் அல்ல. நீங்கள் அங்கேயேும் போயிருக்கலாம். எனினும், அந்தக் கும்பலில் நீங்கள் கரைந்துவிடவில்லை. எனவேதான் நீங்கள் இந்தக் கூட்டத்துக்கு வந்திருக்கிறீர்கள். கும்பல் என்பது கூடி அழிப்பது, கூட்டம் என்பது கூடி உருவாக்குவது. வன்முறையையும் காலித்தனத்தையும் கும்பல் கைக்கொள்ளும். ஆனால் சந்திக்காது; கூட்டம் என்பது அடக்குமுறையையும் சர்வாதிகாரத்தையும் நெஞ்சுறுதியோடு சாத்வீகத்தாலும் சத்யா கிரகத்தாலும் சந்திக்கும்'' எனத் தொடங்கி அண்ணாதுரையின் தி.மு.கழகத்தின் போக்கைக் கடுமையாகச் சாடினார். இது பின்னர் 'அண்ணாதுரையை விமர்சிக்கிறேன்' என்ற நூல் வடிவமும் பெற்றது என்பது குறிப்பிடத்தக்கது.

அண்ணாதுரைக்குப் பின்னால் கலைஞர் கருணாநிதி முதல்வரானார். ஆயினும், பொறாமையும், பரஸ்பர பகைமையும் மிகமிகத் தாழ்ந்த தரத்தில் மறைவாக வளர்ந்தன. ஒரு கட்டுக்கோப்பான பூர்ஷுவா கட்சி யாக தி.மு.கழகத்தை உருவாக்குகிற முயற்சியில் தமது இளமைக் காலம் முதல் அனுபவமும் பயிற்சியும் முன் முயற்சியும் உடைய கருணாநிதிக்கு அண்ணாதுரையை விடவும் கழகத்தில் ஆழமான வேர் உண்டு என்று உணர்ந்திருந்த கழகத்தின் பிற பெருந்தலைவர்கள் அவரது தலைமைக்கு அடிபணிந்து தங்கள் நிலைமையைக் காப்பாற்றிக் கொண்டனர். இன்னும் சிலர் கோழைத்தனமாக அதே சமயத்தில் வஞ்சகமாகக் கழகத்துக்குள்

கருணாநிதிக்கு எதிராக ஆள் திரட்டுகிற காரியத்தையும் பகிரங்கமாகத் தெரிகிற அளவுக்குச் செய்வதற்குக் காத்திருந்தனர். அது பின்னாளில் நிகழ்ந்ததை அனைவரும் அறிந்ததே.

இது ஒருபுறம் இருக்க, இந்திராகாந்தியை பிரதமராக்கிய காமராஜர், அவரை அந்தப் பதவியிலிருந்து அகற்ற வேண்டுமென்று ஒருபோதும் ஆசைப்பட்டதில்லை. நேருவின் வழியிலிருந்து பிறழ்ந்து போகிற இந்திரா காந்தியை ஒரு கட்டுக்குள் கொண்டு வர வேண்டுமென்று முயன்றார்.

சோசலிச மனோபலம் உடையோரும் கம்யூனிஸ்டுகளும் பெருமளவில் காங்கிரசின் ஊடுருவலின் மூலம் நேருவின் கொள்கைகளை நிறைவேற்ற முடியும் என்று நம்பிய குமாரமங்கலம் இந்தச் சந்தர்ப்பத்தில் காங்கிரஸின் பால் முழுமையாகவே வந்து நின்றார்.

மோகனின் திசை வழிதான் சரியானதென்றும், சாத்தியமானதென்றும் நமது அரசியல் வாழ்க்கை நிருபிக்கும் என்ற நம்பிக்கையை ஜெ.கே. தனது நண்பர்களுடன் பேசி வந்தார். இதுபோன்ற நம்பிக்கை கொண்ட பலர் இந்தியா முழுதும் பரவியிருந்தனர்.

இந்திராகாந்தி திடீரென இடதுசாரியானார். அது ஒரு சந்தர்ப்ப வாதமா? அல்லது அது ஒரு சந்தர்ப்பவசமா? என்பதை காலம்தான் தீர்மானிக்கும் என்று நம்பினார் ஜெயகாந்தன்.

இந்நிலையில் இந்திய கம்யூனிஸ்ட் கட்சி இந்திராகாந்திக்கு முழு ஆதரவும் தந்தது. தி.மு.க.வினரும் இந்த ஜோதியில் இணைந்தனர். காமராஜரை எதிர்த்தனர். காங்கிரஸ், தமிழகத்திலும் இந்தியா முழுமையும் இரண்டானது.

எனவே, காமராஜர் தமிழக நிலைமைதான் இந்தியா முழுமையும் இருக்கும் என்ற நம்பிக்கையின் அடிப்படையில் ஓர் இடைக்கால தேர் தலுக்கு அறைகூவல் விடுத்தார். மக்கள் இந்தத் தேர்தலில் வாக்களிப்பதன் மூலம் எது உண்மையான காங்கிரஸ் என்று தீர்மானிக்கட்டும் என்ற கூட காமராஜர் நம்பினார். இதனை ஜெயகாந்தனும் நமது ஜனநாயகத்தின் தேர்தல் முறைகளின் மீதும் நம்பிக்கை கொண்டிருந்ததால் அக்காலங்களில் ஒரு முழு நேர அரசியல் ஊழியனுக்கு நிகராக அரசியலில் மூழ்கி காமராஜ் காங்கிரசுக்கு முழுதும் பிரச்சாரம் செய்தார்.

இத்தேர்தலில் காங்கிரஸ் கட்சியின் இரட்டைக் காளைச் சின்னத்தை இரண்டு கட்சிகளும் இல்லாமலாக்கியது தேர்தல் கமிஷன். அதேபோல் தி.மு.கழகம் சட்டசபையை கலைத்துவிட்டு தேர்தலில் நின்றன. காங்கிரஸ்

அனுமதிக்கக்கூடாது. மேலும், அந்த இரண்டு தேர்தல்களும் ஒரே சமயத்தில் நடந்திருக்கவே கூடாது என பகிரங்கமாக கூறினார் ஜெய காந்தன்.

மற்றொருபுறம் 71 இடைத்தேர்தலில் காமராஜரை இந்தியாவின் மிகப்பெரும் தேச விரோதியாக அந்தரங்க சுத்தி சிறிதுமில்லாமல் சித்தரிக்க முயன்றார்கள். அது குறித்து சுயவிமர்சனம் செய்து கொண்டதில் அர்த்தமும் பலமும் இருப்பின் காமராஜர்பற்றி இவ்வளவு நேர்மையற்ற பிரச்சாரத்தில் கம்யூனிஸ்டுகள் இறங்குவது தகாது என்று ஜெயகாந்தன் உணர்ந்தார்; கருதினார்.

இந்த அபவாதங்களுக்கு காமராஜர் அஞ்சவில்லை. அப்போது ஜெயகாந்தனின் ஆத்மார்த்தமான தோழர் பாலதண்டாயுதம், 'காமராஜர் கப்பல் கரை சேருமா?' என்ற சிறுநூலை ஜெயகாந்தனுக்குத் தந்தார். ஜெயகாந்தன் அந்தத் தலைப்பைப் பார்த்துவிட்டு சொன்னார்: "கப்பலை ஓட்டுகிற மாலுமியின் கவலையாக அது இருக்கட்டும்; எந்தக் கட்டை கிடைக்கும்; எதையாவது பிடித்து எங்கேயாவது கரை ஏறலாமா என்று தவிக்கிர கம்யூனிஸ்ட்டுகளுக்கு ஏன் இந்தக் கவலை?" என்றார்.

இந்த விவாதம் தொடர்ந்து வலுத்து இருவருக்கும் பிணக்கு ஏற்பட நாம் அரசியல் தவிர பிற விஷயங்கள் பேசலாம் என்று உறுதி எடுத்துக் கொண்டனர். ஆயினும், அத்தேர்தலில் ஸ்தாபன காங்கிரசுக்கு ஆதரவாக ஒரு பக்கம் தமிழகத்தின் அனைத்துப் பகுதிகளிலும் பிரச்சாரம் செய்தாலும் பாலதண்டாயுதம் போட்டியிட்ட தொகுதியில் பிரச்சாரம் செய்ய மறுத்து விட்டார். தன்னை வளர்த்து ஆளாக்கிய தோழர் பாலதண்டாயுதத்துக்கு செய்த நன்றிக்கடனாகவே கருதினார் ஜெயகாந்தன். மேலும், அந்தத் தேர்தலின் போதுதான் சுதந்திரத்துக்குப் பின் கம்யூனிஸ்ட் கட்சி என்பது ஒரு பெட்டி பூர்ஷுவா இயக்கமாக சீரழிந்து வருகிறது என்கிற வருத்தத்துக் குரிய உண்மை அவருக்குப் புரிந்தது.

இத்தேர்தலில் காமராஜர் தலைமையிலான ஸ்தாபன காங்கிரஸ் தோல்வியுற்றது. இதனை ஜெயகாந்தன் எதிர்கொண்ட விதம், காமராஜர் அணியின் தோல்விகளை அகில இந்திய ரீதியில் இந்திராவை எதிர்க்கிற வலது சாரிகளின் தோல்வியாகவும், தமிழகத்தில் அவரது அணிக்கு ஏற்படுகிற வெற்றியை தி.மு.கழகத்தை எதிர்க்கிற காமராஜரின் இடது சாரி அணியின் வெற்றியாகவே கணக்கிட்டனர்.

இதன் பிறகு ஜெயகாந்தன் பின்வரும் தீர்மானங்களைத் தனக்குள் தீர்மானித்து கை கொண்டார்.

1. எந்த அரசியல் கட்சியிலும், ஆன்மிக மடத்திலும் அங்கம் வகிக்க மாட்டேன்.

2. உண்மையாகவும், நேர்மையாகவும் வாழ்கிற தகுதியைத் தவிர இன்றைய சமூகத்தில் நிலவுகிற பொய்யான கௌரவங்களுக்கும், பதவி களுக்கும் நான் ஒருபோதும் ஆசைப்பட மாட்டேன். அப்படி ஆசைப்படு கிறவர்கள் மக்களேயானாலும் அவர்களை அந்நியர் போல் கருதுவேன். எனது பராமரிப்பில் இருக்கிறவர்களை வியாபாரம், கமிஷன் வாங்குதல், வாடகை விடுதல், கடன் வாங்குதல், வட்டி ஈட்டுதல், பிறரைத் தூற்றிப் பிழைப்பது போன்ற நமது சமூகத்தின் இழிந்த பாதையிலிருந்து இயன்ற வரை அன்பினாலும் அல்லது என் வலிமையைப் பிரயோகித்தும் முதலில் நான் தவிர்க்க முயல்வேன். முடியாதபோது அவர்களை விலக்குவேன்; அல்லது விலகுவேன்.

3. பதவி, பட்டம், வெகுமதி, செல்வம் இவை தேடாமலும் வரும். வருவதையெல்லாம் அங்கீகரிக்க மாட்டேன். எனது எல்லைகளைத் கறாராகத் தீர்மானித்தே ஏற்பேன்; அல்லது மறுப்பேன். எனக்குப் பட்டம் வேண்டும் என்கிற பிராயம் வருகிறபொழுது என் தகப்பனாருக்குரிய பட்டமாகி 'பிள்ளை' என்கிற சாதிப்பட்டத்தை சேர்த்துக் கொள்வேன். எனது ஜாதி குறித்தோ, வேறு எந்த ஜாதி குறித்தோ இழிவான எண்ணத்தைப் பிறர்க்கோ என் மக்களுக்கோ நான் உருவாக்க மாட்டேன்.

4. என் மக்களும், எனது வம்சமும் நல்ல தொழிலாளியாக மாறி நாட்டோடு சேர்ந்து நல்வாழ்வு வாழ்வதே எனக்குச் சம்மதம். உழைக்கும் மக்கள் அனைவருக்கும் பெருவாழ்வு வந்த பிறகு அந்தச் சமூகத்தில் என் மகனோ, மகளோ கலைத்துறையில் சிறந்து விளங்க எனக்குச் சம்மதமே!

5. ஆயினும் தற்காலத் தமிழ்ச் சமுதாயத்தில் எனது மக்கள், கலைஞர் களாக ஆவது எனக்கோ, எனது மக்களின், சாதியினரின் எதிர்காலத்துக்கோ உதவாது. பெருமை தராது என்பதால் அவர்கள் ஆண்களாயின் தொழி லாளர்களாகவும், பெண் மக்களாயின் அந்தத் தொழிலாளியின் சிறநத மனைவியராகவும் வணங்கத் தகுந்த அன்னையராகவும் ஆதல் சிறந்தது. அல்லாமல், அவர்கள் எழுத்தாளர்களாகவும் கலைஞர்களாகவும் ஆகி, புரட்சியை எழுதியும் நடித்தும் புரட்சிக்குப் பொருந்தாத வகையில் இந்தச் சமூகத்தோடு சம்பந்தப்பட்டு புரட்சிக்காரர்களாக மாறும் சாபத்திலிருந்து இறைவன் எனது உறவுகளையும் தமிழ்ச் சாதியையும் காப்பாற்றட்டும்.

6. இந்தியாவும் தமிழுக்கும் ஒரு அமைப்பை மேற்கொள்கிற பக்குவத்தை நெடுநாட்களாகவே பெற்று காத்துக் கிடக்கிறது. இங்கு மிக

மிகத் தேவையானதும் இந்த மண்ணின் பக்குவத்துக்கு உகந்ததும் ஓர் அவசியமும் அவசரமும் ஆகிய சோசலிச சமூக அமைப்பு ஒருவேளை இங்கு இறக்குமதி செய்யப்பட்டு விடலாம்.

இந்த ஆறு கட்டளைகளை, தான் எடுத்துக் கொண்ட உறுதிமொழி களை தன் இறுதிக்காலம் வரை கடைபிடித்தார் என்பதில் நான் அறிந்த வரை பழகிய வரை, உளம் பூர்வமாய் உணர்ந்த வரை கடைபிடித்தார் என்பதில் இரு வேறு கருத்துக்கு இடமில்லை.

ஜெயகாந்தன் தனது அரசியல் களத்தில் கம்யூனிஸ்ட் இயக்கத்தின் ஊடே கற்ற கல்வி நேரிய பார்வையம், சமூகத்தின் வளர்ச்சிக்கும் அடிநாதமாய் விளங்கியது. இதனால் அவரது அரசியல் பார்வை தமிழகத்தின் வளர்ச்சிக்கும், தமிழக அரசியல் வளர்ச்சிக்கும், தேசத்தின் வளர்ச்சியின் அடையாளத்துக்கும், உலக அரசியலுக்கு வழிகாட்டியாய் அவரது மேடை முழக்கங்களும் எழுத்தும் பயணித்தன. இதனை தமிழக, தேச அரசியல் வாணர்கள் அவரை அரவணைத்து பயணித்தனர்; அதன் வழியே கம்யூனிஸ்ட் இயக்கமும், காங்கிரஸ் இயக்கமும் வளமடைந்தன. பின்னாளில் திசை மாறி அரசியலில் பின்னடைவை சந்தித்தது என்பது வரலாறு.

குறிப்பாக 80களில் ஈழப் போராட்டத்தின் வளர்ச்சிக்கு இந்திய பங்களித்ததும் அவர்களுக்கு ஆதரவு கரம் நீட்டி இங்கு பயிற்சி பெறவும் உதவியது என்பது நன்கறிவர்.

புலிகள் இயக்கத்தினர் சக போராளிக் குழுக்களுடன் மோதி தங்களை நிலை நிறுத்திக் கொள்ள முயன்று அவர்களை அழித்தொழிக்கவும் செய்தனர்.

இதற்கு முன்னால் ஈழ விடுதலைப் போராட்டக் களத்தில் அவர்கள் சுமூகமாக ஆயுதம் இல்லாமல் வென்றெடுக்க வேண்டும் என்ற ஆலோசனையும் வழங்கியது இந்திய அரசு. ஆயினும் தமிழக திராவிட அரசியல் வாணர்கள், நாம்தான் தனி நாடு பெற முடியவில்லை, அவர்களாவது தனிநாடு பெறட்டும் என்ற நோக்கில் அவர்களின் அரசியல் ஆயுதப் புரட்சிக்கு தூபம் இட்டு வார்த்தெடுத்தனர். இதன் விளைவுகளை எச்சரிக்கவும் செய்தார் ஜெயகாந்தன்.

எம்.ஜி.ஆர். காலத்தில் பிற போராளிக் குழுக்கள் ஜெயகாந்தனும் தங்கள் போராட்டக் களத்தின் உண்மைகளை பேசி கலந்துரையாடினர். இதில் புலிகள் கலந்துக் கொள்ளவில்லை. ஆயினும் புலிகளின் தூதுவர்

பிரபாகரன் ஜெயகாந்தனை சந்திக்க விரும்புவதாகத் தெரிவித்தனர். ஜெ.கே.யும் 'ஆயுதம் இல்லாமல் வந்து சந்திக்கச்' சொன்னார்.

பிரபாகரன் இதனை எம்.ஜி.ஆருடன் கலந்தாலோசித்துள்ளார். எம்.ஜி.ஆர், "அவர் உங்களை திசை மாற்றி விடுவார். அவரைச் சந்திக்காதீர்கள்" என்று முற்றுப் புள்ளி வைத்தார். அதன் விளைவு பின்னாளில் பிரபாகரன் மற்றும் புலிகள் இயக்கம் அழித்தொழிக்கப்பட்டது என்பது வரலாறு.

அதேபோல் பின்னாளில் தமிழகத்தால் 'காட்டுக் கொள்ளக்காரன்' என்று வர்ணிக்கப்பட்ட வீரப்பன் குறித்து ஜெ.கே. சபையில் உரையாடும் போது, "அவனை காட்டிலாகா மந்திரி ஆக்குவது உகந்தது. அதன் மூலம் தமிழக அரசின் வனங்கள் பாதுகாப்பதோடு அதன் மூலம் வருமானமும் ஈட்டித் தருவான்" என்றார். ஆனால் நமது அரசோ அவனையும் அவனது சமூகத்தையும் வேட்டையாடி அவரை தமிழர் தேசிய விடுதலைப் படையுடன் சேர்ந்து அரசுக்கும், அதிகார வர்க்கத்துக்கும் எதிராக போராட வேண்டிய சூழலுக்கு தள்ளப்பட்டான். பலரை கொன்றொழித்தான். சிறைப் பிடித்தார்.

இதற்கு வழிகாட்டி தனது பத்திரிகை வளத்தைச் சேர்த்துக் கொண்ட பெருமை நக்கீரன் கோபால் அவர்களைச் சேரும்.

இறுதியில் கன்னட நடிகர் ராஜ்குமார் அவர்களை சிறை பிடித்தான். அப்போது அவரை விடுவிக்க தமிழக அரசால் தூதுவராக நக்கீரன் கோபால் அனுப்பப்பட்டார். அப்போது ஒரு வார இதழில் எழுதிய ஜெயகாந்தன், "நக்கீரன் கோபால் அரசின் தூதுவரா? வீரப்பன் தூதுவரா?" என்ற வினா எழுப்பினார். இரண்டு பக்கமும் அரசியல் சதுரங்கம் விளையாடி வீரப்பனை அழித்தொழித்தார்கள் என்றே சொல்ல வேண்டும்.

அரசியல் களத்தில் ஜெயகாந்தன் நேரிய சிந்தனை வீச்சு எடுபடாமல் போனது அவலமே.

இதனை அவரது மொழியில் சொல்லப் போனால் த.ஓ.வி-யோ? இதன் பொருள் சக்ருத்யர்களுக்கு தெரியும்.

15

ஆன்மிகப் பார்வை

ஆன்மிகம் என்பது கடவுள், மதம் வழி கொண்டதல்ல. ஒரு மனிதனின் ஆத்ம அனுபவமே ஆன்மிகம். இன்னும் விரிவாக இதனை ஜெ.கே. "எவனொருவன் தன் வாழ்க்கைக்கு அப்பால் ஒரு லட்சியத்தை குறி வைத்து, மனிதநேய அடிப்படையில் மனிதகுல வாழ்க்கையைப் பற்றிப் பொறுப்போடு சிந்தித்துச் செயலாற்றித் தனது தன் வாழ்க்கையைப் பணயம் வைத்து, லௌகீக லாபங்களை எல்லாம் மறந்து அதன் பொருட்டு துன்பங்களைக்கூட எதிர்ப்பார்த்து, அதனை எதிர்கொண்டு ஏற்றுக் கொள்கிறானோ அவனே ஆன்மிகவாதி" என்கிறார். இன்னும் ஒரு படி மேலே போய் 'மானுடகுல மேன்மைக்கு மூலதனம் படைத்த கார்ல் மார்க்ஸ் நம் காலத்து மானுட உலகின் முதல் ஆன்மிகவாதி' என்பார்.

ஜெயகாந்தனின் ஆன்மிகம் என்பது அவரோடு வாழ்வியலில் பயணித்த நல்லோர்களை அவர் படைப்புகளிலும் பாத்திரங்களிலும் உலவும் மானுட நேய மிக்கவர்களே. அவரது படைப்புகளில் தீயவர்,

புறம் போகியவர் என்று விளிப்பு நிலையில் தள்ளப்பட்ட மக்களின் இதயத்தில் உட்புகுத்து அவர்களின் மேன்மையை தரிசித்தார்; அதனை தம் எழுத்தில் பதிவு செய்தார்.

அவரது ஆன்மிகப் பாடல் ஒன்று :

"உலகம் என்பது பெருவெளியாம் - நாம்
 உறையும் வீடு இதில் ஒரு சிறையாம்
நிலை இலை இப்புவி வாழ்வெல்லாம் - வென்று
 நீரில் குமிழிது ஆகுமெனப்
பலவும் உரைசெய் பெரியவர்கள் - அவர்
 பாழிடம் வாழ்ந்திட வேண்டியவர் இன்ப
அலையினில் கல்வியில் பிறப்புற்றோம் - உயிர்
 அலையெனும் வலையினுள் அகப்பட்டோம்"

என அன்பின் மானுட நேயத்தின் வடிவமே ஆன்மிகம் என்கிறார்.

அவரது ஆன்மிக அனுபவம் என்பது தன்னோடு வாழ்ந்த, பயணித்த, தோழர்களின், நண்பர்களின் வாழ்வியலில் அவரோடு இணைந்து அல்லது அவர்களோடு அவர் கொண்ட மானுடநேயமே, அனுபவங்களே என்பது அவரது ஆன்மிக அனுபவம் நூல்வழியே அறியலாம்.

"நான் எவ்வளவு கேவலமான விஷயங்களை மிகப் பரந்த அளவுக்கு சித்தரிக்க எடுத்துக் கொண்டாலும் அதில் சிறப்பானதும், உயர்வானதும், வாழ்க்கைக்கு அர்த்தம் கொடுப்பதுமான ஒரு மகத்தான, மனிதப் பண்புக்கு வலுமிக்க அழுத்தம் கொடுத்து வாழ்க்கையின் புகழையே பாடு கிறேன் - என இந்த மானுட குலத்தில் வஞ்சிக்கப்பட்டவர்கள், தண்டிக்கப் பட்டவர்கள், சபிக்கப்பட்டவர்களிடம் குடி கொண்டுள்ள மனித ஆன்மாவையே அவர் நாடிச் சென்று தம் பாத்திரங்களின் மேன்மையை ஆன்மிக கண் கொண்டே படைத்தார்.

இன்னுமொரு அவரது ஆன்மிக பார்வையை கொண்ட பாடல் :

"வாழ்வதன் முன்னம் நான் செத்திருந்தேன்
 செத்ததன் பின்னாலும் வாழ்ந்திருப்பேன்
சோர்வுக்கு முன்னாள் நான் சுகித்திருப்பேன்
 சோர்வுக்குப் பின்னாலும் சுகித்திருப்பேன்
வித்துக்கு முன்னால் நான் விளைந்திருந்தேன்
 விளைவுக்குப் பின்னாலும் வித்தாவேன்

முடிவுக்கு முன்னால் நான் முதலானேன்
அசைவுக்கு முன்னால் நான் அணுவானேன்
அணு பிளந்தாலும் பிளவுக்குள் அணுவானேன்”

என்ற அவரது கூற்று எவ்வளவு நிதர்சனமானது; இன்னும் நம்மோடு வாழ்ந்திருப்பது அடையாளமே அவரது காலம்.

நம் தேசத்தின் தத்துவ - ஆன்மிக வரலாற்றில், குறிப்பாக தமிழ்ச் சூழலில் சித்தர்களின் வாழ்வியல் தத்துவம் உயிர் துடிப்புள்ளது.

அவரது உற்றத் தோழர் கே.எஸ். சுப்பிரமணியம் கூறுவது போல், “காலத்திற்கும் தங்கள் உலகப் பார்வைக்கும் ஒவ்வாத மரபுகளை புறந் தள்ளுதல்; தத்துவ கட்டமைப்புகளுக்கு மேலாக ஆன்மிக, மெய்யுணர்வு அனுபவங்களுக்கு முன்னுரிமை அளித்தல்; வரட்டு தத்துவப் படிமங்களை யும், அறிவுக்கும் நீதி உணர்வுக்கும் புறம்பான மரபு மடமைகளையும் அங்கதச் சுவை கொப்பளிக்கும் விமர்சனத்துக்கு இலக்காக்குதல்; காலத்தினாற் சவமாய்ப் போன புனிதங்கள்பால் ஓர் ஆரோக்கியமான, அச்சமற்ற மரியாதையின்மை; போலி மரியாதைகளைத் தவிர்த்தல்; வாழ்வின் இன்பங்களுடன் கள்ளக் கண்ணமூச்சி ஆடும் கயமைக்குக் கசையடி; இன்பம் துய்ப்பது மனித இயல்பு, தேவை என்பதற்கான உரிய அங்கீகாரம்... இந்தக் குணாம்சங்கள் கொண்ட ஒருமித்த ஆளுமைதான் சித்தர் ஆளுமை.

இந்த ஆளுமையைக் கொண்டே அவரது ஆன்மிக பயணம் தொடர்ந்தது.”

ஜெ.கே.யுடன் நன்கு பழகியவர்களுக்கு அவருள் ஒரு சித்தர் நிழலாடுவதை காணலாம். வாழ்வை ஒரு உத்வேகத்துடன் நேசிக்கும், புணரும் ஜெ.கே. தாமரை இலை தண்ணீர்போல், வாழ்வை ஒரு புன்சிரிப் புடன் ஓர் அந்நியன் போல் ரசித்தவர்.

“எனக்குக் காலூன்ற வேறெங்காவது ஓர் இடம் கொடுங்கள். இந்தப் பூமியை நெம்பிக் கிளப்பித் தூக்கியெறிந்து விடுகிறேன் என்று ஒருவன் சொன்னது விஞ்ஞான பூர்வமான உண்மை; வேதாந்த பூர்வமான உண்மை யும் கூட. இந்த பூமியைத் தூக்கிக் கிளப்ப வேண்டுமானால் இத்துடன் நமக்கு இருக்கிற சம்பந்தம் விடுபட வேண்டும் என்பது பொருள். இப்படிப் பட்ட ஓர் சம்மதமின்மையை நான் பல துறைகளில் அவாவுறுகிறேன்.

“அனுபவங்கள் என்பதற்கு ஓர்ஆழ்ந்த பொருள் உண்டு. எனக்கு நினைவு தெரிந்த நாள் முதலாய்க் கண்டு, கேட்டு, உண்டு, உயிர்த்த

வாழ்க்கையின் ஒவ்வொரு துளியையும் இயன்றவரை ருசித்து என்னுள் தேக்கிக் கொண்டிருக்கிறேன். ஒன்றில் ஆழ்ந்து ஈடுபட்டிருக்கையில் அது பற்றி பேச முடியாது. அப்படிப் பேசுகையில் அது அந்த ஒன்றின் கூறு ஆகுமே ஒழிய, அனுபவம் ஆகாது. அந்த ஒன்றிலிருந்து விலகிய பிறகுதான் அதுபற்றி முழுமையாக உணர்வது சாத்தியம் என சித்தர் ஆளுமையின் சொற்களாக உதிர்கிறது."

மேலும் தனது பழக்க வழக்கங்கள் குறித்து அவர் சொல்லும் வார்த்தைகள் சுவையானவை.

"இழிந்தவர்கள் கடைமக்கள் என்று சமூகத்தால் ஒதுக்கப்பட்ட மக்களோடு நட்பு கொள்ள விழைந்ததால் நானே வலிந்து ஏற்படுத்திக் கொண்டு, பின்னர் அதிலே ஒரு லயம் கண்டுவிட்ட பழக்கங்களே புகைப் பிடிப்பதும், மது அருந்துவதும், மாமிசம் புசிப்பதும், இன்ன பிற துறந்த நடைகளும் என்று சுயதரிசனம் கொள்கிறேன். போதைகளில் லயிப்பது என்பது எனது புலன்களுடன் நான் ஆடும் கண்ணாமூச்சி ஆட்டம்" என்று பட்டவர்த்தனமாய் சொன்னதோடு தன் வாழ்க்கையை ஒரு கொண்டாட்டமாக வாழ்ந்து களித்தார்.

அவரது ஆரம்பக் கால சென்னை வாழ்க்கை, அனைத்துத் தர மக்களுடன் கொண்ட உறவு, அவர்கள்பால் கொண்ட நட்பு, அவர்களின் கள்ளம் கபடமில்லாத வாழ்க்கையில் ஊடாடல், பிரிவு, பேதம் பார்க்காமல் கலந்துறவாடியது. அடித்தட்டு, நடுத்தட்டு மக்களின் நேசம் இவையே அவரை வளர்த்தெடுத்தது; ஆளாக்கியது. அவர்களின் வாழ்வியலில் ஒன்று குலாவி திளைத்தார் என்றே சொல்லல் வேண்டும்.

அதனால்தான், " கோரை பாயின் மீதும், ஆலவாய்ச் சன்னதியில் அம்பையின் மூக்குப் பொட்டிலும் இந்தியாவின் ஆன்ம சுடர் விடுகிறது; சேரியிலும் கோயிலின் புனிதம் வாழ்கிறது" என தம் கால ஆன்ம அனுபவங்களாய் பார்த்தார்.

தற்கால இந்தியப் பெண்களின் அவலத்தை நம்முன் நிறுத்தி காட்டும் போது அவரது ஆன்ம அனுபவம் எப்படி பார்க்கிறது.

"தோளில் மாட்டிய பையுடன், தலையில் கனக்கின்ற சுமையுடன், பேதையாய், பெதும்மையாய், அரிவையாய், தெரிவையாய், மங்கையாய், பேரிளம் பெண்ணாய் - எத்தனையெத்தனை சீதைகள்! இவர்களுக்கும் இவர்களது ராமர்களுக்கும் இடையே ஒரு சமுத்திரமே புரண்டு கோஷிக்கிறதே!" என எழுதும்போது நவீன கால பெண்களின் மழலைப்

பருவம் தொடங்கி பேரிளம் பெண் - முதிர்பருவம் வரை ஆண்களின் ஆளுமையை நம்முன் கொண்டு வந்து நிறுத்துகிறார்.

ஆன்ம அனுபவம் உளவியல் சார்ந்ததும்கூட. மனிதனின் பைத்திய காரத்தனமான செயல்களை ஒரு படைப்பாளி பார்க்கும் பார்வை மானுடநேயம் கொண்டதாய் அமைதல் வேண்டும் என்பதை அவர் விவரிக்கிற பாங்கு, ஒரு மனநோயாளியை பார்க்கிற நோக்கு அவரது எழுத்தில் சுடர் விடுகிறது.

"பிறருக்கு தெரியாத, தெரிந்து விடுமோ என்று நாம் அஞ்சுகிற, தெரிந்துவிடக் கூடாது என்று நாம் காப்பாற்றி வைத்திருக்கிற, ஒரு வேளை தெரிந்திருக்குமோ என்று எண்ணி அடிக்கடி தலையைச் சொறிந்து கொள்கிற எத்தனை ஆயிரம் பைத்தியக்காரத்தனங்கள் நம் ஒவ்வொரு வரிடமும் குடி கொண்டிருக்கின்றன. இப்படிப்பட்ட நாம் அந்தப் பைத்தியக்காரத்தனங்கள் வெளியே தெரிந்து விட்டதென்ற ஒரே காரணத் தினால் அவர்களை விலக்கி வைத்ததுகூட சரி - என்றைக்குமே வேண்டா மென்று அவர்களை சபித்துவிட என்ன உரிமை பெற்றிருக்கிறோம்?"

மேலும், "இறந்தும் வாழ்தல் ஒரு சுவாரஸ்யமான அனுபவம். எழுதிக்கொண்டே இருப்பவதைவிட எழுதுவதை நிறுத்தி, அதன் விகசிப்புகளையும் தாக்கங்களையும் கண்டு அசை போடுவதில் ஒரு சுகம் இருக்கிறது. பேசிக்கொண்டே இருப்பதைவிட, பேசுவதை நிறுத்தி, நமது சொற்களின் எண்ணங்களின் சலனங்களையும், எதிரலைகளையும் தரிசித்தல் அர்த்தமுள்ளது. இதை உணர்ந்துதான் விருது அளித்தார்களோ? இறந்தும் வாழ்வதற்கு விருதுகளோ? - என தாம் எழுதியதை, பேசுவதை நிறுத்திய பின் உதிர்த்த வார்த்தைகள் ஒரு ஆன்மிக உணர்வன்றோ?"

என்ற வாசகங்கள் நம்மில் எத்தனை பேர் நம் உறவுகளை அந்நிலைக்கு ஆளானவர்களை ஒதுக்கி வைக்கிறோம். அது சரியா என்பதை ஆழ்ந்து நோக்கும் பகிர்வு எத்தகைய உன்னதமானது.

மொத்தத்தில் அவரது ஆன்மிகப் பார்வை தெய்வ பக்தியோ, கடவுளை வணங்கித் தொழுதலோ, அதற்காக வேடமிட்டு கும்மாளம் போடுவது அல்ல. மானுட நேயமே, பிறர் மீது நாம் கொண்டிருக்கும் அன்பே என்றே தன் ஆன்ம அனுபவங்களை பதிவு செய்கிறார்.

16

கவிதை உலகம்

ஜெயகாந்தன் ஆரம்பக் காலக்கட்டத்தில் தமிழ் ஒளியோடு அவரது சகாக்களை காணும்போது அவரை கவிஞர் என்றே விளித்தனர். ஆயினும் கவிஞர் தமிழ் ஒளி அவருக்கு போதித்த பாடம், 'கவிதை எழுதுவ தற்கு ஆயிரம் பேர் இருக்கிறார்கள், நீ உரைநடை பழகு; கதைகள் எழுது' என்று ஊக்குவித்தார். ஆயினும் அவரது கவிஉள்ளம் பாரதி - பாரதிதாசன் தமிழ்ஒளி போன்ற கவிதைகளின் மேல் பற்றுக் கொண்டு அவர்தம் பாடல்களை பாடுவதும் தானே சில பாடல்கள் புனைந்தும் பாடுவதும் உண்டு. அது போன்ற பாடல்கள் பல காற்றில் கரைந்ததும் உண்டு. இதனை அவரது நண்பர் பி.ச. குப்புசாமி தம் நினை வேட்டில் பதித்து பின்னர் அது ஒரு நூல் தொகுப்பாக வெளியிட்டார்.

தம் கவிதை அனுபவத்தை பற்றி குறிப்பிடுகையில், "கவிதைகளில் எனக்கு ரொம்ப ஈடுபாடு இருந் திருக்கும். ஆனா நான் கவிஞன் ஆயிடக் கூடாதுன்னு ரொம்ப ஜாக்கிரதை உணர்ச்சி எனக்கு. காரணம்,

உரைநடை மீதும் உரைநடையில் சாதிக்க விரும்பியதற்கும் அது தடையாகி விடுமோ என்கிற ஓர் அச்சம். அதை நான் தவிர்த்தே வந்திருக்கிறேன். ஆனாலும் நண்பர்கள் எப்போதேனும் நான் சொல்கிற கவிதைகளை எழுதி வைத்திருந்து எனக்கே காட்டுவார்கள்" என்றும்,

"எனக்கு வெண்பா என்றாலும், விருத்தப்பா என்றாலும் ஏன், கவிதை என்றாலே - பாரதிதான் கட்டளைக்கல். மற்றவர்கள் கதை எப்படியோ? என்னுடைய கவிதைகள் குழந்தைகள் விளையாடும் ஏழாங்காய் கற்கள் தான். தமிழறிந்த புலவர் பெருமக்கள், இந்த அத்துமீறல்களுக்காக என்னை மன்னிப்பார்களாக!" என்று தம் கவிதை உலகம் குறித்து பேசுகிறார்.

அவர் பாடிய பாடல்களை காண்போமா? பெரும்பாலான அவர்பாடும் பாடல்களுக்கு தலைப்பு கிடையாது. நாம் தான் அதனை இட்டுக் கொள்ள வேண்டும்.

"பித்தம் தலைக்கேறும்
பேச்சுக்கள் மாறிவரும்
நித்தம் ஒரு கவிதை
நெஞ்சினில் ஊறிவரும்
நித்திரை இல்லாமலே
நேசக் கனவு வரும்
சித்திரம் இல்லாமலே
சிரிப்பு எதிரில் வரும்
கைத்திறன் இல்லாமலே
கவின்மிகு கலைகள் வரும்
வைத்தியர் இல்லாமலே
வந்த நோய் ஓடிவிடும்"

O

"நானென்னும் நீயொன்றும்
அதுவென்றும் இதுவென்றும்
தானென்றும் தனியென்றும்
பேதங்கள் அற்ற நிலை!

தேனென்றும் நஞ்சென்றும்
தீயென்றும் சருகென்றும்
தீதென்றும் நன்றென்றும்
தெரியாத தேவநிலை!"

O

சாவுதான் விபத்தென்பார்
சாகாமல் இருப்பதுவும் விபத்தன்றோ - பிறவி சார்ந்ததும்
ஓர் விபத்தன்றோ
நோவுதான் வியாதி என்பார் ;
நோகாமல் இருப்பதுவும் வியாதியன்றோ - வாழ்வை
நுகராமல் இருப்பதுவும் ஓர் வியாதியன்றோ

o

நானொரு மூடன் - எனை
நம்பவந் தானொரு சீடன்
எனை வணங்கி எழுந்தான் - எனக்குத்
தன்னை வணங்கிடும் தன்மையைத் தந்தான்
வந்தது ஞானம் என்று
வந்தவன் தன்வழி சென்றான்
சிந்தையில் ஞானச் சிறபொறி கனன்றது
சிரித்தேன்

o

கவிதை ஒரு மூட்டைப்பூச்சி
இரவில் என்னைத்
தூங்கவிடாமல் கடிக்கிறது!
இலக்கணம் ஏதும் கல்லாதவன்
ஏன் இதற்குத் தெரியவில்லை
இலக்கணம் படித்தவர் வீட்டிலே இந்த
மூட்டையும் இல்லை
நானோ ஒண்டுக் குடித்தனவாசி!
வீட்டில் ஆளும் அதிகம்; அழுக்கும் அதிகம்!
சுண்ணாம்படிக்கிற பழக்கம் சுத்தமாய் இல்லை
இண்டு இடுக்குகள் எங்கும் உண்டு
சந்துகள் பொந்துகள் சங்கதித் தெரியும்!
தூக்கம் ஒன்றுதான் தூக்கம் கெடுக்கும்
தூங்கவிடாமல் என்னையிந்த மூட்டை கடிக்கும்!
இலக்கணம் ஏதும் வடித்திலேன்
என் செய?
எழுதவா? வேண்டாமா?

17

திரை உலகமும் திரைக் கலைஞர்களும்

அக்காலத்தில் ஜெயகாந்தன் 'சரஸ்வதி', ஆனந்த விகடன் இதழ்களில் எழுதியக் காலத்திலே அவரது வாசகர் பரப்பு திரை உலகைச் சார்ந்தவர்களை ஈர்த்தது. அக்கால சினிமா பிரபலங்கள், கலைஞர்கள், கே.பி. சுந்தராம்பாள், எம்.ஆர். ராதா, வி. சுப்பையா, பாலைய்யா, சந்திரபாபு, சிவாஜி கணேசன், நாகேஷ், இயக்குநர்கள் கே. பாலசந்தர், வீணை எஸ்.பாலசந்தர் என பட்டியல் நீளும். இன்று வளர்கிற திரைக் கலைஞர் களும் அவரது படைப்புகளை வாசிக்காமல் இருக்க முடியாது.

60-களில் சினிமா கலைஞர்கள் ஜெயகாந்தன் ரசிகர்களாகவே இருந்தனர். திரை உலக நுழைவின் போது அவரை கண்டு அளவளாவுவதில் முன் நின்றனர். அவரும் தோற்றத்தில் பேரழகனாக, திரை நட்சத்திர பொலிவுடன் இருந்தவர்.

அவரது சிறுகதைகளை நாடகமாக்கவும், திரையில் கொண்டு வரவும் பலர் முன்நின்றனர். குறிப்பாக சேலா ஸ்டேஜ் நாடக குழுவினர் மேஜர் சுந்தரராஜன்,

நாகேஷ், ஸ்ரீகாந்த், எஸ். கோபால கிருஷ்ணன், சோ. வீரப்பன் போன்றோர் அவரது படைப்புகளை நாடகமாக்க முயன்றனர். ஆனால் ஜெ.கே. 'தமிழில் நாடகம் ஒன்றும் இல்லை. அந்த வடிவம் இங்கே சாத்தியப்படாது' என்று புறந்தள்ளினார்.

சினிமா குறித்த பார்வையே அவரது மொழிகளில் கூறுவதென்றால், "சினிமா ஒரு விசேஷமான கலை, இயல், இசை, நாடகம் என்ற முத்தமிழ்ச் சுவை மட்டுமின்றி சமூக வாழ்க்கையில் என்னென்ன தொழில்கள் உண்டோ அவை அனைத்தும் சங்கமிக்கிற ஒரு உலகம் அது."

"நமது சாதாரண சமூக மனிதனுக்கு சினிமா இன்றியமையாத தேவையாகி விட்டது. அதன் இடத்தை நாடகமோ, நாட்டியமோ, இசைக் கச்சேரியோ அல்லது வேறு விதமான கலைப் படைப்புகளோ அக்காலத்தில் பிடிக்க முடியவில்லை.

"சினிமா என்பது நிரந்தரமான பதிவுச் சாதனமாய் கலை படைப்புகளுக்கு அமைந்தது. அது, கண் காணாத தொலைவில் உள்ள நகர்ப்புற நாகரிகத்தையே அறியாத கோடிக்கணக்கான கிராமத்து பாமரர் களைச் சென்று அடைகின்ற சக்தியும் திறனும் மிக்கக் கலைச் சாதனமாய் அமைந்தது.

"புராணம், இலக்கியம், சரித்திரம், அரசியல் ஆகிய எல்லாவற்றைப் பற்றிய ஞானத்தை, சாதாரண பாமரர்க்கும் கொண்டு சென்று விநியோகிக்கும் சக்தி சினிமாவுக்கு உண்டு. பள்ளிக்கூடத்துக்கு போக மனமில்லாத என்னைப் போன்ற அக்காலச் சிறுவர்களுக்கு பொழுது போக்காகவே பல அரிய கல்வியைத் தந்ததும் சினிமாவே.

"இன்று சினிமா ஒரு தொழிலோ, கலையோ மட்டுமல்ல; அது கோடான கோடி பாமர மக்களுக்கு ரசனையையும், அறிவையும் பொதுவுடைமை ஆக்கித் தந்த புத்துலக ஆசான். ஆம்! நான் பள்ளியிலும் புத்தகங்களிலும் கற்றதை விடவும், சினிமாக்களின் மூலம் நிறைய கற்றிருக்கிறேன்" என தனது சினிமா குறித்த பதிவைத் தருகிறார்.

இந்த ஞானமே அவருக்கு தனது கதையை திரைப்படமாக்கும் முயற்சியில் இறங்கினார். அதில் வெற்றியும் பெற்றார். ஆயினும் தொடர்ந்து அந்த முயற்சியில் தன்னை ஈடுபடுத்திக் கொள்ளவில்லை. காரணம், இது ஒரு வியாபார சந்தையாகவும், வர்த்தக சூதாட்டமாகவும் உருமாறி போனதே எனலாம்.

அக்கால சினிமா குறித்து அவர் படம் பிடிக்கிறார் :

“1939-இல் உலக யுத்தம் ஆரம்பமாயிற்று. அப்போது யுத்த ஆதரவுக் கதைகளும், ஜப்பானிய எதிர்ப்புப் பிரச்சாரமும் சினிமாக்களாக வெளி வந்தன.”

“யுத்த காலத்தில் பிரிட்டிஷ்காரர்களுக்கு ஆதரவான படங்கள் என்ற பெயரில் வந்தபோதிலும் அவை மறைமுகமாக நமது தேசிய அரசியலையும் பிரச்சாரம் செய்ததால் இளம் வயதிலேயே அரசியல் ஈடுபாடும் அந்தப் படங்களின் மூலம் எனக்கு ஏற்படலாயிற்று. எனவே, அந்தப் படங்களின் தரம் சற்று புதிதாகவே இருந்தது.

“அக்காலத்தில் ‘மான சம்ரக்ஷணம்’ என்ற பெயரில் கே. சுப்ரமண்யம் என்பவர் ஒரு யுத்த கால படம் எடுத்தார். அதில் இந்திய தேசபக்த உணர்ச்சியே மிகுந்திருந்தது. மக்களால் விரும்பிப் பாராட்டப்பட்டது.

“மேலும் அவரது ‘தியாகபூமி’ தேசியப் பிரச்சார படமாக வெளிவந்து தமிழகத்தில் ஒரு புதிய எழுச்சியையே உண்டாக்கிற்று. பிரபல வங்க எழுத்தாளர் பிரேம்சந்தின் ‘சேவாசதன்’ என்ற படைப்பை - ஒரு இந்திய இலக்கியத்தை தமிழகத் திரைப்படமாக்கி பாரதத்துக்கு சிறப்பைப் பெற்றுத் தந்தது.

“இந்தியா சுதந்திரம் அடைவதற்கு முன்னர், பாரதியாரின் பாடல்கள் திரைப்படங்கள் மூலம் மக்களுக்குப் புத்தெழுச்சி ஏற்படச் செய்ததும், தமிழ்ச் சினிமாவின் ஆரம்பகாலப் பெருமைக்குரிய சாதனைகளில் ஒன்று எனலாம்.

“வரலாறு பற்றிய அறிவை சினிமா அக்காலத்தில் பல படங்களின் மூலம் வளப்படுத்தியது” - என பதிவு செய்கிறார் அக்காலச் சினிமாவை.

அவர் படைப்புலகில் இலக்கியத் துறையில் பத்திரிகைகளில் எழுதுவது, அரசியல் துறையில் - அதாவது மேடைகளில் ஏறி முழங்குவது, கலைத் துறையில் அதாவது சினிமாவுக்காக எழுதுதல் ஆகிய மூன்று கூறுகளாக தனது சமூகப் பணியை தெரிந்தே, திட்டமிட்டே பிரித்துச் செயல்பட்டார்.

அது இயல்பாக ஏற்பட்டு, அவர் இந்தச் சமூகத்தோடு போராடுவதற்கு பாசறைகளாய் பயன்பட்டன ; இன்றும் பயன்பட்டு வருகிறது.

அவருடைய தோற்றப் பொலிவைக் கண்டு, அவரது உறவுக்காரரிடம், ‘நான் எழுத்தாளனாக விரும்புகிறேன்’ என்ற சொன்னபோது, ஒரு நாள் அவர் அவரை உற்றுப் பார்த்துவிட்டு சொன்னாராம், ‘என்னிடம் மட்டும்

நிறைய பணமிருக்குமானால் உன்னையே ஹீரோவாகப் போட்டு ஒரு சினிமா எடுக்கலாம். இப்போது மட்டும் என்ன? நீ விரும்பினால், 'கண்டேன் கண்டேன்' என்று உன்னை அழைத்துக் கொண்டு போன எவ்வளவோ சினிமாக்காரர்கள் இருப்பார்கள்" என்றாராம். அதற்கு ஜெ.கே. "தமிழ்ப் படத் தயாரிப்பாளர்கள் எல்லாம் எனது மாமாக்களாக இருக்க வேண்டும்" - என்று அவருக்கே உரிய பாணியில் நையாண்டி செய்து சிரித்தாராம்.

அவருக்கு எம்.எஸ். கண்ணன் எழுத்தாளர் விந்தன், அக்கால திரைப் பட வசனகர்த்தா இளங்கோவன் போன்றோர் அறிமுகமாகி சினிமாவை குறித்த பார்வைகளை பகிர்ந்து கொண்டவர்கள் ஆவர். இவர்கள் மூலம் சினிமா கலைஞர்களின், இயக்குநர்களின், தயாரிப்பாளர்களின் நட்பும் பெருகிற்று. அவர்கள் மூலம் சில படங்களில் பணியாற்றினாலும் முழு ஈடு பாட்டோடு செயல்படவில்லை. தமிழ்ச் சினிமா, அந்த கலைஞர்களின் வாழ்வியல் பற்றி கடுமையான விமர்சனங்களையும் முன்வைத்தார்.

அதாவது, "சினிமா என்னும் அதுவும் தமிழ்ச் சினிமா என்னும் நவீனக் கலை, இலக்கிய, சமூக, அரசியல், விஞ்ஞான சம்பந்தமுடைய ஒரு சாதனத்தை நமது தமிழ்ச் சமூகத்தில் வியாபார வெறியர்கள் எவ்வாறு பயன்படுத்திச் சீரழித்துக் கொண்டிருக்கிறார்கள்" - என்ற நோக்கில் அப்போதே தனது விமர்சனத்தை முன் வைத்தார்.

1959-ல் ஆனந்த விகடனில் வெளிவந்த "எனக்காக அழு" என்ற கதையை அக்கால பிரபல இயக்குநர் ப. நீலகண்டன் முயற்சி எடுத்து அதில் எம்.ஆர். ராதா, சந்திரபாபு ஆகியோர் நடிக்க முயற்சி செய்து அவரிடம் சம்மதம் கேட்டனர். அதற்கு ஜெ.கே. முதலில் 'யோசிக்கலாம்' என்றாராம். அக்கதை 4 ஆயிரம் அடி மட்டுமே வரும். மேலும் 8 ஆயிரம் அடிக்கு ஒரு Track இதில் பண்ண வேண்டும் என்று சொல்லியிருக்கிறார். அதற்கு ஜெ.கே. "எனக்கு கதை பண்ணத் தெரியாது" என்று சொல்ல, நீலகண்டன் "இல்லை இல்லை சினிமாவுக்கு என்றால் கதையில் பல அம்சங்கள் சேர்த்துத்தான் ஆக வேண்டும்" என்றிருக்கிறார். அதற்கு உடன்படாமல் விலகி விட்டார்.

அதேபோல கல்கியில் வெளிவந்த "உறங்குவது போலும்" என்ற கதையே நடிகர் சந்திரபாபு படித்தோ, பிறர் மூலம் அறிந்தோ அதனை படமாக்கும் முயற்சியில் இறங்கி ஜெயகாந்தனை அழைத்திருக்கிறார், பேசியிருக்கிறார். ஆயினும் அவர்களுக்கிடையே நட்பு பூத்தது தவிர படமாகவில்லை. சந்திரபாபு "ஜெ. கே." என்று அழைத்தது இக்காலத்தில்தான். அது பின்னால்,

இன்னாள் வரை பெரும்பாலோரால் அவ்வாறே அழைக்கப்படலானார்.

அதேபோல் சோவா ஸ்டோஜ் நாடக நடிகரும், சினிமாவில் சிரிப்பு காமெடிக்கு வசனம் எழுதி பிரபலமானவரும் ஏ. வீரப்பன், ஜெ.கே. யின் "யாருக்காக அழுதான்" என்ற கதையை திரைப்படமாக்க இறங்கி அக்கால பிரபல தயாரிப்பாளரான வீனஸ் பிக்சர்ஸ் ஜி.என். வேலுமணி அதற்கான அட்வான்ஸ் தந்து படவேலைகள் துவங்கின. அதனின் இயக்குநராக ஸ்ரீதர் நியமிக்கப்பட்டு டிஸ்கஷன் நடைபெற்றது.

ஸ்ரீதர், ஜெயகாந்தனை அழைத்து, படத்தை எப்படியெல்லாம் படமாக்குவது, இறுதியில் அதன் கதாநாயகன் சோசப்பு, ஒரு தோப்பின் நடுவே ஒரு மரச்சிலுவையின் முன் போய்த் தொழுது உயிர் விடுவதாகக் காட்சிகளை விளக்கியிருக்கிறார்.

அதற்கு ஜெயகாந்தன், "ஒரு டைரக்டரின் உரிமைகள் எதிலும் நான் தலையிட விரும்பவில்லை. ஆனாலும் அந்தக் கதையை எழுதியவன் என்ற முறையில் நான் சிறு யோசனை தெரிவிப்பேன். நீங்கள் கேட்டுதான் ஆக வேண்டும்" என்றிருக்கிறார்.

அதற்கு ஸ்ரீதர், "சொல்லுங்கள், அதற்காகத் தானே உங்களைப் பார்க்க நினைத்தேன்" என்றார்.

"படத்தின் தலைப்பை 'யாருக்காக செத்தான்' என்று மாற்றிக் கொள்ளுங்கள்" என்று முகத்தில் அடித்ததுபோல் சொல்லி புறப்பட்டு விட்டார்.

"யாருக்காக அழுதான்" படப்பிடிப்பு சில ஆயிரம் அடிகள் வரை சிவாஜி, சாவித்திரி, ரங்காராவ், பாலையா ஆகியோர் சம்பந்தப்பட்ட காட்சிகள் எடுக்கப்பட்டு நின்று போனது. இப்படம் குறித்து அப்போது நிறையவே பத்திரிகைகளில் பரபரப்பாய்ப் பேசப்பட்டது.

பின்னர் சந்திரபாபு அக்கதையை திரைப்படமாக்கும் முயற்சியில் இறங்கி வேலுமணியிடம் போய்க் கதையின் உரிமையை தான் வாங்கிக் கொள்வதாக சொல்லியிருக்கிறார். அதற்கு ஜெ.கே. உடன்படவில்லை. அத்தோடு அப்படம் நின்றாலும் பின்னர் திரைப்படமாகி வெற்றிப் படமானது.

இந்த இடைக்காலத்தில் பல முற்போக்கு தோழர்களின் முயற்சியினால் 'குமரி பிலிம்ஸ்' எனும் ஒரு படத் தயாரிப்பு நிறுவனம் உருவானது. அப்போது எல்லா எழுத்தாளர்களிடமிருந்து சினிமாவுக்கு ஏற்ற கதையை ஒரு வேண்டுகோளாய் முன் வைத்தனர்.

அப்போது ஜெ.கே. தனது "ராஜா வந்துட்டாரு" என்னும் சிறுகதையை திரைக்கதை அமைப்பாய் உருவாக்கித் தருவதாய் சொன்னார். ஆயினும் திரைக்கதை எழுதும் பொறுப்பை தோழர் ஆர்.கே. கண்ணன் வசம் ஒப்படைத்தனர். அப்படமே "பாதை தெரியுது பார்" என்ற திரைப்படம். இதில் ஜெயகாந்தன் அக்காலத்தில் பிரபலமான 'தென்னங்கீற்று ஊஞ்சலிலே... சிட்டுக் குருவி ஆடுது' என்ற பாடலை பிரபல பின்னணிப் பாடகி எஸ். ஜானகி பாட மற்றொரு பாடலான, "அழுத கண்ணீரும் பாலாகுமா?" எனும் டைட்டில் சாங் - எம்.பி. சீனிவாசன் பாட படமாக்கப் பட்டது. இப்படத்துக்கு ஜெயகாந்தன் 'டைட்டில்' பெயரிட்டார் என்பது குறிப்பிடத் தக்கது.

மேலும் இப்படத்தில் கலெக்டர் வேடத்தில் நடிக்கவும் செய்தார். பின்னர் படத்தின் நீளத்தை குறைக்க அவரின் கோரிக்கைப்படி நீக்கி னார்கள். ஆயினும் அது வெற்றிப் படமாக அமையவில்லை. இது குறித்து அவர் குறிப்பிடுகையில், "முற்போக்காளர்கள் சேர்ந்து படம் எடுக்கும் முயற்சி அந்த ஒரு பட அனுபவத்திற்குப் பிறகு இன்னும் தமிழ்நாட்டில் தலையெடுக்கவில்லை. சிறிய கலைஞர்களின் உயர்ந்த நோக்கமுடைய படைப்புகளைப் பாதுகாக்கத் திறனற்றுப் போனால் மறுபடியும் அந்த முயற்சியை மேற்கொள்ள யார் முன் வருவார்?" என்ற ஆதங்கத்தை வெளிப்படுத்தினார்.

மீண்டும் தயாரிப்பாளர் வீனஸ் கிருஷ்ணமூர்த்தி ஜெ.கே.யிடம் ஒரு திரைக்கதை வடிவமைத்துத் தர கேட்க, "ரூபா, அணா, பைசா" என்ற திரைக்கதையைத் தந்தார். அதற்கான அட்வான்ஸ், நடிகர்கள் தேர்வு என நடத்தும் அது திரைப்படம் ஆகவில்லை.

தொடர்ந்து .... "காத்திருந்த கண்கள்" இரண்டாவதாக டிரிட்மெண்ட் எழுதித் தந்தார். அப்படமும் வெற்றி பெறவில்லை.

இனி இந்த சினிமா முயற்சி வேண்டாம் என்று எழுத்துப் பணியில் ஈடு பட்டார். ஆயினும் இந்தத் துறையில் அவர் ஏதேனும் செய்ய வேண்டும் என்று நண்பர்கள் அவரை வற்புறுத்தினர்.

வீனஸ் கிருஷ்ணமூர்த்தியும் "நீங்களே இயக்குவதானால் ஒரு கதையுடன் வாருங்கள் என்று அழைப்பினை விடுத்தார்; நம்பிக்கையை தளர விடாதீர்கள்" என்ற ஆலோசனையும் கூறினார்.

1964-ஆம் ஆண்டில் ஒரு நாள் ஜெ.கே. வீனஸ் கிருஷ்ணமூர்த்தியை சந்தித்து, "நீங்கள் எதிர்ப்பார்த்தபடி எனக்கு ஒரு படத்தை டைரக்ட் செய்ய நம்பிக்கை வந்து இருக்கிறது" என்றார்.

அதுவே 'உன்னைப் போல் ஒருவன்' என்ற திரைப்படம். அதற்கான ஸ்கிரிப்டும் தயாரானது. இனிமேல் என்ன? பணம்தான் வேண்டும். வீனஸ் கிருஷ்ணமூர்த்தி தருவதாக ஒப்புக் கொண்டார். பட வேலையில் இறங்க வேண்டியதுதான் என்ற நிலையில் கிருஷ்ணமூர்த்தியை சந்தித்தார். ஸ்கிரிப்ட்டை நண்பர்கள் இயக்குநர் விஜயன், பாஸ்கரன், தோழர் கிரி இன்னும் ஒரு பெரிய கோஷ்டியுடன் படித்துக் காட்டப்பட்டது.

வீனஸ் கிருஷ்ணமூர்த்தி சொன்னார்.

"என்ன இது? படம் பூராவும் சமைப்பதும் சாப்பிடுவதும், படுத்துத் தூங்குவதுமாகத்தான் இருக்க போலிருக்கு. இது மாதிரி படம் எடுத்தால் வங்காளி படம் மாதிரி lag ஆக இருக்குமே" என்றார்.

ஜெ.கே.வுக்கு கோபம் வந்தது, "மிஸ்டர் கிருஷ்ணமூர்த்தி! ஒரு படம் எவ்விதமாக இருக்கும் என்று படத்தை எடுத்து முடித்துப் பார்ப்பதற்கு முன்னால் எனக்கே அது எப்படியிருக்கும் என்று சொல்ல முடியாது. ஸ்கிரிப்ட் என்பது டைரக்டருக்கு ஒரு வழிகாட்டி. இது எல்லாருக்கும் புரிகிற மாதிரியோ ரசிக்கத்தக்க விதமாகவோ அமைவது சிரமம். ஒரு ஸ்கிரிப்ட்டைப் படித்துப் புரிந்து கொள்கிற புத்தியை பொறுத்தே அது அமையும். நான் நீங்கள் என் கதையைப் படமாக்க நீங்களே பேரார்வம் காட்டியதனால் வந்தேன். அதற்காக உங்களையே முழுக்க முழுக்க நம்பாமல் எனது சொந்த பலத்தையே திரட்டிக் கொண்டுதான் உங்களிடம் வந்திருக்கிறேன். இந்த ஸ்கிரிப்ட்டைப் பற்றி அபிப்பிராயம் கூற எந்த நண்பர்களையும் அனுமதிக்க மாட்டேன். எனவே, உங்களால் இந்தத் திட்டத்திற்கு உதவ முடியுமா? முடியாதா?" என்று கோபத்தை அடக்கிக் கொண்டு அமைதியாகக் கேட்டார்.

வீனஸ் கிருஷ்ணமூர்த்தி இதற்கு முதலீடு செய்ய தோழர் கிரி தயாராக இருப்பதை உணர்ந்து கொண்டு விஷமத்தனமாக கிரியைப் பார்த்து, "நீங்கள் போடுகிற பணம் உங்களிடம் திரும்பி வர வேண்டாமா?" என்று கேட்டிருக்கிறார்.

தோழர் கிரியும், "எந்தப் பாடுபட்டாவது இந்தப் படத்தை நாங்கள் எடுத்துக்காட்டுகிறோம்" என்று பதில் சொல்லி ஜெயகாந்தனுடன் வெளியேறினார்.

அந்த நேரத்தில் ஜெ.கே.யின் சிந்தனையில் ஜவஹர்லால் நேரு முழுக்க நிறைந்திருந்தார். படவேலையில் மூழ்கினர். படக் கம்பெனிக்கு என்ன பெயர் வைப்பது என்ற கேள்விக்கு ஜெ.கே. "ஆசிய ஜோதி பிலிம்ஸ்" என்றார்.

தேனாம்பேட்டையில் ஒரு வீட்டு மாடியின் மீது தென்னங்கீற்று வேய்த்த கொட்டகையில் ஆசிய ஜோதி பிலிம்ஸ் உதயமானது. மேலும் அது ஒரு சினிமா கம்பெனி போல் அல்லாமல் ஓர் ஆசிரமாக திகழ்ந்தது.

அவருக்கு நெருக்கமாய் இருந்த சேவா ஸ்டேஜ் குழு நடிகர்கள் முதலிடம் தந்து படப்பிடிப்பு ஆரம்பமாயிற்று.

அப்போது ஜெ.கே.வுக்கு திரைப்படத்தின் படைப்பின் நுணுக்கங்களை தெரிந்திருந்தார். ஆயினும், தான் ஒரு டைரக்டர் என மாற்றிக் கொள்வதற்கு முன்னால் அவர் யாரிடமும் உதவியாளராய் இருந்ததில்லை. அவரது உதவியாளர்களிடமிருந்து அதனை அவர் பயின்றார். 21 நாட்களில் படம் முழுதும் சுட்டுத் தள்ளினார்.

ஒரு லட்சம் ரூபாயில் படமெடுக்கத் திட்டமிட்டு 80 ஆயிரம் ரூபாயில் படத்தை முடித்து 20 ஆயிரம் ரூபாய் மீதமானது. அதனைக் கொண்டு ரீ - ரிக்கார்டிங் எனும் இறுதிச் சடங்கை முடிக்கவும் தீர்மானிக்கப்பட்டது.

இப்படத்திற்கு இசை அமைக்க அவரைக் கவர்ந்த வீணை சிட்டிபாபு அழைக்க முடிவு செய்தார். அதற்கு முன் எந்தத் திரைப்படத்திற்கும் சிட்டிபாபு இசை அமைத்ததில்லை. கேட்டால் ஒப்புக் கொள்வாரா என்ற சந்தேகமும் அவருள் எழுந்தது. அவரும் சம்மதித்தார்.

இப்படத்தினை உருவாக்கும் முயற்சியில் தோழர் கிரி, நண்பர்கள் தோழர் கிருஷ்ணய்யா, சிறு தொழிலதிபரான அவரது வாசகரான எஸ். நடராஜன், தோழர் ஜி. ஆளவந்தார், மல்லியம் ராஜகோபால் போன்றவர்கள் அர்ப்பணிப்பு குறிப்பிடத்தக்கது.

இப்படம் உருவாக காரணமாக இருந்த நண்பர்களிடம் சொன்னார் ஜெ.கே. "திரு. வீனஸ் கிருஷ்ணமூர்த்தி ஒரு நாள் கேட்பாரே அந்த மாதிரி போட்ட பணம் திரும்ப வருமா? ஒரு வேளை நாம் கையைச் சுட்டுக் கொண்டால் உங்களுக்கு கவலையில்லை என்றாலும் எனக்கு ஒரு கணம் இருக்குமே?" என்று குறிப்பிட்டபோது அவர்கள் சேர்ந்து அவருக்கு நம்பிக்கையும் பலத்தையும் தந்தார்கள்.

'உன்னைப் போல் ஒருவன்' படம் முடிந்து, அதை மற்றவர்களுக்கு போட்டுக் காட்டத் தீர்மானித்தார். அவரது ஆரம்பக் கால கட்டத்திலிருந்து அவரை ஊக்குவித்த தோழர் பாலதண்டாயுதத்தை அழைத்தார். அவர் அப்போதைய முதல்வர் காமராஜரையும் அழைக்கச் சொன்னார். அவருடன் சென்று முதல் முறையாக சென்று காமராஜரை படம் பார்க்க அழைத்தார்.

"மறுநாள் அதிகாலையிலேயே படக் காட்சியை வைத்துக் கொண்டால் தனக்கு படம் பார்க்க சவுகரியமாய் இருக்கும்" என்றார் காமராஜர்.

மறுநாள் காலை 8 மணிக்கு ஏ.வி.எம். ஸ்டுடியோவில் தலைவர் காமராஜர், தோழர் பாலதண்டாயுதம் விசேஷ அழைப்பாளர்கள் உள்பட முதல் காட்சியை பார்த்தனர். படம் முடிந்து வெளியே வந்த காமராஜர், "இந்தப் படத்தை அரசாங்கமே வாங்கி மக்களுக்கு இலவசமாக காட்ட ஏற்பாடு செய்ய வேண்டும். நம்முடைய பல கஷ்டங்களுக்குக் காரணம் நமது ரசனை கெட்டுப் போனதுதான்" என்றார்.

உடன் பார்த்த ஏ.வி.எம். செட்டியார், "ரொம்ப அற்புதமான கதை. வலுவான தீம். ரொம்ப ரியாலிஷ்டிக்காக எடுத்திருக்கிறீர்கள். இதை ஜனாதிபதிபரிசுக்கும், வெளிநாடுகளில் திரையிடுவதற்கும் மட்டும் நீங்கள் வைத்துக் கொள்ளுங்கள். இந்தக் கதையைத் தமிழில் பெரும் நடிகர்களைப் போட்டு எடுக்கலாம் என்று எனக்குத் தோன்றுகிறது. நீங்கள் எனக்கு அனுமதி கொடுத்தீர்கள் என்றால் இந்தப் படத்திற்கான மொத்தச் செலவு ஒரு லட்ச ரூபாயைக் கதைக்குரிய பணமாகத் தருகிறேன்" என்றாராம்.

"ஆனால், வர்த்தக ரீதியாக இந்தப் படத்தை தமிழ்நாட்டில் வெற்றி கரமாக ஓட்ட முடியாது என்றால் அவ்விதமே ஆகுக. தமிழ் மக்கள் ரசனையில் ஒரு துளிகூட மாறுதலை ஏற்படுத்த முடியாத நான் வெளி நாட்டினரிடம் சபாஷ் வாங்கியும் அரசாங்கத்திடம் விருதுகள் வாங்கியும் ஆவதென்ன?" என்று எண்ணி மெய்யப்ப செட்டியாரின் யோசனையை மறுதலித்தார்.

அவருடைய பாகஸ்தர்களும் அவரது முடிவை பாராட்டி 'சபாஷ்' என்றார்கள்.

படத்தை முடித்து ரிலீஸ் செய்வதில்லை என்ற முடிவுக்கு அவர் வந்தாலும் பின்னர் 1964 டிசம்பர் 31ம் தேதி சென்ஸார் செய்யப்பட்டு தியேட்டர்களை வாடகை எடுத்து திரையிட்டார். திரைப்பட விநியோ கஸ்தர்களின் வர்த்தக சூதாட்டத்துக்கு இப்படம் இரையானாலும் கையில் தடி கொண்டு, திரையரங்கில் நின்று படத்தை ஓட்டச் செய்தார்.

திரைப்பட விருதுக்கும் இப்படம் அனுப்பப்பட்டது.

இப்படத்தை அறிஞர் அண்ணா, காமராஜர், பாலதண்டாயுதம், ஏ.வி.எம். மெய்யப்பச் செட்டியார் என அக்கால பிரபலங்கள் பார்த்தனர். சிலர் பாராட்டினர். சிலர் 'வறுமையின் கோலத்தை படம் பிடித்துக்

காட்டியிருக்கிறார்' என்ற விமர்சனமும் வைத்தனர். ஆயினும் இப்படம் உலகளவில் பேசப்பட்டது; திரையிடப்பட்டது. இன்றும் பேசப்படுகிறது.

அவர் திரைக்கதை வடிவம் குறித்து குறிப்பிடுகையில், "எனது கதை களை எழுதுவதற்கு முன்னாலும் எழுதிக் கொண்டிருக்கும் பொழுதும் நான் ஒவ்வொரு நிகழ்ச்சியாய், ஒவ்வொரு பாத்திரமாய், ஒவ்வொரு காட்சியாய், கணுக்கணுவாய் உலாவ விட்டு, நிகழவும் பேசவும் வைத்து இயக்கி, மானசீகமாகப் படைத்துப் பார்த்தப் பின்னர்தான் அவற்றைப் பதிவு செய்கிற முயற்சியில், அதை நான் வடித்து வைக்கிறேன். அவற்றை வேறு ஒரு மீடியத்திற்கு மாற்றுவதற்கான முயற்சி எனக்கு சிரமம் தராது. எனவே, ஒரு கதையை எழுதுவதற்கு முன்னால்கூட அதற்குத் திரைக்கதை அமைத்து விடுவது எனக்குச் சாத்தியம் ஆகும்" - என்கிறார்.

இதற்குப் பின்னால் 'யாருக்காக அழுதான்' என்ற படத்தினை எடுத்தார். இதில் பிரபல நடிகர்கள் நாகேஷ், பாலையா, கே.ஆர். விஜயா ஆகியோர் முக்கிய கதாபாத்திரங்களில் ஜொலித்தனர்.

தமிழ்த் திரை உலகில் முதல் ஜனாதிபதி விருது பெற்ற "'உன்னைப் போல் ஒருவன்' என்ற சிறுகதையை திரைக்கான வடிவமாக்கி தானே இயக்கினார். எவ்வித சினிமா பின்புலம் இல்லாமல் அவர் திரைக்கதையை ஆக்கிய விதம் யதார்த்த சினிமாவின் அடையாளம் என்றே சொல்ல வேண்டும்.

ஆயினும், தேசிய அளவில் அங்கீகரிக்கப்பட்ட இப்படம் திரைப்பட பிரபலங்களாலும் பட விநியோகஸ்தர்களாலும் புறக்கணிக்கப்பட்டது. எனவே, தனிப்பட்ட முறையில் திரையிட்டு மக்களைச் சென்றடைய முயற்சித்தார். பத்திரிகைகளுக்காக ஒரு விசேஷக் காட்சியை ஏற்பாடு செய்து ஒரு அறிக்கையையும் விநியோகித்தார்.

அதில் சில பகுதி :

"பொழுதுபோக்க வந்தவர்கள் அல்ல நீங்கள்; புதிய ரசனையின் பிரதிநிதிகள்.

இன்றைய தமிழ்ச்சினிமா ரசனையும் அதன் சிருஷ்டி முறைகளையும் இந்தப்படம் பூரணமாக மறுத்து ஒதுக்கியிருக்கிறது என்று தெரிந்தும் இதைப் பார்க்க வந்திருக்கும் நண்பர்களே, உங்களை நான் வணங்கு கிறேன், பாராட்டுகிறேன். காலத்தின் தேவையை உணர்ந்து ஒரு கடமையை ஆற்ற வந்தவர்கள் நாங்கள். இந்தப் படம் அதற்கான ஆரம்பமே.

புதுமை, புரட்சி என்ற ஆர்ப்பாட்டத்துடன் வந்த எந்தப் படத்திற்கு மில்லாத ஓர் ஆத்மா இதற்கு உண்டு.

"... நம்முன்னுள்ளே ஒரே முக்கியமான கடமை. எனது ரசனைக்கேற்ப இப்படத்தை நான் உருவாக்கியிருக்கிறேன். இந்தப் படத்தின் தரத்திற்கு இதன் ரசனைக்கு ஒத்தவர்கள் எத்தனை பேர் என்பதை அறிந்து கொண்டால் அதுவே எனது வெற்றி" என பத்திரிகை யாளர்கள் மத்தியில் வாக்குமூலம் தந்தார்.

அப்போது ரவீந்திரநாத் தாகூரின் 'சாருலதா' படம் சத்தியஜித்ரேயால் உருவானது. ஜனாதிபதி விருதுக்கு அதுவும் முன்னின்றது. முதல் பரிசுக்கும் மூன்றாம் பரிசுக்கும் சாருலதாவும், உன்னைப் போல் ஒருவன் படமும் போட்டியிட்டன. மனதளவில் ஜெ.கே. மூன்றாம் பரிசு கிடைக்கும் என்று உறுதியுடன் இருந்தார். முதற்பரிசு பெறும் நண்பர்கள் வாதிட்டாலும் அகில இந்திய ரீதியில் மூன்றாம் பரிசு உன்னைப் போல் ஒருவனுக்கு வழங்கப்பட்டது. அப்போது தமிழில் 'கை கொடுத்த தெய்வம்', 'சர்வர் சுந்தரம்', 'பழநி' ஆகியவை எட்ட முடியாது, முயன்று வீழ்ந்தது பரிசு எனக் குறிப்பிடலாம்.

தமிழ்நாட்டில் உள்ள சினிமா தொழிலைச் சார்ந்த பெருந்திமிலங்கள், இப்படத்திற்கு முதற்பரிசு கிடைக்காதது குறித்து சந்தோஷமும், சமாதான மும் அடைந்தனர்.

சிலர் இப்படத்தின் நோக்கத்தையே இழித்தும் பழித்தும் பேசினர். இதில் ஒருவர் எம்.ஜி.ஆர். அவர் கோவையில் ஒரு பத்திரிகைக்கு தந்தப் பேட்டியில் 'உன்னைப் போல் ஒருவன்' படம் தமிழ்நாட்டின் தரித்திரத்தையும், கேவலங்களையும் வெளிநாட்டில் போட்டுக் காட்டிப் பணம் பண்ணுகிறது" என்ற கருத்தை வெளியிட்டார்.

அதே சமயம் இப்படம் வெளியான கிருஷ்ணவேணி தியேட்டரில் இந்தப் படத்தைப் பார்ப்பதற்காக நேரமாகிறது என்ற பதைப்போடு ஒரு கருப்பு மனிதர், குள்ளமான உருவத்தவர், வேட்டியை மடித்துக் கொண்டு தோளில் இருந்த துண்டைக் கையில் எடுத்துக் கொண்டு ஓடிவந்தார்.

அவர்தான் 'அண்ணாத்துரை' என்கிற அறிஞர் அண்ணா.

நண்பர்கள் படமாக்குவதற்கு தேர்ந்தெடுத்த 'யாருக்காக அழுதான்' கதை அவர் எழுதிய கதைகளில் பிடிக்காத ஒன்று என்று குறிப்பிடுகிறார். ஏற்கனவே வேலுமணி முயற்சியால் தோற்றுப் போன இக்கதையை மீண்டும் திரைப்படமாக்குவதில் சுணங்கினார். நண்பரின் வற்புறுத்தலின்

பேரில் வேலுமணியிடம் அனுமதி கேட்டார். அவரும் "நல்லதை நன்றாகச் செய்யுங்கள்" என்று ஆசி கூறினார்.

செம்பி டிரேடர்ஸ் கேட்டுக் கொண்டபடி அக்காலத்தில் மிகப் பிரபல மாய் இருந்த நடிகை - நடிகர்களை ஒப்பந்தம் செய்ய உத்தரவிட்டார். அதன்படி கே.ஆர். விஜயா, டி.எஸ். பாலையா, நாகேஷ், சகஸ்ரநாமம் ஆகியோர் நடிக்கவும், கண்ணதாசன் பாடல் எழுதவும் நியூடேன் ஸ்டுடியோவில் படமாக்கவும் ஏற்பாடு நடந்தது.

இந்தியாவிலேயே ஆர்வோ பிலிமை முதன்முறையாக பயன்படுத்தி யவர் ஜெ.கே.வே படத்தின் கதாநாயகனாக நடித்த நாகேஷுக்கு என்ன பணம் தருகிறார்கள். அதைவிட அதிகமாய் டைரக்டரான ஜெ.கே. கேட்டு கொண்டதின் பேரில் தரப்பட்டது.

"கதாநாயகனை விட அதிக பணம் உங்களுக்குத் தர சம்மதம்தான். ஆனால் கருப்பில் எவ்வளவு வெள்ளையில் எவ்வளவு பணம் தர வேண்டும்" என்று நிபந்தனைக்கும் ஆட்பட்டார்.

இது குறித்து குறிப்பிடுகையில், "இதில் புரிந்து கொள்வதற்கும், புரியாமல் போவதற்கும் என்ன இருக்கிறது? சினிமா உலகில் நீக்கமற நிலவி இருந்த கறுப்புப்பண மாயைக்கு நானும் ஒருமுறை பலியானது உண்டு" என்று கூறுகிறார்.

ஆயினும் 'அப்பணத்தை குடித்தே ஒழித்தேன்' என்றும் குறிப்பிடுகிறார்.

இந்தக் கறுப்புப் பணம் குறித்து அவர் குறிப்பிடுகையில், "பணமே மனிதனின் எல்லாத் தேவைகளையும் தீர்த்து வைத்து விடும் என்று கருதுகின்றவர்கள் சிந்திக்கும் திறன் இல்லாதவர்கள், அவர்கள் ஒரு போதும் கலைஞராய் இருத்தல் முடியாது. அதுவும் கறுப்புப் பணத்தைச் சேர்த்து வைக்கும் ஒருவன் உண்மையான கலைஞனாய் இருக்கவே முடியாது."

இதில் இப்போது எவர் தேறுவர்?

இது குறித்து 'தமிழ்ச்சினிமா' என்ற பத்திரிகையில் ஒரு விசேச மலரில் 'சமுதாயத்தில் நடிகர்களின் ஸ்தானம்' என்றொரு கட்டுரையையும் வடித்திருக்கிறார்.

மேலும், "நடிகன் ஒரு கலைஞன்; எனினும் சமுதாயத்தில் ஒரு கவிஞனுக்கோ (பாடல் ஆசிரியன் அல்ல) ஒரு எழுத்தாளனுக்கோ (சினிமா வசன கர்த்தா அல்ல) ஒரு விஞ்ஞானிக்கோ உரிய ஸ்தானத்தை அவன் பெற வும் முடியாது; பெறவும் கூடாது.

“ஆனால் ஒரு கவிஞனை விடவும், எழுத்தாளனை விடவும், அவனுக்கு பொருளாதார அந்தஸ்து உயர்வடைவது இயல்பு, நமது கவலை குறித்து அல்ல.

“ஆனால், நடிகன் என்பவன் சித்தாந்தியோ ஒரு அரசியல் தலைவனோ அல்ல என்பதை நடிகன் என்ற முறையில் அவனாவது உணர்ந்திருக்க வேண்டும்'' - என்ற வாக்கியங்கள் இன்றைய கலைஞர்கள் உணர வேண்டும்.

‘யாருக்காக அழுதான்’ வெற்றிப் படமானாலும் தமிழ்த் தயாரிப்பாளர், விநியோகதஸ்தர்களின் தகிடு தத்தங்களால் பெரும் வெற்றியைப் பெற வில்லை. ஆயினும் தமிழ்ச் சினிமா உலகில் இன்றும் பேசப்படுகிறது.

‘யாருக்காக அழுதான்’ திரைப்படத்துக்குப்பின் திரை உலகிலிருந்து ஒதுங்கியே இருந்தார். ஆசியஜோதி பிலிம்ஸ் அலவலகத்தை காலி செய்வ தற்கு முன்னதாக, தமிழக அரசின் செய்தித்துறை இயக்குரும் ஜெ.கே.யின் நண்பருமான குழந்தைவேலு அவர்கள், ‘‘ஐந்தாண்டு திட்டங்களின் சாதனை பற்றிய செய்திப் படம் ஒன்று தயாரித்துத் தர முடியுமா? அதற் கான ஒரு பட்ஜெட், ஒரு திட்டம், ஒரு ஸ்கிரிப்ட் உடனடியாகத் தேவை’’ என்றார்.

அப்போது தமிழகத்தின் தேர்தல் நேரம் 1967. ஒரு அரிய சந்தர்ப்பம் கிடைத்தது குறித்து மகிழ்ச்சி அடைந்த ஜெ.கே. இதில் அரசியல் வாடை வீசக் கூடாது என எச்சரிக்கையுடன் செயல்பட்டார். குழந்தைவேலு கேட்டுக் கொண்ட்படி ‘நேற்று இன்று நாளை’ என்ற ஸ்கிரிப்ட்டுடன் அவரைச் சந்தித்து சன்மானத் தொகையையும் குறைத்துக் கொண்டு படத் திற்குச் சிறப்பாக செலவு செய்து முழுத் திருப்தியோடு தயாரித்து தமிழக அரசிடம் கொடுத்தார்.

‘அரசாங்கத்திடம் ஏற்படுத்திக் கொள்கிற ஒரு முதல் ஒப்பந்தத்தைச் சிறப்பாக முடித்துக் கொடுத்தால் அரசாங்கத்திற்குத் தொடர்ந்து பல படங் களைத் தயாரிக்க வாய்ப்புக் கிடைக்கும். பெருத்த லாபத்துக்கு ஆசைப்பட வேண்டாம் என்கிற எண்ணத்தோடு அந்தப் படத்தை தயாரித்து கொடுத்த தாக’ குறிப்பிடுகிறார்.

தேர்தலுக்குப் பிறகு அப்போதைய காங்கிரஸ் அரசு தோல்வி கண்டது. தி.மு.க. ஆட்சிக் கட்டிலைக் கைப்பற்றியது. தி.மு.க. எதிர்ப்பு அரசியல் கொண்ட ஜெ.கே.வுக்கு எப்படி மீண்டும் இத்தகைய வாய்ப்புக் கிடைக்கும்?

'யாருக்காக அழுதான்' திரைப்படத்தில் 'சோசப்பு' பாத்திரத்தில் நடிக்க விரும்பிய எஸ்.வி. சுப்பையா, அது நிறைவேறாமல் போகவே மீண்டும் ஜெ.கே.யிடம் வேறு ஒரு கதையை திரைப்படமாக்க விரும்பினார். அதற்கு ஜெ.கே. "உங்களுக்கு எனது கதைகளில் எது வேண்டுமோ அதைத் தாராளமாக படமாக எடுத்துக் கொள்ளலாம்" என்றார். மேலும் ஒரு நிபந்தனையும் விதித்தார். கதையை தமிழில் படமாக்குகிற உரிமையை உங்களுக்குத் தருகிறேன். திரைக்கதையெல்லாம் என்னால் எழுத முடியாது. சினிமாத் துறையில் உள்ளவர் யாரையாவது வைத்து படமெடுத்துக் கொள்ளுங்கள். படப்பிடிப்புக்கு முன்னதாக ஸ்கிரிப்ட் எனது பார்வைக்கு அனுப்பினால் போதும்" என்றார்.

அப்போது 'கல்கி' இதழில் எழுதிய 'கைவிலங்கு' என்ற குறுநாவல் 'காவல் தெய்வம்' என்று தலைப்பு மாற்றம் செய்து திரைப்படமானது. அந்தப் படத்தில் 'ஜெயகாந்தனின் காவல் தெய்வம்' என்றுதான் டைட்டில் கார்டு போடப்பட்டது. அதில் சிவாஜி கணேசன், சாமுண்டி கிராமணி என்ற பாத்திரத்தை சிறப்பாக நடித்திருந்தார் என்றாலும், அது குறித்து ஜெ.கே.வுக்கு ஒரு விமர்சனமும் உண்டு. "உதாரணமாக ஆரம்பத்தில் மரமேறும் தொழிலாளியாக வரும் சிவாஜி, அநாவசியமாக அப்படிக் கம்பீரத் தோற்றம் காட்டி இருக்க வேண்டியதில்லை. பணிவுடைய, பயந்த சுபாவமுடைய மரமேறும் தொழிலாளியாகத் தோற்றம் தந்திருக்க வேண்டும். இப்படிப்பட்ட ஆக்க பூர்வமான சிறு விமர்சனங்களைத் தவிர மொத்தத்தில் அந்தப் படம் எனக்கு ஓரளவு திருப்தியை தந்தது" என்கிறார்.

இப்படத்தில் சிறை அதிகாரியாக எஸ்.வி. சுப்பையாவும் அவரது மனைவியாக சவுக்கார் ஜானகியும், நாகேஷ், முத்துராமன், சிவக்குமார், அசோகன், பாலையா, லட்சுமி என அக்கால பிரபல நட்சத்திரங்கள் நடித்து பொதுவாக நல்லப் பெயரை தந்தது.

தொடர்ந்து சுப்பையா 'பிரம்மோபதேசம்' கதையை திரைப்படமாக்கும் முயற்சியில் இறங்கி 6 ஆயிரம் அடிகள் எடுக்கப்பட்டு ஜெ.கே.வுக்கு போட்டுக் காட்டப்பட்டது. இதில் சங்கரசர்மாவாக சுப்பையாவும், ஓதுவாராக சிவக்குமாரும், குண்டு ராயராக டி.எஸ். பாலையாவும் நன்றாக நடித்தனர். என்ன காரணத்தாலோ படம் தொடர முடியாமல் நின்று போனது.

'பிரம்மோபதேசம் அனுபவத்திற்குப் பிறகு தமிழ்ச் சினிமா துறையோடு எத்தகைய சங்காத்தமும் வைத்துக் கொள்ள கூடாது என்று முடிவு செய்த ஜெ.கே. 7 ஆண்டுகாலம் படத்துறையை விட்டு விலகி இருந்தார்.'

இக்காலங்களில் கவிஞன் கண்ணதாசன் - ஜெ.கே. நட்பு நெருக்க மானது. அரசியலில் தி.மு.க. எதிர்ப்பில் இருவரும் கைகோர்த்தனர். பல மேடைகளில் அரசியல் களம் கண்டனர். ஒருமுறை ஒரு புதிய திட்டத்தை கவிஞர் கண்ணதாசன் முன்வைத்தார். “நாம் இருவரும் சேர்ந்து டைரக்ட் செய்து ஒரு திரைப்படம் தயாரிக்க வேண்டும்” என்ற யோசனையே அது.

‘நியாயம் கேட்கிறோம்’ என்ற பெயரில் ஸ்கிரிப்ட்டை கண்ணதாசன் எழுத ஜெ.கே. செட்டில் எக்ஸ்கியூட்டிவ் டைரக்டராகவும், கதை அவருடையதாகவும் காட்சி அமைப்புகள் ஜெ.கே. பொறுப்பு என்று பிரிவினை செய்து கொண்டனர்.

இதில் நடிக்க தேவிகா, டி.ஆர். மகாலிங்கம், நாகேஷ், வி.கே. ராமசாமி, முத்துலட்சுமி போன்றோர் புக் செய்யப்பட்டனர். ‘ஒரு வேலை என்கிற முறையில் படப்பிடிப்பை நான் ஒழுங்காக நடத்தினேன். நான் செட்டில் டைரக்ட் செய்யும்போது எனக்கு எப்படிப்பட்ட எக்ஸ்கியூட்டிவ் வேண்டும் என்று நினைத்தேனோ அப்படிப்பட்ட எக்ஸ்கியூட்டிவ் ஆக தான் பணியாற்றியதாக’ குறிப்பிடுகிறார்.

ஆயினும் படம் 6000 அடிகள் வரை வளர்ந்து நின்று போனது. சினிமாவில் அவருக்கு ஏற்பட்ட அனுபவத்தின் விளைவாக 1966-ஆம் ஆண்டில் எப்படி விலகினாரோ அதே போல் 1971ம் ஆண்டு தேர்தலுக்குப் பிறகு அரசியலிலிருந்து விலகியே நின்றார்.

ஜெயகாந்தனின் சாகித்ய அகாதமி விருது பெற்ற, தினமணி கதிரில் தொடராக வந்த ‘சில நேரங்களில் சில மனிதர்கள்’ நாவலை திரைப்பட மாக்க பிரபல இயக்குநர் பீம்சிங் விரும்புவதாக அவரது புதல்வர் இருதயநாத், எழுத்தாளர் பூவண்ணன் இருவரும் ஜெயகாந்தனை சந்தித்தனர். அப்போது பீம்சிங் பிசியான வேறு பட வேலைகளில் இயங்கி வந்தார்.

பொதுவாக பீம்சிங் இயக்கத்தில் உருவாகும் படங்களுக்கு திரைக்கதை வடிவத்தை அவரேதான் அமைப்பார். அப்படியே சி.நே.சி. மனிதர்கள் திரைக்கதையை அவரே உருவாக்கட்டும் என்று ஜெ.கே. அதன் நூல் பிரதியை கொடுத்து, “இதோ, இப்போது எடுத்து கொடுத்ததுபோல் தான் நான் உங்களுக்கு கதையை கொடுத்து உதவி செய்ய முடியும். இதை நீங்களோ அல்லது நீங்கள் விரும்புகிற வேறு யாரையேனும் வைத்தோ திரைக்கதை வசன வடிவமைப்பை எழுதிக் கொள்ளுங்கள். ஆனாலும் படம் எடுக்கிறபோது எப்படி எப்படியெல்லாம் எடுக்கிறீர்கள் என்பதை நான் அறிந்து கொள்வதற்கும், அதில் என்ன சேர்க்கலாம், என்ன சேர்க்கக்

கூடாது என்பதற்கு என் யோசனைகளை அனுமதித்தும், இறுதியாக இந்தப் படம் சிறப்பாக இருக்கிறது என்று நான் சொல்வதற்கு இடம் வைத்தும் நீங்கள் படம் எடுத்துக் கொடுங்கள்" என்று பீம்சிங்கிடம் கூறினார்.

அவரும் ஜெ.கே.யின் வற்புறுத்தலுக்கு அவரது கருத்துக்கு மறுப்புச் சொல்லி அவரை சமாதானப்படுத்தாமல் கதையை மிகுந்த நம்பிக்கை யோடு அவர் வசம் ஜெ.கே. ஒப்புவித்ததை போன்றே - அதைப் பெற்று கொண்டு போனார். யார் யாரோ அதற்கு திரைக்கதை அமைப்பை எழுதிப் பார்த்தார்கள். சரி வரவில்லை. இறுதியில் ஜெயகாந்தனை திரைக்கதை வசனம் ஆக்கித் தர கேட்டார்.

இயக்குநர் பீம்சிங்கின் உதவியாளர்களுடன் உட்கார்ந்து ஜெ.கே. சொல்லச் சொல்ல திரைக்கதை வடிக்கப்பட்டது. படமும் எடுக்கப்பட்டது. படம் வெளியான பின் பீம்சிங் இவ்வாறு குறிப்பிடுகிறார்.

"ஒரு மனிதனுக்கு முதுகெலும்பு எவ்வளவு முக்கியமோ, அவ்வளவு முக்கியம் ஒரு திரைப்படத்துக்கு திரைக்கதையமைப்பு. இதை இத்துறை யில் இருக்கும் பெரும்பாலோர் செய்வதில்லை என்பதை மிகவும் வருத்தத் துடன் தெரிவித்துக் கொள்கிறேன். ஏன், நானே கூட இந்த 'சில நேரங்களில் சில மனிதர்கள்' கதைக்குத் திரைக்கதை அமைக்க திரு. ஜெ.கே. அவர்கள் எடுத்துக் கொண்ட உழைப்பையும், நேரத்தையும் போல, என்னால் உருவாக்கப்பட்ட மற்றத் திரைப்படத்துக்கு எடுத்துக் கொண்டேனா என்றால், இல்லை என்றுதான் என் மனசாட்சி பதில் சொல்லும்" என்ற தோடு "இத்திரைக்கதை ஸ்கிரிப்ட்-ஐ என் பூஜையறையில் வைத்திருக் கிறேன்" என்றார்.

"திரு.ஜெ.கே. அவர்கள் நமது திரைப்படத் துறைக்குக் கிடைத்திருக்கும் வரப்பிரசாதம் என்று துணிந்து சொல்வேன். அவரைப் போன்ற எழுத்தாற்றல் உள்ளவர்கள் கிடைத்து விட்டால், தழுவல் இல்லாமல், நகல் இல்லாமல் ஒரிஜினலாகவே தமிழ்ப் படங்களை தயாரிக்கலாம். அதன் வாயிலாகத் தமிழ்ப்பட உலகம் தலைநிமிர்ந்து ராஜநடை போடலாம் என்பதில் சந்தேகமே இல்லை" என்று குறிப்பிடுகிறார்.

இந்தத் திரைக்கதை பின்னர் நூல் வடிவமும் பெற்றது. தமிழ்த் திரைப்பட உலகில் திரைக்கதை வடிவம் கொண்ட முதல் நூலும் இதுவே.

இதில் ஒவ்வொரு காட்சியும் எப்படி அமைய வேண்டும் என்பதை, 'L.S.ஷாட்; E.L.C.U. எக்ஸ்ட்ரா லார்ஜ் க்ளோஸ் அப்; C.U. க்ளோசப்; C.S. க்ளோஸ் ஷாட்; C.M.S. க்ளோஸ்-மிட்-ஷாட், M.S. மிட் ஷாட், M.L.S.

மிட்-லாங்-ஷாட்; E.L.S. எக்ஸ்டிரா லாங் ஷாட்" என ஒவ்வொரு காட்சிக்கும், திரைக்கதையோடு பின்னி பிணைந்து வடித்திருப்பார்.

இப்படி நுணுக்கமாக பிறிதொரு திரைக்கதை வடிவ நூல் வந்துள்ளது என்பது ஐயத்துக்குரியதே!

இதனின் வெற்றியினூடே பலர் திரைத் துறையினர் இவரது கதைகளை திரைப்படமாக்க முயற்சித்து அதற்கான முன்பணம் தந்தும் திரைப்படம் ஆகாமல் போனது தமிழ் திரை உலகில் பெரு நஷ்டமே.

இதில் ஸ்ரீகாந்த், லட்சுமி சிறப்பாக நடித்திருந்தனர். லட்சுமிக்கு ஊர்வசி விருதும் கிடைத்தது. சிறந்த திரைக்கதைக்கான விருது ஜெயகாந்தனுக்கு வழங்கப்பட்டது.

தொடர்ந்து அவரது கதைகளான "நடிகை நாடகம் பார்க்கிறாள்", "கருணையினால் அல்ல" படங்கள் பீம்சிங் இயக்கத்தில் உருவானது. ஆயினும் பீம்சிங் திடீரென காலமானார். இவைகள் பின்னர் அவரது புதல்வர்களால் இயக்கப்பட்டு வெளிவந்தது.

இதற்குப் பின்னர் கே.ஆர். லெனின் இயக்கத்தில் 'புதுசெருப்பு கடிக்கும்' என்று குறுநாவல் படமானது. ஆயினும் அது திரையரங்கில் வெளிவராமல் முடங்கிப் போனது. இதனை அவரது நண்பர்களின் கூட்டு முயற்சியுடன் தயாரிக்கப்பட்டது.

தொடர்ந்து "கிருஷ்ணசாமி அசோசியேட்ஸ்" ஜெ.கே.யின் நாவலான "பாரிச்சுக்குப் போ" தூர்தர்ஷனில் தொடராக வெளிவந்தது. மேலும் அவரது 20க்கும் மேற்பட்ட சிறுகதைகளை தூர்தர்ஷனில் பதிவு செய்தார்.

'எத்தனைக் கோணம் எத்தனைப் பார்வை' என்ற திரைப்படம் 'கரு', 'காத்திருக்க ஒருத்தி' இணைத்து திரைப்படமானது. இதனை பீம்சிங்கின் மகனும் எடிட்டர், இயக்குநர் பீ. லெனின் அவர்களால் இயக்கப்பட்டது. இதுவும் ப்ரவியூ ஷோ என்ற அளவில் போடப்பட்டு, திரையரங்கை எட்டிப் பார்க்கவில்லை.

'புதுச்செருப்பு கடிக்கும்' என்ற கதையும் திரைப்படமாகி ரிலீஸ் ஆகாமல் போனது.

தொடர்ந்து ஜெயகாந்தன் சிறுகதைகள், குறுநாவல்கள், நாவல்களை படமாக பலர் ஆரம்பக் கட்டத்தில் இறங்கி அதற்கான முன்பணமும் ஜெ.கே. அவர்கள் வசம் தந்தும், டிஸ்கஷன் சில நூறு அடிகளோடு நின்று போனதுதான் சோகம்.

இடதுசாரி இயக்கத்தைச் சேர்ந்த எழுத்தாளர், இயக்குநர் பாரதி கிருஷ்ணகுமார் 'சமூகம் என்பது நாலு பேர்' என்ற கதையை திரைப்படம் ஆக்கும் முயற்சியில் இறங்கி, அதுவும் ஊட்டியில் ஜெ.கே., நான், கவிஞர் பரிணாமன் சென்று டிஸ்கஷனோடு முற்றுப்புள்ளி வைக்கப்பட்டது. இப்படி சிலர் ஜெ.கே.யின் படைப்புகளை திரைப்படம் ஆக்கும் முயற்சியில் ஈடுபட்டு அதற்கான அட்வான்ஸ் தந்து அனுமதியோடு நின்று போனவையும் உண்டு.

பின்னாளில் ஜெ.கே.யின் 'ஊருக்கு நூறுபேர்' லெனின் இயக்கத்தில் திரைப்படமாகி சிறந்த படம், சிறந்த இயக்குநர், சிறந்த எடிட்டிங் விருது பெற்றும் திரையரங்கில் வெளியாகவில்லை.

திரைக்கலைஞர்களின் என் பார்வையில் :

இயக்குநர் சிகரம் என்று ரசிகர்களால் பாராட்டப்பெறும் மறைந்த கே. பாலசந்தரின் திரைப்படங்கள் ஜெ.கே.யின் படைப்புகளிலிருந்து சில காட்சிகளை பாத்திரங்கள் பேசுவது, அவரது நூல்களை அடையாளம் காட்டுவது இடம் பெறும்.

"சிறுகதை மன்னன்" என்று போற்றப்பட்ட ஜெ.கே.வினுடைய சிறுகதைகளுக்கு மட்டுமல்ல, அவை புத்தக வடிவம் பெறும்போது அவற்றிற்கு அவர் எழுதும் முன்னுரைகளுக்கும் தீவிர ரசிகன் நான்.

"தனிப்பட்ட மனிதர்களின் மனங்களை அதன் ஆழங்களை அடிவரை சென்று தோண்டியவர். மனதின் வக்கிரங்களைத் தோலுரித்துக் காட்டியவர். மனத்தின் வலிகளைத் தாயன்போடு மருந்திட்டுத் தடவிக் கொடுத்தவர்" என்று குறிப்பிடுகிறார்.

இயக்குநர் பாரதிராஜா இவரது தீவிர வாசகர். அவரது "சமூகம் என்பது நாலுபேர்" என்ற கதையை நாடகமாக்க அவரிடம் அனுமதி கேட்க அதற்கு ஜெ.கே. "தாராளமாய் போடுங்கள்" என்று அனுமதியளித்தவர், பின்னர் இதனை திரைப்படமாக்கவும் முயற்சித்தார். ஜெ.கே.யை சந்திக்கும் போதெல்லாம் இதனை குறிப்பிடுவார், ஜெ.கே. "போய்யா எத்தனை நாளைக்கு இதனை சொல்லிக் கொண்டிருப்பாய்" என்று செல்லமாக கோபித்துச் சொல்லுவார்.

அவரின் ஸ்டேட்மெண்ட் "அறுபதுகளில் மதுரையில் நடந்த கலை, இலக்கிய பெருமன்ற மாநாட்டின் தொடக்க விழாவில் முதன் முறையாக ஜெ.கே.வை நானும், இளையராஜாவும், அண்ணன் பாவலர் வரதராச னோடு சந்தித்தது இன்னும் பசுமையாக நினைவில் இருக்கிறது. அன்றிரவு

மங்கம்மா சத்திரத்தில் தங்கியிருந்தபோது அண்ணன் பாவலர் வரத ராசனை நாட்டுப்புறப் பாடல்களை பாடச் சொல்லி கேட்டு ரசித்தார். அன்றைக்கு அவரோடு நாங்களும் கேட்டு ரசித்த அந்தக் கிராமிய பாடல்கள்தான் இன்றுவரை எங்கள் நாடி நரம்புகளில் ஊறி எங்கள் கிராமிய உணர்வுகளுக்கு ஆணி வேராக இருந்து வருகிறது" என்கிறார்.

திரைப்பட இயக்குநர், நடிகர் பார்த்திபன் ஜெ.கே.யின் வீட்டுக்கு பின்புறம் அவரது அலுவலகம் இருந்தது. அவரும் ஜெ.கே.யின் தீவிர வாசகர். ஆயினும் 10 ஆண்டுகள் கழித்தே அவரைச் சந்திக்கிறார். அவருடைய "கிறுக்கல்கள்" நூலோடு சந்தித்த அனுபவத்தை சொல்லும் போது,

"பிலிம் எடிட்டிங், ஜம்கட் என்று சொல்வார்கள். ஆங்கிலப் படங் களிலும் சமீபத்திய தமிழ்ப்படங்களிலும் கூட வெவ்வேறு இடங்களில் ஒரே சமயத்தில் நடக்கும் நிகழ்வுகளை, சம்பந்தா சம்பந்தமில்லாமல் வெட்டி ஒட்டி, பின்பு அதே தொடர்புபடுத்திக் காட்டுவது, அப்படி சீதாயணம் (இராமரை குறித்து) கார்ல்மார்க்ஸ், வால்காவிலிருந்து..., சில மனிதர்கள், கலைஞரின் சராசரி பலவீனங்கள் இப்படிப் பல்வேறு தளங்களில் விண்கலப் பாய்ச்சலாய் இடம் பெயர்ந்து, தான் ஒரு பன்முக இலக்கியவாதி என்பதை பதிவு செய்து கொண்டிருந்தார்."

"இவ்வளவு விஷயங்களை அப்டேட் பண்ணி வைச்சிருக்கீங்க, ஏன் இப்பல்லாம் எழுதுறது இல்ல?" என்று தயங்கியபடி கேட்டேன். சிரித்தார். அவர் அப்படித்தான் கோபப்படுவாரோ என்பதுபோல் இருந்தது அது.

"பேனாவுல மை இருக்குங்குறதுக்காகவோ பேசறதுக்காகவோ விஷயம் இருக்கிறதுக்காகவோ எழுதிடனுமா என்ன? அவசியம் வேணும் இல்லையா?" என்றார்.

திரைப்பட வசனகர்த்தா, இயக்குநர், நடிகர் பாக்கியராஜ், ஜெய காந்தனின் வாசகர் மட்டுமல்லாது கம்யூனிஸ்ட் கட்சி தடை செய்யப்பட்ட காலத்தில் தலைமறைவாய் வாழ்ந்த தோழர்களுக்கு உதவியாய் சிறு வயதில் இருந்தவர். அவரது திரைப்படங்கள் டைட்டில் ஜெ.கே.யின் தலைப்பை சூட்டிருப்பார். குறிப்பாக 'புதிய வார்ப்புகள்', "கோடுகளை தாண்டாத கோலங்கள்" போன்றவைகளை குறிப்பிடலாம்.

"ஜெயகாந்தனின் "சில நேரங்களில் சில மனிதர்கள்", "சமூகம் என்பது நாலு பேர்" போன்ற கதைகளை கீழே வைக்காமல் படித்து முடித்து பல நாட்கள் அதை அசை போட்டபடி இருந்திருக்கிறேன். 'சமூகம் என்பது

நாலு பேர்' கதையில் ஒரு பள்ளியில் படிக்கும் மாணவன், சக மாணவி ஒருத்திக்கு ஒரு கடிதம் எழுதி நீட்டிவிட, அவள் அதை ஆசிரியையிடம் காட்டி விடுவார். மாணவனை தலைமை ஆசிரியை கதாபாத்திரம், மாணவர் கடிதம் கொடுத்ததில் என்ன தவறு என்று வாக்குவாதம் செய்யும். நான் எனது "இன்று போய் நாளை வா" படத்தில் ஒரு காட்சியில் அதை உதாரணம் காட்டி வசனம் எழுதியிருப்பேன். அதேபோல் 'சில நேரங்களில் சில மனிதர்கள்' நாயகி பாத்திரம் படைப்பும் மிக மிக வித்தியாசமாக இருந்தது. சமூகத்தின் குறைகளை திரு. ஜெயகாந்தன் அவர்கள் மிகத் துல்லியமாக கோடிட்டுக் காட்டுவார் அவரது பாத்திரப் படைப்புகள் பேசும் வசனங்களில் அவ்வளவு உயிரோட்டம் இருக்கும். எனக்கு சினிமா வின் சிந்தனைக்கு உரமாக இருந்தது அவரது படைப்புகள் என்பது சத்திய பூர்வமான உண்மை.

கவிஞர், திரைப்பட பாடலாசிரியர், நா. முத்துகுமார், மாணவப் பருவத்திலேயே அவரது வாசகரானவர். அவரைக் குறித்து குறிப்பிடுகை யில்,

"ஆஹா அந்த நாட்கள்! என் எழுத்தச்சனின் விரல்கள் பிடித்து ஓர் எறும்பென நான் பயணித்தப் பொழுதுகள். அவை காட்டிய கரடுமுரடான செம்மண் தடங்கள். ஜெ.கே. நூற்றாண்டுகளின் கலைஞன்."

'கணையாழி' இதழ் 'தசரா' அமைப்பிடம் கைமாறிய வருடத்தில் நடந்த விழாவில் என் 'தூர்' கவிதையை எழுத்தாளர் சுஜாதா மேடையில் வாசித்தார். அவ்விழாவிற்கு ஜெயகாந்தன், சுஜாதாவுக்குப் பிறகே பேச வந்தார். பேச்சுனூடே, "இங்குகூட நண்பர் சுஜாதா கவிதை வாசித்தார். அந்த கவிதையில் என்ன இருக்கிறது?" என்று கேள்வி கேட்டு நிறுத்தினார். பார்வையாளர் வரிசையில் இருந்த நான், "இன்றைக்கு நாம் தொலைந் தோம்" என்று பயந்தேன். ஏனென்றால் ஜெ.கே.வுக்கு புதுக்கவிதைகள் பிடிக்காது. பாரதி, சித்தர் பாடல்கள் மரபில் வந்தவர் அவர்.

ஜெ.கே. தன் உரையைத் தொடர்ந்தார். "இங்கு வாசித்த கவிதையில் என்ன இருக்கிறது? எதுகை இருக்கிறதா? மோனை இருக்கிறதா? ஆனால் வாழ்க்கை இருக்கிறது; யதார்த்தம் இருக்கிறது. இக்கவிதையில் எனக்குப் பிடித்த வரி, வேலைக்காரி திருடியதாய் சந்தேகப்பட்ட வெள்ளி டம்ளர் நாம் அப்படித்தான் நினைக்கறோம், வேலைக்காரி என்றாள் திருடுபவள்" என்று சொல்லி நிறுத்த, அரங்கத்தில் கைத்தட்டல் நிற்க ஐந்து நிமிடம் ஆனது.

“என் அனுபவத்தில் ஜெ.கே. ஒரு குழந்தை! ஒரு தகப்பனிடத்தில் உரையாடுவதில் உள்ள தலைமுறை இடைவெளியும், தயக்கமும், இருந்தாலும் அதை தவிடு பொடியாக்கி உரையாடல்களை முன்னெடுத்து செல்பவர் ஆவர்.”

ஜெயகாந்தனின், ‘சில நேரங்களில் சில மனிதர்கள்’ - கங்கா பாத்திரத்துக்கு விரும்பி தேர்ந்தெடுத்த நடிகை லட்சுமி, அப்பாத்திரத்தை ‘தங்க விக்ரகம் போல்’ என்று வர்ணிப்பார். அவர் கூறுகிறார் :

‘ஜெயகாந்தனின் எழுத்துக்களை தனது 16 வயது முதல் வாசிப்புக் கொண்டிருந்தேன்.’

“ஒருறை நடிகர் சகஸ்ரநாமம் அவர்களின் மகளுடன் இறக்கைப் பந்து விளையாட போயிருந்தேன். எதிரில், மாடியில், முடிகள் அடர்ந்த கிருதாவுடன் ஒருவர் உடன் இருந்த இயக்குநர் மல்லியம் ராஜ கோபாலிடம் துறுதுறுவெனத் திரிந்து கொண்டிருந்த என்னைப் பார்த்து “இந்தப் பொண்ணு நடிக்குமா?” என்று கேட்டிருக்கிறார்.

இயக்குநர் மல்லியம் ராஜகோபால் அவர்கள் என்னிடம் வந்து, ‘அவர் நடிக்கிறாயா? என்ன சொல்றே’ என்று கேட்டார்.

நான் உடனே, “யார் அந்த ஆளு, ஒரே கிருதாவும் முடியும்...” என்றேன்.

“என்ன? யாரு அந்த ஆளா? அவர்தான் ஜெயகாந்தன்” என்றார். நான் அதிர்ந்து போனேன். எத்தனை நாளாய் பார்க்க ஆசைப்பட்டேன். அவரா இவர் என்று வியந்தேன். அவரது பாத்திரங்கள் வித்தியாசமானவர்கள். அவரது எண்ணங்களும் வித்தியாசமானவை. இந்த இளம் வயதுக்காரரா அதற்குச் சொந்தக்காரரா? என்று மலைத்து நின்றேன்.

“சில நேரங்களில் சில மனிதர்கள்” கிளைமேக்ஸ் சீன் டெலிபோனில் பிரபுவுடன் பேசுவது போன்ற காட்சி. எதிரில் ஜெயகாந்தன் பார்த்துக் கொண்டிருக்கிறார். எனக்கு பயம். ‘அவர் இருக்கிறார், என்னால் நடிக்க முடியாது’ என்றேன். அவர் வெளியேறியதும் காட்சி படமாக்கப்பட்டது.

படம் ரஷ் போட்டும் பார்க்கப்பட்டது. ஜெயகாந்தன் வந்திருக்கிறார். ‘அந்த டெலிபோன் காட்சி எப்படி இருக்கு’ என்றேன் ஜெயகாந்தனிடம்.

“ம்... இருக்கு” என்றார் அகங்காரத்துடன். அந்த அகங்காரம்தான் எனக்கு பிடித்திருந்தது. நான் அவரது எழுத்துக்களின் காதலி மட்டுமல்ல ; அவரது அந்த அகத்துக்கும் காதலி. மேலும், “நன்னாத்தான் பண்ணியிருக்கே, நான் செலக்ட் பண்ண கேரக்டர் ஆச்சே. எப்படி நல்லாயில்லாம

இருக்கும்" என்றார். அந்த அகங்காரத்தோடு சொன்னதும் இன்னும் என் கண்ணுக்குள்ளே நிக்குது. இந்தப் படம் எனக்கு சிறந்த நடிகைக்கான ஜனாதிபதி விருதைப் பெற்றுத் தந்தது.

அதற்குப் பின் வெளிவந்த அவரது படங்களில் நடிகை லட்சுமியில்லாத பாத்திரம் இல்லை என்றாயிற்று.

அடிப்படையில் ஓர் ஓவியர், பின் நடிகரானவர். ஜெயகாந்தனின் "காவல் தெய்வம்" படத்தில் ஹீரோவாக நடித்தவர். தேர்ந்த பேச்சாளர். இப்படத்தில் நடித்ததும் அவரது பாராட்டை குறித்து குறிப்பிடுகையில்,

"ஜெயகாந்தன் கதைகளில் உச்சகட்ட காட்சியில்தான் அதன் உயிர் இருக்கும். குளோசப் காட்சியில், "காமிரா முன்பு முகத்தைக் காட்டி, சோகக் காட்சியில் மக்களைக் கவர்ந்த புதுமுகம் நீதானப்பா" என்று என்னை அவர் பாராட்டியதும் பின்னர் அக்காட்சியை குறித்து பாராட்டு கள் குவிந்ததும் மறக்க முடியாதவை.

அறந்தை நாராயணன் எழுதிய "தமிழ்ச் சினிமாவின் கதை" என்னும் நூல் "தீபம்" நா. பார்த்தசாரதி தலைமையில் வாணி மகாலில் வெளியிடப் பட்டது. அன்றைய பேச்சாளர்களில் நானும் ஒருவன்.

அந்த மேடையில் ஜெ.கே. சினிமா ஹீரோக்களை விளாசித் தள்ளினர். ஆர்.எம்.வீ. அதற்குப் பதில் மொழி சொல்ல பெரிதும் உணர்ச்சி வசப் பட்டும் பேசினார்.

அது ஒரு பக்கம் என்றாலும், நடிகை லட்சுமி, அந்நாளைய ஹீரோ ஸ்ரீகாந்த், டைரக்டர் கே. விஜயன், மல்லியம் ராஜகோபால் என்று ஒரு சினிமா வட்டம் இவரோடு அவ்வப்போது சந்தித்து அளாவளாவிய நாட் களும் உண்டு.

இளமையில் வறிய சூழ்நிலை, பெற்றோரின் முழுமையான அன்பும் பராமரிப்பும் கிடைக்கவில்லை. பள்ளிப் படிப்பும் முறையாக கிடைக்க வில்லை. கோடிக்கணக்கான இதுபோன்ற இளைஞர்களிடமிருந்து அபூர்வமாக விலகி வந்து, இளமையில் பெற்ற அடிகள், விளிம்பு நிலை மனிதர்கள், சேரி வாழ் மக்கள் என அனைவரின் வாழ்க்கை நிகழ்வுகளை நிதர்சனமாக தன் எழுத்துக்களில் கொண்டு வந்து, தமிழ் மக்களுக்கு வழங்கி தன் படைப்புகள் மூலம் சாகாவரம் பெற்று விட்டார் ஜெ.கே. அவர் காலத்தில் வாழ்வது, அவர் கதையில் நடித்தது, அவர் நட்பு கிடைத்தது பெருமைக்குரிய விஷயம்."

சமீபத்தில் மறைந்த, இயக்குநர் எஸ்.பி. ஜனநாதன்; சென்னை மயிலை பல்லாக்கு மான்யம் பகுதியைச் சேர்ந்தவர். ஜெ.கே. ஆத்மார்த்தமமான வாசகர் சிவதாஸ் அவர்களின் நண்பர். அவர் மூலம் ஆழ்வார்ப்பேட்டை மடத்துக்கு வந்து செல்பவர்.

அவர் சொல்கிறார். "நான் சினிமாவிலே வந்து திரைப்படங்களை இயக்குவதற்கு என்னோட திரைப்படங்கள்னு ஒரு அடையாளம் உருவாக்குவதற்கு கூட ஜெ.கே.யோட அலுவலகம் எனக்கு உரமா இருந்திருக்கு. ஒரு வகையில் அந்த மாதிரி சூழ்நிலையும் என்னை இன்புளுன்ஸ் பண்ணியிருக்கு".

ஒருமுறை எம்.ஜி.ஆர். படம் ஒண்ணு காமதேனு தியேட்டர்ல போட்டு இருக்காங்கன்னு கேள்விப்பட்டு எம்.ஜி.ஆர். ரசிகர்கள் எல்லோரும் கூட்டமாய்ப் போய் உட்கார்ந்து படம் பார்க்கத் தயாரானோம். ஆனா தியேட்டர் உள்ளே போனப் புறம்தான் 'சில நேரங்களில் சில மனிதர்கள்' படம்னு தெரிஞ்சுது. எங்களுக்கு அதிருப்தியாகவே இருந்தது. டிக்கெட் வாங்கிக்கிட்டதாலே தவிர்க்க முடியாம கொஞ்ச நேரம் படம் பார்க்கி றோம். ஒரு ரீல்.. ரெண்டு ரீல் போகுது. அதன் பிறகு எங்களை அறியாமலே அந்தப் படத்தோட ஒன்றிப் போயிட்டோம்.

'சில நேரங்களில் சில மனிதர்கள்' படம் பார்த்த அப்போது எனக்கு அந்தப் படம், ஒரு பாடமாக, பாதிப்பை ஏற்படுத்தியது. அந்தப் படம் தமிழ்ச் சினிமாவின் வரலாற்றிலேயே ஏன் உலக சினிமா வரலாற்றிலே குறிப்பிட வேண்டிய படம்.

பொதுவா, ஒரு படத்திலே இடம் பெறுகிற சம்பவக் கோர்வைக்கும் பாடல்கள் எழுதுறோம். அப்படிப் பாடல்களை எழுதும்போது ஒரு கவிஞர் அந்தப் பாடலை உள் வாங்கி, அவர் அவரோட மனநிலைக்கு ஏத்த மாதிரி பாடல்களை எழுதுவார். ஆனால், அதையே அந்த காதாசிரியனே எழுதினால் எப்படி இருக்கும்; அதனுடைய வீச்சு எவ்வளவு தூரம் இருக்கும்; எவ்வளவு சிறந்த வார்த்தைகள் விழும் என்பதற்கு இந்தப் பாடல் உதாரணம்.

அப்பாடல்...

வேறு இடம் தேடிப் போவாளோ – இந்த
வேதனையிலிருந்து மீள்வானோ
நூறுமுறை இவள் புறப்பட்டாள் – விதி
நூலிழையில் இவள் அகப்பட்டாள்

என்ற வரிகள் என்னைப் போன்ற பல இயக்குநர்களுக்கு ஒரு பாடல் அமைப்பதற்கு பாடமாக இருக்கும்.

இன்றைய சூப்பர் ஸ்டார் ரஜினிகாந்த் ஜெயகாந்தன் திரைப்படங்களை தன் சினிமா பயிற்சிப் பட்டறையில் பார்த்தவர். சினிமாவில் பிசியான பின்பு அவரது கதையில்தான் நடிக்க விரும்புவதாக ஆழ்வார்ப்பேட்டை மடத்துக்கு வந்தபோது கூறினார். ஜெயகாந்தன் வழக்கம்போல் 'செய்யுங்கள்' என்றார்.

பின்னர் ஜெயகாந்தன் உதவியாளர் பாரதியார், கோவை மணி, சித்தார்த்தன் ஆகியோர் அப்போது எழுதியிருந்த 'ஒரு மனிதனும் சில எருமை மாடுகளும்' என்ற கதையை வைத்து அவரை ஹீரோவாக போட்டு திரையாக்கலாம் என்ற விருப்பதோடு அவரது அழைப்புக்கு இணங்கி சென்று புத்தகத்தை தந்தனர். அவருக்கு அப்போது தமிழ் இலகுவாக வாசிக்கத் தெரியாது. பாரதியார் அக்கதையை ஒரு மணி நேரம் வாசித்துக் காட்டினார். மிகவும் சிலாகித்து ரசித்த ரஜினிகாந்த், "இதை திரைப்படமாக்கலாம், அந்த சபாபதி நான்தான், இந்தாருங்கள்" என்று அப்போது முன்பணமாக ரூ.5000/- கொடுத்தார்.

பின்னர் அவர் ரொம்ப பிஸியாகி விட்டார். அக்கதை திரைப்படம் ஆகாமல் போனது. இப்போதும் அக்கதை இன்றைய திரை உலகுக்கு பொருத்தமான கதைதான்.

18

அவர்தம் முன்னுரைகள்

மேலை இலக்கியத்தில் - படைப்பாளர்களில் குறிப்பிடத்தக்கவர் பெர்னார்ட்ஷா. அவர்தம் படைப்புகளுக்குத் தானே நீண்ட முன்னுரைகள் எழுதுவார். அவை ஆங்கில இலக்கியத்தின் எழுத் தோவியங்கள் என்றே சொல்லத்தகும்.

அதேபோல் ஜெயகாந்தன் தம் நூல்களுக்குத் தானே முன்னுரைகள் படைத்தார். அவரது ஒரே நாவலுக்கான 'உன்னைப் போல் ஒருவன்' கதைக்கு அக்கால பிரபல எழுத்தாளர் தானே வலிந்து ஒரு முன்னுரை தந்தார். அதன் பிறகே நூல்களுக்கு முன்னுரைகள் படைத்தார். அவை ஒவ்வொன்றும் அக்காலச் சூழல்களை, எதிர்வினைகளை, தம் கருத்தோட்டங்களை வடித்தார்.

1957ல் அவர் எழுதிய முதல் நாவல் 'வாழ்க்கை அழைக்கிறது'. இந்நூலின் சன்மானத்தைக் கொண்டு தான் தம் திருமண வாழ்க்கையைத் தொடங்கினார். அதனாலே இந்நாவலுக்கு வாழ்க்கை அழைக்கிறது

என்று பெயரினை சூட்டினாரோ என்ற வினா எழத் தோன்றுகிறது.

'இந்நாவலின் நாயகன் சாரங்கன் - நாவலுக்காக உயிர் பெற்றவனல்ல. வாழ்க்கையில் நான் சந்தித்த மறக்க முடியாத மனிதன் அவன். என்றும், இதில் என்னென்ன இல்லை என்பதைப் பார்க்காமல், என்னென்ன இருக்கிறது. எப்படியெப்படி இருக்கிறது என்று கூறுவீர்களேயானால், அது எனது வளர்ச்சிக்கும் இலக்கிய வளர்ச்சிக்கும் உதவும் என்று நம்புகிறேன்' என்று தன்னடக்கத்தோடு பதிவு செய்கிறார்.

'இனிப்பும் கரிப்பும்' என்ற சிறுகதை தொகுதிக்கு எழுதிய முன்னுரை யில், 'நான் பலரோடும் பேசிப்பேசிப் பயின்றவன்; வளர்ந்தவன்; அழிந்தவன்கூட. அழிகின்றபோதே வளர்கின்றவன் நான். ஏனென்றால் அப்பொழுதும் கூட உங்களோடு பேசிக் கொண்டேயிருந்தேன்.

பேச்சுதான் மனிதனின் பலவீனம். அது எந்த அளவுக்குப் பலவீனமோ, அந்த அளவுக்கு அதுவே அவனது பலமிக்க ஆயுதம்.'

"கதைகள் கற்பனையின் கூற்று என்றே பேசப்படுவது உண்டு. ஆனால், ஜெ.கே., எதையும் நான் கற்பனை செய்ததில்லை. உலகில் யாரும் எதையும் செய்ததில்லை. ஒரு தலை இருக்கக் கண்டுதான் மனிதன் பத்துத் தலையைக் கற்பனை செய்தான். தலையை மனிதன் கற்பனை செய்து விடவில்லை என கற்பனை விஸ்தரிப்பை வரையறைக்குக் கொண்டு வருகிறார்.

மேலும், "நான் கண்டதை - அதாவது உலகத்தால் எனக்குக் காட்டப் பட்டதை, நான் கேட்டதை - அதாவது வாழ்க்கை எனக்குச் சொன்னதை நான் உலகத்துக்கு திரும்பவும் காட்டுகிறேன்; அதையே உங்களிடம் திரும்பவும் சொல்கிறேன்" என தனது படைப்பை பாத்திரத்தை அதன் செயலை நம்முன் வைக்கிறார்.

கைவிலங்கு எனும் குறுநாவல் படைத்த காலத்தையும் கருத்தையும் முன்னுரையில் கூறுகையில், "கல்கி பத்திராதிபரான திரு. சதாசிவம் அவர்களிடமிருந்து கடந்த ஆண்டு மார்ச் மாதத்தில் (1960) ஒரு கடிதம் வந்தது. அது எனக்கு மட்டும் பிரத்யேகமாக வந்ததன்று. பல தமிழ்நாட்டு எழுத்தாளர்களுக்கும் அனுப்பப்பட்டிருக்கலாம். அதில் ஐந்தாறு இதழ்களுக்குத் தொடர்ச்சியாக பிரசுரிக்கத்தக்க அளவுக்கு, வாரா வாரம் ஆவலைத் தூண்டும் திருப்பங்களோடு ஒரு நாவலை எழுதி அனுப்புமாறு கேட்டிருந்தார்கள்.

"கல்கியில் 25 பக்கங்களுக்கு வருகிற மாதிரி ஒரு குறுநாவலை எழுதி அனுப்ப முயல்கின்றேன். ஆனால், அது வாரா வாரம் ஆவலைத் தூண்டும்

திருப்பங்கள் அமைத்ததாக இருக்காது'' என்று பதில் எழுதினேன் என்கிறார்.

மேலும், "நான் எழுதிய அளவுக்கு பூரணமாக இதை நீங்கள் பத்திரிகையில் படித்திருக்க முடியாது. யாது காரணம் பற்றியோ என் அனுமதியின்றி இக்குறுநாவல் வெட்டி குறைக்கப்பட்டு பாதியாகவோ அல்லது பாதிக்கும் கொஞ்சம் கூடுதலகவோ பத்திரிகையில் வெளிவந்தது. இப்பொழுது கல்கியில் வெளியாவதற்கு முன் நான் எழுதிய அப்படியே கொஞ்சம்கூட மாற்றப்படாமல், திருத்தி எழுதப்படாமல் புத்தகமாக வெளிவருகிறது'' என எழுதுகிறார்.

இக்குறுநாவல் பின்னர் திரைப்படமாகவும் ஆக்கப்பட்டது. இதில் நடிகர் திலகம் சிவாஜிகணேசன் பனையேறும் தொழிலாளியாக நடித்தார் என்பது குறிப்பிடத்தக்கது.

'தேவன் வருவாரா?' - சிறுகதைகள் தொகுப்பு வெளிவந்த ஆண்டு 1961. இதில் 11 சிறுகதைகள் இடம் பெற்றன. இக்கதைகள் குழந்தைகளை மையப்படுத்தி எழுதப்பட்டவை. 'ஆனால், சிறுவர் இலக்கியமல்ல' எனக் குறிப்பிடுகிறார்.

"குழந்தைகளின் மனோ உணர்ச்சிகள், நடவடிக்கைகள், ஆசைகள், கனவுகள் முதலியவற்றைச் சித்தரித்து எழுத வேண்டுமென்ற முன்கூட்டிய திட்டத்துடன் எழுதப்பட்ட கதைகள் அல்ல இவை... ஃபைலைப் புரட்டிப் பார்த்தபோது, குழந்தைகள் சம்பந்தப்பட்ட கதைகள் பல இருப்பதை நான் கண்டதன் விளைவே இத்தொகுதி'' என்கிறார்.

மேலும், "குழந்தை என்பது கதைப் பொருள் மட்டுமல்ல, அது ஒரு சமுதாயப் பிரச்சினையும்கூட. என்னதான் இந்நாட்டுப் பிரதமர் குழந்தைகளை பாரதத்தின் புஷ்பங்கள் என்று வர்ணித்தாலும், ஆண்டுக்கு ஒருமுறை குழந்தைகள் தினம் கொண்டாடினாலும், அந்தப் புஷ்பங்கள் வளர்ந்து சமூகத்தின் காலடியில் மிதிப்பட்டு நசுங்கி சாகும் பிரத்தியட்ச வாழ்க்கையைக் காணும்போது வயிறு பற்றி எரிகிறது! ஓவென்று கதறியழத் தோன்றுகிறது'' என குழந்தைகள் வாழ்வியலைக் கண்டு பதறுகிறார்.

'மாலை மயக்கம்' - 1962ல் வெளிவந்த சிறுகதை தொகுப்பு நூல். ஒரு முற்போக்குவாதியின் எழுத்துலகில் பங்களிப்பென்ன என்பதை அடையாளப்படுத்துகிறார்.

"என் சிந்தனைகள் முற்போக்கானவை என்ற நம்பிக்கை எனக்கு உண்டு. எனக்கு முற்போக்கு என்று தோன்றுவதால் மட்டும் நான் அந்த முடிவுக்கு

வரவில்லை. உலகம் எதை முற்போக்கு என்ற நிர்ணயிக்கப் போகிறதோ, நிர்ணயிக்கிறதோ அதை வைத்தே சொல்கிறேன். வாழ்க்கையை, இந்த நூற்றாண்டில் வாழும் மனிதர்களைப் பற்றி மிகவும் பொறுப்புணர்ச்சியோடு சிந்திக்க வேண்டியது இந்த நூற்றாண்டு மனிதனுக்கு இன்றியமையாதது ஆகின்றது.

"இதற்கு அடிப்படையான ஒரு தத்துவம் தேவை. அதைப் பயின்று வாழ்க்கையிலிருந்தும் அறிந்து, அதன் மூலம் சிந்தனை செய்து, செயல்படுவது ஒரு முற்போக்குவாதியின் உடமையாகிறது.

"மனித குணங்களை ஆராய்பவனே, மனித உணர்வுகளை மதிப்பவனே, மனித சாதனைகளை நம்புகிறவனாகிறான். மனிதனின் குறைபாடுகளையும் கூட அவனே அறிகிறான். வாழ்க்கையை உருவாக்குகிறதும், நிறைவைத் தருகிறதும் எது என்கிற விஷயம் சூழ்நிலைக்கும், வாழ்கின்ற சமூகத்துக்கும் எற்ப மாறும். அந்த மாற்றத்தால் விளையும் ஒரு குறிப்பிட்ட மனிதனின் ஒரு குறிப்பிட்டச் செயல். நான் கடைபிடிக்கும் கொள்கைக்குப் புறம்பு என்பதை உத்தேசித்து அதை நான் மறுக்காமல், அந்த மனிதனின் அந்தச் செயலில் பொதிந்துள்ள மனித தர்மத்தைக் காண்பதையே கடமையாகக் கொள்கிறேன்.

மேலும், 'முற்போக்குவாதி என்பவன் யார்?' என விவரிக்கையில் 1963, வெளியான பிரம்மோபதேசம், இலக்கணம் மீறிய கவிதை குறுநாவல் நூலின் முன்னுரையில், "எவனொருவன் தன்னலம் மறந்து, மனித குலத்தின் ஒரு வளர்ச்சிக்கும், உன்னத வாழ்க்கைக்கும், பாடுபடுவதற்குத் தானோர் உதாரண புருஷன் என்ற லட்சிய வேட்கையோடு செயலாற்றுகிறானோ, தன் வாழ்வையே அர்ப்பணித்துக் கொள்கிறானோ அவன் அந்தளவில் மனித இதயங் கொண்டோரின் மரியாதைக்குரிய முற்போக்குவாதிதான்."

பிரம்மோபதேசம் குறித்து அக்காலத்தில் அவர் மீது பல விமர்சனக் கணைகள் பாய்ந்தன. இதுகுறித்து குறிப்பிடுகையில், "கடைசியாக இந்த முன்னுரையில் சொல்ல விரும்புவது ஒன்று உண்டு.

"உங்கள் கையில் விரிந்து கிடப்பது ஒரு புத்தகமல்ல, எழுதியவளின் இதயம் என்பதை லட்சியப்படுத்தி இதயபூர்வமாய் களங்கமற்று படியுங்கள்" என தான், தம் எழுத்தின் தகைமையை வலியுறுத்துகிறார்.

*1960*லிருந்து *1963*வரை வெளிவந்த சிறுகதைகள் தொகுப்பான யுக சந்தி சிறுகதை தொகுப்பில் தனது கதைகளைப் பற்றிக் குறிப்பிடுகையில், "உங்களுக்கு மட்டும் ஒன்று சொல்லி வைக்கிறேன். வாழ்க்கை (Life)

என்பது வாழ்வின் (Existence) பிரச்சினை, வளர்ச்சி என்பது வாழ்க்கையின் பிரச்சினை. கலையும் இலக்கியமும் வளர்ச்சியின் பிரச்சினைகள், எனது கதைகள் பொதுவாக பிரச்சினைகளின் பிரச்சினை! இவ்விதம் காணும் பண்பு, பக்குவம் வந்தால் நம் ஆத்மா நம்மிடம் மாசடையாது வாழ்கிறது என்று நான் நம்புவது சரியாகும்.

அதுசரி ஆத்மாவாவதுதான் என்ன?

ஒருவனைத் தாக்கினால் அவனுக்குத் துன்பம் நேரும் என்று அறிவது அறிவு - என் அறிவு.

அவனைத் தாக்கினால் அவன் துன்புறுவான். ஆகையால் அவனைத் தாக்கலாகாது என்பது - என் ஆத்மா.

அவனைத் தாக்கினால் அவன் துன்பமடைவான்; இதை நான் சகிக்க முடியாது; அவனை நான் காப்பாற்றுவேன் என்று ஓடி அவனுக்காக நான் துன்புறுவது என் ஆத்ம பலத்தால்.

ஆம், ஆத்மா என்பதே என்னிலிருந்து விடுபட்டு எனக்கப்பால் நோக்கும் திருஷ்டி; தன்னலம் மறந்து பிறர் நலம் பேணல்" என ஆன்மா, ஆன்மிகம், ஆத்மாவுக்கு விளக்கம் தருகிறார்.

நிறைவாக இம்முன்னுரையில், "என் கதைகள் இருந்து பொழுதைக் கழிக்கவும், உயிர் சுமந்து நாட்களைப் போக்கவுமான பொழுதுபோக்கு இலக்கியம் அல்ல, பொழுதை போக்குவதற்காக மட்டும் இவற்றைப் படிக்க வேண்டாமென்று அன்புடன் உங்களைக் கேட்டுக் கொள்கிறேன்" என அவரது கதைகளைப் படிக்கும் வாசகப் பெருமக்களுக்கு அறிவுறுத்து கிறார்.

ஜெ.கே. இளம் வயதில் எந்தவித திரைப்பட அனுபவம் இல்லாது இயக்கிய 'உன்னைப் போல் ஒருவன்' குறுநாவல் திரைப்படமாகி முதலில் தமிழ்த் திரையுலகின் இயக்குநர் விருதைப் பெற்றுத் தந்த குறுநாவல். அதன் நூல்வடிவ முன்னுரையில், "எல்லாவற்றிலும் ஒருமை கண்டு எல்லாமே ஒன்று என்ற அத்வைத ஞானம் செழித்த நம் அறிவில்தான் உலகில் எங்குமே இல்லாத கணக்கற்ற பேதங்கள் வந்து சூழ்ந்திருக்கின்றன.

ஆக இந்தியா என்பது என்ன.

தாஜ்மகாலா? தாராவியா?

மதுரை கோயிலா? சென்னை புளியந்தோப்பு பிரதேசமா?

எது இந்தியா? எங்கே இந்தியா வாழ்கிறது?

தாஜ்மகாலிலும் நமது கோயில்களிலும் இந்தியா வாழ்ந்தது; சேரி களிலும் குப்பங்களிலும் இந்தியா அழிகிறது என்று சிலர் பதில் சொல் கிறார்கள். இந்தப் பதிலை ஏற்றுக் கொண்டவர்களின் அல்லது கூறுகின்ற வர்களின் - எழுத்துகள் நம்பிக்கை வறட்சியைத்தான் விதைக்கும் அறுக்கும்.

இவர்களுக்கு வாழ்க்கை என்கிற விஷயமே இறந்த காலமாகிவிட்டது! அழிவு என்கிற அச்சம்தான் நிகழ்காலமாய் நிற்கிறது! இவர்களே நிரானு கூலவாதிகள்.

இடங்கள் வேறுபடும்; அவற்றின் உள்ளே துயிலும் தரங்கள் ஒரே மாதிரி யானவை. சேரியிலும் கோயிலினுள் புனிதம் வாழ்கிறது.

கோயிலிலும் சேரியின் சீரழிவு புகுந்துள்ளது. உன்னதத்தைக் கொண்டு வருவதும், அது மேலே மிதந்து எழும்போது தரிசித்து விடுகின்றதுமான காரி யத்தை ஆற்ற வல்லவனே இந்தத் தேசத்தின் மனிதகுலத்தின் ஆத்மாவைக் கண்டு கொள்கிறான்'' என்றும் விமர்சகர் எப்படிப்பட்டவனாக இருக் கிறான் என்பதை, "நமது விமர்சகர் எனப்படும் பெரியோர்கள் இருக்கிறார் களே அவர்கள் விஷயம் வேறு. அவர்கள் என்ன எழுதியவனோ படித்த வனோ ஏதாவது சொன்னால் கேட்டுக் கொள்வதற்கா விமர்சகராயிருக் கிறார்? இல்லை ஐயா, இல்லை! எவன் கேட்டாலும் கேட்காவிட்டாலும் எதையாவது சொல்லிக் கொண்டே இருப்பதற்காகத்தான் விமர்சகரவ தாரம் எடுத்துள்ளார்.

நமக்குத் தெரியும், இலக்கணத்தால் இலக்கியம் உருவாகவில்லை. இலக்கணத்தால் இலக்கியம் செழுமையுற்றது; செழுமையுறும் என்று.

அதேபோல் நவீன இலக்கியமும் நவீன விமர்சனத்தால் உருவானதல்ல, நவீன விமர்சனத்தால் நவீன இலக்கியம் செழுமையுறும்; செழுமையுற வேண்டுமென்பதே.''

உண்மைச் சுடும் - 1964 வெளிவந்த சிறுகதைகள் தொகுப்பு நூல். இதில் 12 கதைகள் இடம்பெற்றுள்ளன. அதில்,

"சரஸ்வதியின் அருள் பெற்று அவள் கைப்பிடித்து நடந்த எண்ணற்ற கலைக் குழந்தைகளில் கடைசிப் புதல்வனாகவேணும் நான் சென்றால் போதும்! அந்த லட்சுமி தேவி என் பின்னால் கைக்கட்டி வருவதானால் வரட்டும்? வராவிட்டால் போகட்டும்.

"வாழ்க்கையைப் பற்றிய எனது விமர்சனமே - வாழ்வின் மகத்துவம் குறித்து அதற்கு நான் தரும் எளிய விருதுகளே எனது கதைகள்! அவற்றின்

குறைகளுக்கு நான் பொறுப்பு - நிறைகளுக்கு நீங்களே உரியவர்கள்.''

59-60-65களில் வெளிந்த சிறுகதைகளின் தொகுப்பான புதிய வார்ப்புகள் முன்னுரையில், "வாசிப்பு என்பது பொழுதுபோக்கவே என்ற வாதத்திற்குப் பதில் அளிக்கும் வகையில், ஒருவிதக் கடமையுமில்லாமல் நாளை எண்ணி நான் உயிர் வாழ்கிறேன் என்று கூறுவது எவ்வளவு பொய்யோ - எவ்வளவு தீமையோ அவ்வளவு பொய், அவ்வளவு தீமை. இலக்கியம் பொழுதுபோக்குவதற்கு மட்டுமே என்கிற வாதம்.

இறப்புக்குப் பிறப்புக்கும் இடைப்பட்ட வாழ்க்கை என்னும் பொழுதில் அடைந்த பயனென்ன, அளித்த பயனென்ன? என்று உணரவும் உணர்விக்கவும் வாழ்வதே மனித வாழ்க்கை.

ஜனனம் - மரணம் என்ற நியதிக்குள்ளே முடிவு கண்டு விடுவதுதான் பொதுவான உயிர் வாழ்க்கை இந்த நியதிக்கு உட்பட்டபோதிலும் ஸ்திதி என்ற நிலையை சாஸ்வதப்படுத்தி, வளர்ச்சி என்ற பதாகையை நிரந்தர மாய்ச் சுமந்து கொண்டு காலரத்தைப் போலவே எல்லையும் முடிவுமற்று, நீண்டு நீண்டு மேலே மேலே போய்க் கொண்டிருக்கும் ஒரு மகா யாத்திரையே மனித வாழ்க்கை!''

பிரளயம், விழுதுகள் - குறுநாவல்களின் தொகுப்பு நூல். இக்கதைகள் எழுத காரணமாய் இருந்தவை குறித்து முன்னுரையில் பதிவு செய்கிறார்.

"விழுதுகள் மனக்கருவில் உருக் கொண்டது 1958ல் பிரளயம் 1959ல்.

ஓங்கூர் சாமி எனது கற்பனை அல்ல. அப்படி ஒரு கற்பனை செய்ய எனக்குத் தெரியாது. எனக்குக் கடவுள் நம்பிக்கையோ சாமியார் பித்தோ கிடையாதுதான். எனினும், நான் என்னை நம்புகிறவன்; வாழ்க்கையை நம்புகிறவன். அதில்நான் கூறியுள்ள ஓங்கூர் சாமிகள் தன்மைகள் யாவும் விசாரித்து அறிந்ததும் உடனிருந்து அனுபவித்தவைகளுமாகும். அந்த மடத்தில் அவர்களில் ஒருவனாய் வீற்றிருந்து சிரித்துச் சிரித்துப் பொழுதைக் கழிப்பதில் காவியம் படிப்பது போன்ற சுகானுபவத்தை நான் கண்டிருக்கிறேன்'' என்றும்,

"பிரளயம், சென்னையில் ஒருமுறை வந்த வெள்ளத்தின்போது நிகழ்ந்த அலங்கோலங்களை, மனிதனின் சிறுமைகளை, கொடை வள்ளல்ளின் மான வெட்கமற்ற தற்பெருமைச் சவடால்களைக் கண்டபோது என் மனத்தில் ஏற்பட்ட கைப்பு உணர்ச்சியில் எழுந்ததுதான் என்றாலும் நான் எழுதவிருந்த ஒரு பெரிய நாவலின் ஓர் பாகமே இக்குறுநாவல்'' என்கிறார்.

கருணையினால் அல்ல - குறுநாவல். பின்னர் இது திரைப்படமாகவும் ஆக்கப்பட்டது. இதன் முன்னுரையில் முதல் பாராவே இப்படித்தான் தொடங்குகிறார் : "ஆனந்த விகடனில் வெளியான எனது சில குறுநாவல் களைப்போல இதற்கு ஆவேசமான வரவேற்பு இருக்காது என்று தெரிந்தே இதை நான் எழுதினேன். நான் எதை எழுதினாலும் அதன் மூலம் ஒரு சலசலப்பு ஏற்படுவதே என்னுடைய இயல்பாய் போயிற்று. எனக்கு அதுவும் பிடித்திருந்தது. அமைதியான ரசனையுங்கூட நம்மிடையே வளர வேண்டும் என்ற ஆர்வம் சமீபகாலமாய் அதிகரித்துள்ளது. அவ்விதமான முயற்சியில் நான் பல சிறுகதைகள் எழுதியுள்ளேன். அதேபோல ஒரு குறுநாவலும் எழுத ஆசைப்பட்டதன் விளைவே கருணையினால் அல்ல" என்கிறார்.

வாழ்க்கையைக் குறித்து பல கருத்துகள் முன் வைத்தாலும் இம் முன்னுரையில் மேலும் அழுத்தமாய், "வாழ்க்கை சிக்கல் மிகுந்ததுதான். கஷ்டங்கள் சூழ்ந்ததுதான். இதற்கு விமோசனமே இல்லை என்று நினைப்பவர்கள் வாழ்க்கையைச் சபித்து தற்கொலை செய்து கொள்வது நல்லது. உண்மையில் இவர்கள் அவ்விதம் நினைக்கவில்லை என்பதாலேயே இவர்கள் வாழ்ந்து கொண்டே கதை படித்துக் கொண்டுமிருக்கிறார்கள். இவர்களது மனமருட்சியின் காரணமாய்த் தங்ளிடமிருந்தே. தாங்களே தப்பித்துக் கொள்ள ஒருவகை நிழல் போராட்டம் நடத்துகிறார்கள் இவர்கள். வாழ்கிறவன் எவனும் அதை மறைக்க முயற்சி செய்யலாகாது. அதைப் புரிந்து கொள்ளவே முயலுதல் வேண்டும். அவ்விதம் புரிந்து கொள்ளவே கலையும் இலக்கியமும் பயன்படுத்துதல் வேண்டும். ஒன்றைப் புரிந்து கொள்ள வேண்டுமெனில் அதனை விடுத்து இன்னொன்றைப் புரிந்து கொள்ளவோ புரிய வைக்கவோ முடியாது" என்கிறார்.

'பாரிசுக்குப் போ' - என்ற இந்நாவல் வழக்கம்போல் விமர்சனக் கணைகள் எழுந்தன. மேற்கத்திய இசைக்கும் - நம் கலாச்சார இசைக்கும் உள்ள கூறுகளை அதன் வெளிப்படுத்தும் தன்மைகளை, போக்குகளை சாரங்கன் வழியே கதை நகர்கிறது.

எனவே தான் ஜெ.கே. இதன் வழியே 'இலக்கியம் என்பது யாது? அது எத்திசை நோக்கி நகரத்தகும்' என்பதை முன்னுரையில் குறிப்பிடுகிறார்.

"ஒரு தேசத்தின், ஒரு நாகரிகத்தின், ஒரு காலத்தின், ஒரு வளர்ச்சியின், ஒரு வாழ்க்கையின் உரைகல் இலக்கியம்."

ஓர் எழுத்தாளன் ஆத்மசுத்தியோடு எழுதுகிறானே, அது கேவலம் பிழைப்போ அல்லது ஒரு தொழிலோ அல்ல. அது தவம்! நீங்கள் கதை

என்று நினைத்துக் கொண்டிருக்கிறீர்களே அது காலத்தின், ஒரு வாழ்க்கையில் சாசனம்'' என்கிறார்.

மேலும், ''எனது காலத்தில் கருத்துலக நாகரிகத்திற்குப் புறம்பான பகைமையை என் அளவு சம்பாதித்துக் கொண்டவர்கள் எவருமில்லை என்று உணர்கிறேன். இந்த அனுபவத்தை வைத்து இதைவிட பெரிய நாவலே எழுதலாம்'' என்ற வாசகம் அவர்தம் முன்னுரைகள் வாயிலாக எழுந்த விமர்சனக் காற்றை வீசி புறம் தள்ளுகிறார்.

இந்த நாவலின் பாத்திரங்கள் குறித்து குறிப்பிடுகையில், ''இந்தக் கதையை நடத்திச் செல்லும் பாத்திரங்கள் அனைவரும் எந்த அளவுக்கு உணர்ச்சி மயமானவர்களோ அந்த அளவுக்கு அறிவு மயமானவர்கள். அவர்களுக்கிடையே ஏற்படும் மோதல்களில் யார் வெல்கிறார்கள்? யார் தோற்கிறார்கள்? என்பது எனக்குத் தெரியவில்லை. யார் வெல்ல வேண்டும், யார் தோற்க வேண்டும் என்று நான் ஆசைப்படவும் இல்லை. அவர்கள் பிரதிநிதித்துவம் படுத்தும் எல்லா கருத்துகளுக்கும் அவர்கள் தங்களை அர்ப்பணித்துக் கொண்டும் இருக்கிறார்கள்.''

- என நாவல் குறித்து பதிவு செய்கிறார்.

'சுய தரிசனம்' - சிறுகதைகள் தொகுப்புக்கு எழுதிய முன்னுரை பிற நூல் தொகுப்புகளுக்கு இல்லாத நீண்ட விமர்சனம் எனலாம். அதற்குக் காரணம் அவரது 'அக்னிப்பிரவேசம்' என்ற சிறுகதை இத்தொகுப்பில் இடம் பெற்றதுதான். இக்கதை அக்காலத்தில் பெருத்த விமர்சனத்துக்கு உள்ளானது. இக்கதைக்கு எதிர்வினைக் கதைகளும் புனைந்தனர் சில எழுத்தாளர்கள். அதற்கு பதில் சொல்லும் முகமாய் இத்தொகுப்பின் முன்னுரையைப் பயன்படுத்திக் கொண்டார்.

''பிரச்சனைகளுக்கெல்லாம் மரணம்தான், தற்கொலை தான் அல்லது கொலைதான் தீர்வு என்றால் பேனாவை, இலக்கியத்தை, அறிவை, மனச்சாட்சியை, சட்ட திட்டங்களை, சமூக நெறிகளை எல்லாம் தூக்கி எறிந்து விட்டு அரிவாளைத் தூக்கிக் கொள்ளாலாமே! எனக்கு முன்னே பலர் அப்படிக் கதை எழுதி இருக்கிறார்கள். யார் செய்த தப்புக்கோ இரையாகிப் போன பெண்ணுக்கு தற்கொலையையே தங்கள் சிருஷ்டியின் மூலம் பல எழுத்தாளர்கள் சிபாரிசு செய்திருக்கிறார்கள். அதை மறுத்து ஒரு பெண்ணை பெற்றவள் அவளுக்கு புதிய ஞானம் தந்து புதிய வலிமை யும் தந்து அவளை வாழ வைக்கிறாள் என்பது என் கதை. இதில் மற்றவர் களுக்கு என்ன கடுப்பு? என்ன உறுத்தல்? இதை மறுத்து எழுதியவர்கள் சீர்திருத்தம் பேசிக் கதை எழுதி, அந்தக் கட்டுப்பெட்டித் தாய்க்கு இருக்கக் கூடிய

விசால இதயம் கூட இல்லாமல் இலக்கியப் பீடத்தில் ஏற்றி வைத்து அவளை எரித்து மகிழ்கிறார்கள்."

- என அவர்களுக்கு பதில் தருகிறார். மேலும் ஒரு பிரச்சனை வாழ்க்கையில் நடத்தவிட்டப் பிறகு அதனை எதிர்கொள்ள வேண்டும் என்ற பாடத்தினையும் போதிக்கிறார்.

"பிரச்சனைகளை நேர் நின்று அனுபவித்து, ஒரு விபத்து போல் நேர்ந்து விட்ட இதனைப் பொருட்படுத்தக் கூடாது என்று நடைமுறை வாழ்க்கையே மாற்றம் கண்டு விவேகமுறும்போது, அதனைப் பழித்துத் தூற்றக் கூடாது என்பதே நான் வலியுறுத்தும் தர்மம்" - என ஒரு தர்ம நெறியை முன் வைக்கிறார்.

மேலும் மானுட உடலும், மனமும் வேறு வேறு என்பதை வலியுறுத்த வைக்கும் இவரது பதிவு சிந்தனைக்குரியதே.

"உடம்பு வேறு, மனம் வேறு என்பது மட்டுமல்ல, உடம்பு ஒன்று; மனம் ஆயிரம்; கோடி!

மனம் என்பது அறிவால், அனுபவத்தால், வாழ்க்கையில் அடியால் மாறி மாறி வளர்ச்சியுறுவது. மனம் முதிராத பருவத்திலும் உடல் முதிர்ந்து விடுகிறது. அறிவும் மனமும் முதிராத நிலையில் உடல் மட்டும் முழு வளர்ச்சியுற்ற ஒரு நிலையில் நேர்ந்து விட்ட ஓர் விபத்துக்கு ஓர் ஆத்மாவை நிரந்தரமாக தண்டித்து விடுவது நாகரிகமாகாது. அந்தக் கொடுமையைப் பார்த்து அறிவுலகம் கண்ணீர் வடிக்கும். அந்தக் கண்ணீரிலும், ரத்தத்திலும் தான் இலக்கிய வடிவங்களெல்லாம்" என்று இலக்கியம் - மனம் - உடல் சார்ந்த வாழ்வியல் கூறுகளை நம் முன் வைக்கிறார்.

இக்கதை குறித்து ஆனந்த விகடனின் ஆசிரியரின் வாக்குமூலம் :

விகடனில் ஜெயகாந்தன் எழுத ஆரம்பித்தது பல்வேறு விசைகள் ஒன்றாகச் சேர்ந்து ஒரு நல்ல விளைவை உருவாக்கியதுபோல இருக்கிறது.

வசதிக்காக சில பகுதிகளை கீழே கொடுத்திருக்கிறேன்.

பாலியல் ரீதியாக ஏமாற்றப்பட்ட மகளின் தலையில் அவளுடைய தாய் தண்ணீரைக் கொட்டி 'இது அக்கினி மாதிரி... நீ சுத்தமாயிட்ட' என்று சொல்லி சுத்தமாக்கும் 'அக்கினிப் பிரவேசம்' கதையை 1966-லேயே துணிச்சலாக வெளியிட்டிருக்கிறீர்கள். எதிர்வினைகள் ஏதும் வர வில்லையா?

நல்லாக் கேட்டீங்க! பெரிய களேபரமே ஆகிப்போச்சு. ஆசிரியர் இலாகாவுக்குள்ளேயே எதிர்ப்பு. விகடன் இப்படி ஒரு கதையா எப்படிப் போடலாம்னு ஆசிரியர் குழுவிலேயே சிலர் கடுமையா எதிர்த்தாங்க. கடைசியா விஷயம் பாஸ் காதுக்குப் போயிட்டு (தந்தையார் எஸ்.எஸ். வாசன் பற்றி இப்படித்தான் குறிப்பிடுகிறார்) அப்போ அவர் விகடனை அதிகம் கவனிக்கலை. சினிமாவுல பிஸி நிறைய பேர் அவர்கிட்ட பேசவும், என்னைக் கூப்பிட்டு, 'என்னப்பா பாலு! அக்கினிப் பிரவேசம்னு ஒரு கதை போட்டிருக்கியாமே'ன்னார். 'ஆமா சார், ஜெயகாந்தன்னு ஒருத்தரோட கதை'ன்னேன். 'அதுக்கு முத்திரையெல்லாம் போட்டிருக்கியாமே?'ன்னார். 'ஆமாம் சார்'ன்னேன். அந்தக் கதையைப் போட்டதே தப்புன்னு (கொத்த மங்கலம்) சுப்பு மாதிரியானவா சொல்றாளேன்னார்.

நான் அந்தக் கதை விகடனை பாஸ்கிட்டே குடுத்து. 'நீங்க கதையைப் படிங்க படிச்சுட்டு, நான் பண்ணினது தப்புதான்னு சொன்னா, வாசகர்கள் உட்பட அத்தனை பேர்கிட்டேயும் மன்னிப்பு கேட்டுக்குறேன்'னு சொல்லிட்டு வந்துட்டேன். மறுநாள் கூப்பிட்டார். போனேன், 'ஏம்பா இந்தக் கதையையா நல்லால்லேன்னு சொன்னாங்க! ஒருமுறை அந்த ஜெயகாந்தனை வரச் சொல்லு. நான் பார்க்கணும்'னார். இவ்வளவு கதை இருக்கு. அந்த ஒரு கதைக்குப் பின்னால...

ஜெயகாந்தனுக்கும் விகடனுக்கும் இருந்த உறவு பற்றி :

சிறுபத்திரிகைகளில் எழுதிக் கொண்டிருந்த ஜெயகாந்தனை எப்படிக் கண்டுபிடித்தீர்கள்?

ஒருநாள் மணியன்தான் வந்து, 'இந்தக் கதையைப் படிச்சுப் பாருங்க'னு ஒரு கதையைப் படிச்சப்போ பிரமிப்பா இருந்தது. அதுவரைக்கும் படிச்ச மாதிரி இல்லை அந்த எழுத்து. ஒண்ணு சொல்லணும்னு முடிவு பண்ணிட்டா அதை அப்படியே தலையில ஆணி அடிச்சு சொன்னாப்ல இருந்துச்சு. ஆனா, பாலியல் வர்ணனைகளும் கொஞ்சம் இருந்துச்சு. 'எழுத்து பிரமாதமா இருக்கு. ஆனா, இந்த மாதிரி வர்ணனைகள் நமக்கு சரிப்படாதே'ன்னேன். 'நீங்க ஒருமுறை அவரைச் சந்தியுங்களேன்'னார் மணியன். 'ஓ, சந்திக்கலாமே'ன்னேன். அப்படித்தான் விகடன் ஆபீஸுக்கு ஜெயகாந்தன் வந்தார். வரும்போதே ஒரு கதையைக் கையில் எடுத்துட்டு வந்தார். விழுதுகள்ன்னு நெனைக்கிறேன். என் கையில கொடுத்துட்டு, கொஞ்ச நேரம் பேசிக்கிட்டு இருந்தார். அவர் போன உடனே அந்தக் கதையைப் படிச்சா, அவ்ளோ பிரமாதமா இருக்கு.

அப்போ வாரம் ஒரு நல்ல கதையைத் தேர்வு பண்ணி அதுக்கு முத்திரை குடுக்குறது வழக்கம். அப்படி முத்திரைக் கதையா இருந்தா பரிசு ஐநூறு ரூபாய். அப்போ அது பெரிய காசு. அதாவது, எங்க கம்பெனி ஜெனரல் மேனேஜருக்கே எண்ணூறு ரூபாய்தான் சம்பளம். அந்த வார முத்திரையை ஜெயகாந்தன் கதைக்குக் கொடுத்தோம். கதை பிரசுரமானதும், ஜெய காந்தன் வந்து என்னைப் பார்த்தார். சன்மானத் தொகை பற்றி அவருக்கு ஆச்சரியம். 'இந்தப் பணம் பெரிசு இல்ல. இப்படிப்பட்ட ஒரு கதைக்கு இதைக்கூட கொடுக்கலைன்னா நாங்க தப்பு பண்ணவா ஆயிருவோம்'னு சொன்னேன். 'தொடர்ந்து விகடனுக்கு எழுதுங்கோ'ன்னும் சொன்னேன். இப்படித்தான் ஜெயகாந்தன் எங்களுக்கும் எங்க வாசகர்களுக்கும் அறிமுகம் ஆனார்.

அதற்குப் பின் தொடர்ந்து முத்திரைக் கதைகளாக ஜெயகாந்தனின் கதைகள் வெளியாயின. அவர் எழுதிய எல்லாக் கதைகளும் நீங்கள் நிர்ண யித்த தரத்தில் இருந்தனவா அல்லது அவர் நிறைய கதைகளை அனுப்பி, அவற்றில் தேர்ந்தெடுக்கப்பட்ட கதைகளை முத்திரைக் கதைகளாகப் பிரசுரித்தீர்களா?

அதாவது தொடர்ந்து நீங்க கதை அனுப்புங்கன்னு சொன்னப்பவே ஜெயகாந்தன் ஒரு கோரிக்கை வெச்சார். 'நான் எழுதுறேன். ஆனா, அது முத்திரைக் கதைக்கான தரத்தேட இருந்தா போடுங்க ; இல்லாட்டித் திருப்பி அனுப்பிச்சிடுங்க. முத்திரைக் கதைக்கான காசை வேணும்னா கூடக் குறைச்சுக் கொடுங்க. ஆனா, அந்தத் தகுதி இல்லாத கதைகளைப் பிரசுரிக்க வேணாம்'னார். நான் சொன்னேன், 'நீங்க ரொம்ப கஷ்டமான நிபந்தனையைப் போடுறீங்க. இருந்தாலும் பார்க்குறேன்'னு. ஆச்சரியம் என்னன்னா. அவர் அனுப்பின ஒவ்வொரு கதையும் முத்திரைக் கதைக் கான தகுதியோடதான் இருந்தது. ஒரு கதையைக் கூடத் திருப்பி அனுப்பத் தேவையே ஏற்படலை.

ஜெயகாந்தன் கறாரானவர், தன்னுடைய கதைக்குத் தானே ராஜா என்று நினைப்பவர்; ஒரு வார்த்தையைத் திருத்தக்கூட அவரிடம் அனுமதி கேட்க வேண்டும் என்றெல்லாம் சொல்லப்படுவது உண்டு. அதே சமயம் ஒரு பத்திரிகையைப் பொறுத்தவரை அதன் ஆசிரியரே இறுதி முடிவை எடுப்பவர். ஒரு ஆசிரியர் - ஒரு எழுத்தாளர் இருவருக்குமான சுதந்திரத் தின் எல்லைகளை எப்படிக் கையாண்டீர்கள்?

கதை வேணுமா, வேணாமான்னு ஆசிரியர்தான் முடிவெடுக்குறார். அப்புறம் ஆசிரியர் கேட்குற திருத்தங்கள் அந்தப் படைப்பு மேல உள்ள

அக்கறையில வர்றது. நான் ஜெயகாந்தனோட கறாரை ஒரு எழுத்தாள னோட கர்வமாப் பார்க்கல. ஒரு எழுத்தாளனோட தன்னம்பிக்கை யாவும் துணிச்சலாவும் பார்த்தேன். 'நீ யாரா வேண்ணா இரு. எனக்குத் தெரியும். என் கதையில இருக்கிற அழகு, அழுத்தம், ஆழம்'கிற சுயமதிப்பீட்டோட வெளிப்பாடா பார்த்தேன். அதே சமயம், ஜெயகாந்தன் நான் சொல்ற திருத்தங்களை ரொம்ப கவனமாக் கேட்பார். சரின்னு பட்டா ஏத்துக்கு வார். நாம எதிர்பார்க்குற திருத்தங்களை நாமளே ஆச்சரியப்படுகிற வகை யில் அற்புதமா திருத்தி மறுநாள் அனுப்புவார்.

விகடனோடு தனக்கிருந்த உறவைப் பற்றி ஜெயகாந்தன் சொல்வது :

ஆனால், பத்திரிகை ஆசிரியர்கள் திருத்தங்களை வலியுறுத்தும்போது ஏற்றுக் கொண்டிருப்பீர்கள் இல்லையா? அப்படியான திருத்தங்கள் கொஞ்சம் கொஞ்சமாக உங்கள் எழுத்துக்களில் மாற்றத்தைக் கொண்டு வந்திருக்கும் இல்லையா?

நான் மூர்க்கன் இல்லை. இது பரஸ்பரப் பகிர்தல். என்னிடமிருந்து அவர்களும் அவர்களிடமிருந்து நானும் கற்றுக் கொள்வது. நிச்சயமாக அந்தத் திருத்தங்கள் எழுத்தில் தாக்கத்தை ஏற்படுத்தியிருக்கின்றன. ஆனால், ஒருபோதும் எழுத்துக்கு விரோதமான திருத்தங்களுக்கு நான் செவி சாய்த்ததில்லை.

ஊடகங்களுடனான உங்களுடைய உறவில் ஓர் எழுத்தாளருக்கும் பத்திரிகையாளருக்குமான உறவு இப்படித்தான் இருக்க வேண்டும் என்று நீங்கள் நினைப்பது எந்தப் பத்திரிகையை, எந்தப் பத்திரிகை ஆசிரியரை?

விகடனை. அதன் அன்றைய ஆசிரியர் எஸ். பாலசுப்ரமணியனை.

இக்கதை பின்னர் 'சில நேரங்களில் சில மனிதர்கள்' - 'கங்கை எங்கே போகிறாள்' - என நாவலக வடிவம் பெற்றது. திரைப்படம் வடிவம் பெற்று தமிழ் வாசகர் தளத்தில் திரை வடிவில் பெரும் வெற்றியும் பெற்றது.

எது ஒழுக்கம் எது ஒழுக்கக்கேடு என்பது குறித்து 'கோகிலா என்ன செய்து விட்டால்' குறுநாவல்கள் தொகுப்பில் முன் வைக்கிறார்.

"ஒரு சமூகத்தின் சகல ஒழுக்கங்களும் கேள்விக்கும் கேலிக்கும் இலக்கு ஆக நேர்ந்துவிட்ட பிறகு அந்த ஒழுக்கங்கள் என் குடும்பத்தில் மட்டும் வாழுகிறது என்று நான் திருப்தி கொள்வது ஒரு மனமயக்கம் அல்லவா? அது ஒரு பொய்யொழுக்கம் அல்லவா?'' எந்தத் தேசத்திலும் எந்த நாகரிகமும் ஒழுக்கக் கேட்டை அடித்தளமாக கொண்டிருக்க முடியாது

என்று அறிந்துணர்வதற்கே ஓர் ஒழுக்கம் தேவை; ஒரு நல்ல உள்ளம் தேவை. ஒவ்வொரு தேசத்துக்கும், ஒவ்வொரு காலத்துக்கும் ஒவ்வொரு ஒழுக்கம் இருந்திருக்கிறது என்பதுதான் சரியே ஒழிய, ஒன்றுக்கொன்று மாறுபட்ட ஒழுக்கங்களை ஒழுக்கக்கேடுகள் என்று முடிவு கட்டுவது ஒரு வகை தீயொழுக்கம்.

"ஏன்? நமது தேசத்திலேயே எல்லாக் காலங்களிலும் ஒரே வகை ஒழுக்கம் இருந்ததா? இன்றிருக்கும் ஒழுக்கத்துக்கு மாறான சமூகங்களின் நெறிகளின் ஒழுக்கக் கேடு என்று தீர்மானித்து இந்த தேசமே ஒழுக்கம் கெட்டுக் கிடந்தது என்று கூறுவது அறவுடைமை ஆகுமா?" என்ற கேள்வி களை முன் வைக்கிறார். முடிவில் 'ஒழுக்கங்களும் சமூக நியாயங்களும் நிலையானவை அல்ல அவையும் மாறத்தக்கன' என்கிறார்.

இன்றைய தமிழ்ப் பெண்கள் சந்திக்கும் பிரச்சனைகள் குறித்தும் இம்முன்னுரையில், "இன்றைய நமது தமிழகத்து வளர்ச்சியுள் சராசரி தமிழ்ப் பெண் என்பவள் படிப்பதற்கும், உத்யோகம் செய்வதற்கும், சம்பாதித்துக் கொண்டு வந்து கொடுப்பதற்கும் ஓர் ஆணுக்கு இணையான வளாக வளர்ந்திருப்பினும் அவள் இந்தச் சமூகத்தின் கைதி மாதிரி கண் காணிக்கப்படுகிறாள். இரண்டு பக்கமும் அறியாமை என்கிற, அவதூறு என்கிற வேலி கட்டி அதன் வழியே இப்பக்கம் அப்பக்கம் திரும்பாமல் நடந்துச் செல்ல அவள் அனுமதிக்கப்பட்டிருக்கிறாள். கொஞ்சம் சுயேச்சை யாக அவள் விலகி நடந்தால் அந்த முட்கம்பிகள் அவள் மீது சீறி விடும். சீறி விடும் என்ற பயமுறுத்தல் சதாநேரமும் அவளை நடுங்க வைத்துக் கொண்டிருக்கிறது. சீறி கொண்டு விட்டால் இந்தச் சமூகமாகட்டும் அவளைச் சார்ந்த குடும்பமாகட்டும், முள்ளை விலக்க வேண்டும் என்று நினைப்பதே இல்லை. மாறாக கீறப்பட்ட அவளையே பழிகளாக்கும், அவளைத் தீயிலிட்டு விட்டால் எல்லாருக்கும் திருப்தி" என இன்றைய பெண்களின் அவலநிலையை, அடிமை மனோபாவத்தை, சமூகம் அவர்கள் மீது கொண்டுள்ள ஒழுக்க நெறி கோட்பாட்டை நம்முன் வைக்கிறார்.

ஒரு விமர்சகன் எத்தகைய பார்வையோடு இருக்க வேண்டும் என்பதை 'இறந்த காலங்கள்' - சிறுகதை தொகுப்பின் முன்னுரையில் குறிப்பிடும் போது, "ஒரு படைப்பாளியை விடவும் ஒரு விமர்சகன் சகல துறைகளிலும் ஆழ்ந்த அறிவும், அதற்கு மேல் தர்க்க அறிவும் உடையனாயிருத்தல் வேண்டும். அவன் விமர்சனமென்ற பெயரில் அபிப்பிராயங்களைச் சொல்லிக் கொண்டிருப்பதில்லை."

“ஒரு படைப்பை விமர்சிக்க வரும்போது அவன் அதற்குப் புறம்பான ஒரு சாஸ்திரத்தை ஒரு சமுதாயச் சட்டத்தை ஒரு அரசியல் தத்துவத்தை, அடிப்படையாகக் கொள்ளுவதில்லை. அந்தப் படைப்பாளியின் மனோ தர்மத்தையே அதற்கு அடிப்படையாகக் கொண்டு, தன்னுடைய மனோ தர்மத்தோடு இயைந்து செயல்பட முடியாமல், கலைத் தன்மையின் சிதைவுக்கு அந்த படைப்பாளி எங்கெங்கே ஆளானான் என்று அவனை அந்த படைப்பின் மூலம் மட்டுமே கவனிப்பவன் விமர்சகன்.’’ இது இலக்கிய பிரச்சனை இல்லை; ஒரு சமூகப் பிரச்சனை.

பாலுணர்வு குறித்த இவரது விமர்சன பார்வையை ரிஷிமூலம் என்ற குறுநாவல் தொகுப்பில் குறிப்பிடும்போது, “பாலுணர்ச்சிப் பிரச்சனை என்பது வெறும் படுக்கை அறை பிரச்சனை அல்ல; அதுகூட சமுதாயப் பிரச்சனைதான்.’’

“வயிற்றுப்பசி மாதிரி - கலாச்சாரம், அழகுணர்ச்சி, ஒழுக்கங்கள் வாழ் வியல் நெறிமுறை ஆகிய துறைகளில் பசியை விடவும் அது ஓர் அடிப்படை பிரச்சனை ஆகும்.’’

“சமுதாயக் கொடுமைகளுக்குச் சான்று தேடிப் போகிறவர்கள் பசியை மட்டும் காண்பதில்லை; பாலுறவுகளில் ஒரு கொடுமையான சமுதாயம் எவ்வள கோரங்களை விளைவித்திருக்கிறது என்பதையும் காண்பார்கள்.’’

“அடிமைச் சமூகங்கள் கிளர்ந்தெழுந்த போதும், நிலப் பிரபுத்துவ சமுதாயங்கள் சாய்கிறபோதும், அந்தச் சமுதாயத்துப் பெண் மக்களும், ஆண் பெண் உறவுகளும் எந்த அளவு நொறுக்கப்பட்டன என்பதைப் பார்க்குமிடத்து அந்தப் புரட்சிகளுக்குப் பசி மாத்திரமில்ல, இந்தப் பாலுணர்வுப் பிரச்சனைகளும் கூட சம பங்கு வகிக்கின்றன.’’

‘‘பாலுணர்வுப் பிரச்சனை என்பது ஏதோ பணக்கார வர்க்கத்துப் பிரச்சனை என்று எண்ணுவது வடிகட்டிய பாமரத்தனமாகும்.’’

“பாலுணர்வு பற்றிய ஆரோக்கியமான கண்ணோட்டமில்லாத தனி மனிதன் வளர்ந்த மனிதனாக மாட்டான். அப்படிப்பட்ட சமுதாயம் வளர்ந்த சமுதாயம் ஆகாது’’ என்ற கருத்தினை ரிஷிமூலம் கதையின் எதிர் வினையின் ஊடே பாலுணர்வு குறித்த கண்ணோட்டத்தை வைக்கிறார்.

இன்றையச் சமூகத்தில் பாலுணர்வு, வன்புணர்வு போன்ற பரவலாக பேசப்படும், ஊடகங்களால் பெரிதாக்கப்படுபவர்கள். இதனை நுண் உணர்வோடு பரிசீலிக்கத்தகும்.

ஜெயகாந்தன் பற்றிய விமர்சனக் கண்ணோட்டங்களில் ஒன்று. 'நான், நான், நான்' என அவர் தன்னை முன்னிறுவது ஓர் ஆணவப் போக்கே என்று விமர்சிப்பவர்களுக்கு பதிலாக இந்த 'நான்' என்பதுதான் என்ன? என்ற கேள்விக்கு விடையைத் தருகிறார்.

" 'நான்' என்று சொல்வதே எனது தன்னகங்காரத்தைக் காட்டுகிறது என்று சொல்ல வருகிறவர்கள் தங்கள் மீதே மரியாதை அற்றவர்கள் என்று நான் கருதுகிறேன்.

நான் - பற்றி எத்தனை விமர்சனங்கள்!

'நான்' - என்பது ஈகோ என்பாரும், மாயை என்பாரும், பொய் என்பாரும், அநித்தியம் என்பாரும்...

என்னைப் பொறுத்தவரை நான் என்பது ஈகோ எனின் இந்த ஈகோ தான், மாயை எனின் இந்த மாயைதான், பொய் எனின் இந்தப் பொய் தான், அநித்தியம் எனின் இந்த அநித்தியம் தான். சாசுவதமான, மெய் யான, உன்னதமான வாழ்க்கையின் அர்த்தம் ஆகும்.

'அஹம் பிரம்மாஸ்மி' நான்தான் பிரம்மம்.

'நான்' என்று பேசும்போது நான் உன்னையோ நம்மையோ மறக்க வில்லை. உன்னையும் நம்மையும் மறுக்காமல் இருப்பதற்கே நான் என்னை நம்புகிறேன். உன்னையும் நம்மையும் மதிக்கிறவன் என்பதனாலேயே நான் உன்னோடு பேசுகிறேன்" என விளக்கம் தருகிறார்.

சினிமாவுக்குப் போன சித்தாளு - அவருடைய சிறுநாவல்களுள் பரபரப்பை ஏற்படுத்திய கதை. தமிழ்ச்சினிமா மோகம் குறித்து ரசிகர் களின் வாழ்வியல் குறித்த கதை.

அப்போதைய அரசியலில் பிரபல திரைப்பட நடிகரின் ரசிகர்களின் மோகம் குறித்தும் அதனால் ஏற்படும் விளைவுகள் குறித்தும் அலசப் பட்டது. அக்கால அரசியலுக்கு பயன்பட்டதும்கூட. தமிழகமெங்கும் நாடகமாக ஆக்கப்பட்டு அரங்கேறியது. பிரபல திரைப்படக் கவிஞர் கண்ணதாசன் நடத்திய 'கண்ணதாசன்' இதழில் தொடராக வந்தது. சென்னை வாழ் மக்களின் பேச்சு மொழியினை திறம்பட கையாண்ட நூல்.

அதன் முன்னுரையில், "அறியாமையும், பேதமையும் கொண்ட மக்கள் இவர்களால் சுயாபினமிழந்து திரிகிறார்கள். அவர்களின் அறிவும், மனமும், ரசனையும், ஒழுக்கமும் சிதைந்து போவதற்கு நமது சினிமாக்களும் அது சம்பந்தப்பட்ட நடிகர், டைரக்டர், தயாரிப்பாளர்களும் பெரும் பொறுப்பு

வகிக்கிறார்கள். சொல்லப் போனால் அவர்கள் கூட அவர்கள் வகிக்கிற அந்தப் பொறுப்புக்குக் காரணமாக மாட்டார்கள். அவர்களும் அதற்கு பலியாகி விட்டவர்கள் ஆவர்.''

பொய்யொழுக்கமும், போலிப் பண்புகளும் அங்கே ஒரு நிர்பந்தமாக ஒவ்வொருவர் மீதும் திணிக்கப்பட்டிருக்கிறது. எனவே தான் அவர்களின் செயல் ஒன்றாகவும் சொல் மற்றொன்றாகவும் நோக்கம் வேறொன்றாகவும் சுய முரண்பாடு கொண்டிருக்கின்றன. வெறும் வர்த்தகச் சூதாடிகள் கருத்து சுதந்திரம் என்பதன் பேரால் இந்த மக்களின் நல்லுணர்வுகளை நாசப்படுத்தி அவர்களின் சொந்த வாழ்க்கையையே சினிமாத்தனப் படுத்திப் பொய்மையில் மூழ்கடிக்கிற கொடுமை நாளும் இங்கே வளர்ந்து வருகிறது.

தங்கள் சொந்த மக்களின் மனமும் தரமும், குணமும், பண்பும் சீரழிவது குறித்து இந்தப் பணவேட்டைக்காரர்களுக்குக் கொஞ்சமும் உறுத்தல் இல்லை. அப்படிப்பட்ட உள் உறுத்தல் அவர்களறியாமல் அவர்களிடம் ஏற்படுகிறபோது புராணம், தமிழ்மொழி, கற்பு, பெண்மை, கடமை, தியாகம், தர்க்கம், கலை போன்ற ஆர்ப்பாட்டமான பெரிய வார்த்தைகள் லாபவேட்டை கருதிப் பொய்யாய்ப் பிதற்றிக் கொண்டு இருக்கிற கேவலத்திலேயே அவர்கள் மேலும் அழிந்து போகிறார்கள். ஆனால் இவற்றின் ஊடாகவும், அடிப்படையாகவும் அவர்கள் தீர்த்துக் கொள்கிற ஒரே வேட்கை, கேவலமான இச்சைகளேயாகும். இந்த Crotic Pleasures -க்காகத்தான் நமது சமூகத்தின் எல்லாத் துறைகளும் செயல்படு கின்றனவா என்று தோன்றுகிறது.''

- இது எத்தனை உண்மை என்பது இன்றைய நவீன அறிவியல் உலகிலும், சினிமாத் தரத்திலும் பெரும் நடிகர்களால் அரங்கேற்றப்படுவது அவலமே!

இக்கதையின் நாயகி கம்சலை சினிமா மோகத்தால் சின்னா பின்னாப் பட்டு மனநோயாளியாகி சினிமா போஸ்டரை சுற்றி திரிந்தும், அவள் கணவன் அவளை கண்டு அவளது இழிநிலைக்கு பரிதாப்பட்டு அவளை தேறுதல் செய்து ரிக்ஷா வண்டியில் ஏற்றி கடற்கரை ஓரம் அழைத்துச் செல்கையில் அவள் கண்ணகி சிலையைப் பார்த்து, 'இவள் என்னை மாதிரி தானே இருக்கிறாள்' என்று சொல்வது இக்கதையின் உச்சகட்ட 'டச்' என்றே சொல்லலாம்.

ஜெயகாந்தனின் நாவல்களில் 'மாஸ்டர் பீஸ்' என்று சொல்லப்படுகிற 'ஒரு மனிதன் ஒரு வீடு ஒரு உலகம்' நாவலின் கதைக் களமுன் அதில் வருகிற ஹென்றியும் தனித்துவமான மனிதன் என்றே சொல்ல வேண்டும்.

சொத்துடைமைச் சமூகத்தில் அதற்காக அடித்துக் கொண்டு பகைமை கொள்ளும் எக்காலத்திலும் அதனை எப்படி 'ஹென்றி' கையாண்டு வெற்றிக் கொள்கிறான் என்பதே கதையின் கரு.

இந்நூலின் முன்னுரையில் குறிப்பிடும்போது வட்டார, வழக்கு மொழி நாவல்களை பெரிதாகப் பேசப்படும் இச்சூழலில் அவர், "எந்த மண்ணின் வாடையும் இந்தக் கதையில் வீச வைக்க வேண்டுமென்ற எண்ணம் எனக்குக் கிடையாது. வட்டார வழக்குகளை வடித்துத் தரவும் எனக்கு உத்தேசமில்லை. மனிதனுக்கு இந்த மனித வாழ்க்கையைப் பற்றிய பற்றும் பயமும் கதை கதையாக அமைந்த தனி மனிதர்களால் உருவாகும் வாழ்க்கையைப் பற்றிய வரலாறும், இந்த வாழ்க்கையைப் பற்றி ஒரு தனி மனிதனுடைய நிறைவும், பயமும் நம்பிக்கையும் இந்த நாவல் பிறக்க காரணமாயின" என்கிறார்.

மேலும், "நதியும் கடலும் மட்டும்தான் முழுமையா என்ன? தண்ணீரின் ஒவ்வொரு துளியும் முழுமையானதே ஆகும். நாடுகளும் கண்டங்களும் தான் உலகம் என்பதில்லை. ஒவ்வொரு மனிதனும் ஒரு உலகம் தான்" என மனிதனின் உள்ளிருக்கும் உலகத்தை அடையாளப்படுத்துகிறார்; இக் கதையின் ஊடே முன் வைக்கிறார்.

'சக்கரம் நிற்பதில்லை' - 1974 களில் வெளிவந்த கதை. அப்போது ரயில்வே ஸ்டிரைக். ஜார்ஜ் பெர்னான்ட்ஸ் தொழிற்சங்கத் தலைவர். அவர் தலைமையில் ரயில்வே ஸ்டிரைக். 'சக்கரங்கள் ஓடாது' - என்று எச்சரித்தார். அதற்கு எதிர்வினையாக 'சக்கரங்கள் நிற்பதில்லை' - என்ற இந்த கதை யினை வடித்தார்.

'முரண்பாடுகளின் மூட்டை' என்று ஜெயகாந்தன் குறித்து கலை, இலக்கிய, அரசியல் வரலாற்றில் அவரை விளிப்பது உண்டு. அதற்கு விரிவான பதில்தான் முன்னோட்டம் எனும் அவரது கட்டுரை நூலின் முன்னுரை எனலாம்.

"எனது கருத்துக்களில் முரண்பாடான அம்சங்கள் உண்டு. அந்த முரண் பாடுகள் எனது நேர்மையுணர்ச்சியினால் நேர்ந்தவை.

ஆனால், அவை சுய முரண்பாடுடையவை அல்ல. முரண்பாடுகள் வேறு; சுயமுரண்பாடுகள் வேறு. முரண்பாடுகள் உடைய சூழ்நிலைகளில் வாழ்ந்து கொண்டு முனைப்பான வளர்ச்சியில் நாட்டம் உடைய ஒருவன் முரண்பாடுகளை மூட்டையாகச் சுமக்க வேண்டுவது தவிர்க்க முடியாததா

கிறது. ஆனால், அதன் பொருட்டு அவன் சுய முரண்பாட்டாளனாய் மாறி விடுவதில்லை. எனவே, இந்த முரண்பாடுகளை நான் மிகவும் சொந்தத் துடன் பரிசீலிக்கிறேன். என்னிடமிருந்து ஏதோ ஒரு நியாயத்தின் அடிப்படையில் ஒரு சூழ்நிலையில் சரியாகவே வெளிப்பட்டது என்பதால் இன்று தவறு என்று நிரூபிக்கப்பட்ட ஒன்றை எனது முதிர்ச்சியின்மை யினால் இது நேர்ந்தது என்று புரிந்து கொண்டு கைவிடாமல் இப்போதும் சரி என்று வாதிப்பது உள்ளூர என்னிடம் சுய முரண்பாடுகளையே வளர்க்கும்.''

இது அவருக்கு மட்டும் அல்ல. ஒவ்வொரு மனிதனும் முரண்வதும் பின் மாறுவதும், பரிசீலிப்பதும், மாறுவதும் இயல்பே. இதனை அவர் மீது சுமத்துவது மட்டும் எப்படிப் பொருந்தும்?

மேலும், "வாழ்க்கையில் நிதர்சனமாயுள்ள இந்த முரண்பாடுகளை நானும் பிரதிபலிக்கிறேன் போலும். ஆயினும் அவை பொய்யல்ல; அவை உண்மை என்பதனால்தான் எனது எல்லாக் கருத்துகளையும் யாரோ ஒருவர் அங்கீகரித்துக் கொண்டேயிருந்தார். அதே சமயம் யாரோ ஒருவர் மறுத்துக் கொண்டேயிருக்கிறார். இந்தச் சூழ்நிலையிலும் என்னை முரண்பாடு டையவன் என்று குற்றம் சொல்ல இன்னொருவருக்கு என்ன நியாயம்? எனவே முரண்பாடுகள் ஒரு குறையல்ல என்று ஆகிறது. முரண்பாடுகளின் மூலம் சிந்தனையோ, கருத்தோ, ஒரு தனி மனிதனோ, ஒரு சமுதாயமோ செழுமையுற்றிருக்கிறதா? சஷுண முற்றிருக்கிறதா? என்பதைக் கவனித்தலே அறிவுலக தர்மமாகும்'' என முரண்பாடுக்ளின் தனது படைப்புகளின் எழுத்தின் தன்மையை விவரிக்கிறார்.

இன்னும் அவரின் முன்னுரையின் எழுத்தின் வெளிச்சத்தைக் காண்போம்.

"இந்த "ஜெய ஜெய சங்கரா'' ஒரு கதை ; கற்பனை ; கனவு ; ஆனால் பொய்யல்ல. சத்தியம் உங்கள் நடைமுறை வாழ்க்கையை விடவும், நமது நிதர்சனங்களை விடவும், எனது கதைகளும், கற்பனைகளும் மேலான அர்த்தமும் ஆக்க சக்தியும் கற்பனைகளும், கதையும் மேலான அர்த்தமும் ஆக்க சக்தியும் உடையவை. நான் எழுதுவதுதான் முக்கியமே தவிர, எந்தப் பத்திரிக்கையில் அல்லது பனை ஓலையில் எழுதினேன் என்பதால் எழுத்தின் தலைவிதி நிர்ணயிக்கப்படுவதில்லை. எழுத்தின் தலைவிதி எழுதப்படுவ தாலேயே தீர்மானமாகிறது. விளைவுகள் நம் அனைவரையும் மேன்மை யுறச் செய்யட்டும்.''

“ஒரு சமூக மாற்றத்திற்கு அர்ப்பணித்து கொள்ளாத கலையும், அரசியலும் சாக்கடையாய்த்தான் போகும். அந்தச் சமூக மாற்றத்தை அவாவி நிற்கிற ஒருவன், மாற்றமுறாத சமூகத்தில் போராடி கொண்டு தான் இருக்க வேண்டுமே தவிர ஒன்றும் சாதித்துவிட முடியாது. அப்படிச் சாதிப்பதாக நினைத்துக் கொள்வதெல்லாம் சிந்தனையும், உலக அறிவும் உடைய ஒருவனுக்குப் பொருந்தாது.

“ஒரு கலைஞன் என்பவன் சமூகத்தில் ஒடுக்கப்பட்டிருக்கும் பெண் மக்களை விடவும் நலிந்து கிடப்பவன். மாறாத சமூகத்தில் பெண்ணை விட பரிதாபத்துக்குரிய ஜந்து கிடையாது. மாறிய சமூகத்தில் அவளை விட மாபெரும் சக்தியும் இல்லை என்கிற அனுபவம். இந்த நூற்றாண்டில் மனித ஜாதிக்கு வந்திருக்கிறது. அதனால்தான் எழுதுகிறவன் கலைஞர்களில் சிறப்பானவன்.

- கலையுலக அனுபவங்கள்

“நமது வாழ்க்கையில் நமது தேசத்தை, நமது பூமியை நாம் சரியாகப் புரிந்து கொள்வது இன்றியமையாத மானுடக் கடமையாகும். அவற்றை தவறாகப் புரிந்து கொள்ள யாருக்கும் உரிமை இல்லை. இதிலுள்ள சிக்கல் என்னவெனில் அவற்றில் தவறுகளும், குறைகளும் இல்லாமல் இல்லை. வரலாறு என்பதே அடுக்கடுக்கான தவறுகளாகவும் அவற்றை எதிர்த்து தொடர்ந்து இடையறாது நடத்தும் போராட்டமாகவே இன்று வரை நிகழ்கிறது. அந்தப் போராட்டம் நம்பிக்கையோடு நடத்தப்படுகிறது. நட்பையும் ஒற்றுமைகளையும் உருவாக்குவதே அந்தப் போராட்டத்தில் இலக்கு. இந்தப் போராட்டத்தின் வடிவங்கள் பலப்பல. இந்தப் போராட்டத்தினூடே முகிழ்பவைதான் கலைகளும் இலக்கியங்களும்.”

- என அவரது ஆழ்ந்த சிந்தனைக் கருவூலம், வெளிச்சம், முன்னுரை களில் விரைந்துக் கிடக்கிறது. இந்த முன்னுரை ஒவ்வொரு மனிதனின், மானுட நேயத்துக்கான அடையாளங்கள் என்றே சொல்லத்தகும்.

19

துணையாய் நின்ற துணைவியார்

ஜெயகாந்தன் வாழ்வியலில் குறிப்பிடத்தக்க ஒருவரை குறிப்பிட வேண்டும் என்றால் அவர்தான் அவரது துணைவியார் கௌசல்யா என்கிற ஜெய ஜனனி. ஜெ.கே.யின் தீவிர வாசகர். சரஸ்வதியில் அவரின் படைப்புகளை படித்து வாசகர் ஆனவர்.

இவர் மதுரை அரிஜன ஆலய பிரவேசத்தில் முன் நின்று, சுதந்திரப் போராட்டத்தில் பங்கு கொண்ட வைத்தியநாத அய்யரின் பெயர்த்தி. கல்லூரி படிப்பை முடித்து சென்னையில் முதன்முதலாக தோற்றுவிக்கப் பட்ட "ரிசர்வ் வங்கி"யின் முதல் பெண் ஊழியர். 25 ஆண்கள் மத்தியில் பெண் ஊழியராக நியமிக்கப் பட்டவர்.

ஜெ.கே. இவரை முதன் முதல் சந்தித்தது, கம்யூனிஸ்ட் கட்சி தடை செய்யப்பட்டு, பிழைப்புக் காக ஊர் ஊராய் திரிந்து, மதுரையில் குதிரை வண்டிக்காரன் உதவியாளராக பணியாற்றிய போது தான். இதனை தனது "காற்று வெளியினிலே" நாவலில் கல்யாணி பாத்திரமாகச் சித்தரிப்பார்.

அந்த காட்சி, "வண்டி மேல மாசி வீதியில் விரைந்து கொண்டிருந்தது. அப்பு ஒரு தடவை திரும்பி வண்டியில் இருப்பவர்களைப் பார்த்தான். அவளைப் பார்த்த பொழுது கல்யாணி என்று அவள் பெயரை அறிந்திருப்ப தால் அதை நினைத்துக் கொண்டான். நிச்சயம் நான் இன்று ஒரு கனவு காண்பேன் என்று அவன் எண்ணமிட்டான்."

அந்தக் கல்யாணிதான் பின்னால் அவரது உதவியாளராக, குடும்ப வாழ்வியலின் அங்கமாக, குடும்ப நிர்வாகியாக, அவரது மொழி பெயர்ப்பு பணிக்கு உற்றத் துணையாக ஆனந்த விகடன் எழுதிய பல கதைகளை அவர் சொல்லச் சொல்ல எழுதியவர். அவரது வாரிசுகளை தோளில் சுமந்து அவர் களின் கல்விக்கும், மேன்மைக்கும் உறுதுணையாய் நின்றவர்.

மதுரையில் சந்தித்து நண்பர்களாக பழகி, பின் கம்யூனிஸ்ட் கட்சி தடை நீங்கிய பின் சென்னை வந்து படைப்பாளியாக பரிணமித்து மக்களால் ஆகர்ஷிக்கப்பட்ட எழுத்தாளராய் நின்ற நிலையில் மீண்டும் அவரை சந்திக்கும் வாய்ப்பு கிட்டியது.

பொதுவாக தமிழ்நாடகத்தின்பால் ஈர்ப்போ, ரசனையோ இல்லாத ஜெ.கே., மகாகவி பாரதியார் மேலுள்ள பக்தியினாலும் பாஞ்சாலி சபதத்தின்பால் உள்ள ஈடுபாட்டினாலும் அந்த நாடகம் சம்பந்தப்பட்ட பலர் அவரது நெருக்கமான நண்பர்களாக இருந்ததன் காரணத்தினாலும் அந்த நாடகத்தைக் காணச் சென்றார்.

அந்நாடகத்தில் முதல் காட்சி, திரை விலகியதும் வெள்ளத் தாமரை மலர் போல் அலங்கரிக்கப்பட்ட ஒரு மேடையில் கையில் வீணையோடு வெள்ளை சேலையுடுத்திக் கலைமகள் தோற்றத்தில் காட்சியளித்ததைப் பார்க்கிறார். இவள் கௌசல்யா அல்லவோ? கலை மகள் உருவத்தில் கலை மகளாக காட்சி தருகிறாளோ? என்று தீர்மானிக்க முடியாமல், ஏற்கெனவே அறிமுகமாகியிருந்த நடிகர் சகஸ்ரநாமத்திடம் 'நாடகத்தில கலைமகள் வேடம் போட்டவரை சந்திக்க வேண்டும்' என்று கேட்கிறார்.

அவரும் 'உள்ளே போய் பாருங்களேன்' என்று வழிவிட்டார். நாடகம் முடிந்ததும் 'கிரின்ரூம்' போகிறார். மேக்கப் ரூமுக்குள் வந்து நின்று நிலைக் கண்ணாடியின் முன் நின்று மேக்கப்பை அழித்துக் கொண்டிருந்தவரை பார்க்கிறார். அவரும் ஜெ.கே.வை அறிந்து கொண்டு புன்னகை பூக்கிறார்.

"உங்களை இந்த வேடத்தில் பார்த்ததில் மகிழ்ச்சியாக இருக்கிறது. ஆச்சர்யமாகவும் இருக்கிறது" என்கிறார் நலம் விசாரிக்கிறார். மீண்டும் நட்பு பூத்தது. அப்போது கௌசல்யா அவர்கள் கல்லூரிப் படிப்பை முடித்து

விட்டு ரிசர்வ் வங்கி வேலைக்குப் போய் அதையும் விட்டு விட்டு கலையின் மீது கொண்ட தாகத்தால் இந்த வாழ்க்கையை மேற்கொண்டிருக்கிறார் என புரிந்து கொண்டார்.

அப்போது அவர் தனது பெற்றோருடன் எழும்பூர் இரயில்வே காலனியில் இல்லை என்றும் மயிலாப்பூரின் சிறுவயது முதல் வளர்த்த பாட்டியின் வீட்டில் வளர்ந்து வருவதை அறிந்து கொண்டார்.

மேலும், அப்போது சேவாஸ்டேஜில் உள்ள நடிகர்கள் பலருக்கு ஆங்கிலம் கற்பித்துக் கொண்டும், ரேடியோ நிலையத்தில் ஒரு கலைஞராக வும், பகுதி நேரப் பணியாற்றிக் கொண்டிருந்தார். ஜெ.கே. அவரிடம் ஏதேனும் உதவிகள் தேவைப்படின் என்னால் ஆன உதவிகளை செய்வேன் என்றிருக்கிறார்.

கௌசல்யா அவர்களும், "தனியாக தங்குவதற்கு தனக்கு யாரும் வாடகை வீடு தர மாட்டேன் என்கிறார்கள். எனவே தனக்கு தனியாக ஒரு வீடு பிடித்துத் தரமுடியுமா?" என்று ஜெ.கே.யிடம் கேட்டிருக்கிறார்.

ஜெ.கே.யின் கலை உலக நண்பர்களின் உறவினர் வீட்டுக்கு அருகாமை யிலேயே, அவர்களின் ஆதரவோடு, அவரை குடியமர்த்தினர். அவருக்கு உதவியாகக் கலைத்துறையைச் சேர்ந்த சில நடிகைகளும் நடிகர்களும் உடனிருந்தனர்.

அக்காலத்தில் சேவா ஸ்டேஜிலிருந்து பல நடிகர்கள் நட்புடனும், சுமுக மாகவும் வெளியேறி இருந்தார்கள். அவர்களை ஒன்றிணைத்து கௌசல்யா அவர்கள், 'அகல்யா தியேட்டர்ஸ்' என்ற நாடகக் குழுவினை ஏற்படுத்தி னார்.

இந்த 'அகல்யா' என்பது அப்போது மக்கள் கவிஞர் என்று பாராட்டப் பெற்ற அ. கல்யாண சுந்தரம் என்ற முதல் எழுத்துகளை இணைந்து 'அகல்யா' என சூட்டப்பட்டது.

இந்த நாடகக் குழுவின் நாடகத்துக்கு மனைவியையும் (ஞானாம்பிகை) தாயாரையும் (மகாலாட்சுமி) அழைத்துக் கொண்டு போனார். கௌசல்யா அவர்களின் சகோதரர்களை ஜெ.கே.யின் தாய் நன்கறிவார். தொடர்ந்து ஜெ.கே.யின் குடும்பத்தோடு அவருக்கு பரிட்சயமும், நட்பும் தொடர்ந்தது.

ஜெ.கே. அப்போது ஒரு பங்களா வாசியாக மாறியிருந்தார். சினிமா உலகைச் சேர்ந்த கலைஞர்கள் எப்படி வாழ்வார்களோ அப்படி ஒரு வாழும் தோற்றப் பொலிவை பெற்றிருந்தார். அது ஒரு தோற்றம் மட்டும் அல்ல

பொருளாதார ரீதியிலும் நல்ல நிலைக்கு உயர்ந்திருந்தார். இதனை நிர்வகிக்க அவர்க்கு நண்பர்கள் தேவைப்பட்டனர். வருகிற பணத்துக்கு கணக்கு வைத்துக் கொள்ள அறியாதவர். நண்பர்களுடன் கொண்டாட்டமாய் வாழ்க்கையை கழித்தார். மேலும் ஆங்கிலத்தில் கடிதம் எழுத அவருக்குத் தெரியாது.

அலுவலக பணிகள் இருந்தன. அலுவல் புரிய நண்பர்கள் இல்லை. அலுவலகமும் இல்லை. இந்தச் சூழலில் அவருக்கு உற்றத் துணையாய் இருந்தவர் கௌசல்யா அவர்களே. அவரது வீடே கௌசல்யாவுக்கு அலுவலகமாய் மாறியது. அதற்குரிய சம்பளத்தை தனது இறுதி நாள் வரை ஜெ.கே. கொடுத்துதவினார்.

ஜெ.கே.யின் மூத்த மகளுக்கு 'காதம்பரி' என்ற பெயரிட்டதும் அவர்தான்.

ஜெ.கே.யின் படைப்பு பணிக்கு ஆங்கில அறிவு, ஆங்கில இலக்கிய பரிச்சயம், பயிற்சி இன்றியமையா துணையாக பால்ய கால சக ஆசிரியையும் ஆனார். ஜெ.கே. அவருக்கு தமிழ் இலக்கியம் கற்பிக்கும் ஆசான் ஆனார்; அவரின் இல்லறத்தில் ஒருவராய் ஆனார்.

ஜெ.கே. எழுத்துப் பணி, மொழியாக்கப்பணி, வீட்டுப் பொறுப்பு, அவரது குழந்தைகளை பேணுதல், அவர் வெளியூர் போகும்போது அவரது உடைமைகளை சரி பார்த்து பக்குவமாய் அடுக்கி பெட்டியை வாசல் வரை தந்து அனுப்புவது என அவரது வாழ்க்கையின் சுமைகளை அவர் சுமந்து ஜெ.கே. எனும் மதயானையை தனது அன்பு, மானுடநேயம், பாசம் என்ற அங்குசத்தால் வழி நடத்தினார் என்றே சொல்ல வேண்டும்.

எப்படி ஸ்ரீமான் லெனினுக்கு ஒரு குருப்ஸ்காயாவோ, மார்க்ஸ்க்கு ஜென்னியோ, ராமகிருஷ்ண பரமஹம்சருக்கு சாரதா அம்மையோ அப்படி அவரின் இறுதி நாள் வரை உடனிருந்து அவரைப் பாதுகாத்தார்; வழி நடத்தினார் என்றே சொல்லல் தகும்.

இவரைக் குறித்தும், இவரது மொழியறிவு குறித்தும் ஜெ.கே. குறிப்பிடுகையில், "எனது சக்தியை மீறிய ஒரு பொறுப்பை எந்த அன்பின் பொருட்டும் நான் ஏற்க மாட்டேன். எனது அறிவுலக வாழ்க்கைக்கும், தனிப்பட்ட சொந்த வாழ்க்கைக்கும் இனிய துணையாய் என்னோடும் எனது குடும்பத்தோடும் தனது வாழ்க்கையை பிணைத்துக் கொண்ட திருமதி ஜெய ஜனனியின் மொழி பெயர்ப்பே இந்நூல் என்று சொல்வது கூட பொருந்தும். அந்த அளவுக்கு ஜெயஜனனியின் ஆங்கிலப் புலமையை

அப்படியே நான் சுவீகரித்துக் கொண்டு எனது மொழியில் நான் இந்த நூலை யாத்திருக்கிறேன். இந்த உதவிக்கு இதற்கு மேலும் ஜெயஜனனிக்கு நான் நன்றி பாராட்டுவது தற்புகழ்ச்சியாகி விடும் என்று அஞ்சி இத்துடன் நிறுத்திக் கொள்கிறேன்.''

"முதலில் இந்த நூலின் தமிழாக்கம் என்று எங்கள் இருவரின் பெயரையும் சேர்த்துப் போட்டுக் கொள்ளலாம் என்று யோசித்தேன். ஆனால், பிறகு அது சரி எனப்படவில்லை. ஏனெனில் எங்கள் இருவரின் பெயர்களையும் நாங்கள் இதன் பொருட்டு மட்டும் இணைத்துக் கொள்ள வில்லை. ஆகவே யாராவது ஒருவர் பெயரிலேயே இதை பிரசுரிப்பது உசிதம்; அது என் பெயரில் இருக்கட்டும் என்று தீர்மானித்தோம்.

"மொழி பெயர்ப்பின் பொழுது பல சந்தர்ப்பங்களில் நான் பொறுமை இழந்திருக்கிறேன்... 'சகிப்புத் தன்மையில் பெண்கள் ஆண்களை வென்று விடுவார்கள்' என்று மகாத்மா சொல்வதை அவரது வாசகங்களை மொழி பெயர்க்கிற அனுபவத்திலேயே நான் புரிந்து கொண்டேன்" என்ற அவரது மொழி அறிவையும், துணைவியாரின் அர்ப்பணிப்பையும் புரிந்து கொள்ள முடியும்.

ஜெயகாந்தன் 1977-78களில் ஆசிரியராக கொண்டு வெளிவந்த 'நவசக்தி' நாளேட்டின் வாரமலரில் அதேபோல் பிரேம்சந்தின் 'ஒரு கதாசிரியன் கதை'யும் மொழி பெயர்ப்பும் அவரது துணைவியாரே செய்தார். அவரது கையெழுத்து முத்துமுத்தாய் மிளிரும். அவரோடு பணியாற்றிய காலத்தில் ஸ்கிரிப்டை ஜெ.கே.யிடமிருந்து பெற்று திருத்தி வெளியிட்ட காலங்கள் பசுமையாய் நிழலாடுகிறது.

அவரது மொழி பெயர்ப்பு பணியில் துணை நின்றது. ஜெ.கே. படைப்பு கள் இந்தி மொழியில் வந்தபோது அதனை வாசித்துக் காட்ட இந்தி மொழியை 3 ஆண்டுகள் பயின்றார்; அதனை ஜெ.கே.யிடம் வாசித்து காட்டி மகிழ்ந்தார்.

ஜெ.கே. மறைவுக்குப் பின் அவரது வாரிசுதாரர் சான்று எடுக்க வேண்டியிருந்தது. மறைந்து ஓராண்டு வரை அவர்தம் குடும்பத்தினர் ஏதும் முயற்சிக்கவில்லை. அதனை முன்நின்று செய்ய உத்தேசித்தேன். அப்போது கௌசல்யா மாமி அவர்களையே அணுகினேன். அவர்களை ஜெ.கே.யின் நண்பர், தோழர்கள், சக்ருத்தயர்களால் 'மாமி' என்றே அழைப்போம்.

அங்ஙனமே மாமியிடம் என்ன சிக்கல் என்றபோது, அவர்களும் தெரிய வில்லை என்றார்கள். நான் வட்டாட்சியரிடம் அதற்கான சிறப்புச்

சான்றிதழ், குடும்ப அட்டை, வாரிசுதாரர்களுக்கான சான்றுகளுடன் அணுகினேன். வட்டாட்சியர் எல்லாவற்றையும் பார்த்து, 'குடும்ப அட்டையில் கௌசல்யா என்ற பெயர் உள்ளதே அவர்கள் யார்? எவர்?' என்ற வினா எழுந்தது. அதுவே தடை என்றும் அறிந்தேன். மாமியிடம் சொன்னேன்.

மாமி உடனே 2008ல் ஜெயகாந்தன் லெட்டர்பேடில் ஒரு ஸ்டேட்மெண்ட் எழுதி வைத்துள்ளார். அதில்,

"மேற்கண்ட நாடறிந்த எழுத்தாளர் ஜெயகாந்தன் அவர்களை கடந்த 50 ஆண்டுகளாக அறிவேன். அவரின் இலக்கியப் பணிக்கும், எழுத்துப் பணிக்கும், வீட்டு நிர்வாகப் பணிக்கும் உதவியாளராகவே இருந்து வருகிறேன். அதற்கான ஊதியமும் பெற்று வருகிறேன். அவரது மறைவுக்குப் பின் அவரது அசையும், அசையா சொத்துக்களுக்கு உரிமை கோர மாட்டேன் என்பதை இதன் மூலம் தெரிவித்துக் கொள்கிறேன்" என அவரது முத்து முத்தான கையெழுத்தில் எழுதி ஒரு பிரதியை ஜெ.கே.யிடமும் மற்றொரு பிரதியை அவரும் வைத்திருந்தார்.

இதனை நகல் எடுத்தும், ஜெ.கே. தனது வங்கிகளில் போட்டிருந்த தொகைக் குறித்து, அதில் நான்கு வங்கிகளில் உள்ள பணத்தை தனது வாரிசுகளான மனைவி ஞானாம்பிகை, மூத்த மகள் காதம்பரி, மகன் ஜெயசிம்மன், கடைசி மகள் தீபலட்சுமி நால்வரும் சரி சமமாக பங்கிட்டு எடுத்துக் கொள்ள வேண்டும் என்று எழுதி அதற்கு சாட்சியாக இன்றைய ருஷ்ய கலாசாரத்தின் வர்த்தக பிரிவு தலைவர் தங்கப்பன் அவர்களும், யு.எஸ்.எஸ்.ஆர். நடராஜன் அவர்களும் சாட்சி கையெழுத்து போட்டிருந்தனர்.

இது குறித்து தங்கப்பன் அவர்களிடம் கேட்டபோது, "ஒரு நாள் திடீரென அழைத்திருந்தார். அவர் வீட்டுக்கு நண்பர் யு.எஸ்.எஸ்.ஆர். நடராஜனுடன் சென்றேன். இதில் கையெழுத்துப் போடுங்கள்" என்று ஒரு தாளை நீட்டினர். நான், 'என்ன கடிதம்' என்றேன். 'எது என்று சொன்னால் தான் கையெழுத்துப் போடுவீர்களா?' என்றார். நான், 'என்ன ஜெ.கே. நீங்கள் எங்கே நீட்டினாலும் கையெழுத்துப் போடுவேன்' என்று கூறினேன். அதில் நான்கு வங்கிகளில் உள்ள பணம் குறித்து அது பின்னாளில் வாரிசுதாரர்க்கு சேர வேண்டியது என்று அவர் கைப்பட எழுதியிருந்தார். 'எதற்கு இப்போது' என்றேன். 'அவசியம்தான்' ஒற்றை வார்த்தையில் முடித்தார்.

கௌசல்யாவின் கடித நகலும், ஜெ.கே.யின் வங்கிப் பணம் நால்வருக் காக கடிதத்தை கொடுத்தப் பிறகே வாரிசு சான்றிதழை வட்டாட்சியர் ஒரிரு நாளில் வழங்கினார். இதற்கு உடனிருந்து செயலாற்றியவர் அவரது திருமகன் ஜெயசிம்மன் என்பது குறிப்பிடத்தக்கது. அதன் பின்னே ஜெ.கே. நூல்களை வெளியிட்டு வரும் பதிப்பாளர்கள், கவிதா பதிப்பகம், மீனாட்சி புத்தக நிலையம், காலச்சுவடு பதிப்பகம், ஸ்ரீசெண்பகப் பதிப்பகம் ஆகியோருக்கு அதனை அனுப்பி வைத்தப் பின்னே ராயல்டி தொகையை ஆண்டுதோறும், இதுநாள் வரை வழங்கி வருகின்றனர்.

இப்படி ஜெ.கே.யின் வாழ்வியலில் பங்கு கொண்ட கௌசல்யா அவர் களை ஜெ.கே., “20 பேர் செய்ய வேண்டிய வேலையை நீ செய்கிறாய்” என்று வியந்தோதி பாராட்டுவார்.

அவர் மறைந்த பின்பும் அக்குடும்பத்தோடு வாழ்ந்த துணைவியார் அவர்கள் ஓராண்டுக்குப் பின் அவர்தம் குடும்பத்தில் சங்கமம் ஆனார்.

20

ஒரு உயிலின் மரணம்

உயில் என்பதற்கு தமிழில் இறப்பு, முறி, மரண சாசனம், ஆவணம் என்று பொருள்படும்.

ஞானபீட விருது பெற்ற எழுத்தாளர் ஜெயகாந்தனின் படைப்புகள் அனைத்தும் ஓர் ஆவணம் தான். மானுட வாழ்வின் அனைத்துக் கூறுகளையும், வாழ்வியலின் அனைத்துக் கோணங்களையும் தனது பாத்திரங்கள் மூலமும் சமூக விஸ்தரிப்புகளை கட்டுரைகளிலும் தன் மொழி வளத்தால் ஒரு ஆவணமாய் பதிவு செய்தார்.

அவரது ஆவணம் என்பது, "நான் பலரோடும் பேசிப் பேசிப் பயின்றவன்; வளர்ந்தவன்; அழிந்தவன் கூட. அழிகின்றபோதே வளர்கின்றவர் நான். ஏனென்றால் அப்போதும்கூட உங்களோடு பேசிக் கொண்டே இருந்தேன்" என்று உரைநடையிலும், பாடலில்,

பட்டேன் பலதுயரம் பாரினுள்ளோரால்
வெறுக்கப்பட்டேன் படுகின்றேன்; பட்டிடுவேன் - பட்டாலும்

நாட்டுக்குழைக்கும் எனை நாடே
வெறுத்திட நான் வீட்டுக்கும் வேண்டாதவன்

- என பெரும்பாலான மக்கள் என்ன நினைக்கிறார் என்பது குறித்தோ, தனது வாசகர்கள் அவர் என்ன கூற வேண்டுமென்று எதிர்பார்க்கிறார்களோ அது குறித்தும் கவலைப்படாமல் எழுத்தாளனுக்கு உள்ள பணியை சுதந்திரத்தோடு நடமாடி தம் எழுத்துலகில் நடை பயின்றார்.

"நான் கண்டதை அதாவது உலகத்தால் எனக்குக் காட்டப்பட்டதை, நான் கேட்டதை அதாவது வாழ்க்கை எனக்கும் சொன்னதை நான் உலகத்துக்கு திரும்பவும் காட்டுகிறேன்; அதையே திரும்பவும் சொல்கிறேன். அது அசிங்கமாக, அது அற்பமாக, அது கேவலமாக அல்லது அதுவே உயர்வாக, உன்னதமாக எப்படி இருந்தபோதிலும் எனக்கென்ன பழி? அல்லது புகழ்? அப்படிக் காட்டும் கருவியாய், கண்ணாடியாய், ஓவியமாய், கேலிச் சித்திரமாய், சோக இசையாய், என் எழுத்து என்பதைத் தவிர மற்றதெல்லாம் உங்களுடையதுதானே? அதாவது நம்முடையதுதானே! இகழ்ச்சிக்கு உரியவன் நானா? நான் மட்டும்தானா? உங்களுக்கு ஒன்றும் பங்கில்லையா?" என வாசகர்களுக்கும், அவரது நண்பர்களுக்கும், அரசியல் களத்தில் அவருடன் நடை போட்ட தோழர்களுக்கும், சக்ருதியர்களுக்கும் ஆவணமாய் முன்வைக்கிறார்.

அவரது கதை மாந்தர்கள், "மனிதனை மனிதனாக அதாவது ரஜோ குணமும் தமோ குணமும் பின்னிப் பிணைந்த கெட்டதும் நல்லதும் கலந்து ஒன்றை ஒன்று மிஞ்சப் போராடி ஏதோ ஒன்று இறுதியில் வெற்றிப் பெற்று ஒரு பாத்திரத்தை இன்னது என்று நிலை நிறுத்தும் - யதார்த்தமான பாத்திரப் படைப்பாக ஓர் அசல் மனிதனைக் காட்டி விடும் காரியம் அவ்வளவு சுலபமானது அல்ல. அதற்கு புத்தகத்தைப் படிப்பது போல் மனிதனைப் படிக்க வேண்டும்" என்று ஒவ்வொரு மனிதனையும் படித்து படித்து ஒவ்வொரு மனிதனின் சாசனத்தை நம்முன் வைத்தார்.

அவர்தம் வாழ்வியலை சக நண்பர்களோடு, தோழர்களோடு, சக்குதியர்களோடு பகிர்ந்து கொண்டவர்.

அவர்தம் குழந்தைகளை செம்மையாகவே வளர்த்தெடுத்தார். அவர்களின் வளர்ச்சியில் கணுக்கணுவாய் ருசித்து, வளர்ச்சிக்கு வழி காட்டினார். அவர்கள் அவரைப் போலவே தேர்ந்த கல்விமான்களாய் சமூகத்தில் உயர்ந்து ஆசிரியையாக, ஐ.டி. கம்பெனி ஊழியராக, தந்தையைப் போல் ஆழ்ந்த படிப்பறிவுள்ள மகனாக அவர்கள் உயர்ந்தனர்; சமூகத்தின் நல்புதல்வர்களாய் விளங்கி வருகின்றனர்.

“ஒரு நூலை நான் முன்மொழிந்து நிற்கிற தகுதி எனக்கேற்பட்ட முதன் காரணமாக இருந்தோர் எனது குழந்தைகளேயாவர். இரண்டாவது தகுதி நானோர் கல்விமான் அல்ல'' என்பதும் ஆகும். அவ்வண்ணமே தம் இறுதி நாள் வரை அவர்களை சுதந்திரமாய் வளர்த்தெடுத்தும் தானும் வளர்ந்தார்.

தமிழ் எழுத்துலகில் எழுத்தை ஜீவிதமாய் கொண்டு பெரும் பொருளீட்டிய எவரும் இலர் என்றே சொல்லலாம். பிற தொழில்களோடு இணைந்து எழுதியவர்களே பொருளாதார நிலையில் உயர்ந்து நின்றனர்; இன்றளவும் நின்று வருகின்றனர். எழுத்தை நம்பி வாழ்வியலை நடப்பது தமிழ்ச் சமூக சூழ்நிலையில் சாத்தியமில்லை என்பது நிதர்சனம்.

தம் இறுதிக் காலத்தில் அவரது வருமானத்தை தக்க வைத்து வங்கியில் சேமித்து வைத்து அவரது வாரிசுதாரர்களுக்கு ஒப்படைத்து சென்ற கௌசல்யா மாமி (ஜெயஜனனி)யை போற்றுதல் வேண்டும். தனக்கான ஊதியத்தை பெற்று, அவரது உழைப்பின் சன்மானத்தை தக்க வைத்து பாது காத்தார். இது குறித்து ஜெ.கே. அவரிடம், “இதோ பார் நீ கன்னாபின்னா என்று சேர்த்து வைக்கிறாய். இதன் விளைவு எப்படி இருக்குமோ?'' என்று எச்சரிப்பாராம்.

ஜெ.கே. ‘ஒரு வீடு ஒரு மனிதன் ஒரு உலகம்’ நாவல் சொத்துடைமை சமூகத்தில் ஒரு குடும்பத்தில் எப்படி இணக்கமாக கையாண்டு ஓருலகமாய் வாழ வேண்டும் என்ற ஹென்றி - துரைக்கண்ணுவின் நோக்கோடு படைத்திருப்பார். அவர்தன் சபையில், மருத்துவமனையின் சேருவதற்கு முன்னால் ''எனது நூல்களின் பதிப்புரிமை தனது மகனான ஜெய சிம்மனுக்கு உரியது'' என்று தனது சக்ருதியர்களுடன் சொன்னதுண்டு.

அதேபோல் 2008லேயே தான் வங்கியில் சேர்த்துள்ள (நான்கு வங்கிக் கணக்கு பணங்கள்) சுமார் 50 இலட்சத்துக்கு மேல் தனது வாரிசுதாரர் களான மனைவி ஞானாம்பிகை, மூத்த மகள் காதம்பரி, மகன் ஜெய சிம்மன், கடைசி மகள் தீபலட்சுமி ஆகியோர் சரிசமமாய் பங்கீட்டு எடுத்துக் கொள்ள வேண்டும் என்று சாட்சிகளோடு தனது லெட்டர் ஹெட்டில் பதிவு செய்தார் என்பதனை குறித்திருந்தேன்.

அவர் மறைவுக்குப் பின் அது நடைமுறை ஆயிற்றா என்பது கேள்விக் குறியே?

ஒரு உயிலின் மரணம் இதுதானோ?

21

ஜெயகாந்தன் வாழ்க்கைக் குறிப்புகள்

பெற்றோர் : தண்டபாணி பிள்ளை - மகாலட்சுமி அம்மாள்
பிறந்த நாள் : 1934, ஏப்ரல் 24
பிறந்த ஊர் : மஞ்சக்குப்பம், கடலூர் (தென்னார்க்காடு மாவட்டம்)

1946	: முதன் முதலாகச் சென்னைக்கு வருதல்
1947	: கம்யூனிஸ்ட் கட்சியின் கம்யூன் வாழ்க்கை
1950	: 'சௌபாக்கியம்' இதழில் முதல் சிறுகதை பிரசுரம்
1952	: இந்திய கம்யூனிஸ்ட் கட்சி உறுப்பினர்
1956	: திருமணம், மனைவி ஞானாம்பிகை
1957	: 'வாழ்க்கை அழைக்கிறது' நாவல் வெளிவருதல்
1958	: 'ஒரு பிடி சோறு' சிறுகதைத் தொகுப்பு வெளிவருதல்
1960	: 'இனிப்பும் கரிப்பும்' சிறுகதைத் தொகுப்பு வெளிவருதல்

1964 : ‘உன்னைப்போல் ஒருவன்’ திரைப்படம் தேசிய அங்கீகாரம் பெறுதல்
கம்யூனிஸ்ட் கட்சியில் இருந்து வெளியேறுதல்
1965 : ‘புதிய வார்ப்புகள்’ சிறுகதைத் தொகுதி வெளிவருதல்
1967 : ‘ஜெயபேரிகை’ நாளிதழ் ஆசிரியர்
1969 : ‘ஞானரதம்’ இலக்கிய இதழ் ஆசிரியர்
1972 : ‘சில நேரங்களில் சில மனிதர்கள்’ - நாவலுக்கு சாகித்ய அகாதெமி விருது பெறல்
1975 : ‘ஜயஜய சங்கர’ - மாதம் ஒரு நாவல் வெளியிடுதல்
1977 : பொதுத் தேர்தல் தியாகராய நகர்த் தொகுதியில் சுயேட்சை வேட்பாளர் - தோல்வி
1978 : ‘சில நேரங்களில் சில மனிதர்கள்’ சிறந்த கதைக்கான தமிழக அரசு விருது
‘இமயத்துக்கு அப்பால்’ என்ற நூலுக்காக சோவியத் நாடு நேரு விருது
1979 : ‘கல்பனா’ இலக்கிய இதழ் ஆசிரியர். ‘கருணை உள்ளம்’ சிறந்த திரைப்படம், சிறந்த கதைக்கான தமிழக அரசு விருதுகள்
1980, 1983,
1984 : சோவியத் நாட்டு அழைப்பின்பேரில் சோவியத் பயணம்.
1986 : ‘ஜய ஜய சங்கர’ நாவல் சிறந்த நாவலுக்கான தமிழக அரசு பரிசு பெறல்
‘சுந்தர காண்டம்’ நாவல் தஞ்சாவூர்த் தமிழ்ப் பல்கலைக் கழகத்தின் இராஜராஜன் விருது பெறல்
1988 : நவசக்தி நாளிதழின் ஆசிரியர்
1994 : மணிவிழா
2002 : ஞானபீட விருது
2009 : இலக்கியத்திற்கான பத்மபூஷன் விருது. ரஷ்ய விருது
2015 : அமரராதல் (ஏப்ரல் 8)

ஜெயகாந்தன் படைப்புகள்

சிறுகதைத் தொகுப்புகள்

உதயம் (செப்டம்பர் *1954*) முதல் சிறுகதை தொகுப்பு
ஒருபிடி சோறு (செப்டம்பர் *1958*)
இனிப்பும் கரிப்பும் (ஆகஸ்ட் *1960*)

தேவன் வருவாரா? *(1961)*
மாலை மயக்கம் *(ஜனவரி 1962)*
சுமைதாங்கி *(நவம்பர் 1962)*
யுகசந்தி *(அக்டோபர் 1963)*
உண்மை சுடும் *(செப்டம்பர் 1964)*
புதிய வார்ப்புகள் *(ஏப்ரல் 1965)*
சுயதரிசனம் *(ஏப்ரல் 1967)*
இறந்த காலங்கள் *(பிப்ரவரி 1969)*
குருபீடம் *(அக்டோபர் 1971)*
சக்கரம் நிற்பதில்லை *(பிப்ரவரி 1975)*
புகை நடுவினிலே *(டிசம்பர் 1990)*
முத்துக்கள் பத்து - ஜெயகாந்தன் *(2007)*
ஜெயகாந்தன் கதைகள்
ஜெயகாந்தன் முழுமையான சிறுகதைத் தொகுப்பு, *(ஆகஸ்ட், 2001 மறுபதிப்புகள் 2005, 2009, 2010, 2013)*
ஜெயகாந்தன் முத்திரைக் கதைகள் *(2008)*
கதையின் கரு - ஜெயகாந்தன்
ஜெயகாந்தன் இதுவரை வெளிவராத கதைகள் *(2016)*

நாவல்கள்

வாழ்க்கை அழைக்கிறது *(ஆகஸ்ட் 1957)*
உன்னைப்போல் ஒருவன் *(மே 1964)*
பாரிஸுக்குப் போ *(டிசம்பர் 1966)*
சில நேரங்களில் சில மனிதர்கள் *(ஜூன் 1970)*
ஒரு நடிகை நாடகம் பார்க்கிறாள் *(ஜனவரி 1971)*
ஒரு மனிதன் ஒரு வீடு ஒரு உலகம் *(ஏப்ரல் 1973)*
கங்கை எங்கே போகிறாள் *(டிசம்பர் 1978)*
இந்த நேரத்தில் இவள்... *(1980)*
பாட்டிமார்களும் பேத்திமார்களும் *(ஏப்ரல் 1980)*
அப்புவுக்கு அப்பா சொன்ன கதைகள் *(ஆகஸ்ட் 1980)*
சுந்தரகாண்டம் *(செப்டம்பர் 1982)*
ஈஸ்வர அல்லா தேரே நாம் *(ஜனவரி 1983)*

காற்று வெளியினிலே (ஏப்ரல் 1984)
ஜயஜய சங்கர (செப்டம்பர் 1984)
ஜெயகாந்தன் - முழுமையான நாவல்கள் தொகுப்பு (2001, மறுபதிப்பு 2006)

குறுநாவல்கள்

கைவிலங்கு (கல்கி, ஜனவரி 1961)
யாருக்காக அழுதான்? (ஆனந்த விகடன், பிப்ரவரி 1962)
எனக்காக அழு (ஆனந்த விகடன், 1962)
ஆயுத பூசை (கல்பனா, 1962)
பிரம்மோபதேசம் (ஆனந்த விகடன், மே 1963)
இலக்கணம் மீறிய கவிதை (தாமரை, மே 1963)
பிரளயம் (ஆனந்த விகடன், ஆகஸ்ட் 1965)
விழுதுகள் (ஆனந்த விகடன், ஆகஸ்ட் 1965)
கருணையினால் அல்ல (ஆனந்த விகடன், நவம்பர் 1965)
கோகிலா என்ன செய்து விட்டாள்? (ஆனந்த விகடன், நவம்பர் 1967)
சமூகம் என்பது நாலுவேர் (தினமணி கதிர், நவம்பர் 1967)
ரிஷிமூலம் (தினமணி கதிர், செப்டம்பர் 1969)
ஆடும் நாற்காலிகள் ஆடுகின்றன (தினமணி கதிர், செப்டம்பர் 1969)
பாவம். இவள் ஒரு பாப்பாத்தி (மேகலா, மார்ச் 1979)
ஊருக்கு நூறு பேர் (மேகலா, 1979)
மூங்கில் காட்டு நிலா (கல்பனா, செப்டம்பர் 1979)
ஒரு மனிதனும் சில எருமை மாடுகளும் (நவரத்தினம், டிசம்பர் 1979)
எங்கெங்கு காணினும் (கல்பனா, 1980)
ஒவ்வொரு கூரைக்கும் கீழே (கல்பனா, ஜனவரி 1980)
காத்திருக்க ஒருத்தி (கல்பனா, செப்டம்பர் 1980)
கரிக்கோடுகள் (மணியன், 1981)
கரு (நயன்தாரா, ஏப்ரல் 1981)
ஓ, அமெரிக்கா ! (மேகலா, பிப்ரவரி 1983)
இல்லாதவர்கள் (ராணிமுத்து, பிப்ரவரி 1983)
ஒரு குடும்பத்தில் நடக்கிறது (மேகலா, 1983)
இதயராணிகளும் ஸ்பேடு ராஜாக்களும் (இதயம், ஜூலை 1983)

கழுத்தில் விழுந்த மாலை (மேகலா, செப்டம்பர் 1984)
நம்ப மாட்டேளே! (மேகலா, 1984)
வீட்டுக்குள்ளே பெண்ணைப் பூட்டி வைத்து (மேகலா, 1985)
அந்த அக்காவைத் தேடி (குங்குமச்சிமிழ், அக்டோபர் 1985)
இன்னும் ஒரு பெண்ணின் கதை (ராணி, ஜூலை 1986)
பகலில் ஒரு வேஷம் (இதயம், 1986)
கையில் ஒரு விளக்கு (குங்குமச்சிமிழ், 1986)
முன்னைப் போல (மகுடம், 1991)
ஹரஹர சங்கர (2005)
கண்ணன் (2011)
ஜெயகாந்தன் முழுமையான குறுநாவல்கள் தொகுப்பு, 2001

நாடகம்

பலவீனங்கள் (செப்டம்பர் 1972)

கட்டுரைத் தொகுதிகள்

வாக்குமூலம் (1972)
முன்னோட்டம் (செப்டம்பர் 1972)
அவர்கள் உள்ளே இருக்கிறார்கள் (அக்டோபர், 1972)
நினைத்துப் பார்க்கிறேன் (ஜனவரி 1973)
சுதந்திரச் சிந்தனை (ஜனவரி 1974)
பாரதி பாடம் (நவம்பர் 1974)
ஒரு பிரஜையின் குரல் (ஜூலை 1975)
இமயத்துக்கு அப்பால் (ஆகஸ்ட் 1979)
வாக்குமூலம் (1980)
யோசிக்கும் வேளையில் (நவம்பர் 1982)
போனதும் வந்ததும் (ஜனவரி 1983)
ருஷ்யப் புரட்சி - உண்மையில் நடந்தது என்ன? (1985)
நட்பில் பூத்த மலர்கள் (செப்டம்பர் 1986)
சிந்தையில் ஆயிரம் (டிசம்பர் 1988)
கம்யூனிஸம் தோற்குமா? (ஆகஸ்ட் 1991)
ஒரு சொல் கேளீர் (டிசம்பர் 1992)

சபை நடுவே (டிசம்பர் 1997)

மறுபடியும் நினைத்துப் பார்க்கிறேன் (ஜுன் 2001)

எனது பார்வையில்

நானும் என் நண்பர்களும் (1995)

சிந்தையில் ஆயிரம் - ஜெயகாந்தனின் முழுமையான கட்டுரைகள் தொகுப்பு, 2003

இன்னும் சில நூல்கள்

கல்பனா இதழில் ஜெயகாந்தன். தொகுப்பு - ஜெ. ஜெயசிம்மன்

ஜெயகாந்தன் பேட்டிகள்

ஜெயகாந்தன் கவிதைகள்

ஜெயகாந்தன் முன்னுரைகள் - 1

ஜெயகாந்தன் முன்னுரைகள் - 2

ஜெயகாந்தன் நேர்காணல்கள்

வாதம் பிரதிவாதம் - பேட்டிகள், கட்டுரைகள், தொகுப்பு - ஜெ. ஜெயசிம்மன்

ஜெயகாந்தன் ஒரு பார்வை - ரீடர் (டாக்டர் கே.எஸ். சுப்பிரமணியன்)

ஜெயகாந்தன் பார்வைகள், பதிவுகள் : தொகுப்பு - கோ. எழில்முத்து

கல்பனாவில் ஜெயகாந்தன் : தொகுப்பு - ஜெயசிம்மன்

தன் வரலாற்று நூல்கள்

ஒரு இலக்கியவாதியின் அரசியல் அனுபவங்கள் (அக்டோபர் 1974)

ஒரு இலக்கியவாதியின் கலையுலக அனுபவங்கள் (செப்டம்பர் 1980)

ஒரு இலக்கியவாதியின் பத்திரிகை உலக அனுபவங்கள் (2006)

ஒரு இலக்கியவாதியின் ஆன்மிக அனுபவங்கள் (2007)

ஒரு இலக்கியவாதியின் பத்திரிகை அனுபவங்கள் (டிசம்பர் 2009)

வாழ்க்கை வரலாற்று நூல்கள்

வாழ்விக்க வந்த காந்தி (1973)

(ரொமெய்ன் ரோலேண்டினுடைய நூலின் தமிழாக்கம்)

ஒரு கதாசிரியரின் கதை (மே 1989)

(முன்ஷி பிரேம்சந்தின் வாழ்க்கை வரலாறு)

திரைப்படமாக்கப்பட்ட ஜெயகாந்தன் கதைகள்

சில நேரங்களில் சில மனிதர்கள் (இயக்குநர் : பீம்சிங்)
ஒரு நடிகை நாடகம் பார்க்கிறாள் (இயக்குநர் : பீம்சிங்)
கருணையினால் அல்ல
உன்னைப்போல் ஒருவன் (இயக்குநர் : ஜெயகாந்தன்)
யாருக்காக அழுதான்? (இயக்குநர் : ஜெயகாந்தன்)
புதுச்செருப்பு கடிக்கும் (இயக்குநர் : கே.ஆர். லெனின்)
எத்தனைக் கோணம் எத்தனை பார்வை (இயக்குநர் : கே.ஆர். லெனின்)

மொழி பெயர்ப்பான நூல்கள்

சுந்தர காண்டம் (உக்ரைன் மொழி பெயர்ப்பு)
அதூரே மனுஷ்ய (1989) (ஹிந்தி மொழி பெயர்ப்பு)
அப்னா அப்னா அந்தரங்க (2005) (தெலுங்கு)
கல்யாணி (2006)
ரிஷிமூலம் (2008)
ஹரஹர சங்கரா (2006) மலையாளம்
மூங்கில் காட்டு நிலா (2012) மலையாளம்
அக்ரஹாரத்திலே பூச்சா (2012) கன்னடம்

ஆங்கிலம்

Games of Cards (1969)
Joseph wept (1974)
A Literary Man's Political Experiences (1976)
(Oru llakkiyavaadiyin Arasiyal Anubavangal) Trial by Fire (2000)
Jaya Jaya Shankara (2002)
A Man A Home and A World (2003)
(Oru Manidan Oru Veedu Oru Ulagam) Till death do us part (2005)
Made in Heaven and other stories (2006)
Once an Actress (2007)
(Oru Nadigai Naatakam Paarkkiraal) Love and Loss (2008)
(Unnai Pol Oruvan) Dissonance And Other Stories (2008)

Brahmopadesam (2010) Sundara Kaandam (2010)
Rishi Moolam
Beneath the Banyan Tree (2012) (Vizhudhukal)
Of Men and Moments (2014) (Sila Nerangalil Sila Manidhargal)
Eswara Alla Tere Naam (2016)

Forthcoming

Whither Ganga (Gangai Engae Pogiraal)
Towards Freedom (A woman-centric trilogy)
The Celluloid World & A Creative Writer's Experiences
(Oru llakkiyavaadiyin Kalaiyulaga Anubavangal)

(இப்பட்டியலில் இடம் பெறும் ஆங்கில மொழி பெயர்ப்பு நூல்கள் பெரும்பாலானவற்றை மொழியாக்கம் செய்தளித்தவர் டாக்டர் கே.எஸ். சுப்பிரமணியன். இந்தப் பட்டியலில் இடம்பெற வேண்டியவை இன்னும் இருக்கக்கூடும். மேலும் இவை தவிர, பிறமொழிகளில் மொழி பெயர்க்கப் பெற்ற நூல்களும் இருக்கலாம்.)

எருவான நூல்கள்

ஜெயகாந்தன் - முழுமையான சிறுகதைகள் தொகுப்பு, கவிதா பப்ளிகேஷன், சென்னை; 2008

ஜெயகாந்தன் - முழுமையான குறுநாவல்கள் தொகுப்பு, மீனாட்சி புத்தக நிலையம், மதுரை, 2001

ஜெயகாந்தன் - முழுமையான நாவல்கள் தொகுப்பு, ஸ்ரீ வர்த்தமானன் பதிப்பகம், சென்னை, 2001; மறுபதிப்பு - கவிதா பப்ளிகேஷன், சென்னை, 2006

ஜெயகாந்தன் - சிந்தனையில் ஆயிரம் - முழுமையான கட்டுரைகள் தொகுப்பு, ஸ்ரீ செண்பகா பதிப்பகம், 2008

அறிவழகன், ந., ஜெயகாந்தன் ஆய்வடங்கல், அமராவதி பதிப்பகம், கடலூர் துறைமுகப்பட்டிணம், 1978

ஜெ.கே. 75 நக்கீரன் வெளியீடு, தொகுப்பு : எழில்முத்து

ஜெயகாந்தன் - முன்னுரைகள் பாகம் 1,2

ஜெயகாந்தன் - கே.எஸ். சுப்ரமணியம் - சாகித்ய அகாதமி

ஓர் இலக்கியவாதியின் அரசியல் அனுபவங்கள்

சினிமாவில் கண்டதும் - கற்றதும்
கதையின் கரு
வாதம் பிரதிவாதம்
ஓர் இலக்கியவாதியின் கலை உலக அனுபவங்கள்
ஓர் இலக்கியவாதியின் ஆன்மிக அனுபவங்கள்
வாழ்விக்க வந்த காந்தி ரொமண்ட் ரோலன்ட் மொழி பெயர்ப்பு
நவபாரதி, ஜெயகாந்தனின் பர்ணசாலை, ஸ்ரீ செண்பகா பதிப்பகம், சென்னை, 2016
பி.ச. குப்புசாமி, பல்லாண்டு வாழ்க, தமிழ் இந்து, சென்னை, 2016
நானும் ஜெயகாந்தனும் - தேவபாரதி
ஞானபீடம ஜெயகாந்தன் செய்திகள், பேட்டிகள், கட்டுரைகள் : தொகுப்பு - கோ. எழில்முத்து, ரெ. மருதசாமி

எனது பார்வையில்....

ஜெயகாந்தன் தாமரை அமுதசுரபிக் கதைகள்
ஓர் இலக்கியவாதியின் பத்திரிகை அனுபவங்கள்
நானும் எனது நண்பர்களும்
ஒரு சொல் கேளீர்

❏